சிவமயம்

பாகம் - 1

முதற்பதிப்பு: 2023

First Edition: 2023

Sivamayam Part - 1

சிவமயம் பாகம் - 1

Indira Soundarajan

இந்திரா சௌந்தர்ராஜன்

ISBN: 978-93-5695-637-7

Pustaka

EBooks | Audiobooks | Paperback

Pustaka Digital Media Pvt. Ltd.
#7-002, Mantri Residency,
Bannerghatta Main Road, Bengaluru - 560 076
Karnataka, India

+91 7418555884

சிவமயம்

பாகம் - 1

இந்திரா சௌந்தர்ராஜன்

Pustaka
EBooks | Audiobooks | Paperback

என்னுரை

'சிவாய நம' என்று சொல்லி தொடங்குகிறேன். வீர சைவர்களுக்கு எங்கும் எதிலும் சிவமே நிரம்பி இருப்பதால் அனைத்தையுமே அவர்கள் சிவமயமாகப் பார்க்கின்றனர். அப்படி அவர்கள் கருதிடும் சிவமயமே நீங்கள் வாசிக்கப்போகும் இந்த ஆன்மிக நாவலுக்கும் தலைப்பாகி விட்டது.

இந்த நாவலுக்கு 'சிவமயம்' என்கிற தலைப்பை சூட்டியவர் பிரபல திரைப்பட நடிகை ராதிகா அவர்கள். அவர் தான் இக்கதையை சன் டி.வியில் தொலைக்காட்சி தொடராக தயாரித்தவர். நான் எவ்வளவோ தொலைக்காட்சி தொடர்களுக்கு கதை எழுதி திரைக்கதை அமைத்து வசனமும் எழுதியுள்ளேன். ஆனால் அவைகளில் ஏற்படாத ஒரு நிறைவு எனக்கு இந்த சிவமயத்தில் ஏற்பட்டது. இத்தனைக்கும் இதில் Fantasy எனப்படும் நம்பிக்கை வைத்து ஏற்கவேண்டிய விசயங்கள் மிக அதிகம். இதை ஒரு யதார்த்த வகை நாவல் இலக்கியத்தோடு சேர்க்க முடியாது.

இதற்கான கதையை ஒரு one line ஆக யோசித்து அதை செறிவுடன் எழுத நான் முனைந்தபோது பெரும் வெள்ளத்தில் அகப்பட்ட ஒரு மரக்கிளை போல நான் இழுத்துச் செல்லப்படுவதை உணர்ந்தேன். பெரும்பாலும் கதையை வளர்க்கும்போது எந்த ஒரு எழுத்தாளருக்கும் அவருக்குள் ஒரு சிரமப் பிரயாசை இருக்கும். ஒரு திரும்பிப் பார்த்தலும், நன்றாக அமைய வேண்டுமே என்கிற கவலையும் இருக்கும். இத்தொடரில் அவ்வாறு இக்கதைப் போக்கு என்னுள் பிரவாகமாக பெருகுவதையும், அதையும்கூட நான் எழுதவில்லை, அதுவே என்னைக் கொண்டு தன்னை எழுதிக் கொள்வதையும் நான் உணர்ந்தேன்.

இப்படி தங்கு தடையின்றி பெருகும் எந்த ஒரு கற்பனையும் அதற்குண்டான ஒரு உயரத்தை காணாமல் போனதில்லை...

இந்த சிவமயமும் ஒரு கௌரவமான வெற்றியை பெற்று எனக்கும் பெருமை சேர்த்தது.

சிவம் என்றால் மங்களம் என்றும் ஒரு பொருள் எங்கும் மங்களத்தை நான் உணர்வதில் ஒன்றும் தவறில்லை.

தமிழ்நாட்டில் மட்டும் அல்ல எந்த நாட்டிற்கு சென்றாலும் அங்குள்ள ஆலயங்களுக்கு சென்று நின்று ஒரு முயன்ற வழிபாட்டை நிகழ்த்துவதை நான் வழக்கமாக கொண்டுள்ளேன்.

ஒரு நாளின் இருபத்தி நாலு மணி நேர பொழுதும் போதாமல் சிரமப்படும் அளவு பணிப்பளு உள்ளவன் நான். செய்யும் தொழிலே தெய்வம் என்று சொல்லிக் கொண்டு வாரம் ஒரு முறை அல்லது மாதம் ஒரு முறை கோவிலுக்கு சென்று வந்தால் யாரும் அதை குறை கூறப்போவதில்லை. அவ்வளவு ஏன்...? ஒரு எழுத்தாளன் என்பவன் இப்படி தினம் கோவிலுக்கு செல்வதும், விபூதி, திருமண் போன்ற சின்னங்களை அணிவதும் அவன் ஒரு தனித்த சிந்தனையாளன் இல்லை... மூடங்கள் மிகுந்த ஆன்மிகச் சார்பில் இருப்பதால் அதற்குண்டான பலவீனங்களும் கொண்ட ஒருவனாகிவிடுவான் என்பது எங்கள் எழுத்தாளர் இனத்தில் சிலரிடம் நிலவும் கருத்தாகும். இதனால் பல எழுத்தாளர் பெருமக்கள் தங்கள் மதச்சார்பு மற்றும் இறை சார்பை பிறர் எளிதில் அறியும்படி காட்டிக்கொள்வதே இல்லை திரு. பாலகுமாரனும் நானும் இதில் விதிவிலக்காக அந்த கருத்தை இடக்கரத்தால் புறம் தள்ளிச் செயல்பட்டு வருகிறவர்கள்.

அதிலும் நான் ஆன்மீகத்தில் மிகுந்த சிரமப் பிரயாசை கொண்டவன். கடந்த 20 ஆண்டுகளாக பாதயாத்தரையாக பழனி, செந்தூர், திருப்பதி என்று எல்லா தலங்களுக்கும் சென்று வருகிறேன். அந்த நாட்களில் நானும், பற்றற்ற ஆண்டியும் ஒருவரே! என் மொத்த உடம்பும் புண்ணாகிப் போகும் அளவுக்கு பிரத்யேகமான இறை அனுபவங்களும் ஏற்பட்டுள்ளன. யாத்திரை புரியும் சமயம் உடன் வருவோரால் கேட்கப்படும் கேள்விகள் அதற்கான பதில்கள் வெகு சுவையானவை. அதனாலேயே

என் படைப்புகளிலும் யாரிடமும் காணப்படாத சிறப்பம்சங்கள் அமைந்து விடுகின்றன.

எனது ஒரு திருப்பதி பாதயாத்திரை புத்தருக்கு போதி மரத்தடியில் எப்படி ஞானோதயம் ஏற்பட்டிருக்க முடியும் என்பதை எனக்கும் புரிய வைக்கும் ஒரு யாத்திரையாக அமைந்தது.

சென்னையில் இருந்து திருப்பதி வரை நடைபயணம். வழி முழுக்க மழை! இதனால் காய்ச்சலும் ஏற்பட்டது. அதோடு திருமலை வேங்கடவன் திருச்சன்னதி முன் சென்று நின்றபோது ஒரே தள்ளு முள்ளு. ஒரு 15 வினாடி தரிசனம்கூட கிடைக்கவில்லை. அங்கே நான் மக்கள் கூட்டத்திடம் பக்திபரவசத்தை விட பேராசை, சுயநலம் மற்றும் ஒழுங்கற்ற தன்மை போன்ற வேண்டாத குணங்களையே பார்த்தேன். எல்லோரிடமும் ஒரு சுய கட்டுப்பாடு இருக்குமாயின், அங்கே வேங்கடவன் முன்னாவது ஒருவர் மேல் ஒருவர் விழுந்து புரளாமல், பாக்கெட் பர்ஸில் ஒரு கையும், கைப்பையில் ஒரு கையுமாய் புத்திச் சிதறல் இல்லாமல் சீராக சென்று வணங்கித் திரும்ப முடியும். ஒவ்வொரு பொது ஜனமும் அப்படி நடந்து கொண்டால் அந்த ஆலய தேவஸ்தான நிர்வாகிகளே செயலற்றுப் போவார்கள். இது முழுக்க முழுக்க பொதுஜனத்தின் கைகளில் மட்டுமே உள்ள விஷயம். எந்த அரசும் சட்டம் போட்டும் இதை சிதைக்க வழியில்லை.

ஆனால் சுய கட்டுப்பாடு என்று ஒன்று இருந்தால் தானே? இன்று இது கிட்டதட்ட அத்தைக்கு மீசை முளைத்தால்தானே சித்தப்பா என்கிற மாதிரி ஒரு விஷயமே.

அன்று நான் அந்த பாலாஜியை தரிசிக்கவே இல்லை. என் மனம் முழுக்க 'இதெல்லாமா பக்தி? இப்படி ஒரு கூட்டத்தினிடையே நாமும் சிக்கிக் கொண்டோமே... பூசலார் நாயனார் மனதில் கோவில் கட்டி பூஜித்தார் அவருக்கு அந்த ஈசன் அருள் தரவில்லையா? இது தெரிந்தும் நான் இப்படி ஒரு

பக்தி ஒழுங்கற்ற கூட்டத்தில் வந்து சிக்கினேனே...' - என்று என்னுள் ஒரே மனப் புழுக்கம். அப்படியே அது வேங்கடவன் மேல் ஒரு பெரும் கோபமாய் மாறியது.

"இறைவா என் முயற்சியில் என்ன குறை கண்டாய்? நான் விமானத்தில் பயணித்து வந்து 1000, 10000 செலவு செய்து உன்னை லகுவாக தரிசிக்க முடியும். அந்த சக்தியையும் நீ எனக்கு தந்திருக்கிறாய். இருந்தும் சிரமப் பிரயாசை செய்து, தினமும் மெத்தையில் படுத்துறங்கும் என் உடலாகிய உன் உடலை, A/C யில் கிடக்கும், சொகுசாகிப் போன உடலை வருடத்திற்கு ஒரு வாரமாவது சிரமப்படு உடலே என்று வருத்தி அழைத்து வருவது ஒரு பிழையா?

நீ கதைகளில் மட்டும்தான் இப்படி பிரயாசை எடுத்தவர்க்கு பிரத்யேக தரிசனம் அளித்திருக்கிறாயா? நிஜத்தில் மாட்டாயா... இல்லை எங்கள் விஞ்ஞான புத்தி கொண்ட சில எழுத்தாளர்கள் குறிப்பிடுவதுபோல எனது இந்த முயற்சியும் வருத்தமும் ஒருவித மரபணுவின் பலவீனமா?"

இப்படிப்பட்ட கேள்விகளோடு பாலாஜியின் பிரகாரத்தை வலம் வந்து முடித்து ஊருக்கு திரும்பி விட்டேன்.

இதெல்லாம் நடந்தது ஒரு வெள்ளிக்கிழமை காலை மிகச்சரியாக ஏழு மணியில் இருந்து ஏழரை மணிக்குள்! மதுரை திரும்பிய எனக்கு ஹைதராபாத்தில் உள்ள பிரபல திரைப்பட தயாரிப்பாளர் திரு. ராமா நாயடுவின் புதல்வர் திரு. சுரேஷ் என்பவரிடம் இருந்து ஒரு அழைப்பு. அவர் ஒரு தொலைக்காட்சி தொடர் தயாரிக்க விரும்பி அதன் நிமித்தம் பேச என்னை அழைத்திருந்தார். நானும் இரு தினங்களில் ஹைதராபாத் சென்று சேர்ந்து கதை விவாதத்திலும் பங்கு கொண்டேன். அது ஒரு வியாழக்கிழமை. விடிந்தால் வெள்ளிக்கிழமை. எனக்குள் அன்றைய ஆலயதரிசனத்தை எப்பாடுபட்டாவது முடித்துவிடும் ஒரு தன்முனைப்பு. அதை புரொடக்ஷன் மேனேஜரிடம் கூறினேன். அவர் அங்கேயே ஒரு அனுமன் கோயிலுக்கு

அழைத்து சென்றார். பின் அவரே நீங்கள் 'பிர்லா மந்திர்' சென்றிருக்கிறீர்களா? என்று கேட்க ஹைதராபாத்துக்கே நான் இப்போதுதான் வந்துள்ளேன் என்றேன். அப்படியானால் நாளை காலை கார் அனுப்புகிறேன். போய் வந்து விடுங்கள், இங்கே எட்டு மணிக்கு நாம் கதை விவாதத்தை திரும்ப தொடங்கி விடலாம் என்றார். அதேபோல் மறுநாள் காலை 6 மணிக்கு கார் வந்துவிட்டது. நானும் பிர்லா மந்திர் சென்று இறங்கினேன். பளிங்கு கற்களை கொண்டு திரு. பிர்லாவால் கட்டப்பட்ட ஆலயம். ஒரு சிறு மலை மீது தான் இருப்பது போல தெரிகிறது.

அந்த காலை வேளையில் ஒரு ஈ காக்கை இல்லை. கோவில் திறந்திருந்தது. போன வெள்ளி இதே நேரம் கூட்டத்தில் சிதைந்த எனக்கு இந்த வெள்ளியில் ஏகாந்த நிலை. ஆறடிக்கு குறையாத ஸ்வாமி உருவம். சர்வாலங்காரத்துடன் தூப தீபத்துக்கு நடுவில் ஸ்வாமி என்னை பார்க்கிறார். நான் அடிமனதில் வலியோடு அழுது கேட்ட அதே ஏகாந்த தரிசனம். சன்னதியில் பட்டர்கூட இல்லை.

எனக்கும் ஸ்வாமிக்கும் ஒரு ஐந்தடி இடைவெளிதான். ஜில்லென்ற பனி... ஏகாந்தமான காலை வேளை... எதிரே கனகம்பீரமாய் ஸ்வாமி... ஒரு பக்தர் என்றால் ஒரு பக்தர் கிடையாது. அதே மாலை ஏழு மணிப் பொழுது! எனக்கு எப்படி இருக்கும் என்பதை உங்கள் கற்பனைக்கே விட்டுவிடுகிறேன். அப்பொழுது எனக்குள் ஒரு தெளிவு.

'கூட்டத்தோடு ஒரு இடம்...

கூட்டமே இல்லாமல் ஒரு இடம்...

எங்கும் நான் இருக்கிறேன்...

தரிசன கால நேரங்களில் எதுவும் இல்லை.

அந்த கூட்டத்தில் அரைமணி நின்று தரிசிப்பவனைவிட அந்த நேரத்தை பிறருக்கு அளித்துவிட்டு மனக்கண்ணில் என்னை தரிசிப்பவருக்கே என் அருள் வேகமாய், சென்று சேர்கிறது' –

என்றெல்லாம் அந்த பாலாஜி என்னை பார்த்து பேசுவதுபோல தோன்றியது. இறுதிவரை பட்டர் வரவில்லை. கிளம்பும் சமயம் ஓடிவந்தார். அவருக்கு அருகிலேயே மடப்பள்ளி அருகில் ஜாகை. கோவில் கதவை திறந்து வைத்துவிட்டு சென்று சந்தியாவந்தனம் முடித்துவிட்டு வந்ததாக கூறினார். அதன்பின் நெய் தீபம் காட்டினார். தட்டில் பணம் போடப் போனேன் இங்கே அது கூடாது. உண்டியலும் கிடையாது – பார்த்தீர்களா என்றார். இது எல்லாமே திருமலையில் நான் கற்பனை செய்து பார்த்தவை.

அந்த தரிசனம் எனக்குள் பல ஞான தரிசனங்களை ஏற்படுத்தியது. அந்த திருமலை தெய்வம் மட்டுமல்ல. சிவமும் என்பால் கருணை மிகக் கொண்ட தெய்வம். சிவத்தின் பேரால் நான் எதைச் செய்தாலும் அது வெற்றியே... இந்த சிவமயத்தின் வெற்றியாலும் மகிழ்ச்சியாலும் எனக்கு கிட்டிய ஊதியத்தின் ஒரு பகுதியை மதுரை மீனாட்சி அம்மன் ஆலயத்தின் ஏதாவது ஒரு திருப்பணிக்கு செலவு செய்ய ஆசைபட்டேன். அப்போது இணை ஆணையராக இருந்த திரு. பாஸ்கரன், ஸ்வாமி சன்னதியில் பக்தர்கள் திரளாக நின்று வணங்கும்போது தரிசனம் செய்ய வசதியாக ஒரு முன் உயர்ந்து பின் சரியும் வடிவிலான பிளாட்ஃபார்ம் ஒன்றை செய்ய வேண்டும் அதற்கு உதவுங்கள் என்றார். மகிழ்ச்சியோடு செய்தேன். இதனால் எனக்குள் சற்றே கர்வச் செருக்கும் ஏற்பட்டது. அதை ஒரு பத்து பேரிடமாவது சொல்லியிருப்பேன். இறைவன் இம்மட்டில் என்னை சீரமைக்க விரும்பினான். அப்போது ஸ்வாமி சன்னதியை ஒட்டி உள்ள பஞ்ச சபைகளில் ஒன்றான 'வெள்ளியம்பல சன்னதி'யில் பெயருக்கேற்ப வெள்ளியம்பலம் என்பது வெள்ளியாலேயே இருந்திட அதற்கென வெள்ளித் தகடு வேய்ந்திடும் ஒரு பெரும் பணியும் நடந்தபடி இருந்தது. அதேபோல மீனாட்சி ஆலய வருமானத்தை கொண்டு சிதைந்த ஆலயங்களை சீர் செய்யும் ஒரு திருப்பணியும் தொடங்கி அதன்பேரில் திருமோகூர் அருகில் பூமிக்குள் கிட்டதட்ட புதைந்தே போய்விட்ட ஆமூர் சிவாலயம்

ஒன்றையும் சீரமைக்க திருப்பணி தொடங்கியது. நானும் அந்த ஆலயம் பற்றி தினமணி வெள்ளி மணியில் எழுதினேன். அதில் ஆன்மீக அன்பர்கள் நிதி உதவி செய்யக் கோரி இருந்தேன். அதனாலும் நிறைய நிதி திரண்டது. இதனாலும் என்னுள்ளும் நாமும் ஒரு பெரிய தான தர்ம பிரபுவாக்கும் என்னும் ஒரு சிறுகர்வம் மழை நீர் பாசி போல பரவிடத் தொடங்கிவிட்டது.

இவ்வேளையில் தான் ஒரு அன்பர் ஓசைப்படாமல் செய்த ஆன்மீக அறக்காரியங்கள் பற்றி திரு. பாஸ்கரன் என்னிடம் கூறினார். பேச்சு வாக்கில் அவர் கூறிய விஷயங்கள் என்னை திக்குமுக்காட வைத்தது.

வெள்ளியம்பல திருப்பணியில் பெரும்பங்கு அவருடையது. அதேபோல ஆமூர் ஆலய திருப்பணியிலும் பெரும்பங்கு அவருடையது. அதுபோக மீனாட்சி ஆலயத்தில் சிறிது சிறிதாக அவர் செய்த சீர்திருத்தங்கள் சில... அதை நான் அறிந்தபோது என் நிதி உதவி என்பது அவர் செய்ததன் முன் கணுக்காலுக்கு தேறாது. அதேசமயம் அவர் உயரத்திற்கு அவருக்கு இருக்கும் பணிப்பளுவிற்கு வேறொருவர் இப்படி ஆன்மீக நாட்டம் காட்டி அறப்பணிகள் செய்வது அபூர்வம் என்றும் என் மனதுக்கு பட்டது.

பழகுவதிலும் இனியவர், அவர்... தமிழ் நாட்டின் மிகப்பெரிய பாரம்பரியம் மிக்க குடும்பத்தில் இருந்து வந்தவர். அவர் பெயரைச் சொன்னாலே பலர் புருவம் வளையும். எனது புதிய இல்ல கிரகப்பிரவேசத்துக்கு அவரையும் அழைத்திருந்தேன். ஆனால் அவர் வருவார் என்று நான் நம்பவில்லை. அவரிடம் இருந்து ஒரு வாழ்த்து தந்தி வரும். இல்லை என்றால் அவர் சார்பாக யாராவது வரக்கூடும் என்றே கருதியிருந்தேன். ஆனால் அவரே வந்து என்னை வாழ்த்திவிட்டு சென்றது என்னை மேலும் வியப்பில் ஆழ்த்தியது.

இந்த சிவமயம் நூலை ஒரு சிறந்த சிவத்தொண்டருக்கு நான் அர்ப்பணிக்க விரும்பியபோது அவரே என் மனதில் முன்

நிற்கிறார். 'எளிமை, பணிவு, தன்னடக்கம், அமைதி' என்று எல்லா தளங்களிலும் நெஞ்சை நிறைக்கும் அவர் வேறு யாருமல்ல திரு. கருமுத்து கண்ணன் அவர்கள் தான்!

என் ஆன்மீக வேட்டையாலும் இறைவன் திரு உள்ளத்தாலும் உருவான 'சிவமயம்' எனும் இந்த ஆன்மிக மர்மப் புதினத்தை, பல ஆன்மீக செய்திகளோடு கேள்விகளும் அதற்கான பதில்களுமாய் விளங்கிடும் ஒரு புதுமையான வடிவமைப்பு கொண்ட இந்த நூலை அவருக்கு அர்ப்பணிப்பதில் நான் பெரிதும் மகிழ்கிறேன்.

இது முதல் பாகம்தான்!

இரண்டாம் பாகம் விரைவில் வெளிவரும்.

வாசக உலகம் இதை வரவேற்று சிறப்பிக்கும் என்பதில் எனக்கு எள்ளளவும் சந்தேகமில்லை.

நன்றிகள்.

பணிவன்புடன்
இந்திரா செளந்தர்ராஜன்

அத்தியாயம்

1

‘காடுகளில் சிவன் மலைக்காடு மிக விசேஷமானது! இந்தக் காட்டுக்குள்தான் எல்லாவித பருவச் சூழல்களும் உள்ளன. ‘சுனை, ஓடை, அருவி, குளம், கிணறு, ஆறு’ என்கிற ஆறுவித நீரமைப்பும் இதனுள்தான் உள்ளது!’

1985

அன்று வானில் கார்த்திகை பௌர்ணமி!

ஆதித்தனிடம் இருந்து கடனாகப் பெற்ற ஒளியை நிலவானது கஞ்சத்தனமின்றி வாரி வழங்கிக் கொண்டிருந்தது. இதனால் சிவன் மலைக்காடே ஏதோ ஒரு அரைப்பகலுக்குள் இருப்பது மாதிரி தான் இருந்தது.

சிவன் மலைக்காட்டு முகப்பில் லிங்கப்பட்டி என்று ஒரு கிராமம் இருக்கிறது. இந்தக் கிராமத்து வழியாகத்தான் சிவன் மலைக்கு வரவேண்டும்.

நுழைவாயில்தான் லிங்கப்பட்டி!

ஆனால், சிவன் மலைக்காட்டின் நீள அகலங்கள் காட்டிலாக்காவுக்கே தெரியாத ஒரு ரகசியம்.

அன்றுதான் சிவன் மலைக்காட்டின் வனச் சரகத்தக்கு அதிகாரியாகப் பொறுப்பேற்றிருந்தார் சுந்தர்ராஜன். நல்ல உயரம் புஷ்டியான உடல்வாகு, யூனிஃபார்மில் அவரை யார் பார்த்தாலும் ஒரு பிரமிப்பு நிச்சயமாக ஏற்படும்.

சிவன் மலைக்காட்டின் ஒரு பகுதியில் ஒரு சிறு கரட்டின்மேல் இருந்தது வன இலாகா அலுவலகம். அங்கிருந்து வட்டம் கட்டி சிவன் மலையைப் பார்க்கலாம். பனிப் பொழிவுக்குள் அடைந்து கிடந்தது சிவன் மலையின் மொத்த வனாந்தரமும்.

சுந்தர்ராஜனும் இருட்டிவிட்டது தெரிந்து அலுவலகத்தை ஒட்டியே கட்டப்பட்டிருந்த ரெஸ்ட் ஹவுசுக்கு ஓய்வெடுக்கப் போனார்... நல்ல பசி வேறு...!

வாட்ச்சர் துரை அலுவலகத்தைக் கூட்டிக் கொண்டிருந்தான்.

அவனைக் கூப்பிட்டுக் கேட்டார்.

"துரை... பசிக்குது. நம்ம ரெஸ்ட் ஹவுஸ்ல சமையல் பண்ற வசதி இருக்குதானே?"

"ஆஹா... நேத்தே நீங்க வரப்போறது தெரிஞ்சு எல்லா சரக்கையும் வாங்கி வெச்சுட்டேன்."

"அப்ப நீ போய் முதல்ல சமையலை ஆரம்பி... எனக்கு நல்ல பசி. எப்பவும் நான் மாலை நேரங்கள்ல வாக்கிங் போவேன். இப்பவும் போயிட்டு வரேன்." என்று புறப்பட காலெடுத்தவரை கொஞ்சம் பதட்டத்தோடு பார்த்தான் துரை.

"என்ன துரை?"

"என்ன சார் நீங்க... இந்த காட்டுல போய் வாக்கிங் போறேன்னு சொல்றீங்க. இங்க இருந்து மாற்றல் ஆகிப்போன விஸ்வநாதன் ஐயா உங்ககிட்ட எதுவும் சொல்லலீங்களா?"

"என்ன சொல்லணும்... ஆஸ் யூஷ்வல் ஃபாலோ அப் கொடுத்தாரு. இந்தக் காட்டுல உங்களுக்கு வேலையே இருக்காது சுந்தர்ராஜன்னு சொன்னாரு."

“அவ்வளவுதான் சொன்னாருங்களா?”

“அதுக்கு மேல சொல்ல என்ன இருக்கு... இந்த காட்டுல வீரப்பன் மாதிரி கடத்தல்காரன் நடமாட்டம் ஏதாவது இருக்குதா என்ன?”

“சேச்சே... இந்த காடுமாதிரி திருட்டுப் பயமே துளியும் இல்லாததா ஒரு காட்டை, இந்த உலகத்துலயே பார்க்க முடியாது சார்.”

“அப்ப அவர் சொல்ல என்ன இருக்கு...?”

“என்ன சார் அப்படிச் சொல்லிட்டீங்க... இந்தக் காட்டுல இருக்கற ஆகாசலிங்கம் மலைக்கோயில் ரொம்ப விசேஷமானது சார். பௌர்ணமிக்கு பௌர்ணமி அந்த லிங்க தரிசனத்துக்காக நிறைய சித்தருங்க வருவாங்க. அதுமட்டுமல்ல... பாம்பு, கிளி, புலியெல்லாம்கூட ஆகாசலிங்கத்துக்கு பூஜை பண்ணும்னு சொல்வாங்க.”

துரை சொன்னது சுந்தர்ராஜன் உதட்டில் ஒரு கேலிச் சிரிப்பாக எதிரொலித்தது.

“சிரிக்காதீங்க சார். நான் சொல்றது நிஜம். உங்களுக்கு சந்தேகமா இருந்தா, இன்னிக்குகூட பௌர்ணமிதான். ஆகாசலிங்கம் கோயிலுக்குப் போய் பாருங்க. அப்ப தெரியும்.”

“அது எங்க இருக்கு?”

“நீங்க சரின்னு சொல்லுங்க. நான் கூட்டிட்டுப் போறேன்.”

“ஏன்... நான் தனியா போனா எனக்கு ஏதாவது ஆயிடுமா?”

“அப்படி எல்லாம் இல்லை சார்? இந்தக் காட்டுல எங்க எந்த சித்தர் நடமாடிகிட்டு இருப்பாருன்னே சொல்ல முடியாது. அவங்களை ஒரு அதிகாரியான நீங்க பார்த்துட்டு ஏதாவது கேட்கப் போக, அது சாபத்துல முடிஞ்சிடலாம். அதான் நான் பயந்து போய் அப்படிச் சொன்னேன்...”

“சித்தர்களும் மனுஷங்கதானேய்யா. என்னமோ இந்த உலகத்துல அபூர்வ பிறவி எடுத்தவங்க மாதிரி சொல்றே... அப்புறம் சாபம் அது இதுன்னு நீ சொல்றது எல்லாம் நம்பற மாதிரியே இல்லை. இது என்ன புராண காலமா? இந்தியாவுக்குள்ள கம்ப்யூட்டர் அறிமுகமாயாச்சு. கூடிய சீக்கிரம் நம்ம ஆபீசுக்குள்ளகூட கம்ப்யூட்டர் வந்துடலாம்.”

“சார்... நான் ஒண்ணு சொன்னா, நீங்க ஒண்ணு சொல்றீங்களே சார்...”

“சரி... உன்கிட்ட வளவளன்னு என்ன பேச்சு. நீ போய் சமையல் செய். நீ சொன்னதுக்காகவே நான் இந்தக் காட்டுக்குள்ள போய் பார்க்கிறேன். எனக்கு சாபம் கிடைக்குதா, வரம் கிடைக்குதான்னும் பாக்கறேன்.”

சுந்தர்ராஜன் பேச்சோடு ஒரு பிஸ்டலை எடுத்து பேண்ட் பாக்கெட்டில் போட்டுக் கொண்டு, நன்றாக இருட்டிவிட்ட வனாந்திரத்துக்குள் ஒரு டார்ச் லைட்டுடன் புறப்பட்டுவிட்டார்.

துரை, அவர் போவதையே பயத்தோடு பார்த்துக் கொண்டிருந்தான்.

அத்தியாயம் 2

'சிவன் மலையின் சிறப்புக்களில் அடுத்த சிறப்பு அதன் மூலிகைகள். அனுமன் லட்சுமணனுக்காக சிரஞ்சீவி மலையையே தூக்கி வந்தபோது, அந்த மலையில் இருந்து சில சிரஞ்சீவி மூலிகைச் செடிகள் சிவன் மலைக்குள் விழுந்தனவாம். பின் அதுவே ஒரு தனி வனப்பகுதி ஆகிவிட்டது. இறந்து விட்டவர் நாசித் துவாரத்தில் சிரஞ்சீவி வேரைப் பிழிந்து விட்டாலே போதும்... உடனே எழுந்து அமர்வார்!'

லிங்கப்பட்டி!

அடிவாரச் சருக்கத்தில் ஆட்டுப்பட்டி ஒன்றன் பக்கத்தில் அமைந்துள்ள தனது குடிசையில் இருந்து குடுவை நிறைய தேனுடனும், பூக்குடலை நிறைய தடாகப் பூக்களுடனும் முத்துப்பிள்ளை ஆகாசலிங்க சன்னதிக்குப் புறப்பட்டுக் கொண்டிருந்தார். அவரிடம் ஒரு பயபக்தியான இறுக்கம். நெற்றி, உடம்பு என்று பார்க்கும் இடமெல்லாம் விபூதிப் பட்டை.

முத்துப்பிள்ளைக்கு அறுபது வயதாகிறது. பார்க்க கறுப்பாக, உயரமாக இருந்தார். தலை முடியெல்லாம் சடைபிடித்து ஒரு சன்யாசி தலை போலதான் இருந்தது. ஆனால், முத்துப்பிள்ளை ஒரு பானை செய்யும் குயவன். அதேசமயம் பரம சிவபக்தர்.

பௌர்ணமி தவறாமல் ஆகாசலிங்க சன்னதிக்குச் சென்று தேனாபிஷேகம் செய்து விழுந்து வணங்கிவிட்டுத் திரும்புபவர்.

கிட்டதட்ட பல பௌர்ணமிகளாக இப்படி நடந்து கொள்பவர்... குடிசை வாசலில் மண்ணைக் குழைத்தபடி இருக்கும் அவரது மகள் பார்வதியிடம் சொல்லிக் கொண்டு கிளம்பினார். ஒரு கையில் தேன் குடுவை. இன்னொரு கையில் பூக்குடலை.

"பார்த்து போயிட்டு வாங்கப்பா." என்றாள் அந்த பதினைந்து வயதுப் பெண். முத்துவுக்குத் திருமணமாகி இருபது வருடங்களுக்கு குழந்தையில்லை. பரிதாபப்பட்டு சித்தர் ஒருவர் மருந்து கொடுத்த பிறகு பிறந்தவள்தான் பார்வதி. அவர் வைத்த பெயர்தான் பார்வதி என்பதும்... அந்த பார்வதிதான் முத்துப் பிள்ளையைக் கவனமாகப் போய் வரச் சொல்பவள்...

பாசத்தில் எல்லா பெண்களும் தந்தையைப் பார்த்து சொல்வதுதான் என்றாலும், சிவன் மலைக் காட்டுப் பக்கம் போகிறார் என்பதால் சற்று கூடுதலான எச்சரிக்கை பார்வதியிடம்.

ஏன் என்றால் விளையாட்டாக அந்தக் காட்டில் புகுந்து தங்களுக்கே தெரியாமல் மதிமயக்கி வனம் பக்கம் சென்று தங்களைத் தொலைத்தவர்கள் பலர். இன்னும் பலரோ இந்தக் காட்டை விட்டு இனி வெளியேறுவதாக இல்லை என்று தங்களையே அந்தக்காட்டு சித்தர்களுக்குத் தொண்டர்களாக்கிக் கொண்டவர்கள். பார்வதிக்கும் உள்ளூர பயம்... முத்துப்பிள்ளையும் இந்தப் பட்டியலில் சேர்த்து விட்டால்?

"சரிம்மா கண்ணு... நான் போயிட்டு விடியுமுன்ன வந்திருவேன்." என்று சொல்லிக் கொண்டே முத்துப் பிள்ளையும் புறப்பட்டுப் போனார். சிறிது தூரம் சென்றவர் திரும்பி வந்து, "பக்கத்து ஊர் தில்லைநாயகம் நூத்தி எட்டு தீச்சட்டி... அந்த ஆளு வந்தாக்கா நாளைக்கு வேலையை ஆரம்பிச்சு இரண்டு நாள்ள முடிச்சு தந்துடறதா சொல்லு..." என்று தொழில் நிமித்தமாகச் சொல்ல வேண்டியதைச் சொல்லிவிட்டுச் சென்றார்.

பார்வதி பெரிதாக கோயில் மாடுகணக்காக தலையை ஆட்டினாள்.

‘லிங்கப்பட்டியெல்லாம் இறங்கு...’ என்ற கண்டக்டரின் குரலைத் தொடர்ந்து திபுதிபுவென்று ஒரு கூட்டம் இறங்கியது. அதில் வெங்கட்டம்மாவும் இருந்தாள். எழுபது வயதாகிறது. தலைமுடி கொக்குச் சிறகுபோல இருக்கிறது. ஆனாலும் கண்களில் ஒரு தீட்சண்யம். தோளில் ஒரு துணிப்பை தொங்கியபடி உள்ளது. அதனுள் மனோ ரஞ்சித மலர்மாலை இருப்பதை அதன் வாசமே ஊர்ஜிதம் செய்தது.

பஸ்ஸை விட்டு இறுதியாகவும், நிதானமாகவும் இறங்கிய வெங்கட்டம்மாவைப் பார்த்த பஸ் கண்டக்டர், “பாட்டியம்மா... என்ன ஆகாசலிங்கம் கோயிலுக்கா?” என்றான்.

“பின்ன... நான் வேறு எங்க போவேன்?” என்றபடி சிரித்தாள் வெங்கட்டம்மா.

“எனக்குத் தெரிஞ்சே பத்து பதினைஞ்சு வருஷமா பௌர்ணமி தவறாம வர்றீங்க. இப்படியே எத்தனை பௌர்ணமிக்கு வர்றதா உத்தேசம்?”

“இந்த உடம்புல உசுர் இருக்கற வரைக்கும்...”

வெங்கட்டம்மா சொன்ன பதிலில் அவன் உடம்பே சிலிர்த்துப் போனது. பரவசத்துடன் பதிலுக்கு வெங்கட்டம்மாவைப் பார்த்தான். வெங்கட்டம்மாவின் காவிப்புடவையும், தோற்றமும், அவளையும் ஒரு சன்யாசியாகத்தான் காட்டிற்று. பஸ்சுக்கு விசில் கொடுத்தபடியே பக்தியோடு அவளைப் பார்த்துக் கும்பிட்டான்.

வெங்கட்டம்மா பொடி நடையாகப் புறப்படத் தொடங்கி விட்டாள். எதிரில் ஃபாரெஸ்ட் ரேஞ்ச் ஆபீசர் சுந்தர்ராஜனும் டார்ச் லைட்டை உருட்டிக் கொண்டே வந்தபடி இருந்தார். வனப்பாதைகளுக்குள் வந்து கொண்டிருந்த அவர் அதே பாதையில் காலடி வைத்து நடந்த வெங்கட்டம்மாவைப் பார்த்து, “யாரும்மா அது?” என்று குரல் கொடுக்க வெங்கட்டம்மாவும் திரும்பிப் பார்த்தாள்.

"யார் நீங்க... இந்த இருட்டுல எங்க காட்டுக்குள்ள போறீங்க?" சுந்தர்ராஜனின் அந்தக் கேள்வி முன்னால் வெங்கட்டம்மா முகத்தில் ஒரு அதிர்வு.

"உங்களத்தாம்மா... எங்க போறீங்க?"

"எங்கையா... இன்னிக்கு பௌர்ணமி. இந்த பௌர்ணமிக்கு இந்த கிழவி எங்க போவேன்னு நீ நினைக்கறே?" வெங்கட்டம்மா திரும்பி வந்து கேட்கவும் சுந்தர்ராஜனுக்குக் கொஞ்சம் கோபம்கூட வந்தது.

"நான் இந்தக் காட்டை பாதுகாக்கற வேலைல இருக்கற ஒரு காட்டிலாகா அதிகாரி... நான் கேட்டா என் கேள்விக்குப் பதில் சொல்லாம எதிர்கேள்வி கேட்டா என்ன அர்த்தம்?" சீறினார்.

"ஓ... அதிகாரியா... அதான் பேச்சுல இத்தனை நான்... காட்டுக்கும் புதுசு இல்லையா... அதான் என்னையும் உனக்கு தெரியல... பரவாயில்ல... நானே யார்னு சொல்லிக்கிறேன். என் பேர் வெங்கட்டம்மா... நான் லிங்கப்பட்டிக்குப் பக்கத்து கிராமமான சரவணம்பட்டில இருந்து வர்றவ... பௌர்ணமி தவறாம இந்த சிவன் மலைகாட்டுக்கு வந்து ஆகாசலிங்க தரிசனம் செய்வேன். இந்தத் தகவல் போதுமா... இன்னும் ஏதாவது வேணுமா?"

வெங்கட்டம்மா பாந்தபதமாகச் சொன்ன பதில் சுந்தர்ராஜனுக்குத் திருப்தியாகத்தான் இருந்தது.

"ஆகாசலிங்கம் கோயில் இந்தக் காட்டுக்குள்ளயா இருக்கு... எப்படி காட்டுல கோயில் கட்ட கவர்மென்ட்ல பர்மிட் பண்ணாங்க..."

"தப்பா பேசறியே நீ... ஆகாசலிங்கம்கறது ஒரு சின்ன மலை உச்சில ஆகாசம் பாக்க கூரையே இல்லாம இருக்கற ஒரு லிங்கம். அந்த லிங்கத்தோட மலைதான் இந்த சிவன்மலை. சொல்லப்போனா உன் கவர்மென்ட் தான் சிவன் அனுமதி இல்லாம இந்த மலைக்குள்ள நுழைஞ்சு உக்காந்துகிட்டிருக்கு..."

வெங்கட்டம்மா சொன்னது சுந்தர்ராஜனைக் கொஞ்சம் சுரீர் என்று தாக்கிற்று.

"என்னம்மா நீங்க... விட்டாக்கா இந்தமலையை அந்த பரமசிவன் பட்டாபோட்டு வாங்கிட்டார்னுகூட சொல்வீங்க போல இருக்கே?" என்று கேட்டுச் சிரித்தார்.

வெங்கட்டம்மாவும் அதற்காக கோபிக்காமல், "இந்த உலகமே அந்த பரமசிவன் சொத்து. இதுல இந்த மலைதானா?" என்று திருப்பிக் கேட்க, அவர்களுக்குள் ஒரு சிறு வாக்குவாதம் தொடங்கி விட்டது.

"அப்ப அந்த ஆகாசலிங்கத்தை நானும் வந்து பார்க்கிறேன். என் வாட்ச்சர்கூட கொஞ்சம் நேரம் முந்தி அந்த ஆகாசலிங்க மலையைப்பத்தி ஆ... ஊன்னு அளந்தான்." என்றபடியே சுந்தர்ராஜனும் வெங்கட்டம்மாவுடன் சேர்ந்து நடக்க ஆரம்பித்தார். வெங்கட்டம்மா மறுப்பு ஏதும் சொல்லவில்லை. ஆனால், சுந்தர்ராஜன் மனதுக்குள் வேறுவிதமான எண்ண ஓட்டம்கூட இருந்தது.

வெங்கட்டம்மா என்கிற இந்த கிழட்டு பெண்மணி சந்தன மரம் திருடும் கூட்டத்தைச் சேர்ந்தவளாகக்கூட இருக்கலாம். பௌர்ணமி நாளில் காட்டுக்குள் நல்ல வெளிச்சம் இருக்கும். எனவே, அன்றைய தினத்தைத் தேர்வு செய்து மரம் வெட்ட வருவார்கள் என்பதெல்லாம் தொழில் ரீதியாக சுந்தர்ராஜன் பார்த்து வைத்திருக்கும் ஒரு உண்மை. எனவே, வெங்கட்டம்மாவைக்கூட சந்தேகத்துடன்தான் பார்த்தார்.

"என்ன ஆபீசரய்யா... என்னை சந்தன மரம் வெட்ட வந்துருக்கற கோஷ்டிய சேர்ந்தவளா நினைக்கறீங்க போலருக்கே..." என்று வெங்கட்டம்மாவும் பொட்டென்று போட்டு உடைத்தாள். சுந்தர்ராஜனுக்குத் தூக்கிவாரிப் போட்டது. அது எப்படி தன் மனதில் ஓடிய எண்ணம் வெங்கட்டம்மாவுக்குத் தெரிய வந்தது? திகைப்புடன் பார்த்தவரை வெங்கட்டம்மாவும் அதிக நேரம் திகைக்கவிடவில்லை.

"இந்தக் காட்டுக்கு இப்படி பௌர்ணமிக்கு பௌர்ணமி சிவலிங்க தரிசனத்துக்காக வந்து போனதுல பல சித்தருங்க

எனக்கு பழக்கம்... அவங்க போட்ட பிச்சைதான் அடுத்தவங்க மனசுல இருக்கறத படிக்கற ஒரு சக்தி... அதான் உங்க மனசுக்குள்ள ஓடினதையும் என்னால் தெரிஞ்சுக்க முடிஞ்சுது..." என்று வெங்கட்டம்மா சொல்லவும் சுந்தர்ராஜனுக்கு இன்னும் ஆச்சரியம் அதிகமாகியது.

"என்னம்மா சொல்றீங்க. ஒருத்தர் மனசுல என்ன நினைக்கறாருங்கறத இன்னொருத்தரால கண்டுபிடிக்க முடியுமா?"

"ஏன் முடியாது... நினைப்புங்கறது ஒரு சப்தம் தானே? சப்தம்தான் ஒரு நொடில இந்த உலகத்தையே சுத்தி வருமே? ஒரு டெலிபோன்ல இங்க நீங்க பேசற பேச்சு அமெரிக்காவுல இருக்கறவங்களுக்குக் கேட்டு அவங்க பேசறது உடனே இங்க கேட்குதே... அப்படித்தான் இதுவும்... உங்க மனசுக்குள்ள இருக்கற சப்த அலைகளை என் மனசுக்குள்ள இருக்கற அலைகளோட தொடர்புபடுத்தினா மனசும் மனசும் ரகசியமா பேசிக்க முடியும்."

"அப்படியா... நம்பவே முடியலையே?"

"முதல்ல டெலிபோன்ல பேச முடியும்கறதகூடதான் மனுஷங்க நம்பலை... அப்புறம் வயர் இல்லாம பேச முடியும்கறதையும் நம்பல... ஆனால் இப்ப செல்போன் மூலமா பேசலையா? இப்படித்தான் இன்னும் கொஞ்சம் நாளில் இதுகூட இல்லாம பேசற ஒரு முன்னேற்றம் வரும். அந்த முன்னேற்றத்தை இந்தக் காட்டு சித்தருங்க எப்பவோ அடைஞ்சுட்டாங்கன்னு வெச்சுக்குங்களேன்."

வெங்கட்டம்மா சொல்வதிலும் ஒரு உண்மை இருக்கத்தான் செய்தது. கூடவே வெங்கட்டம்மாவோடு சேர்ந்து நடக்க பயமாகக்கூட இருந்தது. மனதில் நினைப்பதை எல்லாம் இப்படி ஒருவரால் தெரிந்துகொள்ள முடிந்தால், அவரோடு எப்படி இணங்கி இருக்க முடியும்?

சுந்தர்ராஜன் பயந்தபடியே வெங்கட்டம்மாவிடம் கேட்டார்.

"ஆகாசலிங்க சன்னதிக்கு இன்னும் எவ்வளவு தூரம் போகணும்?"

“அது இருக்கு இன்னும் ஏழு மைல் தூரம்...”

வெங்கட்டம்மா ஏழு மைல் என்று சொல்லவும் சுருக்கென்றது. வயிற்றில் பசி வேறு பிய்த்து எடுத்துக் கொண்டிருந்தது.

வாட்ச்சர் துரை வனச்சரக அலுவலக கெஸ்ட் ஹவுசில் அனேகமாக சமையலை முடித்திருப்பான் என்றும் எண்ணினார்.

“என்ன பசிக்குதா?” வெங்கட்டம்மா கச்சிதமாக அடுத்த கேள்வியைக் கேட்டாள்.

“ஆமாம்மா... நான் காலைல இருந்தே சரியா சாப்பிடலை...”

“அப்ப போய் முதல்ல சாப்பிடுங்க சாமி... வயிறு காய்ஞ்சிருக்கும் போது மனசுக்குள்ள எவ்வளவுதான் கும்புட்டாலும் சாமி வராது.”

“அதுவும் உண்மைதான்... ஆனா விரதம் இருந்து சாமி கும்புட்டா விசேஷம்கறாங்களே... அது மட்டும் எப்படி?”

“விரதம்கறது ஒரு விருப்பம். அதாவது உன்னைவிட சோறு, தண்ணி கூட எனக்குப் பெருசு இல்லைன்னு சாமிய பார்த்து சொல்ற ஒரு விருப்பம். அப்படி விரதம் இருந்து கும்புட்ட பிறகு ஒரு நிறைவு வரும். ஆனா உங்க விஷயம் அப்படி இல்ல... இது பசி!”

“இதை நானும் விரதமா மாத்திக்கிட்டா?”

“மாத்திக்கோ... உன் மனசுல அதுக்கான சக்தி இருந்தால் சந்தோஷமா மாத்திக்கோ... ஆனா இதுக்கும் அந்த சிவத்துக்கும் ஒரு சம்மந்தமுமில்லை. ஈ, எறும்புக்குக்கூட பார்த்துப் பார்த்து படி அளக்கற அந்த பரமசிவன் நாம பட்டினி கிடக்கணும்னெல்லாம் சொல்லல...”

“அப்புறம் ஏன் விரதம் இருக்காங்க?”

“அதுக்குக் காரணம் வேற சாமி... ரதம்னா ஓடறதுன்னு ஒரு அர்த்தம். விரதம்னா ஓடாம நிக்கறதுன்னு பொருள். எப்பவும் சாப்ட்டு ஓடிகிட்டே இருக்கிற நான், உன்னையே நினைச்சு உன்கிட்ட மனசைக் கட்டிப் போடறதுக்காக விரதம்கற

ஓடாத்தன்மைக்கு இந்த உடம்பை மாத்திக்கறேன்னு சொல்றதுக்கு பேர்தான் விரதம். அதுமட்டுமில்ல... விரதத்துக்கும், விரதம் இருக்கிற நாளும், அந்தந்த நாளுக்குண்டான நட்சத்திரத்துக்கும் விரதத்துக்கும் தொடர்பு உண்டு."

"அடேயப்பா... சாப்பிடறதுக்கும், சாப்பிடாம இருக்கறதுக்கும் பின்னால இப்படி எல்லாம்கூட காரண காரியங்கள் இருக்குதா?"

"நான் சொல்லி இருக்கறது கொஞ்சம். சொல்ல வேண்டியது நிறைய..." என்று வெங்கட்டம்மா சொன்னபோது, சிலுசிலுவென்று காற்று வீசியது. வானிலும் மழை மேகங்கள் திரள ஆரம்பித்திருந்தன.

"சரிதான்... நல்ல மழை பெய்யும் போல தெரியுதே..." என்றாள் வெங்கட்டம்மா... ஆமோதிக்கிற மாதிரி மழைத்துளிகளும் மண்ணில் இறங்க ஆரம்பித்துவிட்டன!

❋ ——— ❋

அத்தியாயம் 3

'பூமியில் எவ்வளவோ இடங்கள் இருந்தாலும் சிவன் மலையை சித்தர்கள் தேர்வு செய்ய பல முக்கியக் காரணங்கள் இருந்தன. அதில் ஒன்று... அந்த மலையில்தான் இந்த உலகில் உள்ள எல்லாவித தாவரங்களும் இருந்தன. குறிப்பாக சஞ்சீவி மூலிகை... சிவன்மலைதான் புராணங்களில் குறிப்பிடப்படும் தாருகாவனம் என்பதும் சில சித்தர்களின் கருத்து. இந்த தாருகாவனத்தில்தான் சப்த ரிஷிகள் தவம் செய்தார்கள். உலகில் உள்ள நூற்றுக்கணக்கான ரிஷிகள், முனிவர்களுக்கெல்லாம் மூலமானவர்கள் இந்த சப்த ரிஷிகளே... இவர்களில் இருந்துதான் மனிதர்கள் தங்களது கோத்ரங்களை அறிந்தனர். ஒருவரது கோத்ரத்தை வைத்து அவரது வர்கமூலத்தை அறிந்து கொண்டு விடலாம்!'

மழை வெளுக்க ஆரம்பித்து விட்டது. சடசடவென்று பருமனான தூரல், கும்மென்று மண்வாசம் வேறு... இப்படி ஒரு மண் வாசத்தை சுந்தர்ராஜன் எந்தக் காட்டிலும் அனுபவித்ததில்லை.

"என்னம்மா இது... இப்படி மழை வந்துடுச்சே... எப்படி ஏழு மைல் போறது." என்று வெங்கட்டம்மாவிடம் கேட்க, வெங்கட்டம்மா சிரித்தாள்.

“என்ன சிரிக்கறீங்க?”

“அவனோட தரிசனம் அவன் விருப்பம் சம்மந்தப்பட்டது. இப்படி வர்ற மழை, காத்தெல்லாம் சும்மா நமக்கு வைக்கற பரீட்சை.”

“அப்படின்னா இதைப் பொருட்படுத்தாம நடப்போம்னு சொல்றீங்களா?”

“நான் நடக்கப் போறேன்... நீங்க வர்றதும், வராததும் உங்க விருப்பம்.”

“அட என்னம்மா நீங்க... மழைல, காட்டுல நடந்து போறது ஆபத்து, மழை நிக்கட்டும் பிறகு போகலாம்.”

“அதுவும் சரிதான்... அப்படி ஒரு குடிசை தெரியுது பாருங்க... அதுல ஒதுங்குவோமா?”

“அட... இந்தக் காட்டுல இப்படிகூட ஒரு குடிசையா... இங்க யார் குடிசை போட்டது...?”

“இப்ப எதுக்கு இந்தக் கேள்வி... ஒதுங்க இடம் கிடைச்சதுக்கு அந்த பரமசிவனுக்கு நன்றி சொல்வோம்.”

வெங்கட்டம்மாள் பதிலோடு குடிசைக்குள் புகுந்தாள். உள்ளே குடிசைக்குள் கும்மென்ற மூலிகை வாசம். உரிகளில் பானைகள் தொங்கியபடி இருந்தன. சில இடங்களில் தேன் குடுவைகள். குடிசை ஓலை இடுக்கில் மான்தோல் ஒன்று சுருட்டி சொருகி வைக்கப்பட்டிருந்தது. அது யாரோ ஒரு சித்தர் வசிக்கும் குடிசையாகத்தான் இருக்க வேண்டும் போல தோன்றியது.

உள்ளே கட்டிலில் முத்துப்பிள்ளையும் அமர்ந்திருந்ததுதான் ஆச்சரியம். வெங்கட்டம்மாவைப் பார்க்கவும் முத்துப்பிள்ளை வேகமாக எழுந்திருந்து.

“தாயி நீங்களா?” என்று கை கூப்பினார்.

“யாரு முத்துப்பிள்ளையா?”

"ஆமாம் தாயி... நானும் பௌர்ணமி பூஜைக்காத்தான் புறப்பட்டேன். வழியில மழை பிடிச்சுக்கவும் நம்ம சாமி குடிசைக்குள் நுழைஞ்சேன். நீங்களும் வந்துட்டீங்க... ஆமா இவரு?"

முத்துப்பிள்ளை, சுந்தர்ராஜனைப் பார்த்து யார் என்பதுபோல கேட்க, வெங்கட்டம்மாவும் சுந்தர்ராஜனை அறிமுகம் செய்யத் தொடங்கினாள்.

"இவர் பேர் சுந்தர்ராஜனாம்... இந்தக் காட்டுக்கே அதிகாரியாம்..."

"என்னது... இந்தக் காட்டுக்கே அதிகாரியா... இப்படி நம்ம சித்தர்சாமிங்ககூட சொல்ல மாட்டாங்களே..."

"நீ சொல்ற அர்த்தம் வேற... இவர் சொல்ற அர்த்தம் வேற..." வெங்கட்டம்மா பேசுவது சுந்தர்ராஜனைக் கொஞ்சம் குத்தியது.

"ஆமா இவர் யாரு?" என்று முத்துப்பிள்ளையைப் பார்த்து கேட்க, "இவர் பேர் முத்துப்பிள்ளை... பரமசிவபக்தர்." என்றாள் வெங்கட்டம்மா.

"வணக்கங்க..."

"வணக்கம்... ஆமா... உங்களை மாதிரி எவ்வளவு பேர் இப்படி சாமி கும்புட வருவாங்க?"

"தெரிஞ்சும் தெரியாமலும் எவ்வளவோ பேர்... அதெல்லாம் கணக்குத் தெரியாதுங்க சார்..."

"தெரிஞ்சும் தெரியாமலுமா... அப்படின்னா?"

"பல சித்தருங்க தெரியாமதான் வருவாங்க... ஆகாசலிங்கம் மேல பூவிழும் போதுதான் நமக்கே அது தெரிய வரும்னா பார்த்துக்குங்களேன்."

"இங்க இந்த மாதிரி நிறைய ஆச்சரியமும் அதிசயமும் இருக்கும்போல இருக்குதே..."

"பின்ன... இது என்ன லேசுப்பட்ட மலையா?"

முத்துப்பிள்ளை கேட்க ஆமோதிப்பதுபோல வெளியே பெரிய இடி... கூடவே மின்னல் ஒன்று சவுக்கு சொடுக்கியது போல பளீரிட்டது.

“அர்ஜூனா...” என்று காதைப் பொத்திக் கொண்டாள் வெங்கட்டம்மா. மழையும் வலுக்க ஆரம்பித்தது.

“ஆத்தா... இப்படி முதல் சாமத்துல மழைபிடிச்சா விடிய விடிய நிக்காது. இந்த சிவன் ஏன் இப்படி நம்பளை சோதிக்கறான்னு தெரியலியே...”

முத்துப்பிள்ளை புலம்பலுடன் தன் துணிப் பையைப் பார்த்தார். அதில் மனோரஞ்சித மாலை! பார்வதி கட்டிக் கொடுத்தது. வழியில் ஒரு பக்தர் கொடுத்த எல்லா பழங்களையும் கொண்டு கட்டப்பட்ட பழமாலை...

“என்ன முத்து... சாமிக்குப் போட இன்னிக்கு ஒரு மாலைக்கு இரண்டு மாலையா?”

“ஆமாம் தாயி... ஆனா மழை இன்னிக்கு சாமி கும்பிட விடாதுபோல தெரியுதே.”

“எனக்கும் இப்ப அதுதான் கவலை... இதுவரை ஒரு பௌர்ணமி நான் தவறலை. ஆனா இந்தத் தடவை தவறிடுமோன்னு பயமா இருக்கு...”

வெங்கட்டம்மாவின் கருத்தைத் திரும்பவும் ஆமோதித்தது வானில் ஒலித்த இடி சப்தம். அப்போது நனைந்தபடியே ஒரு சித்தர் அந்தக் குடிசைக்குள் நுழைந்தார். மூவரையும் பார்த்துச் சிரித்தார்.

“சாமி... இது உங்க குடிசைங்களா... மழைக்கு ஒதுங்கிட்டோம்... தப்பா எடுத்துக்காதீங்க...” என்றார் முத்துப்பிள்ளை. அவர் பதிலுக்குச் சிரித்தார். அப்படியே ஈரம் சொட்டச் சொட்ட அந்த குடிசையில் ஈசான்ய பாகத்தில் இருந்த ஒரு சிறு மேடைமேல் போய் சப்பணமிட்டு அமர்ந்து கொண்டார். கால்களில் பத்மாசனக் கோலம்.

“சாமிக்கு லிங்க தரிசனம் முடிஞ்சிடிச்சோ...”

முத்துப்பிள்ளை இணக்கமாக அவரிடம் கேட்க.

“அங்க இருந்துதான் வரேன்.” என்றார் அவரும்.

“கொடுத்து வெச்சவர் நீங்க... எங்களைப் பாருங்க மழை தடுத்துடுச்சி...”

“நல்ல பக்தனை எதுவும் தடுக்க முடியாதுப்பா...” அவர் மெல்ல வாயைத் திறந்தார்.

“என்ன சாமி சொல்றீங்க... கொட்ற இந்த மழைல எப்படி சாமி நாங்க காட்டுக்குள்ள நடக்க முடியும். கண் தெரிய வேண்டாமா?”

“உன்னை யார் அங்க போகச் சொன்னா... நீ இருக்கற இடத்துக்கு அவனைக் கூப்பிடு... வந்துட்டு போறான்.”

“என்ன சாமி சொல்றீங்க... அந்த சிவத்தை நான் இங்க கூப்பிடறதா?”

“உம்...”

“நடக்கற விஷயமா சாமி இது. நான் கூப்பிட்டால்லாம் அந்த சாமி வருமா?”

“சிவத்துக்கு ஆத்மார்த்தம்தான் கணக்கு. யார் கூப்பிடறாங்கறதெல்லாம் கணக்கு இல்லை. அவன் எங்கேயும் இருக்கறவன். நமக்குப் பார்க்கத் தெரியணும்.”

“சாமி... இப்ப நாங்க சாமிய கும்புட ஒரு வழி சொல்லுங்க. எப்படிப் பார்த்தா அந்த சிவம் தெரியும்?”

“மனசை ஒருமிச்சு அந்த லிங்கத்தை நினைச்சு நீ எங்க பார்த்தாலும் சிவம் தெரியும்.”

சித்தரின் பதில் முத்துப்பிள்ளையை நன்றாகவே தூண்டிவிட்டது. மௌனமாக வெங்கட்டம்மாவும் கேட்டுக் கொண்டு கைகளைக் கூப்பினாள். ஆனால், சுந்தர்ராஜனுக்கு அங்கு நடப்பது ஒரு வெட்டிப் பேச்சாகத்தான் தோன்றியது. அந்த சித்தர் ஏதோ உளறுகிறார் என்றுகூட தோன்றியது.

அந்தக் குடிசைக்குள் கன்னிமூலையில் ஒரு ஆட்டுக்கல். நடுவில் குழவி!

ஒருகணம் அதைப் பார்த்த வெங்கட்டம்மாவுக்கு அந்த குழவியும் ஆட்டுக் கல்லுமே சிவலிங்கமாகத்தான் தோன்றியது. சித்தர் சொன்னதன் உட்பொருள் புரிந்துவிட்டது.

“முத்து... அங்க பார் சிவலிங்கம்.” என்று ஆட்டுக் கல்லுரலைக் காட்டினாள்.

“தாயி அது ஆட்டுக்கல்லுரல்...”

“இருக்கட்டுமே... பார்க்க அதுவும் லிங்கம் மாதிரி தானே இருக்குது?”

“ஆமாம் தாயி...”

“சாமி சொன்ன மாதிரி எங்க அந்த சிவன் இல்லை. நமக்குத்தான் பார்க்கத் தெரியலை. ஆனா சாமியால இப்ப அந்த சிவத்தைப் பார்த்துட்டோம். எங்க நீ கொண்டு வந்த மாலை?”

வெங்கட்டம்மா கேட்க முத்துப்பிள்ளை முதலில் மனோரஞ்சித மாலையையும், பிறகு பழ மாலையையும் எடுத்துத்தர இரண்டையும் வெங்கட்டம்மா அந்த ஆட்டுக் கல்லுக்கு அணிவித்து, தன் வசம் உள்ள தேன் பாட்டிலைத் திறந்து தேனாபிஷேகமும் செய்தாள்.

பார்த்துக் கொண்டே இருந்தார் சித்தர். அவர் முகத்தில் அழியாத அதே புன் சிரிப்பு.

சுந்தர்ராஜனுக்கோ அவர்கள் செயல் ஒரு பைத்தியக்காரத்தனமான ஒன்றாகத்தான் இருந்தது. வெங்கட்டம்மாவும், முத்துப்பிள்ளையும் அந்த ஆட்டுக்கல்லுரல் முன் மண்டியிட்டு விழுந்து வணங்கவும் செய்தனர். பின் எழுந்து வந்து சித்தர் சாமியைக் கும்பிட்டனர்.

“பரவால்ல... நான் கோடுதான் போட்டேன். நீங்க புரிஞ்சுகிட்டீங்க... உங்க பூஜையை அந்த பரமசிவன் ஏத்துகிட்டான்.” என்றார்.

“இருந்தாலும் சாமி... ஆகாசலிங்கத்தைத் தரிசனம் பண்ண முடியலைங்கற குறை இருக்கத்தான் சாமி செய்யுது.” என்றார் முத்துப்பிள்ளை.

“கவலைப்படாதே... அந்த லிங்க தரிசனமும் உங்களுக்குக் கிடைக்கும். மழை நிக்கப் போகுது.” என்றார்.

ஆச்சரியம் போல மழை அப்படியே நின்றது. ஏதோ இவர் சொல்லித்தான் அது கொட்டிக் கொண்டிருக்கிற மாதிரி தோன்றியது.

வெங்கட்டம்மாவும், முத்துப்பிள்ளையும் மகிழ்ச்சியோடு சித்தரைப் பார்த்தனர்.

“உம் புறப்படுங்க... இனி ஒரு தடையும் இல்ல...” என்றார் அவரும். இருவரும் கிளம்பினர்.

சுந்தர்ராஜனும் தயங்கித் தயங்கி அந்தக் கல் உரலைப் பார்த்துக் கொண்டே அவர்களைப் பின்தொடரப் போனார். ஆனால் வெங்கட்டம்மா தடுத்து விட்டாள்.

“ஆபீசரய்யா... நீங்க போய் முதல்ல பசிக்கு சாப்பிடுங்க... உங்களுக்கு இங்க நடக்கறதெல்லாம் பைத்தியக்காரத்தனமாக தெரியுது. உங்க மனசு ஒட்டலை பசி வேற... ஏழு மைல் தூரம் வேற நடக்கணும். உங்களால முடியாது போங்க... போய் சாப்ட்டு படுத்துத் தூங்குங்க. நாங்க வர்றோம்.” என்று வெங்கட்டம்மாவும், முத்துப்பிள்ளையும் அவரைத் தவிர்த்துவிட்டு நடக்கத் தொடங்கினர்.

சுந்தர்ராஜனுக்கு அது சரி என்றுதான் தோன்றியது. நெடுநேரம் அவர்கள் போவதையே பார்த்துக் கொண்டிருந்தார். பின் அங்கிருந்து கெஸ்ட் ஹவுஸ் நோக்கி நடக்கத் தொடங்கினார். தொடக்கத்திலேயே துரை எச்சரித்ததில் மிகவும் பொருள் இருப்பது போலத்தான் தோன்றியது.

❋ ——— ❋

அத்தியாயம்

4

'சிவன் மலையின் அதிசயங்களில் தலையாய அதிசயம் மதிமயங்கி வனம்! முதிமயங்கி வனத்து மூலிகைச் செடிகளின் பூக்கள் ஏராளமான மகரந்தங்களைக் கொண்டவை. அவை அங்குள்ள காற்றில் கலந்து கிடக்கிறது. அதை சுவாசிப்பவர்களுக்குத் தங்களையே மறந்துவிடும் ஒரு அபாயம் உண்டு. தாங்கள் யார், எங்கிருந்து வந்தோம், எதற்கு வந்தோம் என்பதுகூட மறந்துவிடும்... புலனடக்கத்தில் அதிசிறந்த சித்த புருஷர்களால் மட்டுமே அந்தப் பகுதியில் நடமாடித் திரும்ப முடியும். மற்றவர்கள் அந்தப் பகுதியைச் சுற்றிச் சுற்றி வர நேரிடும்!'

ஆவேசமாகப் புறப்பட்டுச் சென்ற சுந்தர்ராஜன் தீவிரமான சிந்தனையோடு திரும்பி வந்ததைப் பார்த்து வாட்ச்சர் துரை கொஞ்சம் அதிர்ந்து போனான்.

ஏதாவது நடக்க கூடாதது நடந்து விட்டதா? குழப்பத்தோடு அவரைப் பார்த்துக் கேட்டான்.

"வாங்க சார்... என்ன சார், ஏன் ஒரு மாதிரி இருக்கீங்க... பெருசா மழை வேற பெய்யவும் காட்டுல எங்கையாவது மாட்டிகிட்டீங்களோன்னுகூட பயந்தேன். நீங்க மட்டும் இப்ப வரலைன்னா நானே ஜீப்பை எடுத்துக்கிட்டு வரலாம்னு இருந்தேன் சார்..."

"நீ சொன்னதுல கொஞ்சம் பொருள் இருக்கு துரை... இந்தக் காடு ஒண்ணும் சாதாரணக் காடு இல்லதான்." என்று பெருமூச்சு விட்டார் சுந்தர்ராஜன்.

"சார் நீங்க கொஞ்சம்கூட நனையவேயில்லை. எப்படி சார்... காட்டுல எங்க ஒதுங்கினீங்க?"

"சொல்றேன்... சாப்பாடு ரெடியா?"

"அப்பவே தயாராயிடிச்சு சார். சாப்பிடறீங்களா?"

"அதுக்குத் தான் திரும்பி வந்தேன்... சாப்பாட்டைப் போடு. ஆமா உனக்கு அந்த ஆகாசலிங்க கோயிலுக்குப் போக வழி தெரியும்தானே?"

"எதுக்கு சார் கேக்கறீங்க?"

"நான் இன்னிக்கு அங்க போயே தீரணும்."

"சார்."

"என்ன சார்... அது கோயில்தானே, யார் வேணா போகலாமில்லையா?"

"போகலாம் சார்... ஆனா விரதமில்லாம, தப்பான எண்ணத்தோட யார் அங்க போக நினைச்சாலும் ஆபத்தாயிடுது சார்."

"நமக்குக் கடமைன்னு ஒண்ணு இருக்கு. அதிகாரத்துக்கு உட்பட்ட காடு இது. இங்க நான் என்ன நடக்குதுன்னு தெரிஞ்சுக்காம எனக்கென்னன்னு இருந்தாதான் தப்பு. புரியுதா?"

சுந்தர்ராஜனிடம் கோபம் கொப்பளித்தது. அதன் பின் துரை எதுவும் பேசவில்லை. அவருக்கு தட்டை வைத்து சாப்பாடு பரிமாற ஆரம்பித்தான்.

சுந்தர்ராஜனும் அள்ளி அள்ளி விழுங்கினார். ஒரு அவசரம் தெரிந்தது துரைக்கு. சுந்தர்ராஜன்வரையில் ஏதோ நடந்திருப்பது போலத் தோன்றியது.

“சார்... காட்டுக்குள்ள போனீங்களே... சித்தர் சாமிங்க யாராச்சும் கண்ணுல பட்டாங்களா சார்...”

“ஆமாம் துரை... ஒரு குடிசைல ஒரு சித்தரைப் பார்த்தேன். அவர் என்னை ஒரு பொருட்டாகவே நினைக்கல. அப்படியே ஒரு வயசான அம்மாவையும், முத்துப்பிள்ளைங்கறவரையும் பார்த்தேன்.”

“முத்துப்பிள்ளையையா?”

“அப்ப உனக்கு முத்துப்பிள்ளையைத் தெரியுமா?”

“எனக்கு மட்டுமல்லை. இந்த காட்டுக்கே நல்லா தெரியும். மனுஷங்களுக்கு மட்டுமில்ல... மிருகங்களுக்குக் கூட அவர் நல்ல பழக்கம். ஒரு தடவை ஒரு புலி வழில படுத்திருந்தது.

ஜீப்ல நான் வந்துகிட்டிருந்தேன். ஜீப்புக்கு டோர் கிடையாது. புலி பாய நினைச்சா தப்பிக்க வழியே கிடையாது. அப்ப முத்துப்பிள்ளையும் அந்தப் பக்கமா வந்துகிட்டிருந்தார்.

அவர் புலியை பார்த்து, ‘போடா ராசா... வழில படுத்துகிட்டு... பாதையை மறிக்காதேன்னு...’ ஏதோ நண்பர்கள்கிட்ட பேசுனமாதிரி பேசினது எனக்கு ஒரே ஆச்சரியம். புலியும் எழுந்து போயிடிச்சு.”

துரை சொன்னது சுந்தர்ராஜனைக் கொஞ்சம் ஸ்தம்பிக்கவே வைத்துவிட்டது. சாப்பிடுவதைக்கூட மறந்து அப்படியே உட்கார்ந்துவிட்டார்.

“சார்... சார்...”

“ஆங்...”

“சாப்பிடுங்க சார்... அது சரி சார் முத்துப்பிள்ளை கூட பேசினீங்களா?”

“பேசாம... அந்தாளும் அந்தம்மாவும் ஏழு மைல் தொலைவுல உள்ள ஆகாசலிங்க கோயிலுக்குப் போறதுக்குள்ள நாம ஜீப்ல அங்க போய் நிக்கணும். அவங்க இரண்டு பேரும் நம்மைப் பார்த்து வாயைப் பிளக்கணும்.”

“இது என்ன சார் போட்டி?”

“போட்டில்லாம் ஒண்ணும் இல்லை. அவங்க சொன்ன மாதிரி அந்த ஆகாசலிங்க கோயிலுக்கு சித்தருங்க வர்றாங்களான்னு நான் பார்க்கணும்.”

“சார்... இது போட்டியவிட மோசமான விஷயம். அந்த கோயிலுக்குப் போகும்போது சந்தேகமே இருக்கக்கூடாது சார்.”

“சந்தேகப்படாம நம்பற மாதிரி ஒரு விஷயம்கூட இந்தக் காட்டுல இல்லையே...”

“சித்தர்கள் சமாச்சாரம்னாலே அப்படித்தான் சார் இருக்கும். புரிஞ்சுக்கிறது கஷ்டம். ஆனா புரிஞ்சுகிட்டா அப்புறம் காலத்துக்கும் நாம சந்தேகமே படமாட்டோம்.”

“அப்ப நீ அவங்களை எல்லாம் நம்பறேன்னு சொல்.”

“நிச்சயமா... அவங்க வேற, சாமிங்க வேற கிடையாது சார்.”

“அப்ப எதுக்கு கோயில் சாமியெல்லாம்? இவங்களைக் கும்பிட்டுகிட்டு இருந்துவிடலாமே?”

“தாராளமா... கடவுள் தான் சார் இவங்க ரூபத்துல வர்றார்...”

“ஏன் அவருக்குத் தனியா உருவம் எதுவும் கிடையாதா?”

“என்ன சார்... இப்படி எகணைக்கும் மொகணை பேசினா எப்படி சார்?”

“நீ சொல்றது அப்படி இருக்குது. நீயெல்லாம் எதுக்குய்யா யூனிஃபார்ம் போட்டுகிட்டு காட்டுக்குள்ளே இருக்கே... காவிய மாட்டிக்கிட்டு அவங்களோடயே போயிட வேண்டியதுதானே?”

“வேண்டாம் சார்... அவசரப்பட்டு இப்படி ஏதாவது பேசி வைக்காதீங்க சார். அப்புறம் அது உங்களுக்கே வினையா முடிஞ்சிடப்போகுது.”

“என்ன மிரட்டிப் பாக்கறீயா? நான் தெரியாம தான் கேக்கறேன். அப்படி இவங்ககிட்ட என்னதான் இருக்குன்னு நீ நினைக்கறே?”

“என்ன சார் இல்லை. இரும்பை சாதாரணமா தங்கமா ஆக்குவாக. கூடுவிட்டு கூடு பாயுவாங்க. எந்த வியாதியா இருந்தாலும், இவங்க மருந்து தந்தா குணமாகிடும் சார்...”

“அடேங்கப்பா... அப்ப இவ்வளவு சக்தியுள்ளவங்க இருக்கற இந்தப் பூமியில ஏன்யா பசி பஞ்சம்? இவங்க நினைச்சா அதை எல்லாம் மாத்தலாம்தானே?”

“சார் இதெல்லாம் அவங்ககிட்ட கேக்க வேண்டிய கேள்விங்க... எனக்கு என்ன சார் தெரியும்?”

“கேக்கறேன்... அவங்ககிட்ட நிறையவே நான் பேச வேண்டியிருக்கு. வரிசையா மூணு பெட்டைங்கள பெத்துருக்கேன். நாலாவதா என் மனைவி இப்ப சுமந்துகிட்டிருக்கறதும் பெண்ணா, ஆணான்னு தெரியல. ஒருவேளை அது பெண்ணா இருந்தா, அதை உங்களால ஆணா மாத்த முடியுமான்னு கேக்கறேன்.”

ஆவேசப் பேச்சோடு எழுந்து சாப்பிட்டு முடித்து கை கழுவினார். அப்படியே ஒரு டவலை எடுத்துத் தோள்மேல் போட்டுக் கொண்டு ஜீப் நோக்கி நடந்தார்.

“சார்...”

“வாய்யா... வந்து வண்டிய எடு!”

சுந்தர்ராஜனின் அதிகாரம் துரையைக் கட்டி இழுத்துச் சென்றது. ஜீப்பும் சீறிக் கொண்டு புறப்பட்டது.

வானில் மழை மேகங்கள் முற்றாக விலகியிருக்க, சந்திரனும் மெர்க்குரி விளக்கு போல அப்படி ஒரு பிரகாசத்தில் இருந்தான்.

மலைவனத்துக்குள் மரங்களுக்கு இடையே சந்திர ஒளி, பாலைப் பீய்ச்சி அடிப்பதுபோல பொழிந்து கொண்டிருந்தது. கூடவே மெல்லிய பனிப்படலமும் சேரத் தொடங்கியது.

கார்த்திகை மாதத்து முன்பனி சற்று உஷ்ணமானது. உதட்டில் வெடிப்பைக் கொடுக்கும்.

ஆனால் கண்ணால் ரசிக்க வெகு அழகாக இருக்கும். சுந்தர்ராஜனோ அதை எல்லாம் ரசிக்கும் மனநிலையிலேயே இல்லை. ஒரு இடத்தில் ஜீப் தேங்கி நின்றது. யானை ஒன்று படுத்திருந்தது.

சரியான ஒற்றை யானை!

காட்டில் ஒற்றை யானை ஆபத்தானது!

யானைகள் எப்பொழுதும் கூட்டமாகத்தான் திரியும். அதில் ஒன்று பிரிந்து தனியாக திரிகிறது என்றால், அது அராத்து யானை என்று பொருள். யானைப்பாகன்கள் அதை மக்னா யானை என்பார்கள். மக்னா யானை... சிங்கம் புலிபோல வெறியை உடையது.

"சார்... மக்னா படுத்திருக்கு சார்... திரும்பிடலாம் சார்."

"ஹாரன் கொடு. இல்லாட்டி துப்பாக்கி இருந்தா எடுத்து ஆகாசத்தைப் பார்த்து சுடு."

"இல்ல சார். மிரண்டு ஜீப்மேலதான் சார் அப்புறம் பாயும்."

"இதோ பார்... நீ என்ன செய்வியோ தெரியாது. நான் இப்ப அந்த மலைக்கோயிலுக்குப் போகணும். அந்த சித்தருங்கதான் பெரிய கடவுளாச்சே. நீயும் தான் அவங்க பக்தனாச்சே.

அவங்களக் கூப்பிட்டு அதை எழுந்து போகச் சொல்... ஒரு சாதாரண மனுஷன் புலியை எழுந்து போகச் சொன்னான்னு சொன்னே... இது என்ன பிசாத்து விஷயம்?"

சுந்தர்ராஜன் கொஞ்சம்கூட பயமோ, பதட்டமோ கொள்ளவில்லை. அதேவேளை அந்த மக்னா யானை பிளிறியபடி எழுந்தது. துரைக்கு வெலவெலத்து விட்டது. இருந்தாலும் சட்டென்று வேகமாக ஒரு முடிவுக்கு வந்து கைகளைக் கூப்பி ஆகாசலிங்கத்தையும் சித்தர்களையும் தியானிக்கத் தொடங்கினான்.

அந்த யானையும் போய்த் தொலை என்கிற மாதிரி பக்கவாட்டு பள்ளத்தில் இறங்கி போகத் தொடங்கியது.

“அப்பாடா...”

“என்ன அப்பாடா... நீ கும்புடவும் அது விலகவும் எல்லாம் சாமிங்க வேலைன்னு நினைச்சுட்டியா?”

“அதுல என்ன சார் தப்பு இருக்கு...?”

“சரி சரி... வண்டிய எடு. சீக்கிரமா போ.”

மீண்டும் ஜீப் சீறிக் கொண்டு ஓடியது. வழியெங்கும் சற்று முன்பு பெய்த மழை நீரின் தேக்கம். ஜீப் டயர் அந்த மழை நீரை வாரித் தெறித்ததில் சாலை ஓரமாக ஒரு மரத்தடியில் தன்னை மறந்து தவத்தில் மூழ்கியிருந்த ஒரு சாமியாரின் மேல் மழை நீர் பட்டு அவரும் கண் திறந்தார்.

படுவேகமாக பறக்கும் ஜீப்பைப் பார்த்து ஒரு மெல்லிய கோபம் அவர் முகமெங்கும் பரவியது. அதே வேகத்தில் ஒரு சிரிப்பும் ஏற்பட்டது தான் அதிசயம்.

ஒரு வழியாக ஆகாசலிங்க சன்னதிக்குச் செல்லும் பாதை முன் ஜீப் நின்றது. துரை குதித்து இறங்கினான்.

சுந்தர்ராஜனையும் இறங்கச் சொன்னான்.

“சார்... இங்க இருந்து ஒரு அரைகிலோ மீட்டர் தூரம் நடந்துதான் போகணும்.” என்று பாதையில் நடக்கத் தொடங்கினான். சிறிது தூரம் நடந்தவன் ஒரு வளைவில் லிங்கம்போல் தெரிந்த பாறை ஒன்றின் முன் விழுந்து வணங்கினான்.

“இந்தப் பாறையை எதுக்குக் கும்பிட்டே?”

“இது சாதாரண பாறை இல்ல சார்... ஆகாச லிங்கத்தைத் தரிசிக்க வர்ற சித்தர் சாமிங்க இதுமேல உக்காருவாங்க. பாக்கறதுக்கு லிங்கம் மாதிரியே இருக்கிறதால இதை லிங்கப்பாறைன்னு சொல்வாங்க.”

“விட்டா இந்தக் காட்டோட மரம், செடி, கொடின்னு எல்லாத்தையும்கூட கும்பிடுவேபோல இருக்கே...”

"உண்மைதான் சார்... புண்ணியம் செஞ்ச ஆத்மாக்கள்தான் இந்தக் காட்டுல மரமா முளைப்பாங்கன்னு ஒரு சித்தர் சொல்லிக் கேட்டுருக்கேன் சார். இந்த மரங்கள் நம்மைவிட சக்தி வாய்ந்தது. நாம பேசறதை எல்லாம் இப்ப இதுங்க கேட்டுகிட்டுதான் இருக்கு..."

துரை சொல்லச் சொல்ல சுந்தர்ராஜனுக்கு சிரிப்பு வந்து தலையில் அடித்துக் கொண்டார்.

"சார் அப்படி எல்லாம் செய்யாதீங்க சார். நான் சொல்றத நம்புங்க சார்." என்ற துரை அப்படியே நடந்து ஆகாசலிங்கம் உள்ள காட்டு மலை அடிவாரத்தில் நின்றான். நிமிர்ந்தான். பார்த்தான்.

ஆகாசலிங்கம் சந்திர ஒளியில் திவ்யமாகத் தெரிந்தது. அவன் பார்த்தபோது லிங்கத்துக்கு மேல் ஒரு கிளி தன் அலகில் ரோஜாப்பூ ஒன்றைக் கொண்டு வந்து போட்டுவிட்டு படபடவென்று சிறகசைத்து பறந்து கொண்டிருந்தது. சுந்தர்ராஜனும் பார்த்து வியந்தார்.

"வாங்க சார்... மகாலிங்கத்துக்கு அரோகரான்னு மனசுல சொல்லிக்கிட்டே ஏறி வாங்க சார்..." என்ற துரை, 'மாகலிங்கத்துக்கு அரோகரா' என்று கத்தியபடியே மேலே ஏறினான். பின்தொடர்ந்தார் சுந்தர்ராஜன்.

ஒரு ஐம்பதடி நடந்ததில் உச்சிபாகம் வந்து விட்டது. உச்சியில் ஒரு ஐம்பது சதுர அடியில் சமதளம். அதன் மையத்தில்தான் ஆகாசலிங்கம் தனக்கு மேல் கூரையில்லாமல் இருந்தது. அதன் முன்னால் அழகிய நந்தி சிலை.

ஒரே சமயத்தில் அங்கு பத்து முதல் இருபது பேர் நின்று வணங்கலாம். அவ்வளவுக்குத்தான் இடம் இருந்தது. சுந்தர்ராஜன் லிங்கத்தைப் பார்த்தபோது, அதன்மேல் மனோரஞ்சித மாலையும், பழமாலையும் இருந்தது ஆச்சரியம்! விக்கித்துப் போய் லிங்கத்தைப் பார்த்தபடி நின்றார்.

"சார்... என்ன சார் பாக்கறீங்க?"

“இந்த பழமாலையும், மனோரஞ்சித மாலையும் இங்க எப்படி வந்தது?”

“என்கிட்ட கேட்டாக்கா?”

“இது அந்தக் குடிசைல கல் உரலுக்குப் போட்டதாச்சே?”

சுந்தர்ராஜன் கேள்வியோடு வியந்தபோது கீழே வெங்கட்டம்மா, முத்துப்பிள்ளை தலை தெரிந்தது. இருவரும், ‘மகாலிங்கத்துக்கு அரோகரா... ஆகாசலிங்கத்துக்கு அரோகரா...’ என்றபடியே மேலே ஏறி வந்தபடி இருந்தனர்.

மேலே வந்தவர்கள் சுந்தர்ராஜனைப் பார்த்து ஒரு சிரிப்புதான் சிரித்தனர். ஆனால் ஆகாச லிங்கத்தைப் பார்க்கவும் ஆனந்தக் கண்ணீர் வடிக்க ஆரம்பித்து விட்டனர்.

“தாயி... குடிசைல கல் உரலை லிங்கமா நினைச்சு போட்ட மாலை இங்க சாமி கழுத்துல இருக்கிறது பார்த்தீங்களா?”

“அதான் பார்த்துக்கிட்டே இருக்கேனே... அந்த ஈஸ்வரனோட கருணையை நாம என்னன்னு சொல்றது. நம்ம பூஜையையும் ஏத்துகிட்டு அவர் ஆசி வழங்கிட்டார்.”

“உண்மைதான் தாயி... உண்மைதான்!” என்றபடியே முத்துப்பிள்ளை அப்படியே சாஷ்டாங்கமாக தரையில் விழுந்து வணங்கினார். வெங்கட்டம்மாவும் மண்டியிட்டாள். சுந்தர்ராஜனிடம் பேச்சு மூச்சு இல்ல.

அப்போது பெரிதாக சங்கொலிக்கும் சப்தம் கேட்டது. அந்த சப்தம் காடு முழுக்க எதிரொலித்தது. ‘பூம்ம்ம்... பூம்ம்ம். பூம்பூம்...’ என்று காதில் புகுந்து மனதைக்கூட அது என்னவோ செய்தது.

“தாயி... சித்தர் சாமிங்க நடுநசி பூஜைக்கு வர்றாங்க போல இருக்கு... நாம புறப்படுவோம்.”

“ஆமாமா... அவங்க ஏகாந்தத்துக்கு நம்மால ஒரு சிறு பங்கமும் வந்துடக் கூடாது...” இருவரும் பேச்சோடு பேச்சாக கீழே இறங்கத் தொடங்கினர். ஒரு வார்த்தை... ஒரு வார்த்தை

என்றால் ஒரு வார்த்தை கூட சுந்தர்ராஜனிடமோ, துரையிடமோ பேசவில்லை. துரை பரபரக்கத் தொடங்கினான்.

"சார்... வாங்க சார் போவோம். சித்தர்சாமிங்க வந்துகிட்டிருக்காங்க சார்..."

"வரட்டுமே... நாம எதுக்குப் போகணும்?"

"இல்ல சார். அவங்க பூஜையை நாமல்லாம் பார்க்க கூடாது சார். மீறி பாக்கறதா இருந்தா அவங்க அனுமதி வேணும் சார்."

"சரி... அவங்ககிட்டயே அனுமதி கேட்போம்."

"இங்க கேட்கக் கூடாது சார். இங்க அவங்க யார்கிட்டேயும் ஒரு வார்த்தை பேசமாட்டாங்க. சொன்னா கேளுங்க சார்... வாங்க சார்..."

"இல்ல... நீ போ. நான் இருந்து பார்த்துட்டு வரேன். இது அரசாங்க காடு. நான் இதுக்கு அதிகாரி. என் அனுமதிதான் அவங்களுக்கு முக்கியம்."

சுந்தர்ராஜனின் ஆர்வக்கோளாறான பேச்சு துரையைக் கலங்கச் செய்தது. அப்போது எதார்த்தமாக சுந்தர்ராஜனின் பார்வை அங்குள்ள நந்திமேல் சென்றது. அப்படிச் சென்ற நொடி நந்தியின் கண்ணிரண்டும் திறந்து ஒரு பார்வை அவரைப் பார்க்கவும், அப்படி வெலவெலத்துப் போய்விட்டது சுந்தர்ராஜனின் உடல்... நந்தியின் வாய் பக்கத்திலும் அதன் சிவந்த நாவு அசைந்து உதட்டை நக்குவதுபோல தோன்றியது. அவ்வளவுதான்... இனி இங்கே நின்றால் ஆபத்து என்று ஒரு உள்ளுணர்வு கூறிட மேல் இருந்து வேகமாக துரையையும் இழுத்துக் கொண்டு கீழே இறங்கத் தொடங்கினார். இறங்கி வந்த வேகத்துக்கு மூச்சு இறைத்தது. கீழிருந்தபடியே அண்ணாந்து மேலே பார்த்தார். லிங்கத்தின் பின் பக்கம் மட்டும் தெரிந்தது. அவர்களுக்கு முன்னால் கீழ் இறங்கிய வெங்கட்டம்மாவையோ, முத்துப்பிள்ளையையோ பார்க்க முடியவில்லை. அவர்கள் வேகமாக மறைந்து விட்டது போலதான் தெரிந்தது.

“வாங்க சார்...” என்று துரை ஜீப்பை நோக்கி ஓடினான். திரும்பித் திரும்பி பார்த்துக் கொண்டே சுந்தர்ராஜனும் அவன் பின்னால் ஓடினார்!

❋ ———— ❋

அத்தியாயம் 5

'சிவன் மலைக்காட்டு அதிசயங்களில் அகத்தியர் சுனையும் ஒன்று. காட்டில் நூற்றுக்கணக்கில் சுனைகள் உள்ளன. இதில் எது அகத்தியர் சுனை என்பது மட்டும் யாருக்கும் தெரியாது. அகத்தியர் இப்போதும் இருக்கிறார். அவர் அந்தச் சுனையில்தான் குளிக்கிறார் என்பதுதான் எல்லோரது நம்பிக்கை. அந்தச் சுனையில் குளிப்பவர்களுக்கு தீராத வியாதியெல்லாம் தீரும் என்பதுதான் முக்கியமான விஷயம். ஏனென்றால் அதில் சிரஞ்சீவி மூலிகையின் சாரும், வேரும் எப்பொழுதும் கலந்தபடியே இருக்கிறதாம்!'

கெஸ்ட் ஹவுசுக்குத் திரும்பிய சுந்தர்ராஜனுக்கு மனமெல்லாம் ஒரே பரபரப்பு. துரையும் பரபரப்பில்தான் இருந்தான். ஆனால் கூடவே பக்தியும் அவனிடம் இருந்தது.

"சார்... என்ன சார்... நடந்ததெல்லாம் கனவா, இல்லை நனவான்னு சந்தேகமா இருக்கா சார்?"

"ஆமாம் துரை... உண்மை இது அதிசயமான காடுதான். அறிவுக்கு எட்டாத விஷயங்கள் இங்க நிறையதான் இருக்குது."

"நான் சொல்லலை... அதேசமயம் நீங்க திரும்பி வந்தது பெரிய ஆச்சரியம் சார்."

“எதனால இப்படி சொல்றே?”

“பின்ன என்ன சார்...? உங்களுக்கோ நம்பிக்கையே இல்லை. நம்பிக்கை இல்லாதவங்க இந்தக் காட்டுக்குள்ள நடமாடறது ரொம்ப கஷ்டம் சார். அவங்களுக்கு ஏதாவது ஆயிடும்.”

“நம்மைத் தண்டிக்கறதுல சித்தர் சாமிங்களுக்கு என்ன லாபம்?”

“அவங்களுக்குத் தண்டிக்கவெல்லாம் தெரியாது சார். அவங்க நம்மைத் திருத்தறாங்க...”

“நீ என்ன சொன்னாலும் என் மனசு அடங்காது. அங்க இருந்து அந்த சித்தர்களை நான் பார்த்துருப்பேன். ஆனா அந்த நந்தி கண் திறந்து பார்த்தது என்னை பயமுறுத்திடிச்சு.”

“என்ன சார் சொல்றீங்க... உங்களுக்கு நந்தி தரிசனம் கிடைச்சுச்சா?”

“அதுக்கு பேர் நந்தி தரிசனமா?”

“ஆமாம் சார்... நாம கடவுளைப் பார்க்கறதா சார் பெருசு. கடவுள் நம்மைப் பார்க்கணும். அதுதானே சார் பெருசு?”

“அதுவும் சரிதான். அந்த சித்தர்களைப் பாக்காட்டியும் குடிசைல இருக்கற சித்தரைப் போய் நாளைக்கு பாக்கறேன். அவர்கிட்ட நான் நிறைய பேச வேண்டியிருக்கு...”

“சரி சார்... போய்ப் படுங்க. பொழுது விடியட்டும். மிச்ச விஷயத்தைப் பிறகு பேசலாம்.”

துரை அவரை உறங்கச் சொல்லிவிட்டு தானும் விலகி நடந்தான். ஆனால் சுந்தர்ராஜனுக்கு தூக்கமே வரவில்லை. டைரி எழுதும் பழக்கமுள்ள அவர் அன்றைய தினம் தனக்கு நேரிட்ட அத்தனை அனுபவத்தையும் டைரியில் விலாவரியாக எழுதத் தொடங்கினார்!

☆☆☆

பொலபொலவென்று விடிந்து விட்டது பொழுது. லிங்கப்பட்டி மேல் மட்டும் பனிப்பொழிவு அகலவில்லை. மலைமேல் தவழ்ந்த பனித்துளி அவ்வளவும் யாரோ ஒருவர் ஊதிவிட்டது போல அப்படியே லிங்கப்பட்டிமேல் வந்து கவிழ்ந்தது போல மூடிக்கொண்டிருந்தது. அந்த பனிப்பொழிவுக்கு நடுவில் ஒரு அம்பாசிடர் கார் ஹெட் லைட் வெளிச்சத்தின் உதவியோடு ஊருக்குள் நுழைந்திருந்தது.

ஊருக்கு ஒதுக்குப்புறத்தில் அமைந்திருந்த சேரிப்பகுதியில் ஒரு மூங்கில் குடிசை முன் அந்த கார் தேங்கி நின்றது. காரில் இருந்து ஒரு வடநாட்டு சேட்டும், கோட் சூட் போட்ட மனிதர் ஒருவரும் இறங்கினர். கூடவே தடியாக இரு அடியாட்கள். ஒருவன் கையில் நாட்டுத் துப்பாக்கி இருந்தது.

கார் டிக்கியில் புள்ளிமான் ஒன்று வேட்டையாடப்பட்டு பிணமாகக் கிடந்தது. டிக்கியைத் திறந்து இறந்து கிடந்த மானை தூக்கி தோள்மேல் போட்டுக் கொண்ட அடியாட்களில் ஒருவன், அந்தக் குடிசைக் கதவு முன்னால் போய் நின்று, “இருளப்பா...” என்றான் பலமாக...

கதவும் திறந்துகொள்ள, கதவுக்குப் பின்னால் அவன் கூப்பிட்ட இருளப்பன் என்பவன். ஐம்பது வயது தேகம். ஆனால் கண்களில் நல்ல கூர்மை.

“சாமி நீங்களா?” என்றான் பதட்டமாக...

“நானேதான்... முதல்ல இந்த மான் உடம்பை பிடி. உள்ள கொண்டு போய் போடு...” என்று மானை அவன் மீது தூக்கிப் போட்டான். அவனும் திரும்பி உள்ளே சென்று மானைக் கிடத்திவிட்டு வெளியே வந்தான். சேட்டையும், கோட் சூட் மனிதரையும் பார்த்து நெளிந்தான். சேட் முகத்தில் கோபம் தெரிந்தது.

“அப்படியே பார்க்காதீங்க சேட்... அந்தப் பாம்பு முன்ன மாதிரி எல்லாம் வெளியே வர்றதே இல்ல சேட்... வந்தா விடுவேனா நான்...?” அவனிடம் கெஞ்சல்.

“இந்த சால்ஜாப்பெல்லாம் என்கிட்ட வேணாம். உன்னால முடியாதுன்னா சொல்லிடு... நான் வேற பாம்பாட்டியைப் பார்த்துக்கறேன்.”

“ஐயோ சேட்... உங்ககிட்ட கை நீட்டி பணம் வாங்கிட்டேன் நான். நான் நிச்சயம் நல்லபடியா முடிச்சு தர்றேன்.”

“சரி... இன்னும் எவ்வளவு நாளாகும்?”

“இந்த வாரம் தாங்க... நானும் இன்னும் மூணு பேரும் எப்படியும் அந்த இச்சாதாரியைப பிடிச்சிடுவோம்.”

“பாம்பு மட்டுமில்ல... அதோட ரத்தினமும் எனக்கு முக்கியம். சொல்லப் போனா அந்த ரத்தினத்துக்காகத்தான் நாயா அலையறேன்.”

“நானும் நாகரத்தினம் பத்தி கேள்விப் பட்டிருக்கேன் சேட். எப்படியும் அதை இந்த வாரத்துல பிடிச்சுடுவேன்.”

“யாரோ புதுசா ஒரு ஆபீசர் வந்துருக்கானாமே...”

“ஆமாம் சேட்... ரொம்ப கண்டிப்பானவர்னு கேள்விப்பட்டேன். ஆனா நாங்க அந்த ஆளையெல்லாம் எப்படியும் சமாளிச்சிடுவோம்.”

“ஜாக்கிரதை... நாங்க வேட்டையாடுன மானோட கறியை நீ எடுத்துக்கோ. தோல் என் கைக்கு வந்துடணும்.”

“ஆகட்டும் சேட்... நாகரத்னத்தைத் தரும்போது தோலையும் சேர்த்து தரேன். செக் போஸ்ட்ல மாட்டாம தப்பிச்சு போயிடுங்க.”

“அரே... அது என்னோட கவலை. நீ எதுக்குக் கவலைப்படறே.”

“சும்மா ஒரு பேச்சுக்குச் சொன்னேன் சேட். ஏன்னா சிக்குனா மூணு வருஷம் உள்ள கம்பி எண்ணணும். இப்பல்லாம் காட்டுக்குள்ள ஒரு ஓணானைக் கூட அடிக்க முடியல. சட்டம் அப்படி இருக்கு.”

“சரி புலம்பாம வேலையைக் கச்சிதமா முடி... நாங்க வர்றோம்.”

சேட் ஒரு கட்டளைபோல பேசிவிட்டு காரில் ஏறிக்கொள்ள கார் சிட்டாகப் பறந்தது.

இருளப்பன் என்கிற அவனும் அந்த கார் கண்ணை விட்டு மறையும் வரை பார்த்துக் கொண்டே இருந்தான். பின் திரும்பினான். அவனையே வெறித்தபடி அவன் மனைவி ராக்காயி.

"ஏ புள்ள... என்ன அப்படி பாக்கே?"

"என்னய்யா இது... ஊட்டுக்குள்ள மான் கிடக்குது."

"அது... அந்த சேட் வேட்டையாடுனது. அதுக்கு தோல் வேணுமாம்."

"அவன் நாசமா போக... சிவன் மலைகாட்டு உயிருங்க அந்த சாமிக்கு சமம். உனக்கு தெரியுமா, தெரியாதா?"

"ஆரம்பிச்சிட்டியா... போய் வேலையைப் பாரு புள்ள..."

"இல்லய்யா... அவங்கள பார்த்தா நல்லவங்களா தெரியல... வேண்டாம்யா... அவங்க சாவகாசம்..." ராக்காயி கெஞ்சினாள். இருளப்பனுக்கு காந்திற்று.

"அட போ புள்ள... போய் சோலிய பாரு. காலம் பூரா விஷப்பூச்சிகள பிடிச்சுகிட்டு இப்படியே இருக்கச் சொல்றியா நீ... பொழப்பில்ல...?"

"நீ பேசறத பார்த்தா எனக்குப் பயமா இருக்குதுய்யா... நமக்கு எது குலத்தொழிலோ அதுலதான்யா நாம மேல வரணும். குறுக்கு வழி நமக்கு சரிப்பட்டு வராதுய்யா..."

"போதும் உன் உபதேசம்... போய் அந்த வெட்டுக்கத்தியையும், டேக்சாவையும் கொண்டு வா. உள்ள கிடக்கு பாரு மானு... இன்னிக்கு அதோட கறி நமக்குத்தான். நல்ல டேஸ்ட்டா கொழம்பு வை. என்னா சொல்றே?"

ராக்காயி அவனை முறைத்தபடியே விலகிச் சென்றாள். அவனும் மானை வெட்டிக் கூறுபோடத் தயாரானான்.

❋ ———— ❋

அத்தியாயம்

6

'சிவன் மலையில் ஒரு அதிசயமான மரம் ஒன்று உள்ளது. இதன் பெயர் எவருக்கும் தெரியாது. குறிஞ்சிப்பூ எப்படி பன்னிரண்டு வருடத்திற்கு ஒரு முறை பூக்கிறதோ, அப்படி இந்த மரமும் பன்னிரண்டு ஆண்டுக்கு ஒரு முறை பூக்கும். அப்படி இந்த மரம் பூ பூக்கும் நாட்களில் இதன் அடியில் நின்று ஒருவர் எதை வேண்டிக் கொண்டாலும், அவர் வேண்டிக் கொண்டபடியே எல்லாம் நடக்கும். ஆகையாலே இதற்கு ஈடேற்றி மரம் என்கிற காரணப்பெயர் உண்டு. ஆனால், இந்த ஈடேற்றி மரத்தைக் கண்டுபிடிப்பது ஒன்றும் அவ்வளவு சுலபமல்ல...!'

விடிந்து விட்டது...

பொலபொலவென்று உதிர்ந்து கொண்டிருந்த பனியெல்லாம் விலகி எங்கு பார் பசுமை...! கெஸ்ட் ஹவுஸ் பால்கனியில் இருந்து பார்க்கும்போது சிவன்மலை கிட்டத்தட்ட காஷ்மீர் பள்ளத்தாக்கு பகுதி போலத்தான் தெரிந்தது.

எப்பொழுதும் காலை வேளைகளில் சுந்தர்ராஜன் ஜாகிங் போவது வழக்கம். அன்றும் ஜாகிங் சூட் அணிந்து கொண்டு, காலுக்கும் கேன்வாஸ் அணிந்து கொண்டு ஜாகிங் புறப்பட்டு விட்டார். அப்படி புறப்படும் போதே முதல் நாள் இரவில்

மழையின்போது குடிசையில் சந்தித்த சித்தரைச் சந்திப்பது என்று முடிவு செய்துவிட்டார்.

ஆனால் வாட்சர் துரை அப்பொழுதும் எழுந்திருக்காமல் சரியான குறட்டையில் இருந்தான். அவனைப் பார்த்து சிரித்தபடியே ஓடத் தொடங்கினார்.

பெரும்பாலும் எல்லா வனச்சரகங்களுமே ஒன்று போலத்தான். தார்ச்சாலையை விடவும் மண் சாலைகளே மிகுதி... அதிலும் இலைச்சருகுகள் மூடியிருக்கும். அவைகளுக்குள்ளே ஏராளமான அட்டை பூச்சிகள் ஒளிந்திருக்கும். அது காலில் ஏறுவதும் தெரியாது. நமது உடலின் ரத்தத்தை உறிஞ்சுவதும் தெரியாது.

எனவே சுந்தர்ராஜன் போன்ற அதிகாரிகள் இறுக்கமாக பேண்ட் அணிந்து சாக்ஸ் அணிந்து, ஷூ கால்களுடன் தான் வனத்திற்குள்ளேயே காலை வைப்பார்கள்.

ஒருமுறை ஒரு இரவில் நடுக்காட்டில் அதிகாரி ஒருவர் மாட்டிக் கொண்டுவிட்டார். வேறு வழியின்றி ஒரு மரத்தடியில் படுத்துத் தூங்கிய அவரை நூற்றுக்கணக்கான அட்டைகள் சுற்றி வளைத்தன. அட்டைகள் உடம்பில் ஏறும்முன் தன் உடம்பில் இருந்து ஒரு திரவத்தை, சாத்துக்குடி தோலில் இருந்து பாயும் திரவம்போல பீய்ச்சி அடிக்கும். அதுபட்ட இடம் அப்படியே மரத்துப் போய்விடும்.

பிறகு அது அந்த இடத்தை ஆக்கிரமித்து ரத்தத்தை உறிஞ்சத் தொடங்கும். நூற்றுக்கணக்கான அட்டைகளும் அந்த இரவில் அதிகாரி உடம்பில் ரத்த வேட்டை நிகழ்த்தின. விடிந்த நிலையில் அவரைத் தேடிக் கொண்டு வந்தவர்கள் பார்த்தபோது அவர் உடம்பை அட்டைகள் மூடியிருந்தன. அவரது உடம்பிலும் உயிர் இல்லை. வனம் என்பது அத்தனை ஆபத்தானது!

சுந்தர்ராஜனும் அனுபவப்பட்டவர். எனவே, எச்சரிக்கை என்பது அவர் உடலில் ஊறிப்போன ஒரு விஷயம். எல்லாவற்றையும் அசைபோட்டபடியே அவர் ஓடத் தொடங்கினார். காலை நேரத்தில் வனக்காற்றில் தாவரங்கள் உமிழ்த்தியிருந்த நைட்ரஜன்

வாயு சூரியக்கதிர்பட்டு, ஹைட்ரஜன் வாயுவோடு கூடி காற்றிலும் ஒரு புது வாசம் நிலவியபடி இருக்கும். இந்த காற்றைச் சுவாசிப்பது நுரையீரலுக்கு மிக நல்லது. மூளையிலும் ரத்த செல்கள் காலைக் காற்றின் ஆக்சிஜனைச் சுமந்து சென்று ஒரு புது வேகத்தைக் கொடுக்கும்.

சுந்தர்ராஜனுக்கு காலைப்பொழுதை மிக பிடிக்கும். எனவே, உற்சாகமாக ஓடினார். இரவில் நடந்து சென்று ஒதுங்கிய அந்த குடிசைப் பகுதியை அந்தப் பகலில் தேடிக் கண்டுபிடிப்பது சற்று சிரமமாக இருந்தது. காட்டுக்குள் பல ஒற்றையடிப் பாதைகள் சென்றன. ஒவ்வொன்றும் ஒவ்வொரு திசை! அதில் கால்தடம் பதிந்து கிடக்கும் பாதை வழி நடந்து சென்று பார்த்தபோது, அந்தக் குடிசையும் தெரிந்தது.

அப்பாடா!

உள்ளே எட்டிப் பார்த்தார்.

ஆச்சரியம் காத்திருந்தது.

அந்தக் காலைவேளையில், அந்தக் குடிசைக்குள் உள்ள சித்தர் அந்தரத்தில் மிதந்தபடி படுத்திருந்தார். அதைப் பார்க்கவும், நம்பமுடியாத ஒரு வியப்பும் ஏற்பட்டது. அப்படியே நெடுநேரம் வெறித்துப் பார்த்த சுந்தர்ராஜன், மெல்ல உள்ளே சென்றவராக, "சாமி..." என்று குரல் கொடுத்தார்.

அடுத்த நொடி அந்தரத்தில் மிதந்தபடி இருந்த அந்த சித்தர் உடம்பு பொத்தென்று ஒரு மரத்தில் இருந்து காய் விழுவதுபோல விழுந்தது. அது சுந்தர்ராஜனுக்கே பெரிதும் அதிர்ச்சியாக இருந்தது. விழுந்த வேகத்தில் திரும்பிப் பார்த்த அந்த சித்தரும் கோபமாக எழுந்து அமர்ந்தார்.

பின் சுந்தர்ராஜனை முறைத்தவர், "என்னப்பா இப்படி செய்துட்டே... நான் எவ்வளவு பிரயாசைப்பட்டு இலஹிமா சித்தியால உடம்பைப் பஞ்சுபோலாக்கி மிதந்துகிட்டு இருந்தேன் தெரியுமா... என் கவனத்தைத் திருப்பி அதைக் கெடுத்திட்டியே..." என்று எரிந்து விழுந்தார்.

"சாமி... மன்னிச்சுக்குங்க... நீங்க மிதந்துகிட்டிருந்ததைப் பார்த்து நான் என்னவோ ஏதோன்னு நினைச்சுட்டேன்."

"சரி... உனக்கு என்ன வேணும். எதுக்கு வந்தே? சீக்கிரமா சொல்..." அவரும் பரபரத்தார்.

"சாமி..."

"என்ன?"

"இல்ல... நான் இந்த காட்டிலாகா அதிகாரி..."

"அதுக்கென்ன இப்போ?"

"ஒரு அதிகாரியான என்னை கொஞ்சம்கூட மதிக்க மாட்டேங்கறீங்களே..."

"ஓ... இப்ப அதுதான் உன் பிரச்சனையா? இதைச் சொல்லத்தான் வந்தியா நீ..."

"ஆமாம் சாமி... அப்படியே எனக்கு நிறைய சந்தேகங்கள்..."

"என்ன?"

"இந்த காட்டுல உங்களைப் போல இப்படி எத்தனை பேர் இருக்கீங்க? அவங்கள்லாம் இதேபோல குடிசை போட்டுகிட்டு இந்தக் காட்டுக்குள்ளேயே தான் இருக்காங்களா?"

"தெரிஞ்சு என்ன செய்யப்போறே?"

"அது என் கடமை... இந்த காட்டுல எவ்வளவு மரம் இருக்கு. எவ்வளவு மிருகம் இருக்கு. எவ்வளவு செடி, கொடி இருக்குன்னு ஒவ்வொரு விஷயமும் எனக்கு கட்டாயம் தெரிஞ்சாகணும்."

"என்கிட்ட என்னைப் பத்தி மட்டும் கேள். என்கிட்ட இந்தக் காட்டுக்குள்ள யாரெல்லாம் இருக்கான்னு கேட்டா, அதுக்கு நான் பதில் சொல்ல வேண்டிய அவசியம் இல்லைன்னு நினைக்கறேன்."

"இப்படிச் சொன்னா எப்படி சாமி? எனக்கு இருக்கற அதிகாரத்துக்கு நான் உங்களைக் கைதுகூட பண்ணலாம். ஆனா நான் உங்களோட சாதாரணமா பேசிகிட்டு இருக்கேன்."

“அப்படியா... என்னைக் கைது பண்ணுவியா? உன்னால முடியுமா?”

“நீங்க கேக்கறத பார்த்தா எங்க கைது பண்ணு பார்கலாம்கற மாதிரி இருக்குதே...”

“உண்மையும் அதுதான். எங்க கைது செய் பார்க்கலாம்?”

அவர் எதிரில் வந்து நின்றார்... சுந்தர்ராஜனும் அசரவில்லை.

“சாமி நான் உங்ககூட சண்டை போட வரலை. உங்களைப் புரிஞ்சுக்க வந்துருக்கேன். உங்கள மாதிரி சித்தர் சாமிங்க பத்தி தெரிஞ்சுக்க வந்துருக்கேன்.”

“புரிஞ்சுக்கணும், தெரிஞ்சுக்கணும்னா அதுக்குப் பணிவு ரொம்ப முக்கியம். உன்கிட்ட அது சுத்தமா இல்லையே...”

“நான் என்ன உங்களை எல்லாம் வாடா, போடான்னா பேசினேன். பணிவா நடந்துக்கலைன்னு நீங்க எதை வெச்சு சொல்றீங்க...”

சுந்தர்ராஜன் கேட்டபோது வெளியே யாரோ வரும் சப்தம். இருவருமே திரும்பி வெளியில் பார்த்தனர். வெளியே ஒரு நடு வயது பெண். அவள் தலைமேல் ஒரு கூடை!

“ஓ... அன்னபூரணியா?”

“ஆமாம் சாமி... சாமியைத் தரிசனம் பண்ணி பூஜை செய்ய வந்தேன்.”

“இரு வரேன்...”

அவர் அவள் எதிரில் வெளியே சென்று நின்றார். உடனே அவள் அவர் காலை தன் கூடைக்குள் இருந்த ஒரு வெள்ளிச் செம்பெடுத்து தண்ணீர் விட்டுக் கழுவினாள். பிறகு பாலால் கழுவியவள், அதே கூடைக்குள் இருந்து பூக்களை எடுத்துத் தூவினாள். அப்படியே எழுந்து அவரைச் சுற்றி வந்து தரையில் மண்டியிட்டு வணங்கி முடித்தாள். அவரும் அவளது தலையை வருடி ஆசீர்வாதம் செய்தார்.

பின் இடுப்பு மடிப்பில் கையை விட்டு ஒரு ரசமணியை எடுத்து அவளிடம் தந்து, "இதை உன் மகன் இடுப்புல கட்டிவிடு... நல்லா பசி எடுத்து சாப்பிடுவான். காலுக்கும் சக்தி வந்து வாதத்துல இருந்து விடுபட்டுடுவான்." என்றார். அவள் கண்களில் கண்ணீர் திரண்டுவிட்டது.

"சாமி..." என்று நெகிழ்ந்தாள். பிறகு புறப்பட்டாள். பார்த்துக் கொண்டே இருந்த சுந்தர்ராஜனும் மெல்ல வெளியே வந்தார்.

"என்ன பாக்கறே... பணிவுன்னா இதுதான் பணிவு. உன்கிட்ட நான் பாக்கறது பணிவு இல்ல. அது ஒரு வித சூது." என்று சுந்தர்ராஜனை ஒரு இடி இடித்தார்.

"சாமி... மனுஷனுக்கு மனுஷன் எல்லாரும் சமம்னு நினைக்கறவன் நான். நம்மைப் படைச்ச கடவுளை நாம எவ்வளவு வேணா பயந்து கும்புட்டுக்கலாம். ஆனா மனுஷனுக்கு மனுஷன் ஏன் சாமி பயந்து ஒருத்தர் கால்ல ஒருவர் விழணும்?"

"அப்ப நீ உன் அப்பா, அம்மா கால்ல விழறதைக் கேவலமா நினைக்கறேன்னு சொல்லு..."

"என்ன சாமி நீங்க... பெத்தவங்க வேற, மத்தவங்க வேற... நான் மத்தவங்கள சொல்றேன்."

"சரி... உன்கூட பேசறது எனக்குத்தான் கால விரயம். இந்த நேரம் நான் சுவாசப் பயிற்சியை முடிச்சிருப்பேன்." என்றபடியே அந்த சித்தர் சுந்தர்ராஜனை நீக்க முயன்றார்.

"நில்லுங்க... என்னைத் திரும்ப திரும்ப இப்படி அலட்சியம் செய்யாதீங்க..."

"அலட்சியம்கறதே எங்களுக்கு ஆகாது தம்பி... உன் செயல், உன் பேச்சு இதுதான் என்னை உன்னைவிட்டு தள்ளி விடுது. இந்தக் கட்டைக்குள் இருக்கற உயிருக்கு இந்தப் பூமியில் வாழ நாள் ஒண்ணும் அதிகமில்லை. நூற்றி ஐம்பது வருஷமோ, இல்லை இருநூறு வருஷமோ... இதுக்குள்ள படிச்சு முடிச்சு இந்த மாயவாழ்க்கை பற்றித் தெரிஞ்சிகிட்டாகணும். திரும்பவும்

பிறக்காம இருக்கற வழிமுறைகளையும் தெரிஞ்சுக்கணும். எனக்கு இருக்கிற காலமே மிக குறைவு. இதுல நான் உன்கூட பேசி கால நேரத்தை விரயமாக்கிகிட்டு இருந்தா எப்படி?"

"என்ன சாமி சொல்றீங்க... ஒரு மனுஷனோட ஆயுள்ங்கறது அதிகபட்சம் நூறு வருஷம்தானே... நீங்க நூத்தம்பது, இரு நூறுன்னா எப்படி சாமி... புரியலை..."

"அது உன்னைப் போன்ற லௌகீக வாழ்க்கை வாழற ஆசாபாசமுள்ளவங்களுக்கு... சித்த உலகத்துக்கில்ல... உப்பு, புளி, காரம், இனிப்பு, துவர்ப்பு, கார்ப்புன்னு அறுசுவைகளால் உடம்மை ஒரு வழி பண்ணிடறீங்க... ஆசாபாசம்னு ஒரு வழி பண்ணிடறீங்க. அதனால் உங்க ஆயுள் நூறுகூட இல்லை. அதுவும் சுருங்கிடுது.

இங்க உடம்பும் மனசும் ஒரு புள்ளியில இருக்கு. அதனால் ஆயுட்காலம் அதிகம். உயிர் போனாலும் ஆத்ம வாழ்க்கையை ஆயிரம் வருஷத்துக்கு மேல் வாழ்ந்து காட்ட சித்த உலகத்துலதான் முடியும். அப்படித்தான் அகத்தியர், போகர்னு பல சித்தர்கள் இப்பவும் சூட்சுமமா வாழ்ந்துக்கிட்டு இருக்காங்க..."

அவர் சொன்ன தகவல்கள் சுந்தர்ராஜனைத் திணற அடித்தது. அவ்வளவும் புதிய செய்திகள். அதேசமயம் நம்பியும், நம்பாமலும் தடுமாறினார். அந்த சித்தரோ... பேசியது போதும் என்று குடிசைக்குள் புகுந்து திரும்பவும் நிஷ்டையில் அமரப் போனார்.

"சாமி ஒரு நிமிஷம்..." சுந்தர்ராஜன் அவரை தடுத்தார்.

"என்னப்பா... நீ இன்னுமா போகலை?"

"இப்படி சொன்னா எப்படிங்க சாமி. நீங்க சொல்ற விஷயங்கள எப்படி எடுத்துக்கறதுன்னே தெரியல சாமி."

"உன்னை யார் எடுத்துக்க சொன்னது... நான் ஏதோ உளறினதா நினைச்சுக்கோ... புறப்படு."

“இல்ல... அப்படியும் நினைக்க முடியல...”

“இப்ப என்னதான் பண்ணச் சொல்றே?”

“எனக்கு ஒரு குறை இருக்கு. அதைத் தீர்க்க வழி சொல்லுங்க. அது தீர்ந்துட்டா நான்... நான்... நீங்க சொல்றபடி எல்லாம் கேட்கறேன்.”

“நீ எதுக்கு நான் சொல்றபடி கேட்கணும். நான் அரசன் இல்ல. எனக்கு என் பேச்சைக் கேட்கற அடிமைகள் தேவையும் இல்லை. நான் ஆண்டி. எனக்கு என் வழி நடக்க விரும்பற சிஷ்யர்கள்கூட இருக்கணும்னு நான் விரும்பவில்லை. நீ போகலாம்.”

“சாமி... எது சொன்னாலும் இப்படி அதுக்கு எதிரா பதில் சொன்னா எப்படிங்க...”

“இதோ பார்... நீ ரொம்ப சராசரி மனுஷனாதான் இந்த நொடிவரை என்கிட்ட நடந்துக்கறே... உனக்கு ஒண்ணு வேணும்னா, முதல்ல அது சம்மந்தமா நம்பிக்கையும், பணிவும் முக்கியம். அதைவிட்டு அதிகாரத்துல நின்னுகிட்டு என்னை எடைபோட முயற்சி செய்யாதே. உனக்கு அது எதிராதான் முடியும்...”

“சரி சாமி... நான் உங்களை நம்பி, உங்ககிட்ட பணிவா ஒரு விஷயம் கேட்கறேன் சொல்லுங்க சாமி...”

“என்ன...?”

“எனக்கு மூணு பெண் குழந்தைங்க. பெரியவளுக்கு பத்து வயசு, அடுத்தவளுக்கு எட்டு வயசு, மூன்றாவதவளுக்கு அஞ்சு வயசு. இப்ப என் மனைவி கர்ப்பமா இருக்கா... எனக்கு ஒரு ஆண் குழந்தை வேணும்கறது விருப்பம். என் மனைவியும் எங்களுக்கு கொள்ளிபோட ஒரு ஆண் குழந்தை வேணும்னு விரும்பறா... இப்ப பிறக்கற குழந்தையாவது எனக்கு ஆண் குழந்தையா பிறக்குமா சாமி?”

சுந்தர்ராஜன் ஒரு வழியாகத் திக்கித்திணறி கேட்க நினைத்ததை கேட்டு முடித்தார். அந்த சித்தர் முகத்தில் ஒரு புன்சிரிப்பு.

அப்படியே வலது கையை நீட்டச் சொன்னார். கையில் உள்ள ரேகைகளின் போக்கைக் கவனிக்க ஆரம்பித்தார். அப்படியே அவரது முகத்தில் பலமான மாற்றம் ஏற்படத் தொடங்கியது. புருவம் வளைந்தது. நெற்றி மடிப்பில் ரேகைகள் விழுந்தன.

“என்ன சாமி... என் கை என்ன சாமி சொல்லுது?”

“பதட்டப்படாதே... நீ ஏன் இந்த காட்டுக்கு வந்தே... என்னையும் இங்க பார்த்தேங்கறதுக்கான காரணம் புரிஞ்சிடிச்சி...”

“புரியும்படி சொல்லுங்க சாமி...”

“என்னத்த சொல்ல... எவ்வளவு கேள்விகளை நீ கேட்டியோ, அவ்வளவுக்கவ்வளவு அமைதியாகப் போறே நீ... நீ உன்னால ஒரு பெரிய நாடகமே இந்தக் காட்டுல நடக்கப் போகுதே...”

“நாடகமா?”

“நாடகம்தான்... இந்த உலகத்துல எது நடந்தாலும் அது நாடகம்தானே?”

“சாமி... உங்களைப் போன்ற சித்தர்கள் எது பேசினாலும், சொன்னாலும் புரியக்கூடாதுங்கறது தான் முடிவா?”

“சரி... சரி... நீ கோபிக்காதே... உன் கேள்விக்கு நான் பதில் சொல்றேன். உனக்கு இந்த முறை மகன்தான் பிறக்கப் போறான். நல்ல நட்சத்திரத்துல, நல்ல விதத்துல அவன் பிறப்பான். ஆவனாலதான் உன் குடும்பமே தலை நிமிர்ந்து நிற்கப் போகுது.”

“அப்படியா சாமி... ரொம்ப சந்தோஷம் சாமி... இதுதான் சாமி எனக்கு வேணும்... என்னை மாதிரி ஆபீசர்ங்களுக்கு எப்பவும் உயிர் ஆபத்து உண்டு. காட்டுல நடமாடற திருட்டுக் கோஷ்டிங்க சுட்டு, உயிரைவிட்ட அதிகாரிங்க எவ்வளவோ பேர். அப்படி எனக்கு ஏதாவது ஆயிட்டா என் குடும்பத்தைக் காப்பாத்த யார் இருக்கான்னு கவலைப்படுவேன். இனி எனக்கு அந்த கவலை இல்லை. எனக்கு என் மகன் இருக்கான் சாமி... ஆமா... கட்டாயம் எனக்கு மகன் பிறப்பான்தானுங்களே?”

“சத்தியமாக மகன்தான் பிறப்பான்... போதுமா?”

“அதுபோதும் சாமி... அதுபோதும். மகன் பிறந்த உடனே நிறைய ஸ்வீட்டோட வந்து உங்களைப் பார்க்கறேன். வரேன் சாமி...”

சுந்தர்ராஜன் உற்சாகமாகத் திரும்பத் தொடங்கினார். அதுவரை அந்தக் காட்டு விஷயமாக அவருக்குள் நிலவிய குழப்பம், சந்தேகம், புதிரான சங்கதி என்று எல்லாமே மகன் பிறப்பான் என்கிற சந்தோஷத்தில் அடிபட்டுப் போய்விட்ட மாதிரி தோன்றியது.

சித்தர் முகத்தில் மட்டும் ஒரு மர்மப் புன்னகையும், பாவம் நீ... என்பது போன்ற ஒரு பாவனையும் தான் தேங்கியிருந்தது. சுந்தர்ராஜன் உற்சாகமாகப் போவதைப் பார்த்துக் கொண்டே இருந்தார்.

அத்தியாயம் 7

'சிவன் மலைக் காட்டுக்குள் பல சித்தர்கள் மரங்களாக மாறி வாழ்ந்து வருகிறார்கள். மனிதப் பிறப்பைவிட ஒரு விருட்சமாக, இருந்த இடத்தை விட்டு நகராமல் பல ஆயிரம் பறவைகளுக்கு வாழ இடம் தந்து, பூமிக்கும் நிழல் தந்தபடி வாழ்வது ஒவ்வொரு நொடியும் தானம் செய்வது போன்ற ஒரு தர்ம வாழ்க்கையாகும்.

அந்த வகையில் பல சித்த மரங்கள் அந்தக் காட்டில் உண்டு. அவைகள் அவசியத்தின் பொருட்டு இடம் விட்டு இடம் நகரவும் செய்யும், வளைந்து நிமிரவும் செய்யும்!'

சென்னை, வளசரவாக்கம்...

நடுத்தட்டு மக்கள் வசிக்கும் 'நந்தனார் தெரு.' முன்னால் போகன்வில்லா அடர்வாக வளர்ந்திருக்கும் ஒரு ஓட்டுக்கூரை வீடு. திண்ணையில் ஒரு வயதானவர் பேப்பர் படித்துக்கொண்டிருக்க, அந்த வீட்டு வாசல் முன் கச்சிதமாகத் தேங்கி நின்றது சுந்தர்ராஜனின் வன இலாகா ஜீப்.

அது அவரது வீடுதான்...! ஜீப்பில் இருந்து துள்ளலாக இறங்கிக் குதித்தவராக உள்ளே நுழைந்தார். முதலாவதாக எதிர்பட்டவள் மூத்தவள் வித்யா... இரண்டாமவள் லலிதா கைக்கு மருதாணி வைத்துக்கொண்டு ஊதி ஊதி விட்டுக் கொண்டிருக்க,

மூன்றாமவள் பாரதி வீட்டுப் பாடத்தை ஸ்லேட்டில் எழுதி எழுதி அழித்துக் கொண்டிருந்தாள்.

சமையல்கட்டில் இருந்தாள் சுந்தர்ராஜனின் மனைவியான மங்களம். கர்ப்ப வயிற்றுடன் அடுப்படியில் ஒரு மெல்லிய புகை மூட்டத்துக்குள் அவள் இருக்க, அவரைப் பார்த்த அவரது மூன்று பெண்களும் 'அப்பா' என்று ஓடி வந்து அவரைக் கட்டிக்கொண்டனர். சாதாரணமாக அவர்கள் அப்படி ஓடி வந்தால் பெரிதாக மகிழாமல் அவர்களை எல்லாம் ஒருவித பயத்தோடுதான் பார்ப்பார்.

ஒரு பெண்ணுக்கு மூன்று பெண்கள்!

எப்படித் திருமணம் செய்து கொடுப்பது...? நல்ல மாப்பிள்ளைகள் அமைய வேண்டுமே! வரும் சம்பளம் குடும்பம் நடத்தவே சரியாக இருக்கிறது என்று ஒரு பெருமூச்சு அவரிடம் இருந்து பீறிடும். ஆனால், இன்று மகன் பிறக்கப் போகிறான் என்கிற மகிழ்ச்சியில் அவர்களை வெகுவான மகிழ்வோடு பார்த்தார்.

"வித்யா, அவசரத்துல ஜீப்ல இருக்கற பையை எடுத்துக்காம இறங்கிட்டேன். போம்மா... போய் எடுத்துக்கிட்டு வா... அதுல உங்களுக்கெல்லாம் ஸ்வீட் வெச்சிருக்கேன்." என்றார். வித்யாவும் வெகுவேகமாக வெளியில் ஓடினாள்.

பேச்சு சப்தம் கேட்டு சமையல்கட்டைவிட்டு வந்த மங்களம் முகத்தில் ஒரு புது பிரகாசம். சாதாரணமாக கர்ப்பவதிகள் முகத்தில் ஒரு பொலிவு இருக்கும். அன்று மங்களத்திடம் கூடுதலாகவே தெரிந்தது.

"மங்களம்..."

"என்னங்க இது திடீர்னு வந்துருக்கீங்க... பதினைஞ்சு நாளாகும்னு சொல்லிட்டுப் போனீங்களே..."

"அப்ப சொன்னேன். ஆனா இப்ப வந்துட்டேன். பையன் பிறக்கப் போறான்னு தெரிஞ்ச உடனேயே என்னால அதை உன்கிட்ட சொல்லாம இருக்க முடியவில்லை."

உடனேயே மங்களம் அவரை வெறித்துப் பார்த்தாள்.

“என்ன மங்களம்... நான் சும்மா வெறும் நம்பிக்கைல பேசல...”

“என்ன... யாராவது ஜோசியக்காரங்க இந்தத் தடவை பையன்தான்னு சொல்லிட்டாங்களா?”

“இல்ல மங்களம்... இந்தத் தடவை என்னோட அனுபவமே வேற... எவ்வளவோ காட்டுக்கு நான் அதிகாரியா இருந்துருக்கேன். ஆனா சிவன் மலைக்காடு மாதிரி ஒரு காட்டை நான் என் சர்வீஸ்ல பார்த்தில்ல.”

அவர் நாற்காலி ஒன்றில் அமர்ந்தபடி ஷூவை அவிழ்த்தபடியே சொல்ல, வித்யா ஸ்வீட் பாக்கெட்டோடு வர சரியாக இருந்தது.

“பசங்களா... நீங்கள்ளாம் போய் இந்தப் பலகாரத்தைச் சாப்பிடுங்க. நான் அம்மாகூட நிறைய பேசணும்.” என்று அவர்களை அனுப்பவும், பக்கத்து வீட்டு பார்வதி மாமி உள்ளே நுழையவும் சரியாக இருந்தது.

“வாங்க மாமி...”

“என்னப்பா சுந்தர்ராஜா... இப்பதான் நாலஞ்சு நாள் முந்தி வந்துட்டுப் போனே. அதுக்குள்ள வந்துருக்கே...”

“சரிதான்... நான் பதினைஞ்சு நாளைக்கு ஒரு தடவைதான் வரணும்னு சட்டமே போடுவீங்க போல இருக்குதே...”

“அப்படி இல்ல... இடையில உன்னை பார்த்ததில்லையேனு தான் அப்படி கேட்டேன்.”

“அதுவும் சரிதான்... என்னமோ தெரியல மாமி... பொண்டாட்டி, புள்ளைகளைப் பார்க்கணும்னு தோணிச்சு வந்துட்டேன்.”

“இதுக்கு நீ பேசாம உன்கூட காட்டுக்கே கூட்டிக்கிட்டு போயிடலாம். உங்களுக்குத்தான் வீடெல்லாம் ஃப்ரீயா தருவாங்களே...”

"அது சரி... வீட்டை பார்த்தா பசங்க படிப்பு? நான் ஊர் ஊரா மாறும்போது இவங்களும் பள்ளிக்கூடம் மாறும்படி இருக்கும். அப்புறம் எங்க உருப்பட முடியும்?"

"சரி... ஆசையா வந்துருப்பே... பொண்டாட்டியோட பேசு. நான் எதுக்கு இடைல நந்திமாதிரி..."

மாமி தான் வாங்கிப் போயிருந்த பாத்திரம் ஒன்றைத் தானே சமையல் கட்டுக்குள் நுழைந்து வைத்துவிட்டுப் புறப்பட்டாள்.

"மாமி..." சுந்தர்ராஜன் அழைக்க நின்றாள்.

"என்னப்பா..."

"மங்களத்துக்கு நிறைமாசம்... உங்களை எல்லாம் நம்பிதான் விட்டுட்டுப் போறேன்."

"அப்ப உடனே கிளம்பப் போறீயா?"

"ஆமாம் மாமி... சாப்ட்டு கிளம்ப வேண்டியது தான்."

"நீ தைரியமா போ. நாங்கள்ளாம் எதுக்கு இருக்கோம்?"

மாமி தைரியம் தந்தாள். அப்படியே சிரித்தபடி நடந்தாள். சுந்தர்ராஜனும் தன் சிவன் மலைக்காட்டு அனுபவம் முழுவதையும் சொல்லி முடிக்க, மங்களம் விக்கித்துப் போயிருந்தாள்.

"என்ன மங்களம் நான் சொன்னதை எல்லாம் உன்னால நம்ப முடியலையா?"

"அப்படி இல்லைங்க. உண்மைல நீங்க சொன்னதை எல்லாம் கேட்கக் கேட்க எனக்கு ஒரே பரவசமா இருக்குது. அதேசமயம் சித்தர் சாமிங்ககிட்ட நீங்க அதிகாரமா பேசினது எனக்குப் பயத்தைத் தருதுங்க."

"அது என் கடமை மங்களம்."

"கடமை எல்லாம் மனுஷங்ககிட்ட... அவங்கல்லாம் சாமிங்க..."

"இனி நான் கவனமா நடந்துக்குவேன். நீ அநாவசியமா கவலைப்படாதே."

“பார்த்துங்க. சித்தருங்க கோவிச்சாக்கா நாம ரொம்ப கஷ்டப்பட வேண்டி வந்துடும்.”

“அதான் இனி கவனமா இருப்பேன்னு சொன்னேன்ல. எனக்குதான் மகன் பிறக்கப் போறானே... இனி என்ன கவலை?”

“எனக்கும் இப்ப நீங்க பேசறத கேட்க, ஒரே சந்தோஷமா இருக்குதுங்க...”

மங்களமும் சற்று பூரித்தாள். அப்போது வாசல் பக்கம் ஒரு உருவம். யார் என்று பார்க்கவும் அது ஆசாரி பொன்னுரங்கத்தின் உருவம்.

“அடடே பொன்னுரங்க ஆசாரியா?”

“நானேதான்... யாரு பாரெஸ்ட் ஐயாவா?”

“ஆமாம்... எங்க ஆசாரி இவ்வளவு தூரம்?”

“அது சரி... ஒருத்திக்கு மூணு பெண்ணைப் பெத்துட்டு கேக்கமாட்டீங்க?”

“என்ன ஆசாரி சொல்றீங்க?”

“அம்மாவைக் கேளுங்க... சொல்வாங்க...”

“என்ன மங்களம் சொல்றாரு ஆசாரி...”

“நீங்க வேற ஆசாரி... நான் உங்ககிட்ட சீட்டு போடறத இவர்கிட்ட இப்ப சொன்னா தாம்தூம்னு எகிறிக் குதிப்பாரு. சும்மா இருக்கமாட்டீங்களா?”

“என்ன மங்களம் சீட்டுகீட்டுங்றே...”

சுந்தர்ராஜன் நெருங்கவும் சற்று திருதிருவென்று விழித்தாள்.

“அட என்ன தாயி நீ... நகை சீட்டு போடறேன்னு சொல்லேன். இப்ப என்ன ஆபீசரய்யா தலையையா எடுத்துடப் போறாரு. பொட்ட புள்ளைங்க இருக்கற வீடுங்கள்ள சீட்டு போட்டு சிறுகச் சிறுகச் சேர்த்துதானே நகை நட்டுங்கள சேர்க்க முடியும். அது இவருக்குத் தெரியாதாக்கும்?”

“சரி இப்ப எதுக்கு வந்தீங்க?”

“இந்த மாச தவணைப் பணம் வாங்கத்தான்...”

“எவ்வளவு?”

“ஒரு சீட்டு ஐம்பது ரூபாய். மூணுக்கு நூத்தம்பது...”

“பிடியுங்க...” சுந்தர்ராஜனே தன் பாக்கெட்டில் இருந்து பணத்தை எடுத்து நீட்டினார். ஆசாரி முகத்தில் உடனே ஒரு தெற்றுச் சிரிப்பு.

“இப்படில்ல பொறுப்புள்ள தகப்பனார் இருக்கணும். ஆமா இப்ப எந்தக் காட்டுல உத்தோயகம். ஏதோ காடுவிட்டு காடு மாறிட்டதா கேள்விப்பட்டேனே...”

“ஆமாம் ஆசாரி... நான் இப்ப சிவன்மலை காட்டுக்கு மாறியிருக்கேன்...”

சுந்தர்ராஜன் சொன்ன மறுநிமிடம் ஆசாரியிடம் ஒரு ஸ்தம்பிப்பு...

“என்ன ஆசாரி?”

“என்ன சொன்னீங்க... சிவன்மலைக் காட்டுக்கா மாறியிருக்கீங்க?”

“ஆமாம்... நீங்க ஏன் அதிர்ச்சியடையறீங்க...”

“அதிராம... அது என்ன சாதாரண காடா...”

“அப்ப உங்களுக்கு அந்தக் காட்டைப் பற்றித் தெரியுமா?”

“சரிதான்... அந்த மலைல ஆகாசலிங்க கோயில்னு ஒண்ணு இருக்கு. அந்த லிங்கத்தை பௌர்ணமிக்கு பௌர்ணமி சித்தருங்க வந்து பூஜை பண்ணுவாங்களாம். கேள்விப்பட்டிருக்கீங்களா?”

“அது சரி... கேள்வி என்ன படறது. நேர்லையே அந்த காட்சியை நான் பார்த்துட்டேன். என்கிட்ட போய் சொல்றீங்களே...”

“என்னது. சித்தர் சாமிங்க பூஜை செய்யறத நீங்க நேர்ல பார்த்தீங்களா?”

“ஆமாம்... ஏன் அது என்ன பார்க்க முடியாத ஒண்ணா என்ன?”

“என்னய்யா சொல்றீங்க. இப்படி நில்லுங்க உங்க கால்ல நான் விழறேன். சாதாரண மனுஷங்களுக்கு அந்த தரிசனமெல்லாம் கிடைக்கவே கிடைக்காது. எங்கப்பா எத்தனை பௌர்ணமிக்குப் போய் ஏமாந்து திரும்பி வந்துருக்கார் தெரியுங்களா?”

“அப்பாடித்தான் என்னோட வாட்சர் துரைகூட சொன்னான். ஆனா எனக்குக் கிடைச்சது. அவ்வளவு ஏன்... நந்தி கண்ணு முழிச்சே என்ன பார்த்திச்சே?”

சுந்தர்ராஜன் பேச்சோடு பேச்சாக சொன்ன அந்தத் தகவல் ஆசாரியை ஒரு உலுக்கு உலுக்கிவிட்டது.

“நந்தி பார்வை உங்கமேல பட்டுச்சா... நிஜமாவா...”

“சத்தியமா... பொறக்கப்போற என் மகன்மேல சத்தியமா...”

“மகன் பிறக்கப்போறதா உங்களுக்கு யார் சொன்னா?”

“ஒரு சித்தர்தான்...”

“அப்ப சித்த தரிசனமும் கிடைச்சாச்சா உங்களுக்கு?”

“பின்ன?”

“ஐய்யா உங்க வாழ்க்கையே இனி தலைகீழா மாறினா ஆச்சரியப்படறதுக்கில்லை. அது சாதாரண மலை இல்ல. அந்த மலைல அல்பமா தங்கம் பண்ணத்தெரிஞ்ச சித்தருங்க நிறையவே இருக்காங்க...

ஒரு தேர்ந்த சித்தர் எச்சில் துப்பினா அதுகூட ரசவாதம் பண்ணி மண்ணையே தங்கமா மாத்தும் தெரியுமா?”

ஆசாரி தன் பேச்சில் ரசவாதம் பற்றியும் தொட்டது சுந்தர்ராஜனை உசுப்பிவிட்டது.

“இப்ப எதுக்கு ஆசாரி தங்கம் பத்தி பேசினீங்க...” என்று திருப்பி கேட்டார்.

"சும்மா காதுல போட்டு வெச்சேன்... சித்தர் சாமியாருங்க யாராவது கண்ணுல பட்டா ரசவாதம் பத்தி கேட்டுப்பாருங்க. இல்லாட்டி கொஞ்சம் தங்கமாச்சும் கேளுங்க... எங்கப்பாவும் ஆன மட்டும் தங்கம் பண்ற ரகசியத்த தெரிஞ்சுக்கப் பார்த்தாரு... முடியவே இல்லை. உங்களுக்காவது அந்த அதிர்ஷ்டம் இருக்கான்னு பாப்போம்."

ஆசாரி பேச்சு எங்கோ ஆரம்பித்து எதிலோ வந்து முடிந்தது. மங்களத்துக்கு எல்லாமே ஒரே புதிராக இருந்தது.

அப்போது பாரதியும், லலிதாவும் கொல்லைப்புறம் இருந்து பதறியடித்தபடி ஓடி வந்தனர்.

"அம்மாம்மா... வித்யா அக்காவுக்கு வலிப்பு வந்துடுச்சு..." என்று கைகளை உதறினர்.

அடுத்த நொடியே சுந்தர்ராஜன் கொல்லப்புறம் பாய்ந்து ஓடினார். எல்லோரும் பின்னாலேயே ஓடினர். கொல்லையில் கிணற்றில் ஸ்வீட் பாக்கெட் சிதறிக் கிடக்க, வித்யாவின் கைகால்கள் வெட்டி வெட்டி இழுத்துக் கொண்டிருந்தன.

பத்து வயதுப் பெண்ணுக்கு வரக்கூடாத ஒரு வியாதி... வாயிலும் நுரை ததும்பிக் கிடந்தது.

"ஐயோ வித்யா..." மங்களம் பதறிட, சுந்தர்ராஜன் வேகமாக தன் ஜீப் சாவிக் கொத்தை எடுத்து வித்யா கையில் வைத்து அழுத்திப் பிடிக்கவும் மெல்ல அந்த வலிப்பின் துடிப்பு அடங்க ஆரம்பித்தது.

பாரதியும், லலிதாவும் ஒருவரை ஒருவர் கட்டிப்பிடித்துக் கொண்டு பயத்துடன் பார்க்க, ஆசாரி முகத்தில் மட்டும் தீவிரமாய் ஏதோ சிந்தனை.

வித்யா மெல்ல கண் விழித்தாள்.

எழுந்து அமர்ந்தாள். மிக மிக சோர்வாகப் பார்த்தாள்.

"மங்களம்... எப்ப இருந்து வித்யாவுக்கு இப்படி இருக்கு... இப்பதானா... இல்ல?" சுந்தர்ராஜன் அவளைப் பார்த்தபடியே

கவலையோடு கேட்கவும் மங்களத்திடம் ஒருவித ஆழ்ந்த மௌனம்.

“என்ன மங்களம்... கேக்கறேன்ல...”

“என்னத்தங்க சொல்ல... இது அஞ்சாவது தடவையோ, ஆறாவது தடவையோ, இந்த வாரத்துலயே இது இரண்டாவது தடவை...”

“என்ன மங்களம் நீ... எனக்கு ஏன் தகவல் தரலை?”

“காட்டுக்குள்ள உங்களுக்கு எவ்வளவோ பிரச்சனைங்க. அதோட மூணு பெண்ணுங்கற கவலை வேற... இதுல இதை வேற சொல்லி உங்களை நிம்மதி இல்லாம பண்ண எனக்கு மனசு வரலை... அதான்!”

“பைத்தியம்... பைத்தியம்! இப்படியே விட்டா இது எதுல போய் முடியும் தெரியுமா?”

“தெரியும்ங்க... நான் ஒண்ணும் டாக்டர்கிட்ட காட்டாம இல்லை... டாக்டரும் மருந்து தந்துருக்கார். ஆனா இது மூளை சம்மந்தப்பட்ட பிரச்சனை. கட்டுப்படுத்ததான் முடியும். பூரணமா குணமாகாதுன்னு சொன்னாரு.”

அவர்கள் இருவர் பேச்சையும் கேட்டு ஆசாரிக்கு சிரிப்புதான் வந்தது. சுந்தர்ராஜனும் கவனித்தார்.

“ஆசாரி இது சிரிக்கிற நேரமா?” கேட்டார்.

“இல்லதான்... ஆனா கைல வெண்ணெயை வெச்சுகிட்டே நெய்க்கு அலையறீங்களே... அத நினைச்சுதான் சிரிச்சேன்.”

“என்ன சொல்றீங்க...”

“வலிப்புங்கறது ஒரு பாவப்பட்ட வியாதி. இங்கிலீஷ் மருத்துவத்துல இதுக்கு எனக்குத் தெரிஞ்சு மருந்தே கிடையாது. ஆனா டாக்டருங்க ஒத்துக்க மாட்டாங்க. அதேசமயம் சித்த வைத்தியத்துல இதுக்கு மருந்து உண்டு. அதுவும் சிவன்மலை

காட்டு சித்தருங்க நினைச்சா ஒரு குளிகையோ, சூரணமோ கொடுத்து பத்து நிமிஷத்துல குணப்படுத்திடுவாங்க."

ஆசாரி எடுத்துக் கொடுத்தார். சுந்தர்ராஜன் முகத்தில் உடனேயே ஒரு புது பிரகாசம்!

அத்தியாயம் 8

'வனங்கள் எப்போதும் இரு வகையானவை. சமதளங்களில் அடர்வாக வளர்ந்திருக்கும் வனங்கள் ஒருவிதம். மலை வனங்கள் இன்னொரு விதம்.. இதில் மலை வனங்கள்தான் அடர்த்தியானவை. அபூர்வமானவையும் கூட. மலைவனங்களில் மரங்கள் உதிர்த்த இலைதழைகள் அப்படியே சரிவுகளில் படிந்து படிந்து பல மீட்டர் அளவுக்கு பருமனாக இருக்கும். இதன் மேல் மழை பொழியும்போது இந்த இலை தழை பாளங்களில் மழையானது தேங்கி நின்று எப்போதும் ஈரத்துடன் இருக்கும். இந்த ஈரத்தில் சிலவித காளான்களும் செடிகளும் துளிர்ந்து எழும். அவைகளில்தான் பலவித மூலிகை ரகங்களும் உள்ளன. அவைகளை இனம் காண சித்தர்களால் மட்டும்தான் முடியும்!'

பார்க்கவே அந்த காட்சி மிக ரம்யமாக இருந்தது. 'டும்... டும்...' என்று மேளசப்தமுடன் இருவர் முன் செல்ல குனிந்த தலையுடன் ஒரு மாப்பிள்ளை பெண் பின்னால் செல்ல, அவர்களைப் பின்தொடர்ந்தபடி ஒரு கூட்டம் சிவன்மலை காட்டுக்குள் நுழைந்து கொண்டிருந்தது.

சிறிது தூரம் சென்றதும் கூட்டம் நின்றுவிட மேள சப்தமும் நிறுத்தப்பட்டது. மணப்பெண்ணும் அவளது தகப்பனும் ஒரு

கூடையைத் தலையில் சுமந்து கொண்டு காட்டுக்குள் ஒரு ஒற்றையடிப் பாதை வழியே போனார்கள். மற்ற அத்தனை பேரும் ஒரு மரத்தடியில் அமர்ந்து கொண்டு காத்திருக்கத் தொடங்கினார்கள். அப்போது அந்தப் பக்கமாக சுந்தர்ராஜனின் ஜுப்பும் வந்தது. அவரும் அவர்களைப் பார்த்தார். ஜீப்பை நிறுத்திவிட்டு இறங்கி வந்தார். அவரைப் பார்க்கவும் அவர்கள் எழுந்து நின்றனர்.

“நீங்கள்ளாம் யாரு?”

“நாங்க மலசாதி மக்க சாமி...”

“இங்க என்ன பண்றீங்க?”

“எங்க கூட்டத்துல இன்னிக்கு ஒரு ஜோடிக்கு கண்ணாலமுங்க. அதுல கண்ணாலப் பொண்ணுக்கும், அவங்க அப்பனுக்கும் சித்தர் சாமிதாங்க குலதெய்வம். அவங்க காட்டுக்குள்ள சித்தர்சாமியைக் கும்புடப் போயிருக்காங்க. அவுங்களுக்காக நாங்க காத்துகிட்டிருக்கோங்க...”

“நீங்க ஏன் போகலை?”

“அப்படி எல்லாம் இந்தக் காட்டுக்குள்ள எல்லாரும் போவக்கூடாதுங்க. அதுலையும் சித்தர் சாமிங்கள கும்புடப் போகும்போது கட்டுதிட்டங்க உண்டுங்க.”

“கும்புடப் போறதுல என்ன கட்டுதிட்டம்?”

“அதெல்லாம் எங்களுக்குத் தெரியாதுங்க. எப்பவும் சித்தர்சாமிங்கள கும்புடணும்னா ஒருத்தரோ, இல்ல இரண்டு பேரோ போகலாம். அம்புட்டுதான்... கூட்டமா போறது நல்லது இல்லீங்க...”

அந்தக் கூட்டத்தினர் சொன்னதைக் கேட்ட சுந்தர்ராஜனுக்குள் ஒரு ஆர்வம் துளிர்விட ஆரம்பித்தது.

“அவங்க இந்தப் பக்கம்தானே போனாங்க?” என்று கேட்டுவிட்டு, அந்தப் பக்கமாக அவர் மட்டும் நடக்கத் தொடங்கினார்.

“சாமி... சாமி... வேண்டாம் சாமி... போகாதீங்க...” என்று அவர்கள் கத்தியதைக் காதிலேயே வாங்கிக் கொள்ளவில்ல.

அந்தப் பாதை ஒரு மலைப்பாம்பின் வளைந்த உடல்போல வளைந்து வளைந்து போனது. மேலும் கீழுமாய் ஏறி இறங்கியெல்லாம் சென்றது. இருபுறமும் சிவன்மலைக் காட்டின் எல்லா விதமான தாவரங்களும் தழைத்து வளர்ந்திருந்தன. ஒருவித மூலிகை வாசம் வேறு மூக்கை நிரடியது.

பதினைந்து நிமிட கால அளவுக்கு நடந்தும் அந்த மணப்பெண்ணையும் பெண்ணின் தகப்பனையும் சுந்தர்ராஜனால் சந்திக்க முடியவில்லை. கால்கள் வலிக்க ஆரம்பிக்க ஒரு ஆமை முதுகுபோல தென்பட்ட பாறை ஒன்றின் மேல் அப்படியே அமர்ந்தார். கழுத்தை ஒட்டி வியர்வை பெருகி ஓடியது.

‘உஸ்ஸ்... அப்பாடா’ என்று அதை வழித்துப் போட்டு பெருமூச்சும் விட்டார். அதேசமயம் அந்தப் பாதையில் அந்த பெண்ணும், அவள் அப்பாவும் வந்தபடி இருந்தனர். அந்த பெண்ணின் கழுத்து, காது, மூக்கு என்று பார்க்குமிடமெல்லாம் தங்க நகைகள் தகதகவென்ற ஜொலித்துக் கொண்டிருந்தன. மகாலட்சுமியே வைகுண்டத்தை விட்டு கிளம்பி வந்துவிட்ட மாதிரிகூட சுந்தர்ராஜன் நினைத்தார்.

அவர்கள் அவரைத் தாண்டிடும்போது சற்று தேங்கி நின்றனர். சுந்தர்ராஜனின் காக்கி உடுப்பு அவர்களைப் பயமுறுத்தியது.

“ஐயா...”

“என்ன ஐயா... நடுக்காட்டுல இப்படி உடம்பு பூரா நகைங்களோட எங்கய்யா போயிட்டு வரே...?”

“அது வந்துங்க...”

“எது வந்து... நான் இந்த காட்டிலாகா அதிகாரி. என்கிட்ட புளுகிற வேலை வெச்சிக்காதே...”

“ஐயா... எங்களுக்கு சித்தர் சாமிங்கதான் குல தெய்வம். அதாங்க அவரைப் போய் கும்புட்டுட்டு வரோம்.”

“அதுக்கு எதுக்கு இப்படி நகை ஸ்டாண்டு மாதிரி இவ்வளவு நகைங்களோடு போறே... சும்மா சாதாரணமா போகலாமே...”

“இல்லீங்க... அது வந்துங்க...”

“எது வந்து... சொல்லு...” அதட்டினார்.

“ஐயா, இதெல்லாம் சாமி போட்ட நகைங்க... இவ கல்யாண சீரா கொடுத்துருக்காங்க...”

“என்னது... இவ்வளவு நகையும் சாமி போட்டதா?”

“ஆமாங்க... அவங்க ஆசையா கொடுத்ததுங்க...”

“அவங்களோ சாமியாருங்க. அவங்களுக்கு ஏது இவ்வளவு நகைங்க?”

“அவங்க சாமியாருங்கதான்... ஆனா அவங்க கல் மண்ணைக்கூட தங்கமா மாத்த முடிஞ்சவங்க... கூடுவிட்டு கூடு பாய்ஞ்சு, தண்ணி மேல நடந்து என்னென்னவோ பண்ண முடிஞ்சவங்களுக்கு, இதுதானுங்களா பெரிய விஷயம்?”

“நீ என்ன சொல்றே... சாமியாருங்க மனசு வெச்சா இப்படி நகை தர்றது சாதாரணம்கறியா?”

“ஆமாங்க... இதைக்கூட நான்லாம் கேக்கலீங்க. சாமிதான் ஆசையா கொடுத்தாருங்க...”

அப்பன்காரன் சொல்லவும் சுந்தர்ராஜன் பார்வை ஒரு தடவை அந்த பெண்மேல் ஒரு ஓட்டம் ஓடியது. அவள் நடுத்தலையில் நெற்றிச் சுட்டியில் தொடங்கி, கழுத்தில் ஆரம், கோதுமை சங்கிலி என்று பல ரகங்கள் இருப்பினும் பட்டையாக ஒட்டியாணம். கைகளில் ஏராளமான வளையல்கள். மொத்தத்தில் அவள் ஒரு தங்கக் களஞ்சியமாகத் திகழ்ந்தாள். இதுபோக அவன் கையில் ஒரு சிறு மூட்டை.

“இது என்ன?”

“இது... இதுவும் தங்கம்தானுங்க. அவ்வளவும் தங்கக் காசுங்க...”

“எங்க காட்டு?”

சுந்தர்ராஜன் கேட்க, அவனும் அந்த மூட்டையை அவிழ்த்தான். தங்கக் காசுகள் பளபளவென்று கண்ணைப் பறித்தன. கிட்டத்தட்ட நூறு காசுகளுக்கும் மேல் இருந்தன.

சுந்தர்ராஜன் அதில் சில காசுகளை எடுத்து கனம் பார்த்தார்.

“ஐயா. அந்த காசுகள நீங்களே வெச்சுக்குங்க. எங்களைப் போகவிடுங்க. நாங்க போகணும்.” என்றான் அப்பன்காரன்.

“இருய்யா... ஆமா அந்த சித்தர் இப்ப எங்க இருக்காரு?”

“அவர் அப்பவே போயிட்டாருங்க.”

“நான் அவரைப் பார்க்கணும். எனக்கு அவரைக் காட்டிட்டு நீ போ.”

“ஐயா... அப்படியெல்லாம் காட்ட முடிஞ்சவர் இல்லீங்க அவரு. பயபக்தியோட போனா அவரா எதிர்ல வருவாரு. இல்லாட்டி எவ்வளவு முயற்சி செய்தாலும் பார்க்க முடியாதுங்க...”

“சரி... அதே பயபக்தியோட என்கூடவா, அவரைக் காட்டு, நான் பார்த்தே தீரணும் அவரை...”

“இல்லீங்க... ஒரு நாளைக்கு ஒரு தடவைக்கு மேல அவரைப் பார்க்க முடியாதுங்க. சொன்னா கேளுங்க. எங்கள போக விடுங்க. உங்களுக்கு கோடி புண்ணியமா போகும்.”

“சரி அவர் பேர் என்ன... அதையாவது சொல்லு...”

“நாங்க அவரை தங்க சாமின்னு சொல்வோம். அவ்வளவு தாங்க தெரியும்.”

அவன் சொன்ன பதில்கள் சுந்தர்ராஜனை அப்படியே கட்டிப்போட்டு யோசிக்க வைத்து விட்டது. மௌனமாக தங்கக் காசுகளை பார்த்துக் கொண்டு அவர் நின்றுவிட, அவர்கள் இருவரும்கூட அதுதான் சாக்கு என்று மெல்ல நழுவ ஆரம்பித்தனர்!

——————

அத்தியாயம் 9

'சிவன் மலை அதிசயங்களில் அஞ்சுக தரிசனம் என்பது முக்கியமான ஒன்றாகும். இரண்டு சித்தர்கள்தான் அஞ்சுகம் என்னும் கிளியாக மாறி, காட்டில் அந்த உடம்புடனேயே வாழ்ந்து வருகின்றனர். ஊழ்வினை காரணமாக அவர்கள் இருவரது உடம்பும் ஊனம் அடைந்துவிட்டதால் அவர்களும் இனி இந்த மனித உடல் தேவை இல்லை என்று உதிர்த்து விட்டனர்.

கிளிகளாய் திரியும் அவர்களை யார் தரிசித்தாலும், அந்த கிளிகள் தரிசித்தவர்களிடம் தானே வந்து, அடுத்து அவர்கள் வாழ்க்கையில் என்ன நடக்கும் என்பதை ஜோதிடமாகக் கூறிவிட்டுப் பறந்துவிடும்!'

நள்ளிரவு நேரம்!

மான் கறியை எல்லாம் ஒரு வழியாகத் தின்று முடித்திருந்த அந்த பாம்பாட்டி இருளன் மான் தோளை நன்றாக மடக்கி ஒரு துணிப்பைக்குள் போட்டுச் சுருட்டி கட்டி எடுத்துக்கொண்டு நாகரத்ன வேட்டைக்குக் கிளம்பிவிட்டான்.

அவன் மனைவி முகத்தில் வழக்கம் போல பீதி!

"யோவ் வேண்டாம்யா... உனக்கு ஏதாவது ஆயிடப் போவுதுய்யா." என்று குரல் கொடுத்தபடியே இருந்தாள். ஆனால்,

அவன் காதில் வாங்கவில்லை. வெளியே வரவும் அவனுக்காக அவன் சகாக்கள் மூன்று பேரும் ஒரு சாக்குப் பையுடன் காத்திருந்தனர்.

“போலாமா?”

“பின்ன... அதுக்குத்தானே வந்துருக்கோம்...”

“இன்னிக்கு அந்த இச்சாதாரியை எப்படியாவது மடக்கிப் பிடிச்சுடணும்.”

“பாம்பு எங்களுக்கு... அதோட ரத்தினம் உங்களுக்கு... சரிதானே?”

பேசிக் கொண்டே கிளம்பினார்கள் அவர்கள் நால்வரும்... அவர்களில் வயதான ஒரு மூப்பன் முகர்ந்து பார்த்தபடியே நடந்தான். ஒரு இடத்தில் நின்று ஒரு மரப்பொந்தைக் காட்டி, “அண்ணாத்தே உள்ற இருக்காப்படி...” என்றான்.

அடுத்த நொடி, கூட வந்தவர்களில் ஒருவன் ஒரு சிறு காகிதத்தைக் கொளுத்தி உள்ளே போடவும் உள்ளிருந்து சரசரவென்று இரு நாகங்கள் சீறிக்கொண்டு மரப்பொந்தை விட்டு வெளியில் ஓடிவந்தன.

வந்த வேகத்தில் அவை இரண்டும் அந்த கிழட்டு மூப்பன் கையில் சிக்கி சாக்குப் பைக்குள்ளும் அடங்கின.

அப்படியே அவர்கள் தொடர்ந்து நடந்தனர். மூன்றாம் நாள் தேய்ந்த நிலவு வழிகாட்டியபடியே இருந்தது!

★★★

ஆகாசலிங்க சன்னதி!

அந்த இரவு வேளையில் தோளில் ஒரு குடுவையுடன் ஒரு சித்தர் சன்னதி மேட்டில் ஏறியபடி இருந்தார். ஆகாசலிங்கத்தை அடைந்தவர் குடுவையில் தான் கொண்டு வந்திருந்த தேனை எல்லாம் கொட்டி ஆகாசலிங்கத்துக்கு அபிஷேகம் செய்தார். பின் மண்டியிட்டு, நெற்றியானது தரையில்பட குனிந்தார். அடுத்த

வினாடி அவர் ஒரு சர்ப்பமாக மாறினார். அதன்பின் அந்த சர்ப்பம் ஆகாசலிங்கத்தைப் பிரதட்சணமாக வரத் தொடங்கியது.

ஒரு முறையல்ல... நாற்பத்தி எட்டு முறை!

பின் பழையபடி சித்தவடிவம் எடுத்து அவர் மீண்டும் கீழிறங்கத் தொடங்கினார். கீழே வந்தவர் எதிரில் மலர்ந்த புன்னகை முகத்துடன் ஒரு சித்த புருஷர். அவரைப் பார்க்கவும் பாம்பாய் மாறி ஆகாச லிங்கத்தை வணங்கிய சித்தர் புன்னகை சிந்தினார்.

"என்ன நாகசித்தா இன்னைக்கு பஞ்சமி... அபிஷேகம் செய்ய வந்தியா?"

"ஆமாம் சொர்ண சித்தரே... வழிபாடு முடிஞ்சது. என் குடிலுக்குப் போய்கிட்டிருக்கேன்."

"நல்லது... போய் உன் தவத்தைத் தொடங்கு. நானும் பஞ்சமி தரிசனம் செய்துட்டு வந்துடறேன்." சொர்ண சித்தர் என்று அழைக்கப்பட்ட அந்த வயதான சித்தர் சொன்னார். பின் ஆகாசலிங்கம் நோக்கி நடக்கத் தொடங்கினார்.

நாகசித்தரும் குடுவையைத் தோளில் சுமந்து கொண்டே நடக்க ஆரம்பித்தார். சிறிது தூரம்கூட அவர் நடந்திருக்க மாட்டார். ஒரு மரக்கிளையில் இருந்து, "நாகசித்தரே..." என்று ஒரு குரல் கேட்டது. நிமிர்ந்து பார்த்தார். கிளைமேல் இரு சர்பங்கள்! படம் விரித்தபடி...

"ஓ... இச்சாதாரிகளா... என்ன விஷயம்?"

நாகசித்தரும் கேட்டார்.

"இருங்கள் வருகிறோம்..." இரண்டு நாகங்களும் ஒரு இளம் ஆண், பெண் வடிவை எடுத்த நிலையில் நாகசித்தர் எதிரில் வணங்கியபடியே நிமிர்ந்தான்.

"என்ன இச்சாதாரி... என்ன விஷயம்?"

"பஞ்சமி வழிபாடு செய்துவிட்டு வருகிறீர்களா?"

“ஆம்... எதற்கு என்னை அழைத்தீர்கள். சொல்லுங்கள்.”

“ஒன்றுமில்லை நாகசித்தரே... இந்த அபூர்வமான காட்டின் இச்சாதாரிகளான நாங்கள் இருவரும் திருமணம் செய்துகொள்ள விரும்புகிறோம்.”

“சந்தோஷம். அதற்கு நான் என்ன செய்ய வேண்டும்?”

“நீங்கள்தான் ஆகாசலிங்க சன்னதியில் எங்கள் திருமணத்தை நடத்தி வைக்க வேண்டும்.”

“நானா?”

“ஆமாம்... நாக இனத்தைச் சேர்ந்த இச்சாதாரி தேவநாகங்கள் நாங்கள் என்றால், எங்கள் இனத்தைச் சேர்ந்த சித்தர் நீங்கள் ஒருவர்தானே?”:

“ஆனாலும் இல்வாழ்க்கைக்கு எதிரான சித்தன் நான்... என்னையா இப்படி பந்தத்துக்குள் இழுக்கப் பார்க்கிறீர்கள்.”

“உங்களை அழைக்கவில்லை. நாங்கள் இல்லறம் புரிய ஆசைப்படுகிறோம்.”

“பின் உங்களுக்கு ஒரு இச்சாதாரி பிறக்கும். யோசியுங்கள். இந்த வனத்தில் உங்களுக்குப் பாதுகாப்பு இருக்கலாம். ஆனாலும் உங்களை வேட்டையாட சிலர் அலையவும் செய்கின்றனர் என்பது தெரியும்தானே?”

“பாம்பு என்றாலே கல்லடிபட்டு மரணிக்க வேண்டும் என்பது தலைவிதியாக இருந்தால், அதை யாரால் மாற்ற முடியும். ஆனாலும் ஒன்று சொல்கிறேன். இச்சாதாரிகளான எங்களை அற்ப மானிடர்கள் அவ்வளவு சுலபத்தில் வெற்றிகொள்ள முடியாது.”

“உன் நம்பிக்கையைப் பாராட்டுகிறேன். வரும் முகூர்த்தத்தில் உங்களுக்குத் திருமணம் செய்து வைக்கிறேன். சரிதானா?”

நாகசித்தர் கூறிவிட்டு விடை பெற்றுக் கொண்டார். அந்த இச்சாதாரி நாகங்களும் நாகங்களாக மாறி சந்தோஷத்தில் ஒன்றை

ஒன்று கட்டிக் கொண்டன. அப்போது அதில் பெண் நாகம் தன் சிரசில் மாணிக்கம்போல ஒரு கல் சுமையைச் சுமந்தபடி இருந்தது. அதை உமிழவும், உமிழப்பட்ட அதனிடம் ரேடியம் போல ஒருவித ஒளி! அதை மையமாக வைத்து இரண்டும் ஒன்றோடு ஒன்று பிணைந்து கொண்டன.

ஆண் இச்சாதாரி நாகம் அந்த மாணிக்கத்தைத் தான் விழுங்கப் பார்த்தது. பெண் நாகமோ அது இருக்கட்டும். அதன் ஒளியில் நாம் சல்லாபிப்போம் என்றது.

“இல்லை தாரிணி... நீ விழுங்கு.” என்று ஆண் நாகமான பரணி கூறியும் அது கேட்கவில்லை.

“ஒன்றும் ஆகாது... யார் வந்தாலும் நூறடிக்கு அப்பால் அவர்கள் பூமியில் கால் பதிப்பதை நம்மால் அதிர்வுகள் மூலம் உணர முடியும். எனவே பயப்படாதீர்கள். தைரியமாக இருங்கள்.” என்றது அந்த பெண் இச்சாதாரி நாகம்.

ஆனால் பாவம் அது... அந்த நாகங்கள் புரளும் இடத்திற்கு அருகில் உள்ள மரத்தில் சித்த கிளிகள் இரண்டும் அமர்ந்திருந்தன. அதில் ஒரு கிளி தன் துணைக்கிளியிடம் கூறியது.

“ஆதித்த சித்தனே... பாவம் இந்த இச்சாதாரி பெண் நாகம். இதன் விதி முடியப்போகிறது” என்றது.

“நானும் அறிவேன் சந்திர சித்தனே... விதியை மாற்ற யாரால் முடியும். அதனால்தான் ஆண் இச்சாதாரி எச்சரிக்கை செய்தும், இந்தப் பெண் இச்சாதாரிக்குத் துளிகூட அச்சம் ஏற்படவில்லை. இந்த மாணிக்க கல்லும் களவு போகப் போகிறது.” என்றது ஆதித்த சித்தன் என்று அழைக்கப்பட்ட அந்தக் கிளி.

அந்தக் கிளிகளின் பேச்சும் விரைவாக செயல் ஆக ஆரம்பித்தது.

“ஆதித்தா... இந்த இச்சாதாரிக்கு மரணத்தைத் தரப் போகின்றவன் யார் என்று தெரியுமா?”

“ஏன் தெரியாமல்? வன இலாகா அதிகாரியாக வந்திருக்கும் அந்த சுந்தர்ராஜன்தானே?”

“சரியாகச் சொன்னாய்... பாவம் அவன்! அவன் வாழ்க்கையும் இன்னும் சில நிமிடங்களில் மாறி விடப்போகிறது. அவன் பதவி, குடும்பம் என்று எல்லாவற்றையும் இழக்கப் போகிறான்.”

“என்ன செய்வது அவ்வளவும் ஊழ்வினை. இந்த வினைகளை முன்கூட்டியே தெரிந்துகொள்ள முடிந்த நம்மால்கூட விதியை வெல்ல முடியவில்லையே. நாம் நமது மனித உடம்பை இழந்துவிட்டு கிளிகளாக அல்லவா வாழ வேண்டியதுள்ளது.”

“சரிசரி பேசியது போதும். அந்த அதிகாரி எப்படி இந்த இச்சாதாரியைக் கொல்லப் போகிறான் என்பதை நாம் அவன் அருகே சென்று கவனிப்போமா?”

“தாராளமாக... அவன் இப்பொழுது தன் மனையில் எதையாவது எழுதிக் கொண்டிருப்பான்.” என்றபடியே இரு கிளிகளும் வானில் ஏறி பறக்க ஆரம்பித்தன!

❃ ———— ❃

அத்தியாயம் 10

'வனமகோத்சவம் என்று ஒரு நூல் இருக்கிறது. இது காடுகளைப் பற்றியும், காடுகளில் உள்ள அதிசயமான விஷயங்களையும் கூறுவதோடு, மனிதர்கள் காட்டுக்குள் எப்படி நுழையவேண்டும், எந்த மரத்தை எப்படி வணங்க வேண்டும் என்றெல்லாம் கூறுகிறது.

அதன்படி இந்த சிவன்மலைகாட்டில் ஒரு மரம் இருக்கிறது. அதன் கீழ் நின்று எவராவது பாட்டுப் பாடினால் உடனேயே அந்த மரத்தில் ஒரு பூ மலர்ந்து அது கீழேவிழும்!

அந்தப் பூவைக் கொண்டு ஆகாசலிங்கத்துக்கு அர்ச்சனை செய்தால் கேட்ட வரம் கிடைக்குமாம்!'

அந்தக் கிளிகளின் கணக்கு சரிதான்... சடசடவென்று பறந்து சுந்தர்ராஜனின் கெஸ்ட் ஹவுஸ் ஜன்னலை அடைந்த அந்த கிளிகள், அதில் உள்ள கம்பியில் அமர்ந்து கொண்டு சுந்தர்ராஜனைக் கவனிக்க தொடங்கின.

சுந்தர்ராஜன் டைரி எழுதிக் கொண்டிருந்தார். டேபிள்மேல் அந்தத் தங்க நாணயங்கள். அதைப் பார்த்துப் பார்த்து டைரியில் எழுதிக் கொண்டிருந்தான்.

அப்போது யாரோ சிலர் காட்டுக்குள் நடமாடவும், அதன் காரணமாக மரத்தில் பறவைகள் பயத்துடன் சப்தமிடுவதும் காதில் கேட்டது. அவசரமாக தங்க நாணயத்துடன் டைரியை மூடி தன் சட்டை பாக்கெட்டில் வைத்தவர், அதை அணிந்து கொள்ளாமல் அப்படியே பனியனோடு சப்தத்துக்கான காரணத்தை அறிய கெஸ்ட் ஹவுஸ் வாசல்புரம் சென்று பார்த்தார்.

காட்டுக்குள் இருளனும், அவனது சகாக்களும் தீப்பந்தம் ஒன்றுடன் பம்மி பம்மி நடந்து போய்க் கொண்டிருந்தனர்.

சுந்தர்ராஜனுக்கு அந்த நொடி அவர்கள் ஒரு சந்தன மரத்திருடர்களாகத்தான் தெரிந்தனர். சட்டென்று ஆவேசமானவர் விறுவிறுவென்று திரும்பி வந்து கைத்துப்பாக்கி ஒன்றை எடுத்துக் கொண்டும், டார்ச் லைட் ஒன்றை எடுத்துக் கொண்டும் அவர்களை நோக்கி ஓட ஆரம்பித்தார்.

ஜன்னல் கம்பிகளின் மேல் அமர்ந்திருந்த கிளிச் சித்தர்களும் சுந்தர்ராஜனைத் தலைக்குமேல் தொடர்ந்தபடி பறந்தனர்.

அந்த நான்கு பேரும் சுந்தர்ராஜன் பின்தொடர்ந்து வருவதை உணராதபடி படுவேகமாக நடந்து கொண்டிருந்தனர். ஒரு குறிப்பிட்ட இடத்தில் வயதான மூப்பன் மோப்பம் பிடித்தவராக, "இங்க எங்கையோ ஒரு பாம்புக்கு இரு பாம்பு இருக்கு." என்றார். அவர் சொல்லி முடிக்கும் முன், ஒரு ஐம்பதடி தூரத்தில் மாணிக்க கல்லின் ஒளிக்கு நடுவில் இச்சாதாரி இரண்டும் படுத்துக்கிடப்பதை, அந்த இருளன் பார்த்துவிட்டான்.

"ஐத்தேறி... வசமா மாட்னியா... எலே மூப்பரே அங்க பாரு... மாணிக்க கல்லும், பக்கத்துலையே இச்சாதாரியங்களும்..." என்றான். மூப்பரும் பார்த்து விட்டுப் பரவசமானார்.

உடனேயே ஒருவன் தன்னிடமிருந்த மகுடியை எடுத்து வாசிக்கத் தொடங்கிவிட்டான். மீதமுள்ள மூன்று பேரும் தங்கள் வசம் நாகதாளி வேரையும், சிரியா நங்கை வேரையும் எடுத்துக் கைகளில் வைத்துக்கொண்டனர். இந்த வேர்களைக் கண்டாலே பாம்புகள் புழுவைப்போல சுருண்டு விடும். அப்படித்தான்

ஆயிற்று. நான்கு பேரும் நான்கு பக்கத்தில் இருந்து வளைக்க, அந்த இச்சாதாரி நாகம் இரண்டும் படம் எடுக்கக்கூட திராணி இல்லாதபடி சுருண்டு படுக்க, இருளன் இதுதான் என்று மாணிக்கக்கல்லைத் தாவி எடுத்தான்.

அது அவன் கையில் ஒரு தீக்கங்கு போல சுடர் விட்டது. மற்றவர்களும் அந்த கல்லின்மேல் கவனத்தைச் செலுத்த, சட்டென்று ஆண் நாகம் தப்பி ஓட ஆரம்பித்தது. பெண் நாகத்தையும் ஆவேசமாக அழைத்தது.

“தாரிணி வேகமா வா... அவங்ககிட்ட மாட்டிக்கிட்டா தப்ப முடியாது.”

“இல்ல... என் மாணிக்கக்கல் இல்லாம வர மாட்டேன்.” என்ற பெண் நாகம் அந்த நால்வரோடும் போராடத் தயாரானது. படு பயங்கரமாகச் சீறிக் கொண்டு படம் விரித்து நிமிர்ந்தது. அதன் கண்களில் கொடுமையான சீற்றம். அவர்களோ நாலு பக்கமும் வேர்களைக் கையில் பிடித்து, அதன் எதிரே நீட்டி, அதைச் சுருண்டு படுக்க வைக்கப் பார்த்தார்கள்.

“மூப்பரே... இந்தப் பாம்பையும் விட்றகூடாது. வாலைப் பிடிச்சு தூக்கப்பாரு.” என்ற இருளன் கத்திக்கொண்டே அதன் முகத்துக்கு நேரே நாகதாளி வேரைக் கொண்டு சென்றான். அப்போது மட்டும் அது பின்னால் சென்றது.

இந்தப் போராட்டத்தின்போது சுந்தர்ராஜனும் துப்பாக்கியுடன் அங்கு வந்துவிட்டார். சித்த கிளிகளும் சரேலென்று மரத்தைச் சென்று அடைந்தன. கீழே நடக்க இருப்பதைக் கவனிக்கத் தொடங்கின.

படம் விரித்தபடி சீறிக் கொண்டிருந்த பாம்பும், அதைப் பிடிக்க நான்கு பேரும் நான்கு புறம் நிற்பதைப் பார்த்த சுந்தர்ராஜனுக்கு அவர்கள் நான்கு பேரும் பாம்பின் பிடியில் அகப்பட்டு விட்டதுபோலத் தோன்றியது.

ஒரு நொடியில் தன் துப்பாக்கியை உயர்த்தியவர் இச்சாதாரி நாகமான அந்த பெண் நாகத்தை நோக்கி குறி வைத்தார்.

அடுத்த நொடி அந்த துப்பாக்கிக்குள் இருந்து ஒரு தோட்டா அந்த நான்கு பேருமே எதிர்பாராத விதமாக சீறிக் கொண்டு பயணம் செய்து அந்த இச்சாதாரி நாகத்தின் படம் விரித்த தலைப்பாகத்தை சுக்கு நூறாகச் சிதற அடித்தது.

தோட்டா வெடித்த அந்தச் சப்தம், தப்பி ஒரு மரப் பொந்துக்குள் புகுந்து விட்ட ஆண் இச்சாதாரி நாகமான பரணியின் காதிலும் விழுந்தது. அதிர்ச்சியோடு தலையை உயர்த்திப் பார்த்த அதன் கண்களில் கண்ணீர். அதேசமயம் அளவிட முடியாத கோபம்.

பாம்பு பிடிக்கும் இருளனும், மற்ற மூவரும் சுந்தர்ராஜனை அங்கே கொஞ்சம்கூட எதிர்பார்க்கவில்லை. தன்வசம் இருக்கும் மான் தோலுடன் சுந்தர்ராஜன் வசம் அகப்பட்டால் அவ்வளவு தான் என்று உணர்ந்தவன் அப்படியே தலைதெறிக்க ஓட ஆரம்பித்தான். அவன் ஓடவும் மற்ற மூவரும்கூட ஓடத் தொடங்கினர். அந்த வேகத்தில் கிழட்டு மூப்பர் வசம் இருந்த மாணிக்கக்கல் தெறித்து கீழே விழுந்து ஜொலிக்க ஆரம்பித்தது. சுந்தர்ராஜனும் ஓடி வந்து குனிந்து கீழிருந்த அந்தமாணிக்க கல்லைக் கையில் எடுத்தார். வெறித்துப் பார்த்தார். மரத்துக்கு மேல் இருந்த கிளிகள் இரண்டும் நடந்து முடிந்த விதிப்பாட்டை சுந்தர்ராஜன் காதில் விழும்படி பேசத் தொடங்கின.

“ஆதித்த சித்தா... விதிப்படியே எல்லாம் நடந்து விட்டது பார்த்தாயா?”

“ஆம் சந்திர சித்தா... விதியை வெல்ல யாரால் முடியும்? பாவம் இந்த அதிகாரி... இவனை அந்த இச்சாதாரி ஆண் நாகம் பழிவாங்காமல் விடப் போவதில்லை. பெண் நாகத்தைக் கொன்றவனை எந்த ஆண் நாகம் விட்டு வைத்துள்ளது.”

“உண்மைதான்... ஆனாலும் இந்த அதிகாரிக்கு தப்பிக்க ஒரு வழியும் உள்ளது. இங்கிருந்து ஓடி சித்தர் குகைக்குள் புகுந்துவிட்டால் மற்றதை அங்குள்ள சித்தர்கள் பார்த்துக் கொள்வார்கள். வேறு எங்குச் சென்றாலும் இவனால் தப்பிக்க முடியாது. என்ன சொல்கிறாய்?”

இரண்டு சித்த கிளிகளின் பேச்சும் சுந்தர்ராஜன் காதில் விழ அண்ணாந்து பார்த்தார். கிளிகள் அவரது கண்களுக்குத் தெரியவில்லை. ஆனால் சீற்றத்துடன் ஆண் நாகமான பரணி வருவது தெரிந்தது. சுந்தர்ராஜன் அடுத்த நொடியே ஓட காலெடுத்தார். சிறிது தூரம்வரை ஓடியவர் அடர்வான செடி, கொடி, புதர்களுக்குள் எல்லாம் புகுந்து புகுந்து ஓடினார்.

நெடுந்தூரம் வரை அவர் ஓட இச்சாதாரி பரணியும் அவரைத் துரத்திக் கொண்டே ஓடியது. சிறிது நேரத்தில் 'ஆ' என்கிற ஒரு பலமிக்க அலறல் சப்தம் அந்தக் காட்டுக்குள் கேட்டது. கெஸ்ட் ஹவுஸ் முகப்பில் சுருண்டு படுத்திருந்த வாட்சர் துரைகூட சப்தம் கேட்டு அலறி அடித்துக்கொண்டு எழுந்திருந்தான். மப்ளர் அணிந்திருந்த தலையுடன் வெளியே வந்து பார்த்தவன், எதிரில் சப்தம் அடங்கிய அமைதியான காடுதான் தெரிந்தது.

கலவரமான முகத்துடன் அடர்ந்த காட்டைப் பார்த்தவன், சுந்தர்ராஜன் அறை பக்கமாகச் சென்று எட்டிப் பார்த்தான். பெட்ரோமாக்ஸ் விளக்கு ஒளியில் டேபிள் மேல் டைரியும், சட்டையும் மடித்த நிலையில் இருக்க படுக்கை காலியாக இருந்தது.

அப்படியானால் சப்தம் கொடுத்தது யார்...

சுந்தர்ராஜனா? அவருக்குத்தான் காட்டுக்குள் ஏதாவது ஆபத்தா...

அதிர்ச்சியடைந்தவன் அப்படியே உட்கார்ந்து விட்டான்!

☆☆☆

பொழுது பொலபொலவென்று விடிந்து விட்டது. சுந்தர்ராஜன் திரும்பவில்லை. துரை உடனடியாக மேலதிகாரிகளுக்குத் தகவல் கொடுக்கவும், அப்படியே காட்டுக்குள் எட்டின மட்டும் பார்க்கவும் தயாரானான்.

அன்று மதியம் முழுக்க தேடியும் சுந்தர்ராஜனைப் பார்க்க முடியவில்லை. ஒரு இடத்தில் அவரது பனியன் கிழிந்து

கிடந்தது. இன்னொரு இடத்தில் அவரது காக்கி பேண்ட். ஒரு சுனை அருகே ஷூக்கள் கிடந்தன.

துரைக்கு என்ன நடந்திருக்கும் என்பது தெளிவாகி விட்டது. மறுநாளே அதிகாரிகள் என்கொயரி செய்ய வந்துவிட்டனர். அவர்களும் காடு முழுக்க சுற்றி வந்துவிட்டு சுந்தர்ராஜனை ஏதோ மிருகம் அடித்து உடம்பையும் இழுத்துச் சென்று விட்டதாக குறிப்பு எழுதினர்.

புதினைந்து நாள் வரையில் எதற்கும் அவகாசம் கொடுத்துப் பார்த்தும் சுந்தர்ராஜன் வரவில்ல. அதேசமயம் சுந்தர்ராஜன் மனைவிக்கு ஒரு அழகான ஆண் குழந்தை பிறந்த தகவல் துரையை வந்து சேர்ந்தது. பாவப்பட்ட குழந்தை... பிறக்கும் போதே அப்பாவை விழுங்கவிட்டதாக நினைத்துக் கொண்டான். சுந்தர்ராஜன் மனைவி மங்களம் மார்பில் அடித்துக் கொண்டு அழுதாள்.

எவ்வளவுதான் அழுதாலும் மாண்டவர் மீண்டதில்லையே... இறுதியாக சுந்தர்ராஜன் பயன்படுத்திய பொருட்கள் மற்றும் அவரது சட்டை, டயரி போன்றவை ஒரு தகரப் பெட்டியில் வைத்து மங்களத்திடம் ஒப்படைக்கப்பட்டன.

அவளோ அதைத் தூக்கி வீட்டுப் பரண்மேல் போட்டு விட்டாள். மூத்தவள் வித்யா ஏன் என்று கேட்டதற்கு, அதைப் பார்க்கும்போது உன் அப்பா நினைப்பு வந்து அழுகைதான் மிஞ்சும் என்று கூறிவிட்டாள்.

காலமும் அப்படியே உருளத் தொடங்கியது.

அத்தியாயம்

11

'சிவன்மலை காட்டில் அவ்வளவு சுலபமாக யாரும் நுழைந்துவிட முடியாது. ஆர்வம், ஆராய்ச்சி என்ற காரணமாகச் செல்பவர்களுக்குக் கூட... சிவன்மலை காட்டு சித்தர்கள் பரீட்சை வைப்பார்கள். இதில் தேறினால் தான் அடுத்த வனத்தை அடைய முடியும். பரோபகார குணம் இல்லாத யாரும் சிவன்மலை காட்டை அடையவே முடியாது. சித்தர்களே பல வடிவம் கொண்டு வருவார்கள். ஆபத்தில் இருப்பதாகக் காட்டிக் கொள்வார்கள். உதவுபவர்களுக்குக் காட்டில் வழி கிடைக்கும். உதாசீனப்படுத்துபவர்களுக்கு மூர்ச்சையாகும். சிவன் மலை காடே மறையும்.'

2001

கார்த்திகை பௌர்ணமி!

சென்னை வானத்தில் பௌர்ணமி நிலவு வெகு அழகாக காய்ந்து கொண்டிருந்தது. வங்காள விரிகுடாவிலும் அதன் எதிரொலிகள் கரையோர அலைகள் பால் நுரை போலவும், போல் வால்ட் வீரனைப் போலவும், எம்பிக் குதித்து அந்த மணல்வெளிக் கரையைக் கடந்து சென்னை நகருக்குள்

எப்படியாவது நுழைந்துவிட வேண்டும் என்பதுபோல முயன்று கொண்டிருந்தன.

இப்படிப்பட்ட முழு மதி நாளுக்கென்றே ஒரு தனி சக்தி உண்டு. பிரபஞ்சத்தில் ஒரு குறிப்பிட்ட விசை பரிபூரணமாகப் பெருகி வழிந்தபடி இருக்கும். அம்பாள் உபாசகர்கள் இந்த நாளைப் பெரிதாகக் கருதி வழிபடுவார்கள்.

சித்த வைத்தியர்கள் சிலரும் கூட மூலிகை பறித்துவர காடுகளுக்கு இந்த நாளில்தான் செல்வார்கள். அதிலும் சந்திர கந்தி என்று ஒரு மூலிகை உள்ளது. அது சந்திர அலை பெருகி வழியும் இந்த நாளில் நிமிர்ந்து நின்று அந்த ஒளியில் குளித்து பூரிப்படையும். மற்ற நாட்களில் ஒரு மண்புழுபோல பூமிக்குள் சுருண்டு கிடக்கும்.

சித்த வைத்தியர் சிவசாமியும் இந்த இரவை விட்டு விடக்கூடாது என்பதுபோல மூங்கில் கூடை, மண்சட்டி என்று, மூலிகை பறித்தால் அதை எடுத்து வரத்தோதான பொருட்களோடு புறப்பட்டுக் கொண்டிருந்தார். கூடவே அவரது உதவியாளன் பெருமாள் எனப்படும் பெருமாள்சாமி.

சிவசாமியின் சித்த வைத்திய சாலை சென்னை நகருக்கு புறத்தில், அதுவும் பெரியபாளையம் செல்லும் சாலையில் ரெட்ஹில்ஸூக்கு அப்பால் உள்ளது.

பரம்பரை பரம்பரையாகவே சிவசாமியின் முன்னோர்கள் சித்த வைத்தியம்தான் பார்த்து வருகிறார்கள். எனவே சிவசாமியும் அந்த வழியிலேயே பயணிக்கும்படி ஆகிவிட்டது.

இருந்தும் சிவசாமிக்கு ஒரு தனிப்பட்ட ஆசை. தன் முன்னோர்கள் யாரும் செய்திராத ஒரு சாதனையை, சித்த வைத்தியத்தில் செய்ய வேண்டும் என்று!

“அப்படி நீ சாதிக்க வேண்டும் என்றால், எய்ட்சுக்கு மருந்து கண்டுபிடி பார்க்கலாம்.” என்று சிவசாமியின் நண்பரும் தமிழ்ப் பேராசியருமான தணிகாசலம் தூண்டிவிட்டதன் விளைவு

சிவசாமிக்கும் எய்ட்ஸ் நோய்க்கான மருந்து கண்டுபிடிப்பது தொடர்பாய் ஒரு நெருப்பு மூளத் தொடங்கிவிட்டது. அதில் கிட்டத்தட்ட வெற்றிக் கோட்டைத் தொட்டுவிட்டார்... இருந்தும் ஒரே ஒரு மூலிகை.,.. அதுமட்டும் கிடைத்துவிட்டால், அந்த மருந்து முழுமையாக உருவாகிவிடும். அதன்பின் அந்த ஹெச்.ஐ.வி. கிருமி இந்தப் பூமியில் எந்த ஒருவர் ரத்தத்திலும் உயிர் வாழமுடியாது.

உலகத்திலேயே எய்ட்ஸை ஒழித்த ஒரே மருத்துவர் என்றும் சிவசாமி அழைக்கப்படுவார். இந்திய நாட்டுக்கும் அதனால் பெருமை...

இதை எல்லாம் உத்தேசித்துத்தான் சிவசாமியும் சிவன் மலைக்காட்டுக்கு அந்த மூலிகை தேடி கிளம்பி விட்டார்.

வைத்தியசாலை வாசலில் ஒரு வாடகைக் கார் தயாராக நின்றபடி இருந்தது. அவரும் பெருமாளும் ஏறிக்கொள்ளவும் அது படுவேகமாகக் கிளம்பியது.

அங்கிருந்து நான்கு மணி நேரம் பயணம்!

கெடிகாரத்தைப் பார்த்தார் சிவசாமி.

மணி ஏழரை!

பதினொண்ணரைக்கு கார் சிவன்மலை அடிவாரத்துக்குச் சென்றுவிடும். காரில் இருந்து இறங்கி நடக்க ஆரம்பித்தால் விடிய விடிய நடைதான். எய்ட்சுக்கு எதிரான அந்த கிருமி நாசினி ஒரு முட்செடி... கருப்பாய் பூ பூக்கும். முட்கள் கையில் தைத்தால் மிகவும் கடுக்கும்.

தேடிக் கண்டுபிடிப்பது என்பது ஒரு கடுமையான செயல். சிவசாமி இந்த மாதிரி சமயங்களில் போகர் மூலிகை தேடும்போது உச்சரித்த 'தம்பணா' மந்திரத்தைதான் உச்சரிப்பார். தம்பணா மந்திரத்துக்கு வசப்படாத மூலிகைகளே இந்த உலகில் இல்லை எனலாம்.

சீறும் காருக்குள்ளேயே தம்பணா மந்திரத்தை உச்சரிக்கத் தொடங்கி விட்டார் சிவசாமி. வானில் நிலவு பொழியும் ஒளிக்கு நடுவில் தார்ச்சாலை மேல் நூறு மைல் வேகத்தில் சீறிக் கொண்டிருந்தது அந்த கார்!

❋ ———————— ❋

அத்தியாயம் 12

'சிவன்மலை சித்தர்கள் சிலர் வேடிக்கை விளையாட்டுக்களுக்குப் பேர் போனவர்கள். அதிலும் அபாயகரமான விளையாட்டுக்களை ஆவலுடன் ஆடுவார்கள். மலைப்பாறைகள்தான் இவர்கள் வரையில் பந்துகள். அவைகளைத் தன் பார்வை சக்தியாலேயே உருட்டி விளையாடுவார்கள். அஷ்டமாசக்தியும் வசப்பட்ட சித்தர்களோ அணுவளவுக்கு ஒரு புள்ளியாக மாறவும் பனையளவு உயர்ந்து விசுவரூபம் எடுக்கவும் செய்து மற்ற சித்தர்கள் முன்னால் வித்தைபோல காட்டுவார்கள்!'

லிங்கப்பட்டி!

சிவன்மலை அடிவாரத்தில் இருக்கும் இந்த கிராமத்தின் ஒரு குடிசையில் அந்த இரவுப் பொழுதிலும் ஒரு பெண் தன்னை மறந்து பூமாலை கட்டிக் கொண்டிருந்தாள். கட்டி முடித்த மாலையுடன் வெளியே வந்து பார்த்தவள் எதிரில் முத்துப்பிள்ளை வருவது தெரிந்தது.

அவளும் முத்தப்பிள்ளையின் மகளான பார்வதியும் நல்ல தோழிகள். எனவே அவரைப் பார்க்கவும் உரிமையோடு "மாமா..." என்று ஒரு உறவு முறையோடு அவரை அழைத்தாள்.

"வந்துட்டேன் தாயி..." என்று அவரும் ஓடி வந்தார்.

“எங்க மாமா போயிகிட்டிருக்கே?”

“வீட்டுக்குத்தான் தாயி... என்ன விஷயம்?”

“ஒண்ணுமில்ல... சாமிக்கு மாலை கட்டுனேன். நீ மலைப்பக்கம் போவேதானே?”

“நான் சாப்பிடகூட மறப்பேன். சாமியை மறப்பேனா?”

“அப்ப இந்த மாலையை என் பேரைச் சொல்லி சாமி கழுத்துல போடுவியா?”

“அதுக்கென்ன தாயி... அப்படியே செய்துடறேன். ஆமா உன்னை நான் ஒண்ணு கேட்கலாமா?”

“என்ன மாமா?”

“என்ன திடீர்னு சாமிமேல உனக்கு இப்படி ஒரு பக்தி?”

“என்னத்த சொல்வேன். இனி அந்த சாமி மனசு வெச்சாதான எனக்கு விமோசனம்.”

“ஏன் தாயி... உனக்கு இப்ப என்ன குறை?”

“அட என்ன மாமா... புரியாத மாதிரி கேக்கறே... கல்யாணமாகி ஆறு வருஷம் ஆச்சு. வயித்துல ஒரு புழு பூச்சி இல்ல. என் புருஷன் இன்னொருத்தியைக் கட்டிக்கிட்டு பிள்ளை பெத்துக்கலாமான்னு யோசிக்க ஆரம்பிச்சுட்டாரு.”

“அடப்பாவி...”

“அவரைச் சொல்லி என்ன பயன்? நான் மலடா இருந்தா, எந்த ஆம்பளையும் இப்படித்தானே யோசிப்பான்.”

அவள் கேட்ட கேள்வி முத்துப்பிள்ளையை நன்றாகவே தைத்துவிட்டது. கண்கள் இரண்டும்கூட கலங்கிவிட்டன. அவளும் கவனித்தாள்.

“என்ன மாமா... நான் என்னைப் பத்தி சொல்லவும், நீ பார்வதியைப்பத்தி நினைக்க ஆரம்பிச்சிட்டியா?” என்று கச்சிதமாகக் கேட்டாள்.

அவரிடம் ஒரு கனமான மௌனம். அப்படியே பெருமூச்சு நெஞ்சைச் சுட்டது. மௌனத்தைச் சுமந்தபடி அந்த மாலையுடன் நடக்கத் தொடங்கினார். பார்வதி அவருக்குள் முட்டி மோதத் தொடங்கிவிட்டாள்.

பார்வதிக்கு இருபது வயதாகப் போகிறது. ஆனால் இன்னும் அவள் வயதுக்கே வரவில்லை என்றால், ஒரு தகப்பனுக்கு எப்படி இருக்கும்?

இங்காவது ஒருத்திக்கு பிள்ளைதான் இல்லை.

ஆனால் பார்வதி புஷ்பவதியாகவே இல்லை. என்பது எவ்வளவு பெரிய கொடுமை...?

கண் கலங்க நடந்து கொண்டிருந்த முத்துப்பிள்ளைக்கு ஒரு வினாடி தனது பக்தி, ஒழுக்கம், பண்பாடு என்று எதிலும் அர்த்தமில்லை என்று தான் தோன்றியது! பார்வதியைப் பற்றி நினைக்கும் போதெல்லாம் முத்துப்பிள்ளை மனது இப்படித்தான் மாறிவிடுகிறது.

இன்று பார்வதி பற்றிய எண்ணத்தில் சற்று கூடுதலான தாக்கம். நாள் தவறாமல் அந்த ஆகாச லிங்கத்தைத் தரிசனம் செய்தும் ஒரு பலனுமில்லையே என்கிற எண்ணம் மெல்ல அவருக்குள் ஒரு விரக்தியாகக்கூட மாறிடத் தொடங்கியது.

அவர் நடந்து சென்று கொண்டிருந்த ஒத்தையடிப் பாதையின் இருபுறமும் ஏராளமாய் அரளிச் செடிகள். அதைப் பார்த்தவர் பேசாமல் அதை அரைத்து தானும் சாப்பிட்டுவிட்டு, பார்வதிக்கும் கொடுத்துவிட்டால் என்ன என்று தான் நினைத்தார்.

அதற்கேற்ப அவரது கரங்களும் அரளி விதையைப் பறித்து தோள் துண்டில் வைத்து கட்டிக் கொண்டன. கையில் கிடந்த மாலையைத் தோளுக்கு போட்டுக் கொண்டவர், சாகும் முன் இறுதியாக ஒருமுறை ஆகாசலிங்கத்தை தரிசித்து விடுவது என்று முடிவு செய்தார். அதற்கேற்ப கால்கள் இரண்டும் சிவன்மலை காட்டுக்குள் நடக்கத் தொடங்கி விட்டன!

☆☆☆

மூலிகை வைத்தியர் சிவசாமி நிலவொளி குளிர்வாக வழிகாட்ட காட்டுக்குள் நடந்து கொண்டிருந்தார். அவருக்குப் பின்னால் அந்த சட்டி, மூங்கில் கூடை சகிதம் பின்தொடர்ந்து கொண்டிருந்தான் பெருமாள்சாமி.

அங்கங்கே மூலிகைகள் நிறையவே கண்ணில் பட்டன! அவைகளைப் பறித்து மூங்கில் கூடைக்குள் போட்டுக் கொண்டார். உதடுகள் தம்பணா மந்திரத்தை உச்சரித்தபடியே இருந்தன.

சில மூலிகைகளை மண் பானைக்குள் உள்ள தண்ணீரில் போட்டு அவை அதில் மிதக்கும்படி பார்த்துக் கொண்டார். அப்போதுதான் அந்தச் சப்தம் கேட்க ஆரம்பித்தது. புலி ஒன்றின் உறுமல் சப்தம்!

அதை கேட்ட பெருமாள்சாமி நடுங்கத் தொடங்கி விட்டான்.

“ஐயா... புலியோட உறுமலுங்க...”

“ஆமாம்... இந்தக் காட்டுல புலியா...?”

“எனக்கும் அதான் ஆச்சரியமுங்க. திரும்பிப் போயிடலாங்களா?”

“பயப்படாதே... கொஞ்சம் அமைதியாக இரு. என்ன நடக்குதுன்னு பார்ப்போம்.”

இருவரும் கிசுகிசு குரலில் பேசிக் கொண்டனர். பெருமாள்சாமி ஒரு கையில் தீப்பந்தம் பிடித்திருந்தான். அதன் ஒளி ஒரு ஐந்துமீட்டர் சுற்றளவிற்கு விழுந்து கொண்டிருந்தது. சிறிது நேரத்தில் உறுமல் சப்தம் நின்றுவிட்டது. புலி விலகிச் சென்றுவிட்டதாக நினைத்து நடையை இருவரும் தொடரவும், சில நொடிகளிலேயே அதிர்ச்சி அவர்களுக்குக் காத்திருந்தது.

அவர்களுக்கு எதிரில் அவர்கள் நடக்கும் பாதை மேல் சுருண்டு படுத்துகிடக்கும் நிலையில் ஒரு புலி!

“ஐய்யா...” பெருமாள் அலறிக்கொண்டு பின்னால் வர, புலியும் படுத்தபடியே அவர்களைப் பார்த்தது. அதன் பார்வையில் ஒரு பரிதாபம் தெரிந்தது. அதன் கால்களில் ஆழமாய் முள் தைத்து,

அந்த முள்ளும் நீங்காமல் தெரிந்தது. சிவசாமிக்கு உடனேயே புரிந்து விட்டது. சட்டென்று பயம் விலகி பரிதாபமும் ஏற்படத் தொடங்கிவிட்டது.

"பெருமாள் பயப்படாதே... புலி பாவம்! அதோட காலைப் பார். முள் தெச்சிருக்கு..."

"ஆமாம்யா... நீங்க சொல்லவும்தான் எனக்கே தெரியுது. என்னய்யா பண்ணலாம்?"

"முள்ளை எடுத்துவிட்டா, அது எழுந்து ஓடிப் போயிடும்..."

"என்னய்யா சொல்றீங்க. ஓடிப்போகுமா, இல்லை பாஞ்சு நம்மை அடிக்குமா?"

"நீ ஒண்ணு... எதையும் எப்பவும் நல்லவிதமா எண்ணக் கத்துக்கோ... வா என்கூட..."

சிவசாமி முன்னால் துணிவுடன் சென்றார். அப்படியே அந்த புலி அருகில் அமர்ந்தவர், அதுவும் கலங்கிய விழிகளுடன் அவரைப் பார்த்தது. அப்படியே தலையை வருடிவிட்டார். பின் மெல்ல முள் தைத்த காலருகே கையைக் கொண்டு சென்று, அதை வெடுக்கென்று பிடுங்கி எறிந்தார். அப்படியே அருகிலேயே இருந்த பச்சிலைச் செடியைப் பிடுங்கி அதன் இலையைக் கசக்கி சாற்றினை முள் தைத்த இடத்தில் விட்டார்.

புலியும் பொறுமையாகப் படுத்த நிலையில் அவருக்கு ஒத்துழைத்தது. பின் அதை அவர் எழுப்பிவிட எழுந்து நின்றது. சற்று சிரமப்பட்டு நின்ற அது, சிவசாமியை நன்றியுடன் பார்த்தது. பின் வாலைக் குழைத்தபடியே அங்கிருந்து விலகிச் செல்ல ஆரம்பித்தது. பார்த்துக் கொண்டே இருந்த பெருமாள்சாமி வாயைப் பிளந்து விட்டான்.

"ஐய்யா என்னங்க இது அதிசயம். ஒரு புலி பூனை மாதிரி இப்படி நடந்துக்கிதுங்களே..." என்றான்.

"ஆமாம்... இந்தக் காட்டில் புலிகள்கூட பூனைகள் தான். உங்கள் உதவிக்கு நன்றி." என்று ஒரு குரல் அப்போது கேட்டது.

மரம் ஒன்றின் பின்னால் இருந்து ஒரு சித்தர் பேசிக்கொண்டே வந்தார். சிவசாமி அவரை சற்று இன்ப அதிர்வுடன் பார்த்தார். அவரிடம் ஒரு விதமான சிரிப்பு.

“நீங்க?”

“நீ யார் அப்பனே...”

“நான்... நான் ஒரு சித்த வைத்தியன்.”

“நீ சித்த வைத்தியன்... நானோ சித்தன்.”

“சித்தனா... உங்க பேர்?”

“சித்தன் என்பதே ஒரு பேர்தானே அப்பனே...”

“அதுவும் சரிதான்... ஆமா நீங்க இங்க...?”

“அந்த புலியைக் குணப்படுத்த தான் வந்தேன். ஆனால் நீ முந்திக் கொண்டாய். உனக்கு என் நன்றி.”

“அப்படியா... நல்லது. சித்தர்னு சொல்ற உங்ககிட்ட நான் ஒரு கேள்வி கேட்கலாமா?”

“கேள்... தாராளமா நீ எதைக் கேட்டாலும் தரத் தயாராக உள்ளேன்.”

“எனக்குன்னு எதுவும் வேண்டாம். நான் ஒரு குறிப்பிட்ட மூலிகையைத் தேடி இந்தக் காட்டுக்கு வந்துருக்கேன். அது எனக்கு வேணும்.”

“அதற்கு நான் என்ன செய்யட்டும்?”

“ஒரு சித்தரான உங்களுக்கு அது எங்கே இருக்குன்னு நல்லாவே தெரியும். நீங்க எனக்கு அதைப் பறிச்சு தரமுடியுமா?”

“அதன் பெயர்?”

“பெயர் தெரியாது. ஆனால் அது ஒரு முட்கொடி. அதில் கறுப்பு மலர் பூக்கும். அது ரத்தத்தில் உள்ள உயிர்க்கொல்லி கிருமிகளைச் சாகடிக்க கூடியது.”

“ஓ... அந்த மூலிகையா?”

“அதை உங்களுக்குத் தெரியுமா?”

“வா... தேடிப்பார்ப்போம். ஒருவேளை அது மதிமயக்கி வனத்தில் இருந்தால் என்னால் ஒன்றும் செய்ய முடியாது.”

“மதிமயக்கி வனமா?”

“ஆமாம்... அந்த வனத்துக்குள் தான் பல அபூர்வ மூலிகைகள் உள்ளன. அங்கே நீயோ, நானோ மூலிகை தேடிச் சென்றால் அவ்வளவு தான்.”

“நான் சாமான்யன்... உங்களுக்கென்ன சாமி...”

“நான் ஒரு அரைச்சித்தன்... இன்னும் முழு சித்தன் ஆகவில்லை. ஆகையால் அங்கே செல்லும் சக்தி மட்டும் இன்னும் எனக்குக் கிடைக்கவில்லை.”

“என்ன சாமி... எனக்கு உதவி செய்ய இஷ்டமில்லைன்னா... சும்மா நேர்ல சொல்லுங்க சாமி.”

“பைத்தியக்காரா... நான் சொல்வது உண்மை. நீ வேறு உதவி ஏதாவது கேள்.”

“வேற உதவியா... வேற எதை உங்ககிட்ட கேக்கறது. காசு பணம் இல்லாத ஆண்டிங்க நீங்க, என் போன்றவர்களுக்கு செய்ய என்ன இருக்கு?”

“என்ன அப்படிக் கூறிவிட்டாய். உனக்கு என்ன வேண்டும் என்று கேள். முடிந்தால் தருகிறேன்.”

“முடிந்தால்னு எச்சரிக்கையாவே பேசறீங்க. உங்ககிட்ட நான் வேற என்ன தங்கம், வைரமா கேட்க முடியும்?” என்று கேட்டது அந்த சித்த புருஷரைச் சற்று சிரிக்க வைத்துவிட்டது. சிவசாமியும், பெருமாள்சாமியும் அவர் சிரிப்பதன் காரணம் புரியாமல் வியப்புடன் பார்த்தனர்.

“என்ன சாமி சிரிக்கிறீங்க?”

“சிரிக்காமல் என்ன செய்வது... உன்வரையில் தங்கம், வைரமெல்லாம் தான் பெரிதுபோல இருக்கிறது. அது கல்லையும்

மண்ணையும் போல ஒரு உலோகம் அப்பனே... உலோகத்தால் என்ன பயன்?"

"உலோகம்தான்... ஆனா அதுதான் இன்னிக்கு இந்த உலகத்தோட பொருளாதாரத்தையே தீர்மானம் பண்ணுது. அது தெரியுமா?"

"ஹும்... உங்களுக்கு மிக உதவும் இரும்பு செம்பைவிட குறைவாகக் கிடைக்கும் இது உங்களுக்குப் பெரிதாகிவிட்டது."

"அதனாலதானே அதுக்கு மதிப்பு..."

"தவறாகச் சொல்கிறாய் நீ... தங்கம் பற்றி உனக்கு சரியாகத் தெரியவில்லை."

"அதைப்பத்தி இவ்வளவு பேசற உங்களுக்கு என்ன தெரியும்?"

"என்னப்பா என்னையே ஆழம் பார்க்கிறாயா? தங்கம் எங்கள் வரையில் நாங்கள் பஸ்பத்துக்குப் பயன்படுத்தும் ஒரு அம்சம் அவ்வளவுதான். நீங்கள் வெற்றிலைக்குப் பயன்படுத்தும் சுண்ணாம்புக்குத் தரும் மதிப்பைக்கூட நாங்கள் தங்கத்துக்குத் தரமாட்டோம். அது ஆட்கொல்லி..."

"என்ன சாமி சொல்றீங்க... தங்கம் ஆட்கொல்லியா?"

"ஆம் அப்பனே... சிவ வாக்கியரை நீ சந்தித்தால் உனக்கு அவர் அந்த உண்மையைக் கூறுவார்."

"சிவ வாக்கியரா... பதினெட்டு சித்த புருஷர்கள்ல ஒருத்தரா...?"

"அவரேதான்... **நட்ட கல்லைச் சுற்றி வந்து நாலு புஷ்பம் சாற்றியே, இட்ட தெய்வம் அதுவென்று முணுமுணுவென்று ஓது மந்திரம் ஏதடா? நட்ட கல்லும் பேசுமோ நாதன் உள் இருக்கையில்? சுட்ட சட்டி சட்டுவம் கறிச்சுவை அறியுமோ?**'ன்னு பாடின அதே சிவ வாக்கியர்தான்."

"அவர் இன்னுமா உயிரோட இருக்காரு?"

சிவசாமி அப்படி ஒரு கேள்வி கேட்பார் என்று அந்த சித்தபுருஷர் எதிர்பார்க்கவேயில்லை. அவருக்குக் கோபம்கூட வந்துவிட்டது?

“என்ன சித்தவைத்தியா... இவ்வளவுதானா நீ? சிவ வாக்கியருக்கு ஏதப்பா மரணம்? மரணத்தை வென்றவர்கள் தானே சித்த புருஷர்கள்?”

“சாமி... அது வந்து...”

“போதும் போ... இனி உன்னோடு பேசுவது வீண். மூலிகையால் புலியைக் காப்பாற்றிய உன் ஞானத்துக்கு என் பாராட்டு... புறப்படு.”

“சாமி இருங்க... இப்படி கோபிச்சுகிட்டா எப்படி?”

“கோபிக்காவிட்டால் நான் நல்ல சித்தனே இல்லை.”

“என்ன சாமி சொல்றீங்க... கோபதாபங்களை ஜெயிச்சவங்கதானே சித்தருங்க...”

“அட போப்பா... கோபம் என்பது ஒரு நெருப்பு. நெருப்பால் அடுப்பெறிப்பதைப் போல, இந்தக் கோபத்தையும் பயன்படுத்தத் தெரியவேண்டும். பாம்பு மட்டும் சீறாவிட்டால் அதைக் கண்டு மனிதர்கள் அஞ்சுவார்களா?”

“அதுவும் சரிதான்... சாமி உங்ககிட்ட ஒண்ணு கேட்கலாமா?”

“தெரியும்... நீ எங்கே வரப்போகிறாய் என்பது எனக்கு நன்றாகவே தெரியும். ஆசையுள்ள மனித கூட்டத்தைச் சேர்ந்தவனாச்சே நீ...”

“சாமி...”

“என்ன தங்கம் வேண்டுமா?”

அவர் அப்படிக் கேட்கவும் வாயைப் பிளந்து விட்டார் சிவசாமி.

“இல்ல நீங்கதான் அதை சுண்ணாம்பைவிட சாதாரணமா பயன்படுத்துவோம்னு சொன்னீங்க அதான்...”

“ஆமாம்... குணம் மாறாத தன்மை கொண்டது அது... பஞ்சபூதங்கள் அதைத்தான் எதுவும் செய்ய இயலாது. கருக்காது...

ஒளி குன்றாது... நிறம் மாறாது. இதெல்லாம்தான் தங்கத்தின் குணம். தகதகவென்று ஒளிரும் அங்கம் கொண்டதால் தங்கம் ஆனது. குணம் மாறாத நல்ல மனிதர்களை அதனால்தானே தங்கமான மனது படைத்தவர் என்கிறோம்?"

"இப்படி உயர்வா சொல்ற அதைச் சாதாரணமாகவும் பயன்படுத்தறோம்னு சொல்றது சரியா?"

"அதுதான் சித்தலட்சணம். இப்போது உனக்கு என்ன வேண்டும்?"

"அற்பமாக நீங்கள் சொல்ற தங்கத்தை உங்களால செய்ய முடியுமா?"

"அப்படியா?"

"ஆமாம்... நீங்க சும்மா வாய்ச்சவடால் பேர் வழியாகூட இருக்கலாம் இல்லையா?"

"சரி அப்படியே வைத்துக் கொள்."

"என்ன சாமி உடனேயே பொசுக்குன்னு இப்படிப் பேசறீங்க..."

"போதும். இனி உன்னோடு நான் பேசத் தயாரில்லை. நீ என்னைப் பற்றி எப்படி வேண்டுமானாலும் நினைத்துக்கொள். நான் வருகிறேன்."

"சாமி... சாமி..."

சிவசாமி எவ்வளவு கூப்பிட்டும் அந்த சித்த யோகி திரும்பவில்லை. அதேசமயம் சிவசாமியின் வாக்கிங் ஸ்டிக்கை எடுத்துக்கொண்டே அவர் போய்விட்டது, அவர் மறைந்த பிறகுதான் தெரிந்தது.

"ஐயா என்னங்க உங்க வாக்கிங் ஸ்டிக்கோட போயிட்டாரு." என்று பெருமாள்சாமியும் கேட்டான்.

"அந்த ஆள் ஒரு ஃப்ராடுய்யா... அதான் தங்கம் பத்தி பேசவும் ஓடிப்போயிட்டான். இந்தக் காட்டுல இந்த மாதிரி

எத்தனை ஃப்ராடுங்க திரியறாங்களோ தெரியலை...” என்றபடியே சிவசாமியும் அங்கிருந்து விலகத் தொடங்கினார்.

அதன்பின் பல இடங்கள்... பல மூலிகைகள் என்று எல்லாவற்றையும் பறித்துக் கொண்டு பொழுது விடிந்துவிட்ட நிலையில் சிவன்மலை அடிவாரத்துக்கு வந்தபோது, அங்கே நிறுத்தப்பட்டிருந்த அவரது காரின் மேல் கிடந்தது அவரது வாக்கிங் ஸ்டிக். அதைப் பார்த்தவருக்கு ஒரே வியப்பு. அந்த வாக்கிங் ஸ்டிக்கின் கைப்பிடி மட்டும் தங்கம்போல தகதகவென மின்னியது. அது ஸ்டீல் கைப்பிடி! அது எப்படி அப்படி மாறியது?

ஆச்சரியமும் அதிர்ச்சியுமாக அதை எடுத்துப் பார்த்த சிவசாமியை, பெருமாள்சாமியும் கவனித்தான்.

“ஐயா இது நம்மளுதா?”

“ஆமாம்... இது என் கைத்தடிதான். ஆனா கைப்பிடி தங்கமா மாறிட்ட மாதிரி தெரியுது.”

“அப்ப இதை எடுத்துகிட்டு போன சாமியார் வேலையா இருக்குமோ?”

“அப்படித்தான் இருக்கணும். அந்த அள் ஒருவேளை நிஜமாலுமே சித்தனோ?”

“ஐயா முதல்ல இது தங்கம்தானான்னு சோதிச்சு பார்த்துடுவோமே?”

“அதுவும் சரிதான்!”

அடுத்த சில நொடிகளில் அவர்களுடன் அந்த கார் அந்த மலையிடத்தை விட்டுப் புறப்பட்டது.

அத்தியாயம் 13

‘சிவன்மலை சரகத்தில் மொத்தம் ஆயிரத்தெட்டு லிங்கங்கள் பூமிக்குள் புதைந்து கிடப்பதாக நம்பப்படுகிறது. எங்கே எந்த லிங்கம் புதைந்துள்ளது என்பது சித்தர்களுக்கு மட்டுமே தெரிந்த ரகசியம்.

பல சித்தர்கள் தினமும் அந்த 1008 லிங்கங்களுக்கும் பூஜை செய்கின்றனராம்.’

சித்தவைத்தியர் சிவசாமி கிட்டத்தட்ட ஸ்தம்பித்து விட்டிருந்தார். காரணம் அந்த வாக்கிங் ஸ்டிக் கைப்பிடி இருபத்து நாலு காரட் தங்கம்! உரசிப் பார்த்து உள்ளதைச் சொன்ன ஆசாரியும், “சார்... எப்படி சார் இவ்வளவு சுத்தமான தங்கத்துல கைப்பிடி செய்தீங்க...” என்று கேட்டபோது மேலும் ஆச்சரியம்.

“ஏன் செய்ய முடியாதா?”

“முடியவே முடியாது... கருவூர் சித்தர்னு ஒருத்தர் இருக்கார். அவராலதான் சுத்தமான தங்கத்துல எதையும் செய்யமுடியும். மற்றபடி நாங்கள்லாம் கொஞ்சம் செம்பு கலந்துதான் செய்வோம். அப்பதான் உறுதி இருக்கும்.”

“அப்படின்னா இது?”

"நிச்சயமா யாரோ சித்தர் செய்தது. நான் எனக்குத் தெரிஞ்ச விஷயத்தை வெச்சு சொல்றதா இருந்தால், இதை கருவூர் சித்தர்தான் செய்திருக்கணும்."

ஆசாரி சொல்லச் சொல்ல சிவசாமிக்கு நின்ற இடம் நழுவுகிற மாதிரிகூட இருந்தது. அதன்பின் ஆசாரி கேட்கும் எந்தக் கேள்விக்கும் பதில் கூறவில்லை அந்த வாக்கிங் ஸ்டிக்குடன் கிளம்பி விட்டார்.

காரில் பயணிக்கும்போதே தன் சகாக்கள் மூவருக்கும் போன் போடத் தொடங்கினார்.

முதலில் அவர் போன் செய்தது கல்லூரி பேராசிரியர் மோகனுக்கு... இவர் ஒரு உலோகவியல் நிபுணர்.

"மோகன் நான் சிவசாமி பேசறேன். கொஞ்சம் அவசரமா என் வீட்டுக்கு வா. நான் ஒரு முக்கிய விஷயம் பேசணும்." என்றார்.

அடுத்தது தொழிலதிபர் ரத்னவேலுக்கு...

அதற்கும் அடுத்தது தமிழாசிரியர் பழனிக்கு...

மூவரும் கூட அவர் எதிர்பார்த்தது போலவே அவர் வீட்டுக்கு வந்துவிட்டனர். சிவசாமியும் வாக்கிங் ஸ்டிக்கைக் காட்டி நடந்து முடிந்ததைக் கூறி முடிக்க, அவர்கள் முகத்தில் ஒரே ஆனந்த அதிர்ச்சி.

"சிவசாமி... அப்ப சிவவாக்கியர், கருவூரார்லாம் சிவன்மலை காட்டுல இருக்காங்களா?"

"நிச்சயமா?"

"இந்தத் தங்கத்தையா அற்பம்னு சொன்னார்."

"ஆமாம்."

"சரி எங்களை எதுக்கு வரச்சொன்னே?"

"நாம நாலுபேருமே சிவன்மலைக்குப் போறோம்..."

“போயி?”

“என்ன கேள்வி இது... எப்படியாவது தங்கம் செய்யற அந்த ரகசியத்தை தெரிஞ்சுகிட்டு வர்றோம்.”

“தெரிஞ்சுட்டா நல்லாதான் இருக்கும். ஓவர் நைட் நாமதான் இந்த உலகத்தோட முதல் நான்கு பணக்காரர்கள்.”

“கனவு காணாதே ரத்னவேல்... சித்தர்கள் நம்பிக்கையை சம்பாதிச்சு ரசவாத ரகசியத்தைத் தெரிஞ்சுக்கறது ஒண்ணும் சாதாரணமில்ல.”

“அதுக்காக எவ்வளவு வேணும்னாலும் நடிப்போம் அவ்வளவுதானே?”

“ஏன் நடிக்கணும். நிஜமாலுமே சிஷ்யர்களாவோம். நடிச்சா அவங்க கண்டுபிடிச்சுடுவாங்க...”

“அதுவும் சரி... ஆனா அதுக்காக காட்டுலையே திரிய வேண்டி இருக்குமா?”

“ஆமாம்.”

“அப்ப குடும்பம்.”

“வேலை பார்க்க குவைத், துபாய்னு போறதா நினைச்சுக்குங்க. ரிஸ்க் எடுக்காம எதையும் சாதிக்க முடியாது.”

“ஒருவேளை நம்மால சாதிக்க முடியலைன்னா?”

“அந்தக் காட்டுக்கு பிக்னிக் போயிட்டு வந்ததா நினைச்சுக்குவோம்.”

“அப்ப சரி... எப்ப கிளம்பலாம்?”

“இன்னிக்கே... இப்பவே...”

சிவசாமியிடம் அப்படி ஒரு பாய்ச்சல். அடுத்த ஒரு மணி நேரத்தில் அவர்கள் நால்வருடனும் சிவன்மலை காட்டுக்கு அந்த கார் புறப்பட்டுவிட, உதவியாளர் பெருமாள்சாமியிடம் மட்டும் ஒருவித அர்த்தமுள்ள பெருமூச்சு!

* ——————— *

அத்தியாயம் 14

'பொதுவில் பூமியில் மலைகளைப் பற்றியும் நிலப் பரப்பில் அவை எந்த வகையில் வேறுபட்டவை என்பதையும் விளங்கிக்கொள்வது மிக முக்கியம்.

ஒரு தட்டையான நிலப்பரப்பு எட்டு திக்குகளையும் கொண்டிருக்கும். அந்தத் திக்குகளை ஒன்பது கிரகங்களில் எட்டு கிரகங்கள் ஆட்சி செய்ய, அந்த நிலத்தின் கூரைப் பகுதி ஒன்பதாவது கிரகமான கேது கிரகமாக விளங்கும்.

மலைத்தலத்தில் ஒன்பது கிரகங்களில் கேதுதான் பலத்துடன் திகழும் கிரகமாகும். மற்ற எட்டு கிரகங்களுக்கு மலைத் தரையில் உரிய இடம் கிட்டுவதற்கு வழியில்லை. எனவே மலைத் தலங்களுக்கான வாஸ்து பலமே வேறு.

கேது சிறந்து விளங்குவதால்தான் ஞானகாரனாகிய அவனது பலத்துடன் மலைமேல் உள்ள ஆலயங்கள் தனிச் சிறப்பு கொண்டவையாக விளங்குகின்றன.

மலைமேல் உள்ள ஆலயங்களுக்கே இவ்வளவு சிறப்பு எனும்போது, மலையே கோயிலாக விளங்கினாள் அதில் எவ்வளவு சிறப்பு இருக்கும்?

அப்படி ஒரு மலைதான் சிவன்மலை!'

சித்த வைத்தியர் சிவசாமியும், அவர் நண்பர்களும் காரில் பேராசையுடன் சிவன்மலைக்குக் கிளம்பிப் போவதைப் பார்த்தார் சித்த வைத்தியரின் உதவியாளர் பெருமாள்சாமி. எதுவும் பேசாமல் சிறிது நேரம் வாசலிலேயே நின்றிருந்தார். பிறகு வைத்திய சாலைக்குள் நுழைந்தார்.

வைத்தியம் பார்க்க வெளியூர்களில் இருந்தெல்லாம் வருவார்கள். சிவசாமி இல்லாத சமயங்களில் அவரிடம் பணியாற்றிய அனுபவத்தை வைத்துக் கொண்டு பெருமாள் சாமியே மருந்து எழுதிக் கொடுப்பார்.

மருத்துவ சாலைக்குள் நுழைந்த அவருக்குள் இனி நான்தான் அந்த மருத்துவ சாலையின் நிரந்தரமான மருத்துவன் என்பதுபோல ஒரு எண்ணம் ஏற்பட்டது.

பெருமாள்சாமிக்கு ஒரு தாத்தா இருந்து, அவர் மூலம் சிவன்மலை பற்றி பெருமாள்சாமி நிறையவே கேள்விப்பட்டிருக்கிறார். அதன்படி அந்த மலைத் தலம் என்பது ஒரு வழிப்பாதை!

உள்ளே போனவர்கள் திரும்பியதாக சரித்திரமே இல்லை. எந்தவிதப் பற்றுதலும் இன்றி பக்தியுடன் செல்பவர்கள் மட்டும் தான் பத்திரமாகத் திரும்பியிருக்கிறார்கள். மற்றவர்கள்...?

☆☆☆

லிங்கப்பட்டி!

சக்கரைப் பொங்கல் செய்து கொடுத்திருந்தாள் பார்வதி. வாசம் கமகமவென்று அள்ளி விழுங்கச் சொன்னது. ஆனால் ஆகாசலிங்கத்துக்குப் படையல் போட்டுவிட்டு அதை நாலு பேருக்கு பிரசாதமாக கொடுத்த பிறகுதான் சாப்பிட வேண்டும் என்பது பார்வதியின் கட்டளை.

எனவே தூக்குவாளியில் சூடாகக் கிடந்த சர்க்கரை பொங்கலைப் பக்தியோடு எடுத்துக் கொண்டு ஆகாசலிங்க சன்னதிக்குக் கிளம்பி விட்டார் முத்துப்பிள்ளை. எதிர்ப்பட்டார் அவரது சிநேகிதர் சின்னரசு.

"எங்க முத்து கிளம்பிட்டே?"

"கோயிலுக்கு தான் சின்னராசு."

"எங்க சிவன்மலைக்கா..."

"பொறவு... என் சாமி அங்கதானே இருக்குது?"

"நல்ல சாமி... ஆமா கால்ல செருப்புகூட இல்லாமலா அந்த மலைக்குப் போறே?"

"என்ன சின்னராசு நீ... சிவன்மலைய மிதிக்கற ஒருத்தன் செருப்பு அணியலாமா?"

"அது சரி... நீ என்னமோ அந்த மலையையே சாமியா நினைச்சு கும்பிட்டுகிட்டு வரே... ஆனா உன் மகளோ இன்னும் பூக்கக்கூட இல்ல."

சின்னராசு சொன்னவிதம் முத்துப்பிள்ளையைக் கீறியது. சட்டென்று உடனே ஒரு பதிலை சின்ன ராசுவிடம் கூற முடியவில்லை.

"பாத்தியா... நான் சொன்னதுக்கு ஒரு பதிலை உன்னால சட்டுன்னு சொல்ல முடியல. சும்மா சாமி சாமின்னு நேரத்தை வீணடிச்சுகிட்டு இருக்காம, பட்டணத்துக்குக் கூட்டிப்போய் ஒரு டாக்டர்கிட்ட காட்டு முத்து... சாமி கும்பிட வேண்டியதுதான். ஆனா அதுக்கும் ஒரு அளவு இருக்குது."

சின்னராசு சொல்லிவிட்டுப் போய்விட்டார். முத்துப்பிள்ளை வரை சின்னராசு சொன்னது வண்டுபோல மனதைக் குடைய ஆரம்பித்து விட்டது.

அதுவரை பிரசாதமாக மணம் வீசிய சர்க்கரைப் பொங்கல் கைகளில் கனக்கத் தொடங்கியது. மௌனமாக நடந்தார். நடையில் ஒரு உயிரே இல்லை.

ஒரு இடத்தில் காலில் முள் தைத்தது. ரத்தம் கசியத் தொடங்கியது. ஆனால் அந்த முள்ளைப் பிடுங்கி எறியக்கூடத் தோன்றவில்லை. அப்படியே ரத்தச் சுவடுகளோடு நடந்தார். ஒரு வழியாக ஆகாசலிங்க சன்னதியும் தட்டுப்பட்டது.

நூறு அடி உயர சிறு குன்று! அதன்மேல் ஆகாயமே கூரையாகத் திகழ அமைந்திருக்கும் சிவலிங்கம் முன்னால் கால் மடக்கி அமர்ந்திருக்கும் நந்தி.

முத்துப்பிள்ளை அப்படியே சிலைபோல நின்று ஆகாசலிங்கத்தை வெறித்தார்.

காதுக்குள் சின்னராசாவின் குரல் எதிரொலித்துக் கொண்டே இருந்தது. கண்களில் கரகரவென்று கண்ணீர் பெருகி வர ஆரம்பித்தது.

கையில் இருந்த சர்க்கரைப் பொங்கல் தூக்கு வாளி அப்படியே சொத்தென்று கைப்பிடி நழுவி கீழே விழுந்தது. மனதுக்குள் குமுறல்.

"சாமி... உன்னைக் கும்புடறது வெட்டி வேலையா? அந்த சின்னராசு என்ன பேச்சு பேசிப்பிட்டான். அதேசமயம் அவன் கேட்டதுக்கும் என்னால ஒரு பதிலைச் சொல்ல முடியலையே...

எனக்கு இருக்கறது ஒரே மக... அவளுக்கு காலா காலத்துல நடக்க வேண்டியது நடக்க வேண்டாமா?

ஒரு பொண்ணு புஷ்பவதி ஆகறதுங்கறது சாதாரணமா ஒரு செடில பூ பூக்கறமாதிரி நடக்கற விஷயம். ஆனா அதுக்குக்கூட என் மக விதியத்து போனா நான் என்ன செய்யட்டும்.

என் மனசறிஞ்சு நான் ஒரு குத்தமும் செய்யலை. அப்படி இருக்க, எனக்கு எப்படி சாமி இப்படி ஒரு சோதனையை நீ செய்யலாம்... உன்னைப் பத்தி எவ்வளவோ கதைகள் கேள்விபட்டிருக்கேன். மார்க்கண்டேயனுக்காக எமன் கூடவே சண்டை போட்டிருக்கே.

மதுரை தெருவுல ஒரு பஜனை பாடகருக்காக விறகு சுமந்து வித்திருக்கே. புட்டு வித்த ஒரு கிழவிக்காக பிரம்பால அடி வாங்கியிருக்கே. இப்படி உன் பக்தர்களுக்காக ஓடி வர்ற நீ, என் விஷயத்துல இப்படியா மௌனமா, எனக்கென்னன்னு இருப்பே..."

மனதுக்குள் பிரார்த்தனையுடன் முத்துப்பிள்ளை கண்களில் கரகரவென்று கண்ணீர் பீறிட்டது. அப்படியே சில நிமிடங்கள் நின்றவர் திரும்பி நடக்க ஆரம்பித்தார். கீழே விழுந்த சர்க்கரை பொங்கல் தூக்குவாளியை ஒரு குரங்கு வந்து திறந்து பார்த்து ஆசையாக பொங்கலை எடுத்து சாப்பிடத் தொடங்கியிருந்தது!

முத்துப்பிள்ளை அதை எல்லாம் கவனிக்கவே இல்லை. விரக்தியுடன் நடந்தார். ஒரு கட்டத்தில மூச்சு இரைத்தது. அருகில் ஒரு பாறை. அதன்மேல் விரக்தியோடு அமர்ந்தார். அப்போது "முத்து" என்று இதமான ஒரு குரல்! திரும்பிப் பார்த்தார்.

சித்தர் ஒருவர்! எண்பது தொண்ணூறு வயது மதிக்கலாம் எனும்படியான தோற்றம். இடுப்பில் ஒரு முழத்துண்டு. கொக்குச் சிறகுபோல தலை முடி. மார்பை வருடும் தாடி... நெற்றியில் திருநீற்றுப் பட்டை. கழுத்திலும் ருத்ராட்சம். காலில் கட்டைச் செருப்பு!

"சாமி நீங்களா?" என்றபடி முத்துப்பிள்ளையும் எழுந்து நின்றார்.

"என்ன முத்து... உன்னைப் பார்க்கும்போது ரொம்ப சோகமா இருக்கற மாதிரி தெரியுதே?"

அந்த சித்தர் வாஞ்சையாகக் கேட்ட விதமே அலாதியாக இருந்தது. சொர்ணசித்தர் என்று எல்லோராலும் அழைக்கப்படும் அவரை முத்துப் பிள்ளைக்கும் நல்ல பரிச்சயம் உண்டு.

"ஆமாம் சாமி... மனசு விரக்தியில இருக்குது. என்ன பண்றதுன்னும் தெரியல."

"விரக்தியா... உனக்கா?"

"ஏன் சாமி... எனக்கு விரக்தி வரக்கூடாதா? நான் என்ன உங்கள மாதிரி எல்லாத்தையும் வெறுத்த சித்தனா..."

"நான் உன்னை அப்படித்தான் நினைக்கறேன்."

சொர்ண சித்தர் சொன்ன பதில் முத்துப்பிள்ளையின் முதுகில் சொடேர் என்று சவுக்கில் அடித்த மாதிரி இருந்தது.

"சாமி..."

"என்ன முத்து... என் பதில் உனக்கு ஆச்சரியமா இருக்கா?"

"ஆமாம் சாமி... என்னைப் போய் சித்தன்னு சொல்றீங்களே..."

"இல்லையா பின்னே?"

"அடபோங்க சாமி... உங்களுக்கு என்மேல இருக்கற பிரியத்துக்காக இப்படியெல்லாமா சொல்வீங்க?"

"நான் உள்ளதைச் சொன்னேன். உண்மையைத்தான் சொன்னேன்."

"எது சாமி உண்மை. நான் ஒரு பாவிங்க... பிள்ளை குட்டின்னு வாழற குடும்பஸ்தன். இப்பகூட சாமி கும்பிட வந்துட்டு மனுசு வெறுத்துப் போய், என்ன கும்புட்டு என்ன புண்ணியம்னு பேசாம திரும்பிவிட்டவன்."

"அதனால என்ன... இந்தச் சோர்வு, இந்த வருத்தம்லாம் உன்வரைல கொஞ்ச நேரம்தான். திரும்பவும் நாளைக்கு நீ இங்க வரத்தானே செய்வே."

"அது என்னவோ உண்மைதான். ஆனா அதுக்காக நான் சித்தன் ஆயிட முடியுமா?"

"முத்து உடம்பை ஜெயிச்சு, அதன் பேச்சைக் கேட்டு நடக்காம, அதைக் கட்டுப்படுத்தி அடக்கி மனசால வாழறவன் யாரோ அவன்தான் சித்தன். சித்தம்னா எண்ணம். அதாவது அறிவு... அறிதல்னு ஒரு பொருள் உண்டு."

"நான் எங்க சாமி உடம்பை ஜெயிச்சேன்... இப்பவும் நல்லா மூணுவேளை சாப்பிடத்தானே செய்யறேன்."

"பசிக்குச் சாப்பிடறதுல தப்பு இல்ல. சாப்பிடறதுக்காகவே வாழறதுதான் தப்புல முடியும். போகட்டும் உன் விரக்திக்குக் காரணம் என்ன?"

"உங்களுக்குத் தெரியாதா சாமி... எல்லாம் என் பார்வதி பத்தின கவலைதான்."

“ஓ... அவள் கவலையா? அவளுக்கென்னப்பா. அவ நல்லாதானே இருக்கா?”

“என்ன சாமி சொல்றீங்க... இந்தக் காலத்துல பன்னிரெண்டு வயசுல வயசுக்கு வந்துடறாங்க. என் மகளுக்கு இருபது வயசாகுது. ஆனா இன்னமும் வயசுக்கு வரலை அவ.”

“ஃப்பூ இவ்வளவுதானா?”

“என்ன சாமி இவ்வளவு சாதாரணமா சொல்லீட்டிங்க.”

“இது சாதாரண விஷயம்தானே?”

“எப்படி சாமி. பொண்ணா பொறந்தவளுக்கு தாய்மைல தானே பரிபூரணமே கிடைக்குது.”

“தாய்மைக்கும், பூக்கறதுக்கும் என்ன சம்மந்தம்?”

“என்ன சாமி அப்படி சொல்லிட்டீங்க... பூத்தாதானே கருத்தரிக்க முடியும். கருத்தரிச்சா தானே பிள்ளைப்பேறு.”

“அப்ப தான் பிள்ளை பெற்று அதன் மேல் பாசம் வெச்சாதான் ஒருத்தி தாயா. பிறர் பெற்ற பிள்ளைகள் தன் பிள்ளையா நினைக்கறவ தாய் இல்லையா?”

சொர்ண சித்தர் எங்கு வருகிறார் என்பது முத்துப்பிள்ளைக்கு ஓரளவு புரிந்துவிட்டது.

“சாமி... என்ன சாமி சொல்றீங்க...” குரல் நடுங்க கேட்டார்.

“பைத்தியக்காரா... பூக்கறதும் காய்க்கறதும் உடம்போட வினை. உடம்பு பல நேரங்கள்ல ஒரு சுமை. அதோட வயித்துக்கு எப்பவும் சோறு போட்டாகணும். சாப்பிட்டதாலேயே மலம் கழிச்சாகணும். அழுக்கு சேருவதனால குளிச்சாகணும்.

இப்படி உடம்பைப் பார்த்துப் பார்த்து வெச்சுகிட்டாதான் அது நோய்ப்பட்டு துன்பப்படாம இருக்கும். உடம்புக்குள் எண்ண வடிவத்துல இருக்கற மனசும் சந்தோஷப்பட முடியும்.

இதை எல்லாம் உத்தேசம் செய்துதான் உடம்பை ஜெயிக்க என்ன வழின்னு சித்தர்களான நாங்கள் யோசிக்கிறோம். இதுல

பெண்கள் உடம்பை ஜெயிக்க முதுமைதான் சரியான வழின்னு உணர்ந்ததாலதான் இளமையா இருந்த புனிதவதி, அவ்வை இரண்டு பேரும் கடவுள்கிட்ட இளைய உடலை உதிர்த்து முதுமைக்கு மாறினாங்க.

முதிய பெண்ணோட உடல்ல பூக்கற, காய்க்கற கதி கிடையாது. உன் மகளும் இப்ப உடம்புகிட்ட அகப்படாம வாழறவ. அவளுக்கு நீ கும்பிடற ஈசன் நல்லததான் செய்துருக்கான். ஆனா அது உனக்கு தெரியலியே."

சொர்ண சித்தர் காட்டிய கோணம் முத்துப்பிள்ளையை சற்று சிந்திக்க செய்தது. இருந்தாலும் பார்வதி வரையில் உடம்பை ஜெயித்து வாழ வேண்டும் என்கிற விருப்பங்கள் எல்லாம் அவளிடம் இல்ல.

"சாமி... என் மக ஒருத்தனுக்கு வாழ்க்கைப்பட்டு நல்லபடி வாழ்ந்து என் கண்ணுல பேரன் பேத்திங்கள பார்க்கணும்கறது தான் என் விருப்பம். நீங்களோ அவளை ஒரு சாமியார் மாதிரி சொல்றீங்களே..."

முத்துப்பிள்ளை ஒரு குடும்பஸ்தன் போலவே பேசி கேள்வி கேட்டார்.

"அப்ப உனக்கு பேரன் பேத்திய பார்க்கணும்."

"ஆமாம் சாமி... அதுக்கு நல்லவிதமா கல்யாணம் நடந்து புருஷன் வீட்டுக்குப் போனாதானே எனக்கும் நிம்மதி. ஏன் சொல்றேன்னா நான் இன்னும் எவ்வளவு வருஷம் இருப்பேனோ... யாருக்குத் தெரியும்?"

"ஓ... உனக்கு பார்வதி இந்த பூமில உனக்குப் பிறகும் நல்லவிதமா வாழணும். அந்தக்கவலை... அப்படித்தானே?"

"ஆமாம் சாமி..."

"அவ பிறந்த தேதிய சொல்லு பார்ப்போம்."

"எதுக்கு சாமி."

"சும்மா சொல்லு. நான் மனசுக்குள்ளேயே ஜாதகம் கணிச்சு அவ எதிர்காலம் எப்படின்னு சொல்லிடறேன்."

சொர்ண சித்தர் கேட்க முத்துப்பிள்ளையும் ஒரு மழை இரவில், இடி இடிக்கும்போது அவள் பிறந்ததைக் குறிப்பிட்டு, அன்று கூட மாசி மாதத்து சிவராத்திரி என்று கூறிட, சொர்ணசித்தர் கண்களை மூடிக் கொண்டார். அப்படியே மனதுக்குள் கணக்குப் போடத் தொடங்கியவர், சில நிமிடங்கள் வரை மௌனமாக இருந்து கணக்குப் போட்டு முடித்துவிட்டு கண்களைத் திறந்தவர் முத்துப்பிள்ளையைச் சற்று கலக்கமாகப் பார்த்தார்.

"சாமி... என்ன சாமி... ஜாதகம் கணிச்சிட்டீங்களா?"

"கணிச்சேன். ஆனா..."

"என்ன சாமி ஆனா... பார்வதி கடைசிவரை பூக்காம இப்படியேதான் இருப்பாளா?"

"இல்ல முத்து... அவ ஒரு கடவுள் பிரசாதம். வர்ற சிவராத்திரி வரைதான்..."

சொர்ண சித்தர் ஏதோ சொல்ல வந்தவர் சொல்லாமல் இடுப்பில் இருந்து குளிகையை எடுத்து நெற்றியில் வைத்து தியானித்து விட்டுக் கொடுத்தார்.

"என்ன சாமி இது?"

"இது மருந்து. இதைக்கொடு. உன் மகள் அதிகபட்சம் ஒரு வாரத்துல புஷ்பவதியாயிடுவா."

"நிஜமாவா சாமி..."

"நிச்சயமா... அவ புஷ்பவதியான உடனேயே இங்க என்னை வந்து பார்."

"கட்டாயமா சாமி... ஏதோ உங்க மூலமா அந்த ஈஸ்வரன் கண்ணைத் திறந்தா சரி."

முத்துப்பிள்ளை கும்பிட்டபடியே அந்தக் குளிகையுடன் சொர்ண சித்தரை விட்டுப் புறப்பட்டார்.

ஆனால் சொர்ண சித்தர் முகம்தான்.

“ஹூம்... ஊழ்வினை கொடியது!” என்று முணுமுணுத்தது!

* ——————— *

அத்தியாயம் 15

'சிவன்மலைக் காட்டிற்குள் அந்த விஷ்ணு அம்சமான ஸ்ரீராமன் வந்து சென்றதற்கான சான்றுகள் ஏராளமாக உள்ளன. ராமன் சிவன்மலைக் காட்டில் சில காலம் தங்கி இருந்திருக்கிறான்.

அவ்வேளையில் அவன் சில மரங்களை நட்டிருக்கிறான்.

அவைகள் இன்றும் காலத்தை வென்று வாழ்ந்து கொண்டிருக்கின்றன.

சிவன்மலை குகை ஒன்றில் தன் அம்பறாதத் தூளியைக் கீழே வைத்துவிட்டு ராமன் படுத்து உறங்கியிருக்கிறான்.

இன்னும் அந்த இடம் ராமன் சயனித்த இடம் என்கிற பெயரில் அழைக்கப்படுகிறது!'

சித்த வைத்தியர் சிவசாமியும், அவரது சகாக்களும் முற்றாக உருமாறியிருந்தனர். நால்வருமே காவி வேட்டி, காவித்துண்டு என்று ஐயப்ப சாமிகள் விரதமேற்கொள்வது போல ஒரு தோற்றத்தில் தெரிந்தனர்.

நான்கு பேர் தோளிலும் ஒரு துணிப்பை. அதனுள் டார்ச் லைட். காட்டுக்குள் பசித்தால் பசியாறத் தோதாக ட்ரைஃப்ரூட்ஸ் எனப்படும் உலர் பழங்கள், பிஸ்கட்டுகள், பாதுகாப்பு நிமித்தம்

ஒரு கைத்துப்பாக்கி, பிச்சுவாகத்தி என்கிற ஐட்டங்களும் இருந்தன.

நான்கு பேருமே முதல் காரியமாக ஆகாசலிங்க சன்னதி நோக்கித்தான் நடந்தனர்.

மாலை நேரம்! குளுகுளுவென்றிருந்தது. இரவுப்பொழுதை அந்தக் காட்டுக்குள் எங்கே கழிப்பது என்பதில் ஒரு தயக்கமும், அச்சமும் அவர்களிடம் இருந்தது.

சிவசாமிக்கு அந்த நொடி வன இலாகா அலுவலகம் தான் நினைவுக்கு வந்தது.

"கவலையில்லை... சாமி தரிசனத்தை முடிச்சிட்டு நாம நேரா ஃபாரெஸ்ட் ஆபீசுக்குப் போவோம். அங்க கெஸ்ட் ஹவுஸ் இருக்கு. அங்க தங்க முடியும்னு நினைக்கறேன்." என்றார்.

"சிவசாமி, கெஸ்ட் ஹவுஸ் ஆபீசர்களுக்கு... நம்மை எப்படி தங்க விடுவாங்க...?" என்று கேட்டார் பேராசிரியர் மோகன்.

"இந்தக் காடு வரையில் அந்த கெஸ்ட் ஹவுஸ் ஒரு வேஸ்ட் ஹவுஸ். ஒரு காட்டிலாகா அதிகாரி சுத்தமா தொலைஞ்சே போயிருக்கார். அதனால அதிகாரிகள் இங்க பேருக்குத்தான் இருக்காங்க. நம்மைப் பார்த்தா சாமியார்னுதான் நினைப்பாங்க. நாமளும் அதை கீப் அப் பண்ணிக்கணும். மத்தபடி பெருசா நமக்கு எந்தத் தடையும் வந்துடாது.

இங்க எவ்வளவு நாள் இருக்க வேண்டி வரும்னு தெரியாது. அது தெரிய வந்த பிறகு நாம நிரந்தரமா ஏதாவது ஒரு வழி பண்ணிக்கலாம்." என்றார் சிவசாமி.

அதன்படியே அவர்கள் ஆகாசலிங்க சன்னதி நோக்கித்தான் முதலில் நடந்தனர். வழியிலேயே தேன் குடுவையும் கையுமாக வெங்கட்டம்மா தட்டுப்பட்டாள். நால்வரையும் பார்த்துப் பணிவுடன் வணங்கினாள்.

"நீங்க."

“நாங்க சிவனடியார்கள். ஆகாசலிங்க தரிசனத்துக்கு வந்துருக்கோம்.”

“நானும் அவனோட அடிமைதான். உங்கள சந்திச்சது பெரும் பாக்கியம். சாமிங்களுக்கு எந்த ஊர்?”

“எங்களுக்கு சென்னைக்குப் பக்கத்துல திருமுல்லை வாயில்.”

“சந்தோஷம்... இன்னிக்கு சிவபெருமானுடைய நட்சத்திரமான திருவாதிரைத் திருநாள். இன்னிக்கு சிவதரிசனம் விசேஷம். கூடவே திங்கள் கிழமையும் சேர்ந்துகிட்டதால இரட்டை விசேஷம்.” என்று நடந்தபடியே பதிலளித்தாள் வெங்கட்டம்மா.

தொழிலதிபரும் சிவசாமியின் நண்பருமான ரத்னவேலுக்கு கடவுளை வணங்கக்கூட நாள், கிழமை, நட்சத்திரம் என்று விசேஷங்கள் முளைப்பது எப்படி என்பதில் ஒரு சிறு ஐயப்பாடு. தோன்றியது. அதைக் கேள்வியாக்கினார்.

“அம்மா உங்ககிட்ட நான் ஒரு கேள்வி கேட்கவா?”

“தாராளமா கேளுங்க... தெரிஞ்சா சொல்றேன்.”

“கடவுளைக் கும்பிடக்கூடவா நாள், கிழமை, நேரம், காலம் எல்லாம்?”

“ஏன் இருக்கக்கூடாதா?”

“இல்லை. அவர்தான் இந்த உலகத்தையே படைச்சவர். நம்மையும் படைச்சவர். அப்பேர்பட்டவருக்குக் கூடவா நல்ல நாள், கெட்ட நாள்னு இருக்க முடியும்?”

“நாளும் கிழமையும் அவருக்குன்னு யார் சொன்னது?”

“அப்படின்னா...”

“அது வணங்கப் போற நமக்காக நாம் செய்துகிட்டிருக்கற ஒரு சுலபமான வழிமுறை.”

“எப்படி?”

“உங்க வீட்லதானே நீங்க எப்பவும் இருப்பீங்க?”

“அப்ப எப்ப வந்தாலும் உங்களை உடனே பார்த்துட முடியுமா.”

“ஏன் முடியாது?”

“நீங்க குளிச்சிட்டிருக்கும்போது வந்தா.”

அப்ப கொஞ்சம் காத்திருந்து பார்க்க வேண்டி வரும் அவ்வளவுதான்...

“வெளியூர் போயிருக்கும்போது வந்தா...”

“அப்ப எப்படி முடியும். நான் திரும்பி வந்த பிறகு தான் பார்க்க முடியும்?”

“ஒரு சாதாரண மனுஷரான உங்களைச் சந்திக்கவே இப்படி நேரம், காலம் பார்த்து வந்தா தான் முறையா சந்திச்சு பேச முடியுது. உலகத்தையே படைச்சு அதைப் பராமரிக்கற என் சாமிக்கும் இப்படி எவ்வளவோ இருக்குமல்ல?”

“அப்ப மத்த நாள்ல கும்புடறதெல்லாம் பிரயோஜனமில்லாத விஷயம்னு ஆயிடுதே...”

“தப்பு... கடவுளை எப்ப வேணா, எங்க வேணா கும்புடலாம். அவன் எல்லா இடத்துலையும் இருக்கான். அதேசமயம் அவன் அருள் நமக்குக் கிடைக்கணும்னா நாம அதைக் கேக்கறதும், கேட்டு அதை வாங்கி வெச்சுக்கறதும் ரொம்ப முக்கியம்.”

“நீங்க என்ன சொல்ல வர்றீங்க?”

“வீட்ல எவ்வளவோ இடம் இருந்தாலும், படுத்துத் தூங்கன்னு ஒரு இடம் இருக்கும். அங்கதான் படுப்போம். அதனால நாம தூங்காத மத்த இடம்லாம் பயன்படாத இடம்னு அர்த்தம் இல்லை. ஒவ்வொரு இடமும் ஒவ்வொரு விதத்துல பயன்படுது. அதுபோல எவ்வளவோ நட்சத்திரம் இருந்தாலும் திருவாதிரை சிவன் நட்சத்திரம்னு சொல்லும்போது அதுக்கு ஒரு தனி சிறப்பு உருவாகுது.

அதேபோல அந்த சிவனோட சடைல இருக்கற சந்திரன்தான் திங்கள். சூரியனும், சந்திரனும் இல்லேன்னா இரவுலயும்,

பகல்லையும் கால நேரங்கள் நாம உணரவே முடியாது. சந்திரன் தேய்ந்து வளர சிவன் தந்த வரம்தான் காரணம். அதனால திங்கள் கிழமை சிவனுக்கு உகந்த நாள்.

இப்படி உகந்த நாள், உகந்த நட்சத்திரம் இரண்டும் அருள் வேட்டைக்கு சாதகமான அம்சம். அதனாலதான் இன்னைக்கு விசேஷமான நாள்னு சொன்னேன்."

வெங்கட்டம்மா அளித்த விளக்கம் ரத்னவேலுவின் வாயை அடைத்துவிட்டது. அப்படியே ஆகாச லிங்க சன்னதியம் கண்ணில் பட்டது.

நூறு அடி உயரத்தில் ஒரு சிறிய குன்று மேல் தெரிந்த ஆகாசம் பார்த்த அந்த லிங்கம் சிவசாமிக்குப் புதிதில்லை. ஆனால் மற்றவர்களுக்குப் புதிது. வியப்போடு அதைப் பார்த்தனர்.

வெங்கட்டம்மா தடியை ஊன்றியபடியே மேலேறினாள். அவர்களும் பின்தொடர்ந்தனர். வெங்கட்டம்மாள் தான் சுமந்து வந்திருந்த தேனை ஆகாசலிங்கத்தை வணங்கிவிட்டு அதன்மேல் ஊற்றினாள்.

"தேனாபிஷேகமா?"

"ஆமாம். ஈசன் அபிஷேகப் பிரியன். அதுலையும் தேனாபிஷேகம்னா ஈசனுக்கு ரொம்ப இஷ்டம்."

"சாமிக்குக் கூட பாலு தயிரைவிட தேனுன்னாதான் பிடிச்சிருக்கு..." என்று திரும்பவும் ரத்னவேலுவே சற்று திமிராக பேசினார். வெங்கட்டம்மா உடனேயே அதிர்வோடு அவரை ஒரு பார்வை பார்த்தாள்.

"தப்பா எடுத்துக்காதீங்க. என் மனசுலபட்டதை சொன்னேன்."

"உங்களுக்கு சாமி விஷயத்துல நிறைய குழப்பம் இருக்குன்னு சொல்லுங்க."

"உண்மைதான். கடவுள்ங்கறவர் எல்லாத்தையும் கடந்தவர்னு ஒரு பக்கம் சொல்லிகிட்டே, அவருக்குத் தேனுன்னா இஷ்டம்,

அபிஷேகம்னா ரொம்ப இஷ்டம்கறதெல்லாம் எனக்குக் கொஞ்சம் முரண்பாடா தெரியுது.”

“மேலோட்டமா பார்த்தா அப்படித்தான் தெரியும். ஆனா நான் சொன்னதோட பொருள் வேற... அபிஷேகம், ஆராதானையை இறைவன் நம்மகிட்ட கேட்கலை. நாமதான் பக்தியின் பேரால செய்யறோம்.

அப்படி அபிஷேகம் செய்யும்போது நம்ம கண்ணிரண்டும் பாக்குது. மனசு பாக்கறத நினைக்குது. அதாவது வெளிய நடக்கற சம்பவம் அப்படியே மனசுக்குள்ள பதியத் தொடங்குது. இதை மாத்தி நம்ம மனசுக்குள்ளேயும் ஒரு அபிஷேகம் நடக்குதுன்னும் சொல்லலாம். ஏன்னா மனசுங்கறது ஒரு உறுப்பு கிடையாது. அது எண்ணங்களோட தொகுப்பு. அந்த எண்ணங்களோட தொகுப்புல ஆயிரக்கணக்கான நினைவுகள் இருக்கும். அந்த நினைவுக்கு நடுவுல ஒருபுது நினைவா நாம பாக்கற லிங்க உருவம் இருக்கும். அதுக்கு நடக்கற அபிஷேகம் இருக்கும். இதனால எண்ணங்கள் அவ்வளவும் குளிர்ந்து போகும்.

ஈசன் அபிஷேகப் பிரியன்னு நான் சொன்னதுக்கு உண்மையான பொருள் நம்ம மனசு ஒரு அபிஷேகப் பிரியமடையதுங்கறதுதான். நம்ம மனசுன்னு நான் நேரா சொல்லும்போது லிங்கம் விலகிப் போயிடும். லிங்கம்னு சொல்லும்போது அதுவே நெருங்கி விடும்.

நம்ம பெரியவங்க, மனசோட அமைப்பு தெரிஞ்சு அதோட நலனுக்காக செய்து வெச்சிருக்கற இந்த மாதிரி விஷயங்கள் ரொம்ப சூட்சுமமானது. இதை ஒரு விஞ்ஞான விஷயம் மாதிரி விளங்கிக்க பார்த்தா தப்பு தப்பாதான் விடை வரும்.”

வெங்கட்டம்மா ஆகாசலிங்க சன்னதியில் அபிஷேகத்திற்குக் கொடுத்த விளக்கம் மற்ற மூவரையும் பிரமிக்க வைத்தாலும், ரத்னவேலுவை அது திருப்திப்படுத்திய மாதிரியே தெரியவில்லை.

“அது எப்படிங்க தப்பு தப்பா விடை வரும். ஒரு விஷயம் சரியா இருந்தா யார் எப்படி பார்த்தாலும் சரியானபடி தானே வந்தாகணும்.”

"அப்படியா?"

வெங்கட்டம்மா திருப்பிக் கேட்ட விதம் ஒரு மாதிரியாக இருந்தது.

"அப்படியேதான்."

"அப்ப நான் கேக்கற கேள்விக்கு நீங்க சரியான பதிலைச் சொல்லுங்க. அரிசி, பருப்பை எடைபோட்டு வாங்கறோம். அப்படி துணியை வாங்கினா சரிப்பட்டு வருமா?"

வெங்கட்டம்மாவின் கேள்விக்கு தமிழாசிரியர் பழனி கைதட்டி மகிழ்ச்சியைப் பகிர்ந்து கொண்டார்.

"சபாஷ் சரியான கேள்வி."

"என்ன சரியான கேள்வி. திருப்பூர்ல எல்லாம் பனியன், ஜட்டிகளை எடை போட்டும் விக்கறாங்க. அதுல என்ன இருக்கு."

"அதெல்லாம் தைச்ச துணிகள். தைக்காத துணியை எப்படி வாங்குவீங்க?"

"எதுக்கு இருக்கு மீட்டர் அளவுகோல்."

"எடைபோட்டு வாங்குவீங்களான்னு கேட்டா மீட்டர் அளவு இருக்குங்கறீங்களே. எடை போட முடியும்போது, எதுக்கு மீட்டர்?"

"அது... அது... அப்பதான் நம்ம தேவைக்கு சரியா வாங்க முடியும்."

"அப்ப திடப்பொருளுக்கு ஒரு அளவுகோல், துணிகளுக்கு ஒரு அளவுகோல்னு அளவுகோல் மாறுதுதானே?"

"ஆமா... உங்க கருத்துப்படி ஒரு அளவுகோலே எல்லா விஷயத்துக்கும் சரியான நியாயத்தைத் தரணும் இல்லையா?"

"ஆமாம்... தராசால அரிசி பருப்புக்குத்தான் சரியான நியாயத்தை தரமுடியும். ஈவன் எண்ணெய்கூட சரியான அளவுல தரமுடியாது. தராசு தட்டுல கொஞ்சம் அளவு ஒட்டிகிட்டு உரிய அளவு தரமுடியாதபடி செய்துடும்."

“இப்ப புரியுதா, கடவுள் விஷயத்தை அதுக்குண்டான அளவுகளோட பார்த்தாதான் சரியான விடை வரும்கறது.”

ரத்னவேலுவும் வெட்கத்துடன் ஒப்புக் கொண்டார். அப்படியே ஆகாசலிங்கத்தை வணங்கி முடித்துவிட்டுக் கீழிறங்கினார்.

வெங்கட்டம்மா அவர்களைப் பார்த்து சிரித்துக் கொண்டே சொன்னாள்.

“நீங்க இன்னும் நிறைய பக்குவப்பட வேண்டியிருக்கு. உருவத்துலதான் நீங்க சாமிங்க. உள்ளத்துல ஆசாமிகளாதான் இருக்கீங்க. இந்தக் காடு சாமிங்க காடு. ஆசாமிங்க வந்தா கொஞ்சம் விளையாடிப் பார்க்கும். கவனம்.” என்றாள்.

“விளையாடிப் பார்க்கும்னா...?”

சிவசாமி சட்டென்று பிடித்தார்.

“அதை நான் எதுக்கு வார்த்தைல சொல்லிகிட்டு... நீங்களே புரிஞ்சுக்கற நேரம் வரும்போது புரிஞ்சுக்குவீங்க.” என்றபடியே ஒரு ஒத்தையடிப் பாதையில் இறங்கத் தொடங்கினாள்.

வழியில் ஒரு மரக்கிளை மறித்தபடி வளர்ந்து பரவியிருந்தது. அதைப் பார்த்து கை தட்டியவள், “சாமி கொஞ்சம் வழி விடுங்க...” என்று கூறவும், அதுவும் நிமிர்ந்து வழிவிட்டது. இதைப் பார்த்தபடி இருந்த நால்வர் முகத்திலும் வியப்பான வியப்பு.

பொழுது வேறு இருட்டிக்கொண்டு வந்தது. சிவசாமி தன் நண்பர்களை முதல் தடவையாக ஒரு ஆழமான பார்வை பார்த்தார்.

“சிவசாமி... என்ன இது. மரம் எப்படி விலகிச்சு.”

“அது மரம் இல்ல... அது ஒரு சித்தர் சாமி.”

“சித்தர் சாமியா?”

“ஆமா... இந்தக் காட்டுல சித்தர்சாமிங்க முக்திடைஞ்ச உடனே அவங்கள புதைச்ச இடத்துல ஒரு மரக்கன்று நட்டுடுவாங்க. சித்தர் சாமிங்களோட ஜீவ அம்சம் அந்த மரத்துல பரவியிருக்கும்.”

சிவசாமி சொல்லிக் கொண்டே நடந்து, அதே மரக்கிளை முன் நின்று வணங்கியவராக, “சாமி எங்களுக்கும் வழி விடுங்க.” என்றார்.

அடுத்த வினாடி மரக்கிளை மேல் எழும்பியது. மற்ற மூவரும் அந்த நொடியே சிவசாமியை ஒரு சித்த புருஷர்போல பார்க்கத் தொடங்கிவிட்டனர். அப்படியே அவரைத் தொடர்ந்து நடந்தனர்.

“சிவசாமி... இருட்டிகிட்டு வருது. பாரெஸ்ட் ஆபீஸ் கெஸ்ட் ஹவுசுக்குப் போகலாம்னு சொன்னே நீ.”

“இப்பவும் அங்கதான் போய்கிட்டிருக்கோம்.”

“இது நாம வந்த வழி மாதிரியே தெரியலியே...”

“இது வேற வழி... கொஞ்சம் குறுக்கு வழியும்கூட.”

“இந்தக் காட்டு வழிகள் உனக்கு அத்துபடியா?”

“பின்ன... எத்தனை வருஷம் எவ்வளவு மூலிகைகளுக்காக இங்க வந்துருப்பேன்.” என்றவர் சிரியா நங்கை எனும் மூலிகைச் செடிகள் வழியில் விளைந்திருப்பதைக் கண்டு அவைகளைப் பறிக்கத் தொடங்கினார்.

“சிவசாமி... என்ன பண்றே?”

“இது சிரியா நங்கைங்கற மூலிகை... இது நம்மகிட்ட இருந்தா பாம்புகள் வராது.”

“எப்படி?”

“இதோட வாடையே பாம்புகளுக்குப் பிடிக்காது.”

“அப்ப இதைப் பறிச்சு நாம வெச்சுகிட்டா நம்மகிட்ட பாம்புகள் வராதா?”

“நம்ம கால்ல இதைக் கட்டிக்கிட்டு நடப்போம். வழியில பாம்புகள் படுத்திருந்தாலும் பாதகமில்லை. இந்த மூலிகைக்குப் பயந்தே ஓடிப்போயிடும்.”

சிவசாமி பேச்சோடு பேச்சாக சிரியா நங்கை கிளையை இரு காலிலும் கட்டிக்கொள்ளத் தொடங்கினார். பக்கத்திலேயே

ஒரு கொடி நீண்டு பரவியிருந்தது. அதையே அவர் கயிறாகப் பயன்படுத்திக் கொண்டது மிகுந்த புத்திசாலித்தனமான ஒரு விஷயமாக அவரது நண்பர்களுக்குப் பட்டது. அவர்களும் அதேபோல கட்டிக்கொண்டனர். என்னவோ போல இருந்தது. அப்படியே முழுமையாக இருட்டவும் செய்தது. நால்வரும் ஆளுக்கொரு டார்ச் லைட்டை எடுத்து ஆன் செய்தனர்.

நான்கு வெளிச்ச வட்டங்கள் அந்தக் காட்டில் விழ தயங்கியபடியே சிவசாமியைத் தொடர்ந்தனர்.

“சிவசாமி... நிஜமா பாம்புங்க நம்மளைத் தீண்டாது தானே?”

நடுவில் பேராசிரியர் மோகனிடம் ஒரு பயமான தயக்கம்.

“நான் சொன்னா சொன்னதுதான். பேசாம வாங்க.”

“இன்னும் எவ்வளவு தூரம் போகணும்.”

“கிட்டத்தட்ட மூணு கிலோ மீட்டர் போக வேண்டியிருக்கு.” என்ற சிவசாமியின் காலில் ஒரு முள் செடி பக்கவாட்டில் குத்தியது. அப்படியே வலியோடு முகத்தைச் சுணக்கிக் கொண்டு சற்று தள்ளி கண்ணில்பட்ட ஒரு திண்டு கல்மேல் அமர்ந்து குத்திய முல்லை பிடுங்கத் தொடங்கினர்.

அப்போது ‘ஸ்ஸ்ஸ்...’ என்று ஒருவித சீற்றம். அந்தச் சீற்றம் இரவின் பிடியில், காட்டின் பேரமைதிக்கு நடுவில் துல்லியமாகக் கேட்டது.

“சிவசாமி... என்ன இது சப்தம்...?”

“பாம்பு ஒண்ணு சீர்ற மாதிரி இல்ல...”

“ஆமாம்... பாம்புதான்... இங்கதான் பக்கத்துல...”

ரத்னவேலு தன் டார்ச் ஒளி வட்டத்தை அப்படியே சுழற்றியபடி சிவசாமி அமர்ந்திருந்த கல் மேல் அடிக்கவும், அந்த கல்லுக்குள் கீழேதான் ஒரு நாகம் தலை பாகம் மட்டும் வெளியில் தெரிய உடம்பு மட்டும் கல்லுக்குக் கீழ் இருந்தது. சிவசாமி கல்லின் மேல் உட்காரவும் உடம்பு நசுங்க ஆரம்பித்துவிட்டது. வலிதாங்காமல் அந்த நாகமும் சீறுவது தெரிந்தது.

அதைப் பார்த்த நொடி ரத்னவேலுவுக்கு உடம்பு நடுங்க ஆரம்பித்துவிட்டது. பேராசிரியர் மோகனும், தமிழாசிரியர் பழனியும்கூட வெடவெடவென்று நடுங்கினார்.

சிவசாமிக்கே கூட பெரிய தப்பு செய்துவிட்ட மாதிரிதான் தோன்றியது. பக்கத்தில் ஒரு ஆளால் தூக்க முடிந்த அளவில் ஒரு கல். அதை எடுத்து அப்படியே சீறும் பாம்பின் தலைமேல் போட்டால் அடுத்த நொடியே அது சட்னியாகி விடும். சிவசாமியும் தப்பி விடலாம். கல்லைப் பார்த்த பழனி உடனேயே நண்பரைக் காப்பாற்ற தயாராகி விட்டார். ஓடிப்போய் கல்லைத்தூக்கி சீறும் பாம்பின் பின் தலைமேல் போடத் தயாரானார்.

சிவசாமி அதைப் பார்த்து பதறிப் போனார்.

"பழனி... கல்லப் போட்றாதே..." என்று அலறினார்.

"போடாம... நீ இப்ப எழுந்தா அது உன்னைக் கொத்தாம விடாது."

"முட்டாளே... அது படுத்திருந்த கல்மேல் நான் உக்காந்தது தான் தப்பு. அடுத்து சிரியா நங்கை இருக்கறதால அதால நம்மை ஒண்ணும் பண்ண முடியாது. கல்லைத் தூக்கி தூரப்போடு." என்றார்.

பழனியும் அரை மனதாக கல்லைத் தூக்கிப் போட்டார். சிவசாமியும் கைகளைக் கும்பிட்டபடி எழுந்தார். அந்த நாகமும் சீற்றத்தைத் தணித்துக் கொண்டது. மெல்ல அடியில் இருந்து வெளிவரவும் ஆரம்பித்தது.

"சிவசாமி... அது வருது பார்... வருது பார்... நம்மா அது துரத்தப் போகுது." அலறினார் ரத்னவேலு.

"சும்மா இரு... தப்பு நம்ம மேல..." என்ற சிவசாமி அதைப் பார்த்து கைகளைக் கூப்பி வணங்கத் தொடங்கினார். அதுவும் படம் விரித்து நிமிர்ந்தது.

"எப்படி பார்க்குது பார்."

“கிட்டத்தட்ட பன்னிரண்டு பதிமூணு அடி நீளம் இருக்கும்போல தெரியுது.”

“சரியான கிழட்டு நாகம்...”

அவர்கள் மூவரும் முணுமுணுக்க, அந்த நாகம் அப்படியே ஒரு ஆணாக மாறியது. மண்டியிட்ட நிலையில் நாகம் இருந்த இடத்தில் ஒரு கட்டுக்கோப்பான உடல் அமைப்புள்ள இளைஞன். அவன் கண்ணில் மட்டும் ஒரு அசாத்திய கூர்மை... நாசியிலும் கூர்மை. தலையில் ஒரு சிறு கிரீடம். நால்வரும் அவனைப் பார்த்து விக்கித்துப் போய் நிற்க, அவன் எழுந்து நின்றான். மெல்ல அருகில் செல்லத் தொடங்கினான். அவர்களும் அச்சத்துடன் பின் பக்கமாகச் செல்ல ஆரம்பித்தனர்.

“பயப்படாதீங்க... நான் உங்களை ஒண்ணும் செய்ய மாட்டேன்.”

அவன் அவர்களைப் பார்த்து பேசவும் செய்தான். நால்வருமே ஒருவரை ஒருவர் மிரட்சியோடு பார்த்துக் கொண்டனர். அவன் சிவசாமியைப் பரிவோடு பார்த்தான்.

“நீ நாட்டு வைத்தியன்தானே?”

“ஆமாம்... என்னை எப்படி?”

“நான் இந்த சிவன்மலைக்காட்டு இச்சாதாரி... இரவு நேரங்கள்ல மூலிகை தேடி நீ அலையறத பலமுறை பார்த்திருக்கேன்.”

“நீ... நீ இச்சாதாரியா... அப்படின்னா?”

“இச்சாதாரின்னா தெரியாதா?”

“கே... கேள்விப்பட்டிருக்கோம். அவ்வளவுதான்.”

“இச்சைன்னா ஆசை. ஆசையை ஆட்டி வைக்கறவன்தான் இச்சாதாரி”

“ஆசையை ஆட்டி வைக்கறதா அது எப்படி?”

“நாகமா இருந்து தவறாம சிவபூஜை செய்தா அந்த நாகம் இச்சாதாரியா பிறக்கும். அது நினைச்ச வடிவத்தை எடுக்க

முடியும். உயிர்ப்பிறப்புகள்ல மேலான பிறப்பு மனிதப் பிறப்பு, அதுதான் எங்களோட உச்சம். எங்களுக்கே உண்டான உயிர் அம்சம் நாக உடல்... அது எங்க மிச்சம்."

"அப்ப உங்களால எந்த வடிவம் வேணும்னாலும் எடுக்க முடியுமா?"

"வடிவம் மட்டுமல்ல... யார் எதைக் கேட்டாலும் கொடுக்க முடியும். ஆனா நான் இப்ப அந்தச் சக்தியை இழந்துட்டேன். நினைக்கற வடிவம் மட்டும் தான் என்னால முடியும்?"

"எப்படி அந்தச் சக்தியை இழந்தே நீ?"

"அது ஒரு பெரிய கதை... இந்தக் காட்டுக்கு அதிகாரியா வந்த ஒருத்தன் என் நாகரத்னத்தைப் பறிச்சுகிட்டதோட, என் இணையான துணையைச் சுட்டும் கொன்னுட்டான்."

"அட கடவுளே."

"அவனைத்தான் நான் தேடிக்கிட்டிருக்கிறேன்... ஆனா அவன் எங்கையோ ஒளிஞ்சுகிட்டிருக்கான்."

"உனக்குப் பின்னாலகூட இப்படி ஒரு சோகக் கதையா?"

"ஆமாம்... அவனைப் பிடிக்கிற விஷயத்துல நீங்க எனக்கு உதவி செய்யத் தயாரா?"

"அது... அது..."

"நீங்க நல்லவங்க... என்னைக் கொல்ல வழி இருந்தும் கொல்லாம எனக்கு உயிர் பிச்சை கொடுத்திருக்கீங்க. உங்களுக்கு நான் ரொம்ப கடமைப்பட்டிருக்கிறேன்."

"கடமைப்பட்டிருக்கேன்னா... நாங்க இந்தக் காட்டுலையே தங்கி சில ஆராய்ச்சி செய்ய விரும்பறோம். அதுக்கு உன்னால உதவ முடியுமா?"

"என்ன ஆராய்ச்சி?"

"அது... அது..."

“சும்மா தைரியமா எதுவா இருந்தாலும் சொல்லுங்க...”

“உன்னை நம்பி சொல்ல பயமா இருக்கு...”

“நான் சத்தியத்துக்குக் கட்டுப்பட்டவன். உங்களுக்கு உதவி மட்டும்தான் செய்வேன். போதுமா?”

“சத்தியத்தை எங்க தலைமேல் அடிச்சு செய்ய முடியுமா?”

“செய்யறேன். அதேசமயம் எனக்கு உதவ நீங்களும் என் தலைமேல அடிச்சு சத்தியம் செய்யணும்.”

“அப்ப சரி... நாங்க தயார்.”

சிவசாமிக்கு கும்பிடப்போன தெய்வமே குறுக்கே வந்ததுபோல இருந்தது. அடுத்த நொடி அந்த இச்சாதாரி மனிதன் பாம்பாகி இடுப்பு உயரத்துக்குப் படமெடுத்தும் நின்றான்.

அந்தக் காட்சியே வெலவெலக்க வைத்தது. நால்வரும் அந்தப் பாம்பு எதிரே மண்டியிட்டு அமர்ந்தனர். அந்த இச்சாதாரி நாகமும் ஊர்ந்து முன்னே வந்து அவர்கள் நால்வரின் தலையிலும் தனது விரிந்த படத்தை அழுந்த பதித்து எடுத்தது. அதைத் தொடர்ந்து அவர்களும் அதன் தலைமேல் தங்கள் கரங்களைச் சற்று நடுக்கமுடன் வைத்து எடுத்தனர். சத்திய பிரமாணம் முடிந்த அடுத்த நொடி பழையபடி கட்டுமஸ்தான மனித உருவிற்கு அந்த இச்சாதாரி வந்துவிட்டான்.

“என் பேர் பரணி... இனி என்னை நீங்க பரணின்னே அழைக்கலாம்.”

“நல்லது... நாம இனி நண்பர்கள்!”

“ஆமா... எனக்குத் தேவை அந்த அதிகாரி உயிர். உங்களுக்குத் தேவை?”

பரணி பொட்டில் அடித்த மாதிரி நேரடியாகக் கேட்டான்.

“எங்களுக்குத் தேவை சித்தர்களுக்கு மட்டுமே தெரிந்த ரசவாத ரகசியம்.”

அதைக்கேட்ட நொடி பரணியின் முகத்திலும் அதிர்ச்சி.

"என்ன பரணி... என்ன தயக்கம்?"

"இது தயக்கம் இல்ல... பயம்."

"உனக்குப் பயமா?"

"ஆமா... சித்தர்கள் விஷயம்னாலே பயம்தான்."

"சித்தர்கள் என்ன அவ்வளவு கொடியவங்களா?"

"கொடிய எந்த விஷயத்தைப் பார்த்தும் எனக்குப் பயம் கிடையாது. அவர்கள் சத்தியமானவர்கள். அடுத்து அவர்கள் மனது வைத்தால் கல்லுக்குக்கூட உயிர் வரும். அவர்கள் முன்னால நான் ஒரு சாதாரண மண்புழு!"

"என்னது... எல்லா வடிவமும் எடுக்க முடிஞ்ச ஒரு இச்சாதாரியான நீ, அவங்க வரைல சாதாரண மண்புழுவா?"

"மண்புழுவை விட கீழன்னுகூட சொல்லலாம்."

"அப்ப உன்னால எங்களுக்கு உதவ முடியாதா?"

"நேரடியா நிச்சயம் உதவ முடியாது. ஆனா வேற வகைல உதவ முடியும்?"

"எப்படி?"

"எங்க நாக இனத்தைச் சேர்ந்த ஒருத்தர் சித்தரா இருக்கார். அவர் நாகசித்தர்ங்கற பேர்ல இந்தக் காட்டுல தவம் செய்துகிட்டு இருக்கார். அவர்கிட்ட உங்களை சிஷ்யர்களா சேர்த்துவிடறேன். அவருக்கு தங்கம் பண்றதுல திறமைசாலியான கோரக்கர், சிவவாக்கியர், சொர்ணசித்தர் இவங்கள்லாம் நண்பர்கள். நீங்க நாகசித்தர்கிட்ட நல்ல பேர் எடுத்து, அவர் மூலமா இந்த சித்தர்களைச் சந்திச்சு உங்க விருப்பத்தை ஈடேத்திக்க பாருங்க..."

பரணி அந்த நள்ளிரவில் ஒரு புது வழியைக் காட்டவும் அவர்களிடம் ஒரு புது தெம்பு.

ஆகாசலிங்க தரிசனம் இப்படி ஒரு திருப்பத்தைத் தரும் என்று அவர்களே கூட எண்ணயிருக்க வாய்ப்பில்லை.

அவர்கள் நான்கு பேரும் அந்த நள்ளிரவில் நாகசித்தரைப் பார்க்க புறப்பட்டனர்.

வானிலும் மிருகசிருஷ நட்சத்திரக் கூட்டம் ஒருமான் கொம்பு போன்ற வடிவில் சிவன்மலை காட்டில் நடக்கும் அவர்களைப் பார்ப்பதுபோல் தோன்றியது.

அத்தியாயம் 16

சிவன் மலைக்காட்டில் உள்ள அதிசயங்களில் பிரதானமானது சிவராத்திரி காலமாகும். சிவன் மலையில் ஒரு கல் மண்டபம் உள்ளது. அந்த சிவராத்திரி இரவில், மண்டபத்தில் சிவபிரான் தன் இணையான பார்வதி தேவியுடன் கூடி, ஆனந்தத் தாண்டவம் ஆடுவதாகவும், அதை சிவன்மலைக்காட்டில் வாழ்ந்தபடி உள்ள சித்தர்கள் தரிசனம் செய்வதும் ஒரு சிறப்பு.

சிவதாண்டவத்தின் சலங்கை சப்தம் சிவன் மலையைக் கடந்து கீழே உள்ள லிங்கப்பட்டி வரை எதிரொலிக்கும் என்றும் கூறப்படுகிறது!

முத்துப்பிள்ளை சொர்ணசித்தர் தந்த குளிகையைப் பார்வதிக்குக் கொடுத்து மூன்று நாட்களாகி விட்டது. முத்துப்பிள்ளை அவள் மேலேயே ஒரு கண்ணாக இருந்தார். அவள் உடலில் நிறைய மாற்றங்கள். முகத்தில்கூட ஒரு புத்தொளி.

முத்துப்பிள்ளைக்கு வீரைய்யன் என்று ஒரு மகனும் இருக்கிறான். எல்லா வகையிலும் முத்துப்பிள்ளைக்கு எதிரானவன். அவனை எப்பொழுது பார்த்தாலும் போதையில் தான் பார்க்கலாம்.

தன் வயிற்றில் இப்படி ஒரு பிள்ளையா? என்று குமைந்துபோன முத்துப்பிள்ளையும் அவனை வீட்டிலேயே சேர்ப்பதில்லை. இருந்தாலும் அவ்வப்போது அவன் முத்துப்பிள்ளையை வந்து பார்த்து குடைசல் கொடுப்பதை வழக்கமாகக் கொண்டிருந்தான்.

முத்துப்பிள்ளை பார்வதி விஷயத்தில் கவலையோடு இருக்கும்போது சற்று போதையுடன் வந்தான்.

"என்னப்பா... எப்படி இருக்கே?" என்று நாக்கு குழற கேட்டுவிட்டு பார்வதியைப் பார்த்தான்.

அவன் கண்ணிரண்டும் சிவந்து போயிருந்தது.

பார்வதிக்கு அவனைப் பார்க்கவே அச்சமாகக்கூட இருந்தது. அவள் எழுந்து போய் முத்துப் பிள்ளை முதுக்குக்குப் பின்னால் ஒளிந்து கொண்டாள். மான் குட்டிபோல மருட்சியுடன் அவனைப் பார்த்தாள்.

"பயப்படாத பார்வதி... நான் உன் அண்ணன்தான். குடிச்சிருக்கேனேன்னு பாக்கறியா... அது ஒண்ணுமில்ல... என் முதலாளி அய்யனாருக்கு இன்னிக்கு காட்டுல நல்ல வேட்டை.

முத்துன சந்தன மரமா நல்லா நாலு மரத்தைக் கண்டுபிடிச்சு வெட்டினேன். ஒவ்வொரு மரமும் லட்ச ரூபா போகுமாம். நாலு மரம்னா நாலுலட்சம் அதான் எங்க எல்லாருக்கும் ஃபுல்லா பாரீன் சரக்கா வாங்கி ஊத்திவிட்டாரு. அப்படியே கைக்கு ஆயிரம் ரூபா தந்தாரு பாரு."

அவன் பாக்கெட்டில் இருந்து பணத்தையும் எடுத்துக் காட்டினான். முத்துப்பிள்ளை அவனையும், அந்தப் பணத்தையும் கண்களில் வெறுப்புடன் பார்த்தார்.

"பார்வதி... வா உனக்கு நான் வைத்தியம் பாக்கறேன். இந்தப் பணம் அதுக்குதான். இதுக்கு மேல செலவானாலும் கவலையில்லை. அய்யனார் உனக்காக லட்ச ரூபாகூட செலவு செய்யறேன்னாரு... வா பார்வதி."

பாய்ந்து அவள் கையைப் பிடித்து இழுக்கப் பார்த்தான். அவள் அலற, முத்துப்பிள்ளை அவன் கன்னத்தில் ஓங்கி ஒரு அறை அறைந்தார்.

“அப்பு...” அவன் பதிலுக்கு சீறினான்.

“போடா முதல்ல வெளிய... வைத்தியம் பாக்கறானாம் வைத்தியம். பொடலங்கா வைத்தியம்.”

“அப்பு... அப்படி எல்லாம் சொல்லாதே... நீயும்தான் காட்டுக்குள்ள எவ்வளவோ சாமியாருங்கள பாக்கறீங்களே... யாராலையாவது ஏதாவது பிரயோஜனம் உண்டா. ஆனா அய்யனார் அப்படி இல்ல.”

“அய்யனார் ஆட்டுக்குட்டின்னே... பிச்சுப்பிடுவேன். காட்டுல திருட்டுத்தனம் பண்ணி பொழைக்கறவனுக்கு உடந்தையா இருந்துகிட்டு பேச்சா பேசறே பேச்சு.”

முத்துப்பிள்ளை விசும்பி வெடித்தார்.

“இந்தக் காலத்துல யார் அப்பு திருட்டுத்தனம் பண்ணல, பெருசா என்னைச் சொல்ல வந்துட்டே...”

அவன் வளைந்து குழைந்தபடியே கேட்டு விட்டு அப்படியே பொத்தென்று முழு போதையில் கீழே விழ, அதைப் பார்த்து முத்துப்பிள்ளை ஒரு ஓரமாகப் போய் உட்கார்ந்து கண்ணீர் வடிக்க ஆரம்பித்தார்.

“அப்பா...”

“பார்த்தியாம்மா... எனக்கு இப்படி ஒரு பிள்ளை...”

“அதான்பா எனக்கும் புரியல... எப்படிப்பா...”

“எல்லாம் உன் தாய் கருக்கொண்டப்போ நான் நடந்துகிட்டதால வந்த வினை.”

“என்னப்பா சொல்றீங்க?”

“ஆமாண்டா கண்ணு... ஒரு பொண்ணு கருத்தரிச்சிருக்கும் போது அவள் மனசு எப்படி இருக்கோ, அதை வெச்சுதான் வயித்துல வளர்ற குழந்தையோட தலை எழுத்தும் அமையும்.”

“என்னப்பா சொல்றீங்க...”

“நான் சொல்றதுதான் சத்தியம். ஒவ்வொரு புருஷன்காரனும் கருக்கொண்ட பெண்களைத் தாங்கிப் பிடிக்கணும். ஆனா நானோ அப்ப உன் அம்மாவைப் பார்த்து நமக்கு இப்ப புள்ள தேவையான்னு கேட்டேன். அப்பவே அவ மனசுல வேண்டாத புள்ளைய சுமக்கறோமோன்னு ஒரு எண்ணம் வந்துடிச்சு.

பொறக்கறதும் ஆணா இருக்கணும். பெண்ணா இருந்தா கட்டிக் காப்பாத்தணுமேன்னு அழுதேன். அதுவும் அவளை பாதிச்சு ஆம்பளைப் பையன் தான் பொறக்கணும். அவனும் உபயோகமில்லாமல் போயிடக் கூடாதுன்னுல்லாம் நினைக்க வெச்சுடிச்சு.”

“அம்மா சரியாதானே யோசிச்சிருக்காங்க.”

“அப்படி இல்லம்மா... எனக்கு ராஜகுமாரன்தான் பொறப்பான்னு நம்பறதுக்கும், ராஜகுமாரன் பொறக்கணுமேன்னு சந்தேகப்படறதுக்கும் நிறைய வித்தியாசம் இருக்கு...”

“அப்ப நான் ஏன்ப்பா இப்படிப் பிறந்தேன். பூக்க முடியாம நான் இருக்க எதுப்பா காரணம்?”

“என்னத்தம்மா சொல்வேன். சிவன்மலை காட்டுல சித்தர் சாமிங்க நட்டு வெச்சிருக்க பூந்தோட்டம் ஒண்ணு இருக்குது. அதுல பூக்கற பூக்களைப் பறிச்சு அவங்க ஆகாசலிங்கத்துக்கு அர்ச்சனை பண்ணுவாங்க.

அது தெரியாத நான் அந்தப் பூக்களை அவங்களுக்கு முன்னால போய் பறிச்சிகிட்டு போயிடுவேன்.

அவங்க வந்து பார்க்கும்போது பூவே இருக்காது. அவங்க வெறுத்துப் போய் பூக்காத இந்த செடி மலடாகவே

இருந்துடட்டும்னு சொல்லிட்டாங்க. அதுக்கப்புறம், அந்த செடிங்க சொல்லி வெச்ச மாதிரி பூக்கவேயில்லை.

நான் அதுல ஒரு செடியைப் பிடுங்கிகிட்டு வந்து இங்க நட்டு வைச்சேன். உன் அம்மா ஒரு நாள் ஆத்திரத்துல அந்த செடியையும் பிடுங்கி எரிஞ்சுட்டா. அந்தப் பாவம்தான் உன்மேல வந்து உக்காந்துகிச்சு."

அவர் சொல்லச் சொல்ல அவளுக்கு அதில் எதை ஏற்பது, எதைத் தவிர்ப்பது என்பதே பெரும் குழப்பமாய் இருந்தது. அவரோடு கண்ணீர் வடித்தவளிடம் சட்டென்று ஒரு மாறுதல். நின்றபடி இருந்தவள் அப்படியே அமர்ந்தாள். சுருண்டும் படுக்கத் தொடங்கினாள்.

"பார்வதி... என்னாச்சு?"

"அப்பா பக்கத்து வீட்டு பாட்டியம்மாவை வரச் சொல்லுங்கப்பா."

"என்னம்மா செய்யுது... அவங்க எதுக்கு?"

"ஐய்யா அவங்கள வரச் சொல்லுங்களேன்."

அவள் சிணுங்க, முத்துப்பிள்ளை விழுந்தடித்துக் கொண்டு ஓடினார்.

அடுத்த நிமிடமே பக்கத்து வீட்டு பாட்டியும் தன் ஒற்றை நாடி உடம்பை படு வேகமாகத் தள்ளிக் கொண்டு வந்து நின்றாள்.

"பார்வதி... என்ன ஆத்தா... என்ன பண்ணுது?"

"பாட்டி அப்பாவைக் கொஞ்சம் வெளியே போகச் சொல்லு."

"போயிடறேன் ஆத்தா... இதோ நானே போயிடறேன்."

முத்துப்பிள்ளை எழுந்து வெளியேறினார். திரும்ப வந்து மயங்கிக் கிடந்த வீரைய்யனைத் தொட்டு தோளில் தூக்கிப் போட்டுக் கொண்டு வெளியேறினார்.

பார்வதி, பாட்டியை அருகில் அழைத்து காதில் ஏதோ கூறினாள்.

"அப்படியா சங்கதி... இது நல்ல விஷயம்தான். நீ பூத்துட்டே புள்ள... பூத்துட்டே..." என்று வாய் மலர்ந்தாள்.

விஷயம் அடுத்த நொடி வெளியே இருந்த முத்துப்பிள்ளை காதுக்குச் சென்றுவிட அவரிடம் ஒரு இன்பத் திகைப்பு.

"பரமேஸ்வரா... என்னை நீ கைவிடவில்லை." என்று அமர்ந்த இடத்தில் இருந்து கொண்டு கையை உயர்த்தினார்.

☆☆☆

மறுநாள்!

முத்துப்பிள்ளை சிவன்மலைக்கு உற்சாகமாகக் கிளம்பி விட்டார். கையில் பிரசாத கூடை. பார்வதி புஷ்பவதி ஆனதற்காக அவளுக்குப் போடுவதற்கு வாங்கியிருக்கும் வளையல் மற்றும் துணிமணி எல்லாவற்றையும் ஆகாச லிங்கத்திடம் வைத்து ஆசி பெற்று வரவேண்டும்.

அப்படியே சொர்ணசித்தரிடம் அவர் தந்த குளிகை வேலை செய்த விஷயத்தைக் கூறிவிட வேண்டும் என்று மனதில் தீர்மானித்தபடி விறுவிறுவென்று நடக்கத் தொடங்கினார்.

ஒரு கையில் பிரசாத கூடை.

மறுகையில் ஒரு பெரிய தடி.

காலிரண்டிலும் ஒரு புது தெம்பு.

ஆகாசலிங்க சன்னதியையும் அதே வேகத்தில் சென்றடைந்தவர், பார்வதிக்கான துணிமணிகளை அப்படியே வைத்து கண்களில் கண்ணீருடன் கும்பிட்டுவிட்டுத் திரும்பினார். எதிரில் சொர்ண சித்தர்.

"சாமி..."

"என்ன முத்து... என்ன இது புது துணிமணி..."

"சாமி... இது என் மகளுக்கு... உங்க மருந்து வேலை செஞ்சிடிச்சு சாமி... என் பார்வதி பூத்துட்டா சாமி... பூத்துட்டா..."

“தெரியும்ப்பா...”

“யார் சாமி சொன்னது?”

“மருந்து கொடுத்த எனக்கு என்ன நடக்கும்கறது தெரியாதா?”

“சாமி உங்களுக்கு கோடி நன்றி சாமி... பூத்த என் மகள ஒருத்தன் கைல பிடிச்சு கொடுத்துட்டா என் கடமை முடிஞ்சிடும்.”

“அப்படியா?”

“ஆமாம் சாமி... அதுதானே ஒரு தகப்பன் கடமையா இருக்க முடியும்?”

“அதைவிட ஒரு பெரிய கடமை உனக்கு இருக்கு முத்து.”

“என்ன சாமி சொல்றீங்க?”

“உன்கிட்ட நான் உதவி கேட்க போறேன். கேட்கட்டுமா?”

“சாமி... என்ன சாமி இது. நான் உங்க அடிமை சாமி. என்ன செய்யணும் சொல்லுங்க.”

“நான் உதவி கேட்ட உடனே அதிர்ச்சியடையக்கூடாது.”

“என்ன சாமி அப்படிச் சொல்லிட்டீங்க. என்னால முடிஞ்ச உதவியை நான் நிச்சயம் செய்வேன் சாமி. உயிரைக்கூட தர்றேன் போதுங்களா?”

“இதுவும் ஒரு உயிர் சம்மந்தப்பட்ட விஷயம் தான்.”

“விளங்கும்படி சொல்லுங்க சாமி.”

“சொல்றேன். இன்னிக்கு புஷ்பவதியாகியிருக்கற உன் மகள் பார்வதி அடுத்து கர்ப்பவதியாகப் போறா.”

“சாமி...”

“உடனே யார் புருஷன்னு மட்டும் கேக்காதே... எந்த ஒரு ஆண் தயவும் இன்றி அவ கர்ப்பவதியாகி, சித்தர்களான எங்களுக்கு ஒரு குழந்தை பெத்துத் தரணும்.”

“என்ன சாமி சொல்றீங்க... ஒண்ணுமே புரியலியே...”

“இப்ப எதுவும் புரியாது. ஆனா நடக்க நடக்க எல்லாம் தானா புரிய வந்துடும்.” என்ற சொர்ண சித்தர், அடுத்து முத்துப்பிள்ளை எதிரில் ஒரு மண் கலயத்தை எடுத்தார். அதில் மூலிகை மருந்து வாசம்.

“சாமி என்ன இது?”

“இது ஒரு அபூர்வ மூலிகை மருந்து. இதை ஒரு தண்ணீர் தொட்டில கலந்துட்டு அந்தத் தொட்டில உன் மகளை இறங்கி உட்காரச் சொல். உடம்புல பொட்டு துணி இருக்கக்கூடாது. அவ தொட்டித் தண்ணில ஒரு நாழிகை நேரம் அமர்ந்திருந்தா போதும். அவளுக்குக் கரு உருவாயிடும்.”

“இப்படி எல்லாம் நான் கேள்விப்பட்டதே இல்லையே சாமி.”

“சித்தர்கள் உலகத்துல எவ்வளவோ ரகசியங்கள்... அதுல இது ஒண்ணு.”

“சாமி... கல்யாணமே ஆகாம ஒரு பொண்ணு கர்ப்பவதியானா ஊர் என்ன பேசும்னு உங்களுக்குத் தெரியும்தானே?”

“நல்லாவே தெரியும். ஆனா உன் மகள் கர்ப்பம் தரிக்கறதோ, இல்லை அவ பிள்ளை பெறப் போறதோ யாருக்கும் தெரியாது. தெரியவும் தேவை இல்லை.”

“ஊருக்குத் தெரியாம அவ பிள்ளை பெத்து வளர்க்க வேண்டிய அவசியம் என்ன சாமி?”

“முத்து... உலகத்துல எல்லா உயிரினங்களும் ஆண், பெண் சேர்க்கைலதான் பெருக முடியும். அதே ஆண் தயவே இல்லாமலும் ஒரு பெண்ணால பிள்ளை பெற முடியும். எதிர்காலத்துல விஞ்ஞான உலகமே இதைச் செய்யத்தான் போகுது.

அதேசமயம், இப்ப இங்க நான் அப்படி ஒரு குழந்தையை உருவாக்க ஒரு சரியான காரணம் இருக்கு. அவதாரங்களான ஐயப்பன், கணபதி, முருகன்கற தெய்வங்களைத் தொடர்ந்து இன்னொரு தெய்வமா உனக்கு ஒரு பேத்தி வரப்போறா.

உன் மகள் இப்ப எல்லா கர்மங்களையும் அனுபவிச்சு கழிச்சுட்டா... குறிப்பா புஷ்பவதி ஆகாம அவ மனசளவுல பட்டபாடு பெரும்பாடு.

இப்ப அவ பூத்துட்டாலும்கூட இவ உயிரோடு இருக்கப் போற காலம் இன்னும் ஒன்பது மாதம், ஒன்பது நாள்தான்!"

"சாமிாா..."

"அவ ஜாதகத்தை மனசுல கணிச்ச நொடியே நான் கணக்குப் போட்டுட்டேன். அவ போறதுக்குள்ள அவமூலமாக ஒரு புது உயிரை எந்த கர்மவினையோட பதிவுகளும் இல்லாம உருவாக்க விரும்பறேன்."

"நீங்க சொல்றது எனக்குப் புரியலீங்களே..."

"புரியாதுதான்... இந்த விஷயத்துல மனுஷப் பிறப்பெடுத்தாலும் சரி, ஒரு புழுவா பிறந்தாலும் சரி, அதற்குப் பின்னால கர்மக் கணக்குன்னு ஒண்ணு உண்டு.

அதை அனுபவிக்கத்தான் ஒரு உயிரா ஜென்மம் எடுத்து பூமிக்கு வரோம். இதுல சில பிறப்புகள் மிக மிக வித்தியாசமானது.

இந்த சில பிறப்பாளர்கள் இந்த மண்ணுல சில புதிய தர்மங்களை உருவாக்கறதுக்காக வர்றாங்க. ராமன், கிருஷ்ணன், மீனாட்சிங்கற அவதாரங்கள் இந்த வகைதான்.

உன் மகள் வயித்துல உருவாகப் போற குழந்தையும் அப்படி ஒரு தர்மங்களை உருவாக்கப் போறவதான்.

அவளை கிரகங்களால எதுவும் செய்ய முடியாது. ஆனா அவ நினைச்சா கிரகங்களை ஆட்டிப் படைக்க முடியும்."

"சாமி... தப்பா எடுத்துக்காதீங்க. நானோ, என் மகளோ, இல்ல பேத்தியோ யாரையும் ஆட்டிவைக்க விரும்பலீங்க... யாரும் எங்களை ஆட்டி வைக்காமலிருந்தாலே போதும்..."

"நீ புரியாம பேசறே... அல்ப வயசுல வாழ்க்கையை முடிச்சுக்கப்போற உன் மகள்கிட்ட இருந்து பேத்திங்கற உறவுல

உனக்கொரு உயிர்த்துணையைக் கொடுக்க விரும்பறேன். இது என் விருப்பம் மட்டுமில்ல... இந்தக் காட்டுல வாழற சித்தர்களோட விருப்பமும் இதுதான்."

"என் மகள் வயித்துல ஒரு மகளை உங்களால கொடுக்க முடியும். ஆனா அவளுக்கு நீண்ட ஆயுளைத் தர முடியாதுங்களா?"

"நீ பேசல... உன் பாசம் பேசுது! நெருப்புன்னா சுடணும். சுடலேன்னா அதால பயனுண்டா."

"அது எப்படிங்க சாமி..."

"அப்படித்தான் விதியும்... அதன்படி எல்லாம் நடந்தே தீரணும்... நம்ம விருப்பங்களுக்கு அதுல இடம் கிடையாது?"

"மார்க்கண்டேயனுக்கு அந்த ஈஸ்வரன் விதியை மாத்தி உயிர் பிச்சை கொடுக்கலீங்களா?"

"உன் கேள்வியே தப்பு. ஈசனால அவன் ஆயுள் பலம் பெறுவான்கறதுதான் அவன் விதி."

"சாமி..."

"பாசபந்தங்கள்ள அமுங்கி தப்புத்தப்பா யோசிச்சு பேசாதே. நான் எப்பவும் உன் நல்லதுக்குத் தான் சொல்வேன். என் பேச்சைக் கேள். இந்த சிவன் மலை சித்தவனுத்துக்கு உன் பேத்தி ஒரு வரப்பிரசாதமா திகழப் போறா. அவ கைபட்ட இடமெல்லாம் பொன்னா மாறப் போகுது."

"ஆனா என் பார்வதி போயிடுவாளே..."

"நீயே ஒரு நாள் போய்த்தானே தீரணும். இதைச் சொல்ற எனக்கும் ஒரு முடிவு உண்டு. சித்த புருஷர்கள் ஆயுளை நீட்டிக்கலாம்.

ஆனால் அவங்களாலயும் மரணத்தை வெல்ல முடியாது. மரணத்தை வெல்லவும் கூடாது."

சொர்ணசித்தர் அழுத்தமாகச் சொல்லி தோளில் தட்டி முத்துப்பிள்ளையை அனுப்பிவைத்தார்.

அவர் ஸ்பரிசம்பட்ட உடனேயே முத்துப் பிள்ளையின் மனதிலும் ஒரு அமைதி உருவாகத் தொடங்கி விட்டது.

* ——————— *

அத்தியாயம் 17

‘சிவன் மலையில் சிலகாலம் சிவபிரான் தவம் புரிந்திருக்கிறார். அப்படி அவர் தவம் புரிந்தபோது அவரது மோனத் தவத்துக்கு எந்தப் பங்கமும் இல்லாதபடி அவரை பார்வதி தேவி வந்து பூஜித்து விட்டுத் திரும்பியுள்ளாள்.

சிவபூஜைக்காக பார்வதி தேவியால் வைக்கப்பட்ட வில்வ மரம் பார்வதி தேவியின் ஆயுதமான திரிசூலம் போலவே மூன்று கிளைகளுடன் ஓங்கி வளர்ந்து, நாள்தோறும் பார்வதிதேவிக்கு வில்வ இலைகளை வழங்கியது.

வில்வத்தால் செய்யப்படும் பூஜை சிவபிரானுக்கு அவ்வளவு உசிதமான ஒன்றாகும்.’

இச்சாதாரி பரணி சிவன்மலைக்காட்டில் ஒரு பெரும் பாம்புப் புற்று அருகே சென்று நின்றிருந்தான். அவன் பின்னால் நாட்டு வைத்தியர் சிவசாமியும் அவரது நண்பர்களும்.

பரணி புற்றைப் பார்த்து கைகளைக் குவித்து வணங்கினான். பின்மெல்லிய குரலில் “குருவே...” என்றான்.

அதன் எதிரொலியாக புற்றுக்குள் இருந்து ஒரு சர்ப்பம் மெல்ல வெளியே வந்தது. பரணியைப் பார்த்துப் படமெடுத்தது.

அது அப்படியே ஆறடி உயரத்திற்கு ஒரு சித்தராக மாறியது. நெற்றியில் நாகதிலகம். கண்களில் நீலம் பரவியிருக்க நாசியில் ஒரு கூர்மை, சிவசாமியும் அவரது நண்பர்களும் அதிசயமாக அந்த காட்சியை உணர்ந்தார்கள்.

தமிழாசிரியர் பழனி கதைகளில்தான் இப்படிப்பட்ட காட்சிகளைப் பார்த்திருக்கிறார் இன்று நம்ப முடியாத அந்தக் காட்சி அவர் கண் எதிரில்.

"வணக்கம் குருவே..."

பரணி அவரிடம் பேச ஆரம்பித்துவிட்டான்.

"வா பரணி... யார் இவர்கள்?"

அவரும் விசாரித்தார்.

"குருவே... இவர்கள் எனக்குக் கிடைத்திருக்கும் நண்பர்கள்."

"நண்பர்களா... அதுவும் மனித இனத்திலா?"

"ஏன் குருவே... நம்முள்ளும் மானிட அம்சம் இருக்கிறதே?"

"அது நாம் இச்சையால எடுக்கும் வடிவம்..."

"அதனாலென்ன... இவர்களுக்கு ஒரு உதவி தேவைப்படுகிறது. அதேபோல இவர்களிடமும் எனக்கொரு உதவி தேவைப்படுகிறது."

"உதவி என்பதே எதிர்பாராமல் செய்வதுதான்... கொடுத்து வாங்கிக் கொண்டால் அத உதவி அல்ல... உதவி எனும் பெயரில் அது ஒரு வியாபாரம்."

"சரி... அப்படியே இருந்துவிட்டுப் போகட்டும். இவர்களுக்கு நீங்கள் ஒரு உதவி செய்ய வேண்டும்."

"நீ செய்வதாகக் கூறிவிட்டு இப்போது என்னைச் செய்யச் சொல்கிறாயே."

"என் சார்பில் நீங்கள்தான் செய்யப் போகிறீர்கள்."

"இது விருப்பமா... கட்டளையா?"

“வேண்டுகோள்... துணையை இழந்து பழி உணர்ச்சியுடன் தத்தளிக்கும் ஒரு இச்சாதாரி நாகத்தின் வேண்டுகோள்...”

“பழி உணர்ச்சி ஆபத்தானது... உனது இணையை நீ இழந்தது என்பது விதி... அதற்காக நீ குமுறும் எரிமலையாகவே இருப்பது தவறு பரணி.”

“நீங்கள் இப்படி உபதேசிப்பதுதான் என் வரையில் பெரிய தவறாகப் படுகிறது. என் இணையை இழந்தது உங்கள் பார்வையில் எப்படி விதியோ, அதே விதிதான் என்னை இப்படி குமுறவும் வைத்துள்ளது.”

“சரி... விஷயத்துக்கு வா... நான் இவர்களுக்கு என்ன உதவி செய்ய வேண்டும்.”

“அதை அவர்களே கூறுவார்கள்.”

பரணி பதிலோடு சிவசாமியைப் பார்த்தான். அவரும் பேச ஆரம்பித்தார்.

“நமஸ்காரம்... என் பெயர் சிவசாமி. நான் ஒரு சித்த வைத்தியன்.”

“தெரியும்... உன்னை நான் இந்த வனத்தில் பலமுறை பார்த்திருக்கிறேன்.”

“மகிழ்ச்சி சாமி... நான் இந்த சிவன்மலைக்கு என் நண்பர்களுடன் வந்திருப்பது முக்கியமான ஒரு விஷயத்துக்காக...”

“புற்றுநோய் போல உயிர் கொல்லி நோய் எதற்காவது மருந்து கண்டறிய வேண்டுமா?”

“இல்லை.”

“என்றால் பெருநோய்க்கும், வாத ரோகத்துக்கும் மருந்து கண்டறியவா?”

“அவைகளுக்கு நான் கண்டுபிடித்து விட்டேன். இது வேறு விஷயம்.”

“இந்த மலையில் உன்னைப்போல ஒரு சித்த வைத்தியனுக்கு மூலிகை ரகசியத்தைவிட மேலான ஒன்று உள்ளதா என்ன?”

“இருக்கிறது... ஆனால் நான் என் விருப்பத்தைக் கூறியவுடன் தாங்கள் கோபிக்கக்கூடாது.”

“இப்பொழுது புரிகிறது... மலடுபட்டவர்களுக்கு பிள்ளைப் பேறு வேண்டும். அதற்கான மருந்தை நான் அறிவேன்.”

“வேறு அப்படி என்ன இருக்கிறது நீ விரும்ப?”

“நிறையவே இருக்கிறது. அதில் ஒன்று மட்டும் எனக்கு, இல்லையில்லை எங்களுக்குத் தெரிய வந்தால் போதும்.”

“என்ன அது?”

“செம்பைத் தங்கமாக்கும் ரசவாதம்.”

சிவசாமி சொன்ன நொடி நாகசித்தர் முகத்தில் குபீர் என்று அதிர்ச்சி ரேகைகள் ஓடின. மொத்த முகத்தோற்றம் மாறிப் போனது.

“சாமி... என்ன சாமி மௌனமாயிட்டீங்க?”

“மௌனமாகாமல் வேறு என்ன செய்வது? உனக்குள்ளே இப்படி ஒரு பேராசையா?”

“இது பேராசையில்ல சாமி... வித்தைல பெரிய வித்தையா இதைத்தான் நான் நினைக்கறேன். இந்த வித்தை தெரிஞ்ச பல சித்தர்கள் இந்தக் காட்டுக்குள்ள இருக்கறத நான் பார்த்துருக்கேன்.

அவ்வளவு ஏன், ஒரு சித்தர் என் கைத்தடி கைப்பிடி இரும்பையே தங்கமாக்கி எனக்குக் காட்டினார்.”

“புரிகிறது. அவர் உன் வரையில் அவசரப்பட்டு விட்டார். என்னை யாரென்று நினைத்தாய்? என்று ஒருவர் அகங்கார வயப்பட்டால் ஆபத்துத்தான். அப்படி ஒரு சித்தர் சற்று அகங்கார வயப்பட்டு தனது திறமையைக் காட்டப் போய் தான் இப்போது நீ வந்து நின்றிருக்கிறாய்.”

“இதுல தப்பு என்ன சாமி இருக்கு... இன்னிக்கு இந்த உலகத்தோட ஒரே செலாவணி தங்கம்தான். ஊருக்கு ஊர் ரூபாயும் நோட்டும் மாறி இருக்கு. ஆனா தங்கம் பொதுவா

இருக்கு. இன்னிக்கு பாரத நாட்டுல நூறு கோடியைத் தாண்டிடுச்சு மக்கள் தொகை. எண்ணிக்கை உயர்ந்த அளவு வசதி வாய்ப்பு உருவாகலை.

ஆனா உலகத்தையே திரும்பிப் பார்க்க வைக்கிற ரசவாதம் நம்ம கைல இருக்கு. இருந்தும் பிரயோஜனம் இல்லை."

"பேசிவிட்டாயா? இல்லை இன்னமும் ஏதாவது பாக்கி உள்ளதா?"

"எதுக்கு சாமி கோபப்படறீங்க. நான் கேக்கறதுல என்ன தப்பு இருக்கு. நான் இன்னும் விபரமாகவே சொல்றேன். இன்னிக்கு ஒரு பவுன் தங்கம் விலை மூவாயிரம் ரூவா. தங்கத்தைத் தோண்டி எடுக்கற செலவே இரண்டாயிரத்து ஐநூறு.

ஆனா ரசவாதத்துல இதே இரண்டாயிரத்து ஐநூறு ரூபாய்க்கு நூறு கிலோ தங்கம் பண்ணிடலாம். அப்புறம் உலகத்துலையே நம்ம நாடுதான் முதல் நாடா இருக்கும்."

"போதும்... நிறுத்து உன் உளறலை. நான் நகரத்தைப் பற்றியே நினைக்க விரும்பாத சன்யாசி. எந்த மாய வாழ்க்கை மேல் வெறுப்புற்று யோகத்துக்கு வந்தேனோ அந்த வாழ்க்கை பற்றி இங்கே பேசுவது துளியும் சரியில்ல... ஆபாசம் நிரம்பிய மனிதர்கள் உன்னைப் போலதான் சிந்திப்பார்கள். பேசுவார்கள்.

ஒன்றைத் தெரிந்து கொள்... ரசவாதம் மட்டும் பட்ட வர்த்தனமானால் பாரதம் நீ நினைப்பதுபோல உலகின் முதல் நாடாக வராது... உலகில் முதலில் மண்ணோடு மண்ணாக அழிந்த நாடாக வேண்டுமானால் ஆகும். நீயும் உன் பார்வையும் மிக தவறானவை. உனக்கு என்னால எந்த உதவியும் செய்ய முடியாது. நீ கிளம்பலாம்."

நாகசித்தர் படபடவென்று பொரிந்து தள்ளிவிட்டு அவர்களை விட்டு நீங்கத் தொடங்கினார். பரணியே அவர் பேச்சைக் கேட்டு ஸ்தம்பித்துவிட்டான். சிவசாமி முகமோ இருண்டுவிட்டது.

"குருவே... குருவே..." பரணி நாகசித்தர் பின்னால் ஓடினான்.

“பரணி இனி அவர்களுக்குப் பரிந்து கொண்டு நீ என்னிடம் பேசக்கூடாது. பழி உணர்ச்சியுள்ள நீயும் இனி என்னைப் பார்க்க வராதே...” என்று அவனிடமும் சீறி வழுந்தார். பரணி அதைக் கேட்டு முகம் சிவந்து போனான்.

“சரி குருவே... இனி நான் வரமாட்டேன். அதேசமயம் இவர்கள் மூலமாகவே நான் வேறு வழிகளில் முயன்று என் தேவையை ஈடேற்றிக் கொள்வேன். இவர்கள் கேட்பதில் உள்ள நியாயம் உங்களுக்குத்தான் தெரியவில்லை. தங்கம் செய்யும் வித்தை மட்டும் தெரிந்தால் இந்த தேசம் எவ்வளவு உயரும் என்று எண்ணிப் பார்க்காமல் நீங்கள் பேசுவது விசித்திரம்... நான் வருகிறேன்.”

பரணியும் படபடவென்று ஒரு பதிலை அவர்களைப் பார்த்துக் கொண்டே நாகசித்தரிடம் கூறிவிட்டுத் திரும்பத் தொடங்கினான்.

ஆனால் நாகசித்தரிடம் சட்டென்று ஒரு மாற்றம். பரணி துளிகூட புத்திக்கூர்மையில்லாமல் உணர்ச்சிவயப்பட்ட நிலையில் பேசிவிட்டதைப் புரிந்து கொண்டவர், சட்டென்று மனம் மாறியவராக, “நில் பரணி...” என்றார். அவனும் நின்றான். திரும்பினான்

“வா இங்கே...”

அவரை நெருங்கினான்.

“நீங்களும் வாருங்கள்.”

அவர்களும் நெருங்கினர்.

“முதலில் நீங்கள் இந்த வனத்தில் எங்கே, எப்படி தங்கப் போகிறீர்கள் என்று கூறுங்கள்.” என்றார் நாகசித்தர்.

“ஏன் குரு... இவர்கள் தங்க ஒரு இடம் கிடைப்பதா பெரிய விஷயம்?”

“ஆம்... இது சித்த வனம். ஒரு பக்கம் மதிமயக்கி காடு, இன்னொரு பக்கம் அமைதி வனம். பட்சிகள் பறக்கக்கூட அஞ்சும் இடம், இன்னொரு பக்கம் ஆகாசலிங்க சன்னதி.

நான்காவது திசையில் சுனைகள், ஓடைகள் இதில் எங்கே என்று தங்குவீர்கள்."

"அது ஒரு பிரச்சினையில்லை. நாங்கள் வன இலாகா அலுவலகத்திலேயே கூட தங்குவோம்."

"அப்படி எல்லாம் தங்கிக் கொண்டு வந்து ரசவாதம் அறிந்த சித்த புருஷர்களோடு உங்களால் பழகிட முடியாது."

"சரி நாங்கள் என்ன செய்ய வேண்டும்."

"நீங்கள் எடுத்த எடுப்பில் ரசவாதம் பற்றியே பேசக்கூடாது."

"சரி பேசவில்லை."

"முதலில் சித்த தரிசனத்துக்குத் தகுதி பெறுங்கள். பிறகு சித்தர்களுக்குச் சீடர்களாகுங்கள். அதன் பிறகு அவர்களுக்கு பன்னிரண்டு ஆண்டுகள் சேவை செய்ய வேண்டும்."

"ரசவாத ரகசியத்தைக் கூற மட்டும் அவர்கள் தயார் என்றால், காலமெல்லாம்கூட அவர்களுக்கு அடிமைகளாகத் திகழ நாங்கள் தயார்."

"இந்த மன உறுதிதான் முதலில் தேவை. உங்கள் உள் மனதில் ஒளிந்திருப்பதை சித்த புருஷர்கள் எளிதில் உணர்ந்து விடுவார்கள். எனவே அடி மனதில் இருந்தே அந்த விருப்பத்தை வெளியேற்றி விடுங்கள்."

"அது கடினமான காரியம். எங்கள் மனதில் இருந்தே அந்த விருப்பம் வெளியேறிவிட்டால், எங்களால் எப்படி ரசவாதம் பற்றிச் சிந்தித்துப் பேச முடியும்?"

"நான் சொல்வதைச் சரியாக விளங்கிக் கொள்ளுங்கள். மனதை விட்டு அகற்றுவது என்றால் இப்போதைக்கு அதை ஆழமாக அமுக்கி வைப்பது என்று பொருள். முதலில் இந்தக் காட்டில் நிலைக்க முடியுமா என்று பாருங்கள். நிலைத்த பிறகு உங்கள் விருப்பங்களைக் காட்ட முயலுங்கள்."

"நல்லது... இந்த வகையில் நீங்களே எங்களுக்கு எப்பொழுதும் வழிகாட்டியாகத் திகழ்ந்து வழி நடத்துங்கள்."

"அப்படியே ஆகட்டும். இப்போதைக்கு இந்த மலையில் இங்கிருந்து அரைகல் தொலைவில் பஞ்சபாண்டவர்களே தங்கிச் சென்ற குகை ஒன்று உள்ளது. அங்கே சென்று தங்குங்கள். அருகிலேயே குளிக்கவும், குடிக்கவும் அருவியும் சுனையும் உள்ளது. அங்கே சில கனி மரங்களும் உள்ளன. அவைகள் உங்கள் பசியை அவ்வப்போது ஆற்றும்."

நாகசித்தர் அவர்கள் தங்குவதற்கான இடத்தையும் காட்டி முடித்துவிட்டார். அவர்களும் வணங்கிவிட்டு அந்த பஞ்ச பாண்டவர் குகை நோக்கி நடந்தனர்.

அவர்கள் தலைகள் மறையவும் ஒரு மரம் ஒன்றின் பின்னால் இருந்து கையில் திரிசூலமும் பரட்டைத் தலையுமாய் கிழவி ஒருத்தி வெளிப்பட்டாள்.

"வா மாயம்மா..."

"நான் வர்றது இருக்கட்டும் நாகசித்தரே... இது என்ன வினோதம். யாரோ ஒரு நாலுபேர் பேராசையோட இந்தக் காட்டுக்கு வந்து உங்களையும் பார்த்து அவங்க விருப்பத்துக்கு உங்களையும் மடக்கிட்டாங்களே..."

"தவறு மாயம்மா... அவர்கள் என்னை மடக்கவில்லை. நான்தான் மடங்கியதுபோல நடித்தேன்."

"என்ன சாமி சொல்றீங்க?"

"மாயம்மா... பரணி ஒரு மூர்க்கன். அவனும் அவர்களும் சேர்ந்தால் ஏராளமான விபரீதங்களுக்கு வாய்ப்பு உண்டு. எனவேதான் அவர்களுக்கு உதவுவதுபோல உடன் இருந்து மெல்ல மனமாற்றம் செய்யும் ஒரு முடிவுக்கு வந்துள்ளேன்."

"உங்களுக்கு எதுக்கு சாமி இந்த வேண்டாத வேலை."

“இது வேண்டாத வேலை இல்லை. கடமை. ஒரு பக்கம் பழி உணர்ச்சி. இன்னொரு புறம் பேராசை. இரண்டும் கூட்டணி அமைத்தால் அதை வேடிக்கை பார்ப்பது தவறு.”

“ஏன் வேடிக்கை பார்க்கணும். கண்டிச்சு ஒதுக்கிடலாமே.”

“அது மிக சுலபமான பணி. இவர்கள் அப்படி எல்லாம் ஒதுங்கிப் போய் விடுபவர்களும் அல்லர். ஒருவழி அடைபட்டால் அடுத்த வழியில் முயற்சி செய்பவர்கள் இவர்கள்.”

“என்னமோ சாமி... இந்தக் காடு அது பாட்டும் அமைதியா இருக்கு. இனி இவங்களால என்ன பாடுபடப்போகுதோ...”

“ஒன்றும் ஆகாது மாயம்மா. சின்னஞ்சிறுசுகள் செய்யும் குறும்புகள் பெரியவர்களை சற்று கோபப்படுத்தலாம். அப்படித்தான் இவர்கள் செயலும். ஒரு விதத்தில் இந்த நான்கு பேரும் கொடுத்து வைத்தவர்கள் என்றுகூட சொல்வேன்.”

“எப்படி சாமி?”

“இந்தக் காட்டில் வசிக்கவே கொடுத்து வைத்திருக்க வேண்டும். அடுத்து சித்த தரிசனம் பெற மேலும் கொடுத்து வைத்திருக்க வேண்டும். இவர்கள் மேல் என்னைப்போல பல சித்த புருஷர்கள் கண் பதித்திருப்பார்கள். அதற்கும் இவர்கள் கொடுத்து வைத்திருக்க வேண்டும்.”

“அது என்னவோ உண்மைதான் சாமி... இருந்தாலும் கவனமா இருக்கணும்னு கேட்டுக்கறேன்.” என்றபடியே அந்த பெண் துறவி விலகிப் போகத் தொடங்கினாள்.

நாகசித்தரிடம் ஒரு ஆழ்ந்த பெருமூச்சு.

மீண்டும் புற்றுக்குள் பாம்பு வடிவெடுத்து உள் புகுந்தார். அந்தப் புற்றுக்குள் இருந்து மெல்லிய குரலில் நமச்சிவாய மந்திரம் காதில் ஒலிக்க ஆரம்பித்தது!

அத்தியாயம் 18

நமது புராண நூல்களில் 'வனமகோத்சவம்' என்று ஒரு நூல் உண்டு.

அது வனம் என்றால் எப்படிப்பட்டது. வனத்தை எப்படிப் பேண வேண்டும் என்றெல்லாம் கூறுகிறது.

அது மட்டுமின்றி வனத்தில் ஒரு மனிதன் எப்படி வாழ வேண்டும் என்ற நியதிகளை அந்த நூல் வரையறை செய்கிறது.

வனத்தை கோயில் போல கருத வேண்டும். மரங்களை ஒரு மானுட உயிர்போல குறிப்பாக குருவாக, தெய்வமாகக் கருதி வணங்க வேண்டும் என்கிறது.

அந்த நாளில் சில குடும்பத்தவர்கள் ஆண்டிற்கு ஒருமுறை வனத்திற்குச் சென்று சில தினங்கள் அங்கே தங்கி வனத்தை வணங்கி வழிபட்டு விட்டுத் திரும்பி வருவார்கள்.

இன்றும் பல குடும்பங்களில் இந்த வனமகோத்சவ நியதிகள் பின்பற்றப்படுகின்றன!

கலயத்தில் மூலிகை மருந்துடன் வந்து நிற்கும் முத்துப்பிள்ளையை வியப்புடன் பார்த்தாள் பார்வதி. முத்துப்பிள்ளை அவளைப் பரிதாபமாகப் பார்த்தார். இன்னும்

சில மாதங்கள் மட்டுமே அவள் உயிரோடு இருப்பாள் என்கிற அந்தச் செய்தி அவரை உள்ளே அறுத்துக் கொண்டே இருந்தது.

கண்கள் அதை அப்பட்டமாகக் காட்டிக் கொடுத்தன.

பார்வதியோ கச்சிதமாகத் திருப்பிக் கேட்டாள்.

"என்னப்பா... இன்னும் எவ்வளவு நாளைக்கு எனக்கு இந்தப் பூமியில இடம்னு பார்க்கறீங்களா?"

"அம்மாடி..."

"தெரியும்ப்பா... உங்ககிட்ட சொர்ணசித்தர் சொன்னதெல்லாம் இங்க என் கனவுலையும் அப்படியே வந்துடுச்சி. என்னையறியாம உக்காந்த மாதிரியே தூங்கிட்டேன். தூக்கத்துலதான் அந்த கனவு வந்திச்சு. இப்ப அது சத்தியம்கற மாதிரி கையில கலயத்தோட வந்துருக்கீங்க..."

"அம்மாடி... நானும் சாமிகிட்ட எப்படி எப்படி எல்லாமோ கேட்டுப் பார்தேம்மா... அவர் விதியை மாத்த முடியாதுன்னுட்டாரு."

"உண்மைதானேப்பா... ஒரு நாள்... ஒரே ஒரு நாளைக்கு சூரியனைப் ஒரு பத்து நிமிஷம் லேட்டா வரச் சொன்னா அதுதான் கேக்குமா... இல்ல அது நல்லாதான் இருக்குமா?"

"எப்படிடா கண்ணு இதை இப்படி சாதாரணமா எடுத்துகிட்டு பதில் சொல்றே?"

"எடுத்துக்கிட்டாதான் எனக்கும் நல்லது... இல்லாட்டி எடுத்துக்க வெச்சிடும் அது... ஆகையால நாம முந்திக்கறது தானே நல்லது?"

பார்வதி அவர் எதிர்பார்த்ததற்கு மேல் பேசினாள். அப்படியே கலயத்தையும் வாங்கிக் கொண்டாள்.

அவர் பிரமை பிடித்த மாதிரி பார்த்துக் கொண்டே இருந்தார்.

"என்னப்பா பாக்கறீங்க... சித்தர்சாமிங்க உங்களுக்கும் எனக்கும் நல்லதுதான் பண்ணியிருக்காங்க. நான் போயிட்டாலும் சும்மா போகப் போறதில்ல. உங்களுக்கு என் சார்பா எனக்குள்ள

இருந்து ஒரு உயிரை எடுத்துக் கொடுத்துட்டுதானே போகப் போறேன்?"

"பார்வதி... ஆயிரம்தான்னாலும் அது நீ ஆகுமா?"

"என்னை விடவே மேலான ஒரு உயிர்ப்பா அடுத்து நீங்க பார்க்கப் போற உங்க பேத்தி..."

"அதெல்லாம் இருக்கட்டும். உனக்கு அப்பாவைப் பிரியறதுல வருத்தம் இல்லையாம்மா..."

"நான் எங்கப்பா பிரியப் போறேன். உங்க பேத்திக்குள்ள பூந்து திரும்பி வந்துடப் போறேன் இல்ல."

பார்வதி அவர் எப்படிக் கேட்டாலும் அதற்கொரு சரியான பதிலைக் கூறிக் கொண்டே போனாள். அவருக்கே பிரமிப்பாக இருந்தது. ஒரு சம்பவம் நடந்து கொண்டிருக்கும் போதே உரியவர் மனதில் அது ஒரு கனவாக விரிவது என்பதெல்லாம் எப்பேர்ப்பட்ட சாகஸம்? எப்படி ஆரம்பிப்பது என்கிற குழப்பம் எல்லாம் தவிடுபொடியாகிவிட்டதே...?

முத்துப்பிள்ளைக்கு அந்தத் திருப்பமான சம்பவம் அப்போதுகூட ஒரு கனவு போலத்தான் இருந்தது. அது என்னவோ தெரியவில்லை, வாழ்க்கையில் சிவன் மலை விஷயத்தில் மட்டும் ஒருவரால் சரியான கணக்கைப் போட முடிவதேயில்லை. உலகத்து மனிதர்களில் எவ்வளவோ விதமானவர்கள் இருக்கிறார்கள். இவர்களில் சித்தர்கள் தனிரகமாக மனக்கணக்குகள் எதற்குமே அடங்காதவர்களாக இருக்கின்ற விந்தையைத்தான் அவரால் விளங்கிக் கொள்ளவே முடியவில்லை.

அவர்களை மட்டுமா? சிவன் மலைக்காடும் கூட அவர் வரையில் புதிர் பூமிதான். ஒருநாள் அவரை காட்டுக்குள்ளேயே விடாது. மறுநாள் அவர் நடக்கும் பாதை முழுக்க ஒரே காட்டுப்பூவாய் இறைந்து கிடக்கும். இன்றைக்கு எந்த சித்தரையும் பார்க்கவே கூடாது என்று ஆகாசலிங்கம் மட்டும் மனதில் இருக்க, அந்த மலைக்குச் செல்லும்போது வரிசையாக எல்லா சித்தர்களின்

தரிசனமும் கிடைக்கும். இன்றைக்கு எல்லா சித்தர்களையும் தரிசிக்க வேண்டும் என்கிற ஆசையோடு நடக்கும் போதோ அவர்கள் கத்தினால்கூட கண்ணில்பட மாட்டார்கள்.

முத்துப்பிள்ளை அந்தக் கணக்குகளை எல்லாம் எண்ணிப் பார்த்தபடியே ஒரு மூலையில் போய் உட்கார்ந்து விட்டார். பார்வதி அந்தக் கலயத்து மருந்தைத் தனக்குள் செலுத்திக் கொள்வதில் கவனமாக இருந்தாள்.

★★★

அந்த பஞ்சபாண்டவர் குகை பார்க்கவே அழகாக இருந்தது. உலகில் இயற்கைக்கு இணை எதுவும் இல்லை என்பதுபோல கல்லிலேயே படிகள் இருக்க, அதில் ஏறிச் சென்று பார்த்தால் உள் குடைந்து செதுக்கப்பட்டதுபோல் உள்ளே ஒரு மனிதன் நடமாடத் தேவையான அளவிற்கு உள்குடைசல்.

அதற்குள் நுழைந்தபோது ஜிலீர் என்றது. பரணி வெளியே நின்று பார்த்தபடி இருக்க சிவசாமியும் அவரது நண்பர்களும் ஆளுக்கொரு குகைக்குள் நுழைந்திருந்தனர். பாறையின் கூரிய முனைகள் சில இடங்களில் துருத்திக் கொண்டு நிற்க, அதில் தங்கள் துணிப்பையையும் தொங்க விட்டனர்.

தரைப்பரப்பில் கல்லிலேயே தலையணை முதற்கொண்டு செதுக்கப்பட்டிருந்தது.

மிகச்சரியாக ஆறடி நீளத்திற்கு கல்படுக்கை வழுவழுவென்றிருந்தது. கணுக்கால் பதியும் இடத்தில் ஒரு சிறுகுழியும் கூட... காலிரண்டும் அதில் கச்சிதமாகப் பொருந்தியது. உடம்பு முழுக்க ஒரு புது சக்தி விறுவிறுவென்று மின்னோட்டம் போல பரவுவதாகத் தோன்றியது.

பஞ்சபாண்டவர்கள் தங்கள் தேகங்களைக் கிடத்திய இடம்! அதில் தர்மன் படுத்த இடத்தில்தான் சிவசாமியும் படுத்தார். படுத்தபடியே மேலே கூரையைப் பார்த்தார். மனதில் திடீரென்று

ஒரு இனம் புரியாத மாற்றம். மனம் என்கிற ஒன்றே மிக மிக லேசாகி விட்டமாதிரி கூட இருந்தது.

தங்கம், வெள்ளி என்று ஆசைப்படுவதால் என்ன பயன்? உயிர் பிரியும்போது இதில் எதை எடுத்துச் செல்ல முடியும், உடம்பைக்கூட சுற்றத்தார் பாதுகாக்க முடியாது. துர்நாற்றம் வீசி அவர்களை வாழவிடாது. எனவே அதற்குப் பயந்து கொண்டு தான் ஈமக்ரியைகளையே அவர்கள் செய்கின்றனர்.

குளிப்பதற்காக குளத்தங்கரைக்குச் செல்கிற மாதிரி, வாழ்வதற்காக பூமிக்கு வந்துள்ளோம். இங்கே எதுவுமே நமது சொந்தமில்லை. சொந்தம் என்றும், பந்தம் என்றும், நம்முடையது என்றும் நினைத்துக் கொள்ளலாம். மனதுக்கு அந்த கற்பனை செய்யும் உரிமை வழங்கப்பட்டுள்ளது. அதே கற்பனையால் அல்பமாக இந்த எடுத்துச் செல்ல முடியாத விஷயங்களுக்காக உருகுவதைவிட ஏழு பிறப்புக்கும் எடுத்துச் செல்ல முடிந்த விஷயமான தர்மத்தைச் செய்யலாமே. ஆத்மாவோடு தொடரப் போவது தர்மம் மட்டும்தான்.

எனக்கு எதுவுமே வேண்டாம்... நானே எனக்குச் சொந்தமில்லை. நான் பரமாத்மாவின் ஒரு துளி. அவரது சொத்து! என்கிற எண்ணம்தானே உண்மையான சத்தியம். அப்படி இருக்க எதற்கு துன்பத்தை விலைக்கு வாங்கும் உலகப்பற்று...?

இப்படித்தான் சிவசாமியின் மனது மாறி விசாரத்தில் விழுந்து விட்டிருந்தது. மற்ற நால்வர்களும் கூட பஞ்சபாண்டவர்களின் குணத்துக்கு மாறிவிட்டிருந்தார்கள். தமிழாசிரியர் பழனி சகாதேவன் படுக்கை மேல் கிடந்தார்.

'எல்லாமே கணக்குதான்... போட்டதே முளைக்கும்' என்பது போன்ற எண்ணம் அவரிடம்.

தொழிலதிபர் ரத்னவேலு பீமன் படுக்கையில் கிடந்தார். உடம்புக்குள்ளே ஒரு யானையின் வலிவு புகுந்துவிட்டமாதிரி ஒரு புது தினவு அவரிடம்.

பேராசிரியர் மோகனோ அர்ச்சுனன் படுக்கையில் கிடந்தார். அருகில் கண்ணன் இருந்து கொண்டு, 'ஒன்றே செய்... அதை நன்றே செய்...' என்று கூறுகிற மாதிரி ஒரு பிரமையில் கிடந்தார்.

வெளியே காத்திருந்த பரணிக்கு உள்ளே சென்ற அவர்கள் திரும்பாமல் அப்படியே உள்ளே தங்கிவிட்டது எரிச்சலை ஏற்படுத்தியது மெல்ல சிவசாமி நுழைந்த குகைக்குள் எட்டிப் பார்த்தான்.

சிவசாமி ஒரு பிணம் கிடப்பதுபோல கூரையைப் பார்த்தபடி படுத்திருப்பது அவனுக்கு ஆச்சரியமளித்தது. அவனுக்கு அவரைப் பார்க்க கோபமாகவும் வந்தது.

"சிவசாமி..." என்றான் முதலில், பிறகு, "வைத்தியரே..." என்றான் மிக வேகமாக... மெல்ல மிக நிதானமாகத் திரும்பிப் பார்த்த சிவசாமியும், "வா நண்பா..." என்றார் இதனமான குரலில். அதுவே அவனுக்கும் ஆச்சரியமளித்தது. மெல்ல உள்ளே சென்று அவர் அருகில் உள்ள ஒரு ஆசனப்பாறை மேல் அமர்ந்தான். அவனிடமும் இப்போது பலமான மனமாற்றம்.

"வைத்தியரே... இந்த இடம் ரொம்ப நல்லா இருக்குல்ல..."

"ஆமாம் பரணி... இது ஒரு அமைதியான இடம். எப்பேர்ப்பட்ட கொந்தளிக்கின்ற மனதும் இங்கு வந்தால் அடங்கிவிடும்."

"ஒரு இடத்துக்கு இப்படி ஒரு சக்தியா?"

பரணி கேட்ட கேள்விக்கு பதிலை குகைக்கு வெளியே நாகசித்தர் மாயம்மா என்கிற கிழவியிடம் கூற ஆரம்பித்திருந்தார்.

"மாயம்மா... நான்தான் அவர்களை இந்தக் குகைக்குப் போகச் சொன்னேன். இந்த பஞ்சபாண்டவர் குகைக்குள் அதன் கருங்கல் சுவர்களில் அவர்களின் மூச்சுக்காற்றும் பேச்சு சப்தமும் பதிந்து கிடக்கிறது. அங்கே யார் சென்றாலும் அவர்களைப் போலவே மனதால் மாறிவிடுவார்கள்.

ஒரு தவசி வாழ்ந்த இடத்தை இதனால்தான் கோயிலாக்கி பிருந்தாவனமாக்கிப் பாதுகாப்பது என்பது நம்மிடையே

தோன்றியது. இனி அவர்களும் சரி, அந்த இச்சாதாரியும் சரி பழைய குப்பையான எண்ணங்களுக்குள் நுழைந்து பேராசைப்பட முடியாது. ஒரு மனிதன் நல்லவனாகவும், வல்லவனாகவும் திகழ அவன் எங்கே இருக்கிறான், அவனைச் சுற்றி யாரெல்லாம் இருக்கிறார்கள் என்பது மிக முக்கியம். இதை பூகோளம் என்பார்கள்.

பூகோளத்தின் கையில்தான் நீ திரிசூலம் தூக்கிக் கொண்டு ஞானக்கிழவியாக அலைவதும், நான் இங்கே நாகசித்தனாகத் திகழ்வதும் இருக்கிறது.

பூகோள அனுமதி இல்லாமல் ஒருவரால் ஒரு துரும்பைக்கூட அசைக்க முடியாது. சேரியில் பிறக்கும் ஒரு குழந்தைக்கு சேரியின் குணங்கள்தான் தூக்கலாக இருக்கும். அது ஒரு ஆசரமத்தையும், கோயிலையும் பார்க்கும்போது பிரமிப்புடன் பார்க்கும். ஒரு கோணத்தில் இரண்டும் ஒன்றுதான் என்பது அதற்கு அப்போது தெரியாது.

வாழ்க்கை என்பது நினைத்த பக்கமெல்லாம் நொடியில் திரும்பிவிடக்கூடியது. ஒருவர் வாழ்க்கை மாறுவதற்கு அதிக காலம் தேவையே இல்லை. ஒரு நொடி என்பதேகூட அம்மட்டில் அதிகம். இங்கே உன் எதிரிலும் என் எதிரிலும் அந்த ஈசன் தோன்றி கையை உயர்த்தி வரமளித்து விட்டால், நீ இந்தக் காட்டைச் சுற்றி வரமாட்டாய் நானும் தவத்தில் அமரமாட்டேன். இருவர் வாழ்வும் மாறி அடுத்த கட்டத்திற்குப் போய் விடும்... இப்படி எல்லாமே பூகோள வசமே உள்ளது.

சென்னை என்னும் நகர பூகோளம் அந்த நால்வரை ஆசையுள்ள மனிதர்களாக மாற்றியிருந்தது. இந்த சிவன்மலை பூகோளம் அவர்களை சன்யாசிகளாக மாற்றப் போகிறது. ஆனால் நாக இனத்தவனான பரணி விஷயத்தில் தான் பூகோளம் தோற்றுவிடுமோ என்று தோன்றுகிறது."

நாகசித்தர் தனது நெடிய விளக்கத்தில் பரணி பற்றி இறுதியாகக் கவலைப்பட்டது மாயம்மாவையே ஆச்சரியத்தில் ஆழ்த்திவிட்டது.

"சாமி... மனுஷனையே மாத்தற பூகோளத்துக்கு அல்ப புழு பூச்சிகளை மாத்தறதுதானா கஷ்டம்?" என்று திருப்பி கேட்டாள்.

"அங்கேதான் மாயம்மா சூட்சுமம் இருக்கிறது. ஐந்து பூதங்களால் தான் உயிரினம் உருவாகிறது. ஆனால் ஆறாவது அறிவு மனிதனுக்கு மட்டும்தான். அதுதான் ஏழாவதுதான சப்தமாய் அதாவது பேச்சாய் பின் மனமாய் செயலாற்றுகிறது. ஐந்தில் இருந்து ஏழை அடைந்தவன் எட்டுவதுதான் ஒன்பதாகிய இறைநிலை அல்லது முக்திநிலை!

மிருகங்கள் மனம் இல்லாததால் ஐந்திலேயே நின்று விடுகின்றன. இவை உட்கொள்ளும் விஷயங்களும் இவைகளை அப்படியே நிறுத்திவிடுகின்றன. மனம் யாருக்கு இருக்கிறதோ அவருக்கே காலம் இருப்பது தெரியும். பின் அந்தக் காலம் தான் நேற்று இன்று நாளையாக மாறுகிறது. மனம் இல்லாதவர்களுக்கு காலம் என்பதே தெரியாது. நான் யார் என்ற கேள்வியோ எந்த இனம் என்கிற தெளிவோ துளியும் கிடையாது. ஒரு மிருகத்துக்கு உணர்ச்சி தூண்டப்பட்டால் காமம் கொள்ளும். களைத்தால் உறங்கும். இந்த மூன்றுமே அநிச்சை, இச்சை என்று அதற்கு எதுவும் கிடையாது. கிட்டத்தட்ட பரணியும் அப்படித்தான்."

"அப்படின்னா பழி என்கிற பழிக்கு ஆத்திரம் மட்டும் எப்படி சாமி சாத்தியம்."

"அது தற்காப்பு உணர்விலிருந்து வருகிறது. உயிரினங்கள் எதுவாக இருந்தாலும் தாய்மை பொதுவானது. ஒரு தாய்க்கோழி தன் குஞ்சுகளை அந்த உணர்வின் அடிப்படையில்தான் பாதுகாக்கிறது."

"நீங்க என்னதான் சொல்ல வர்றீங்க?"

"பரணி மனித வடிவில் இருக்கும் நாகம். அவனது வடிவம் அவன் இச்சையால் வந்தது. அதுவே அவனது முற்றும் முழுவதுமான வடிவம் அல்ல. அதிலும் சர்ப்பங்கள் அடாத சீற்றம் உடையவை. உலகிலேயே காலில்லாமல் நடக்க முடிந்த இனம் பாம்பினம்தான்... ஓட முடிந்த இனமும் அதுதான்.

அதேபோல வாயிலேயே விஷம் இருந்தும் மரணிக்காத இனம் அது. வாலில்கூட விஷம் உடையது. எல்லா வகையிலும் மனிதர்களுக்குச் சாத்தியப்படாத விஷயம். பாம்புகளுக்கு உண்டு. மற்ற உயிரினங்கள் தங்கள் உணவை அடித்துதான் விழுங்கும். பாம்பு ஒன்றுதான் அப்படியே உட்கொள்ளும். பாம்புகளுக்கு சுவை விஷயமில்லை. பசியாறுவதுதான் கணக்கு. பஞ்ச பூதங்களில் நெருப்பைத்தவிர எதிலும் ஜீவிக்க முடிந்த அதிகபட்ச சக்தியும் அதற்கே உண்டு.

கூட்டிக்கழித்தால் பாம்பு என்று கூறும் ஒரு உயிர்க்கு பின்னால் உள்ள பலமிக்க இந்த விஷயங்கள் உலகில் வேறு எந்த உயிரினத்துக்கும் கிடையாது."

"அடேங்கப்பா... பாம்பைப் பத்தி நான்கூட இவ்வளவு யோசிச்சது கிடையாது. அதனாலதான் நீங்க பாம்பா மாறி நாகசித்தர்ங்கற பேர்ல இருக்கீங்களா?"

"ஆமாம்... நான் மட்டுமல்ல. உலகின் மிகப்பெரும் சக்தி அம்சம் என்பதால் தான் அதைப் படுக்கையாக்கி அதன்மேல் பள்ளி கொண்டிருக்கிறான் பெருமாள். ஈசனோ தன் கண்டத்திலேயே இடம் கொடுத்துவிட்டான். அந்த ஆதிசக்தியும் ஆபரணங்களாக நாகங்களையே அணிந்துள்ளாள். கோள்களிலும் ஒன்றுக்கு இரண்டு பாம்பு வடிவில் உள்ளது."

"அப்ப பாம்புன்னா படையும் நடுங்கும்கறது இதனால தானா?"

"ஆம்... அதன் தோற்றம் அதன் சீற்றம் இரண்டுமே அசாதாரணம். காலும் கையும் இல்லாவிட்டால் உன்னாலும் என்னாலும் அசையக்கூட முடியாது. ஆனால் ஒரு சர்பம் இரண்டுமே இல்லாமலே உலகம் முழுக்க சுற்றி வருகிறது. நம் நாக்கில் விஷம்பட்டால் நம் வாழ்வு முடிந்து விடும். ஆனால் ஒரு நாகம் வாயிலேயே விஷத்துடன் வாழ்நாளெல்லாம் உயிரோடு இருக்கிறது. காற்று அதிகமானாலும் சரி நம்மால் நிம்மதியாக வாழவே முடியாது. இதெல்லாம் ஒரு பாம்பை எதுவுமே செய்யாது. அக்னி ஒன்றுக்குதான் நாகம் அடங்கும். அதுவும்கூட

அதற்குள் அநிச்சையாக சீற்றமாக அடங்கிக் கிடக்கிறது. அந்த கோபாக்னிதான் பரணியை ஆட்டிப் படைக்கிறது."

"அது சரி... நீங்க சொல்லியே கேக்காத இந்த நாகத்துக்கு முடிவுதான் என்ன?"

"என்னால் அதை அனுமானிக்க முடியவில்லை. ஆனால் ஒன்று மட்டும் தெரியும்."

"என்ன சாமி?"

"இந்த பரணி தேடி அலையும் அந்த காட்டிலாகா அதிகாரிக்கு சித்தர்களின் ஆசீர்வாதம் நிறையவே இருக்கிறது."

"எதை வெச்சு சாமி சொல்றீங்க?"

"இல்லாவிட்டால் இவ்வளவு நாளாக எப்படி இவன் கண்ணில் படாமல் அந்த அதிகாரியால் வாழ முடியும்?"

"அப்ப அந்த அதிகாரி உயிரோடதான் இருக்காரா?"

மாயம்மாவின் கேள்விக்கு வார்த்தைகளில் பதில் கூறாமல் ஒரு மர்மப் புன்னகையைச் சிந்தினார் நாகசித்தர்.

✻ ———— ✻

அத்தியாயம்

19

வனமகோத்சவத்தில் பல அரிய தகவல்கள் உள்ளன. எதனால் ரிஷிகள், முனிவர்கள் போன்றோர் தங்கள் தவமுயற்சிகளுக்குக் காடுகளைத் தேர்வு செய்கிறார்கள் என்பது வனமகோத்சவத்தைப் படித்தால் விளங்கிவிடும்.

பூமியில் வாஸ்து பலம் என்பது பிரதானமான விஷயம். வாஸ்து புருஷன் என்பவன் ஒரு அசுரன். இவன் எட்டு திசையையும் தன் வசம் வைத்து அவைகளுக்கே சக்தி தருபவன். ஆனால் இவன்கூட சக்தி குன்றிக் கிடப்பது வனத்தில்தான்... வனத்தின் பலம் அது. தன் வசம் வளர்ந்து வைத்திருக்கும் விருட்சங்களில் உள்ளது.

காடுகளில் திரியும் மனிதன் விருட்ச நிழல்களுக்குக் கீழ்தான் தங்க வேண்டும். அப்போது அவனுக்குள் அந்த விருட்சத்தின் சக்தியும் குணமும் ஊடுருவுகிறது.

2002

நாட்கள் பறந்து சென்றதில் எவ்வளவோ மாற்றங்கள்! பார்வதி நிறைமாத கர்ப்பிணியாக பூ கட்டிக் கொண்டிருந்தாள். அவளும் முத்துப்பிள்ளையும் சிவன்மலைக் காட்டுக்குள்ளேயே வந்துவிட்டனர்.

சொர்ணசித்தர் தினமும் வருவார். அவர் தந்த பலவிதமான மூலிகை மருந்துகளும் பார்வதி வயிற்று சிசுவை நல்ல ஊட்டத்தோடு வளர வைத்திருந்தது.

அன்று ஆவணி மாதத்து அவிட்ட நட்சத்திர தினம். அந்தணர்கள் தங்கள் மார்பில் பூணூல் போட்டுக் கொள்ளும் ஆவணி அவிட்ட தினம். இரவு நேரம் வேறு... சொர்ண சித்தர் அண்ணாந்து வானத்தைப் பார்த்துக் கொண்டிருந்தார்.

யதார்த்தமாய் அந்தப் பக்கமாய் சூலமும் கையுமாய் வந்த மாயம்மா கிழவி சொர்ணசித்தரைப் பார்த்துவிட்டு வணக்கத்துடன் அவரை நெருங்கினாள்.

"நமஸ்காரம் சாமி..."

"வா மாயம்மா... எப்படி இருக்கே?"

"இது சிவன்மலைக்காடு... நானோ ஆசையை வெறுத்த கிழவி. எனக்கென்ன குறை சாமி?"

"ஒரு வார்த்தை பதிலுக்கு ஒன்பது சொல்லைப் பயன்படுத்தறே. நல்லது. எங்க இந்தப் பக்கம்."

"வண்டா இருந்தா பூவைத்தேடும். பாம்பு அடைஞ்சு படுக்க புத்தைத் தேடும்... மாயம்மா நான் எதைத் தேடுவேன். அந்த ஆகாசலிங்கத்தை தான்..."

"உதாரணம் சொல்லாம உன்னால பேசவே முடியாதா?"

"அதுல தப்பென்ன இருக்கு சாமி?"

"தப்பு சரிங்கற வார்த்தையே சித்தர்கள் அகராதியில கிடையாது. நீ கேள்வியை வேற மாதிரி கேட்கணும்."

"என்ன சாமி சொல்றீங்க... தப்பு சரிங்கறதுது சித்தர்சாமிங்க கிட்ட கிடையாதா?"

"ஆமா... முதல்ல உனக்கு இந்த தெளிவு முக்கியம். பிறகுதான் நீயும் உன்னை சித்தர்கள் பட்டியல்ல சேர்த்துக்கலாம்."

"புரியலையே சாமி... நல்லது கெட்டது இரண்டும்தானே உலகம். தப்புன்னு ஒண்ணு இருந்தா சரின்னு ஒண்ணு இருக்கதானே செய்யும்."

"எல்லாமே பாக்கறதுலதான் இருக்கு. ரோஜா செடியில முள்ளும் இருக்கு, பூவும் இருக்கு. அதை என்னன்னு சொல்வே?"

"அது இயற்கை..."

"ஒரு விஷயத்துக்குப் பதில் சொல்லத் தெரியலைன்னா பொத்தாம் பொதுவா இயற்கைன்னு சொல்லிட வேண்டியதா?"

"சாமி... எதுக்கு வீண் பேச்சு. நீங்களே சொல்லிடுங்க."

"மாயம்மா... எதுவும் நல்லது கிடையாது. எதுவும் கெட்டதும் கிடையாது. நல்லது கெட்டதுன்னு பிரிச்சு பாக்கறது நம்ம மனசு தான். அதுவும் ஆசாபாசங்களால சுயநலத்தால அப்படி பாக்கறோம்.

மணக்க மணக்க விருந்து சாப்பிடறோம். இதே விருந்துதான் நாத்தமான மலமா மாறுது. விருந்தை நேசிக்கிற மனது மலத்தை வெறுக்குது. ஆனா விருந்து மலமாகலைன்னா அடுத்து சாப்பிட வழி உண்டா?

உண்மைல தன் சக்தியை எல்லாம் நம் உடம்புக்குத் தந்துட்டு வெளியேறுகிற மலம் ஒரு வகைல தியாகி மாதிரி... இதை மறுக்க முடியுமா?"

"அது எப்படி சாமி முடியும்... அதுவும் இவ்வளவு விளக்கமா நீங்க கேட்கும்போது..."

"எதையும் சாதாரணமாவும் சமதையாவும் பார்க்கணும். அதுதான் சித்தர் பார்வை."

"அப்ப நல்லவன் கெட்டவன்னு இரண்டு பேர் எதிரில் வந்து நின்னா இரண்டு பேரும் சித்தர்கள் முன்னால ஒண்ணுதானா?"

"ஒரு உண்மையை நீ சரியா புரிஞ்சுக்கலை. அதான் இப்படி கேக்கற... யாரா இருந்தாலும் சித்த தரிசனம் அவங்களுக்குக் கிடைக்குதுன்னா அதுக்கு ஒரு சரியான காரணம் இருக்கு...

ஒரு நல்லவன்னு நீ சொல்றவன் தரிசனம் செய்தா அது அவன் நன்மைகளுக்குக் கிடைச்ச பரிசு. தீயவன்னு நீ சொல்றவன் தரிசனம் செய்தா அதுவும் அவன் அவனுக்கே தெரியாம செய்த நன்மைகளுக்கான பரிசுதான்.

ஒரு சித்தன் வரையில் இரண்டு பேரும் சமம்தான். ஆனால் நல்லவனால் சித்தனோட அருளை அள்ளி எடுத்துக்கற மாதிரி நீ சொல்ற கெட்டவனால எடுத்துக்க முடியாது. இதுதான் வித்தியாசம்.

நல்லவன்னாலும் சரி, கெட்டவன்னாலும் சரி அது நிலைப்பாடுதான்... நிலைப்பாடு மாறக் கூடியது. ஏன்னா காலம் ஓடிகிட்டே இருக்கு... கிரகங்கள் சுழன்றுகிட்டே இருக்கும்.

இன்னிக்கு ஒரு இடத்துல இருக்கிற கிரகம் நாளைக்கு இன்னொரு இடத்துல. அவைகளோடு சுழற்சிக்கும் பார்வைக்கும் ஏற்பதான் மனித எண்ணங்களும் சிறகடிக்கும்."

"அதுதான் நீங்க இப்ப வானத்தைப் பார்த்துகிட்டு இருந்தீங்களா?"

"ஆமாம்... இன்னிக்க இந்தப் பூமில ஒரு அதிசயம் பிறக்கப் போது."

"அதிசயமா?"

"ஆமா மாயம்மா... எங்கேயும் போயிடாம இங்கேயே இரு. கொஞ்ச நேரத்துல நிறைமாத கர்ப்பிணியான பார்வதி இங்க வரப்போறா. அதோ இங்க இருந்தபடியே அவ அந்த ஆகாசலிங்கத்தைத் தரிசனம் செய்வா.

அந்த நொடி அவளுக்கு வலி ஏற்படும். அதேசமயம் வானத்துல ஐந்து கிரகங்கள் அவரவர்கள் வீட்டுல உச்ச பலத்தோட இருப்பாங்க.

ராமனுடைய ஜாதகத்துலதான் கிரகங்கள் உச்சம். அது ராமன் வாழ்விலும் எதிரொலித்தது. ராமன் அவதார புருஷனாக ஆனான். அதேபோல இன்னிக்கு வான்வெளிலயும் ஒரு அற்புதமான நேரம்."

"அப்ப இந்த இரவுல பிறக்கற எல்லா குழந்தைகளும் உச்ச பலத்தோட இருக்குமா சாமி?"

"நிச்சயமா... ஆனா ஒரு குறிப்பிட்ட சில நொடிகள்தான் அந்த மாதிரி உச்ச பலமுள்ள கிரகங்களுக்கான சஞ்சார நேரத்தைத் தரமுடியும். அந்த சில நொடியில எனக்குத் தெரிஞ்சு அனேகமா பார்வதிக்கு மட்டும்தான் குழந்தை பிறக்க முடியும்."

"சில நொடிகள் மாறுனாலும் பலன் மாறிடுமா சாமி."

"நிச்சயமா... ஒரு பாத்திரம் எவ்வளவு தண்ணியைக் கொள்ள முடியும்னு கணக்கு இருக்கு. அதுக்குமேல தண்ணி விட்டா அது வழிஞ்சு வெளியேறித்தானே தீரணும்?"

"ஓ... அதனாலதான் உனக்கு எவ்வளவோ அவ்வளவுதான் கிடைக்கும். அதுக்குமேல துளியும் கிடைக்காதுன்னு சொல்றோமா?"

"ஆமாம். ஒரு தாய்க்குப் பிறக்கற இரட்டைக் குழந்தைகளுக்கே கூட ஒரே மாதிரி ஜாதகம் இருக்க வாய்ப்பில்ல... ஒரு குழந்தைக்கும் அடுத்ததுக்கும் சில நிமிட வித்தியாசம் இருக்கும்.

அந்தச் சில நிமிடங்கள் வான்வெளில கிரகங்களுக்கு இடையிலான தூரத்துல எவ்வளவோ ஆயிரம் மைல் தூரம் இடைவெளி ஏற்பட்டுவிடும்."

"சாமி... இப்ப குரு துலாத்துல இருக்கார்... ஒரு வருஷம் அவர் அங்கதான் இருப்பாருங்கறாங்க. ஆனா நீங்க சொல்றபடி பார்த்தா, அவர் ஒவ்வொரு நொடியும் நகர்ந்துகிட்டே இருக்கற மாதிரி தெரியுதே..."

"உண்மைதான்... உனக்குப் புரியற மாதிரி சொல்றேன். நீ அமெரிக்காவுல இருக்கே. அப்ப குரு இந்தியாவுல இருக்கார்னு

வெச்சுக்கோ. இந்தியாவுல டெல்லில இருந்து அப்படியே நேரா கீழ இறங்கி கன்னியாகுமரி போய் அங்க இருந்து கடல்ல இறங்கி அவர் இந்தியாவை விட்டு விலகி அடுத்த இடத்துக்குப் போக ஒரு வருஷம் ஆகும்னு வெச்சுக்கோ... இந்த ஒரு வருஷத்துல இந்தியாவுலதான் இருக்கார்.

ஆனா ஒரு வாரம் டெல்லி, அதுக்கு அடுத்த வாரம் ஆக்ரா, அதுக்கு அடுத்த வாரம் அதுக்குக் கீழ இருக்கற ஊர்னு இந்தியாவுக்குள்ள அவரோட இடம் மாறிகிட்டே இருக்கும்.

துலாம் ராசியைக் கடக்கத்தான் ஒரு வருடம்... இந்த துலாம் ராசியில் உன் உடம்புல இருக்கற குருச் சக்கரம்தான் துலாத்து குருக்கதிர்களோட தொடர்புல இருக்கும். இதோட தூரம் ஒவ்வொரு நாளும் மாறிகிட்டு தானே இருக்கும்?"

"ஓ அப்படியா விஷயம்?"

"இந்த மாற்றத்துக்கு ஏற்ப உன் குருச்சக்கர இயக்கத்தோட வேகமும் மாறிகிட்டே இருக்கும்... இது குருவுக்கு மட்டுமல்ல எல்லா கோள்களுக்கும் இதுதான் கணக்கு..."

"அதனாலதான் மனித மனது ஒரு நிலையில இல்லாம மாறிகிட்டே இருக்கா?"

"ஆமாம்... நம்ம இயக்கம் ஒரு ஓடற வாகனம் மாதிரி அதுல நம்ம மனது ஆடாம அசையாம உட்கார்ந்திருக்கற மாதிரி... மனதும் வாகனத்தோட ஓடக்கூடாது."

"இந்த மாதிரி எவ்வளவு விஷயங்கள் நம்ம சுத்தி இருக்குது சாமி... எல்லாத்தையும் நீங்க அப்பப்ப சொல்லுங்க..."

"சொல்லணும்கற கடப்பாடு எனக்கும், கேக்கணும்கற விதி உனக்கும் இருந்தா நடந்தே தீரும் மாயம்மா."

சொர்ணசித்தர் ஆகாயத்தைப் பார்த்தபடியே அருமையான விஷயங்களைச் சொல்லிக் கொண்டே போனார். அவர் எதிர்பார்த்தது போலவே கையில் பூக்குடலையுடன் ஆகாசலிங்க வழிபாட்டுக்காக பார்வதி வந்து கொண்டிருந்தாள். அந்த

இரவு நேரத்தில் அவளுக்கு காவலாக கையில் தீப்பந்தமுடன் முத்துப்பிள்ளை.

இருவரும் சொர்ண சித்தரை நெருங்கவும் சொர்ணசித்தர் வாஞ்சை மிகுந்த ஒரு பார்வை பார்த்தார். பின் முத்துப்பிள்ளையைப் பார்த்தவர்,

"முத்து... வா... உனக்கும் எனக்கும் இங்க இப்ப ஒரு வேலையும் கிடையாது." என்று பார்வதியை மாயம்மாவிடம் விட்டுவிட்டு நடக்கத் தொடங்கினார்.

"சாமி பார்வதி சாமி கும்பிட்ட உடனே கூட்டிகிட்டுப் போக வேண்டாமா?"

"வேண்டாம் முத்து... அதுக்கு அவசியமே இருக்காது. அனேகமாக உன் மகளுக்கு இன்னிக்கு குழந்தை பிறந்துடும்."

நடந்தபடியே அவர் சொன்னது முத்துப்பிள்ளை காதில் அதிர்ச்சியோடு புகுந்தது.

"சாமிஈ... அப்படின்னா..."

முத்துப்பிள்ளை கேட்கும்போது இரண்டு உபசித்தர்கள் சொர்ணசித்தர் எதிரில் மண்வெட்டியோடு வந்து நின்றனர்.

"என்னப்பா குழி வெட்டியாச்சா?"

"வெட்டியாச்சுங்க சாமி. குழிக்குள்ள நவாச்சார உப்பும் போட்டுட்டோம்."

"நல்லது... கொஞ்சம் காத்திருங்க..."

"சாமி... என்ன சாமி இது... யாருக்கு சாமி குழி..."

"பார்வதிக்குதான் முத்து..."

"சாமிஈ..."

"பதட்டப்படாதே... அவளுக்கு நேரம் முடியப் போகுது. போகப்போறா... ஆனாலும் என்ன... அவளுக்கு பிறக்கற குழந்தை உயிருக்குள்ள பூந்து திரும்பி வரத்தானே போறா."

“சாமி... அப்ப இப்ப என் மகளைப் பார்த்ததுதானா நான் கடைசியா பார்த்தது.”

“ஆமாம்... இப்ப அவளுக்கு வலி எடுக்கும் அதோ வானத்துல அதுக்கான நட்சத்திரம் தெரியுது பார்.”

அவர் காட்ட முத்துப்பிள்ளை வானைப் பார்க்கும்போது காட்டையே கிழிப்பதுபோல பார்வதியின் பிரசவ வேதனைச் சப்தம் எதிரொலித்தது. அடுத்த சில நொடிகளில் மழலை ஒன்றின் அழுகுரல்!

சொர்ணசித்தர் வானைப் பார்த்தபடியே கண்களை மூடிக்கொண்டார். குழந்தையின் அழுகுரல் காடு முழுக்க எதிரொலித்தது. ஒரு மரக்கிளை கூட சிலிர்த்துப் போய் தன் பூக்களைத் தரையில் உதிர்த்தது.

தவத்தில் இருந்த நாகசித்தர், ஒரு மரக்கிளை மேல் அமர்ந்து கொண்டு சுந்தர்ராஜனுக்காக காத்திருக்கும் இச்சாதாரி பரணி, பஞ்சபாண்டவர் குகைக்கு வெளியே விறகு அடுப்பில் சாதம் பொங்கியபடி இருக்கும் நாட்டு வைத்தியர் சிவசாமி என்று அத்தனை பேர் காதுகளிலும் அந்த மழலைக்குரல் ஒலிக்கத்தான் செய்தது.

எல்லோருமே ஆச்சரியமாக ஒருவர் முகத்தை ஒருவர் பார்த்துக் கொண்டனர். நாகசித்தரும் வானைப் பார்த்துவிட்டு...

“ஆஹா என்ன ஒரு காலகதி... கடகத்தில் சந்திரன், துலாத்தில் ஆட்சி பெற்ற சுக்கிரன், மேஷத்தில் சூரியன் என்கிற மாதிரி என்ன ஒரு அற்புதமான ஸ்திரமான காலகதி.” என்று சிலாகித்துக் கொண்டார்.

சிறிது நேரத்தில் குழந்தை அழுகுரல் அடங்கி விட்டது. சொர்ணசித்தர் முத்துப்பிள்ளையுடன் திரும்பி நடந்தார்.

மாயம்மாள் தங்க விக்கிரகம்போல ஒரு பெண் குழந்தையுடன் நின்றாள். அருகில், கட்டையாக விரைத்துவிட்ட நிலையில் பார்வதி. முத்துப்பிள்ளைக்குத் துக்கம் நெஞ்சையடைத்தது.

அந்தத் துக்கத்தை விரட்டி அடிப்பதுபோல அவரது பேத்தி துருதுருவென அவரைப் பார்த்தாள்.

முகத்தில் குமிழ் சிரிப்பு. தலைகொள்ளாத முடி. பூரிப்பான ஊதிய கன்னங்கள். எச்சில் கசியும் பொக்கைவாய். அதுவரை அழுத குழந்தையின் முகத்தில் உடனேயே சிரிப்பு. அது முத்துப்பிள்ளையின் துக்கத்தை தூள்தூளாக உடைத்து விட்டது.

"என் ராசாத்தி..." என்று வாரிக் கொண்டவர், முத்தமாரி பொழிய ஆரம்பித்தார்.

உபசித்தர்கள் பார்வதியின் உடம்பைத் தயாராக செய்து வந்திருந்த பாடையில் தூக்கி வைத்தனர்.

"முத்து... குழந்தையை மாயம்மாகிட்ட கொடுத்துட்டுவா..." என்று சொர்ணசித்தர் முத்துப் பிள்ளையின் கைகளைப்பற்றி அழைத்துச் சென்றார்.

"தெரியும் சாமி... என் மகளுக்கு என் கையால நான் இப்ப காரியம் பண்ணப் போறேன். அதுக்குத்தானே?"

"ஆமாம்... மௌனமா வா... இப்ப இங்க இருக்கற உடம்பு வெறும் பஞ்ச பூத கலவைதான். உன் மகள் ஆத்மா எப்பவோ சமாதனமும் சாந்தியும் அடைஞ்சாச்சு. இந்த உடம்புக்கு தீ வைக்கும் போது அது எரிஞ்சு சாம்பலாகறத வெச்சே தெரிஞ்சுக்கலாம்.

உரிய காலம் வாழ்ந்த உடல் எல்லாமே சாம்பலாகிவிடும். கர்மப் பதிவு மிச்சம் இருக்கற உடம்புகள்தான் வெந்து சாம்பலாகக் கூட கஷ்டப்படும்..." என்றபடியே அவளை அடக்கம் செய்ய உள்ள குழிக்கு அருகே அழைத்துச் சென்றார்.

உப சித்தர்கள் பார்வதியின் உடம்பை குழியில் அமர்த்தி வைத்திருந்தனர்.

"சாமி... தகனம் கிடையாதா?"

"இல்லை... இந்த பஞ்சபூத கலவைக்கு மேல் ஒரு மரத்தை நடு. உன் மகளோட சிறப்பைச் சொல்ற ஒரு மரமா அது எப்பவும்

இந்தக் காட்டுல இருக்கும். உனக்கொரு ரகசியமும் சொல்றேன். இந்த மரத்துக்கிட்ட வர்ற எந்த ஒரு பெண்ணும் கட்டாயமா பூப்பு அடைவா.

இந்த மரத்தைத் தொட்டு வணங்கற எந்த ஒரு பெண்ணுக்கும் பிள்ளைப்பேறும் உறுதி..."

"அப்ப என் மக இனி சாமிங்களா?"

"இனி இல்ல... அவ எப்பவும் சாமிதான். அவளோட அருள் இனிதான் உலகத்துக்குக் கிடைக்கப் போகுது."

சொர்ணசித்தர் சொன்னதோடு தன் கைகளால் மண்ணை அள்ளி உள்ளே போட்டார்.

உபசித்தர்கள் மளமளவென்று மண்ணை இழுத்துப் போட்டு மூடினர். அதன்மேல் பூவாய் பூத்து சொரியும் பன்னீர் மரக்கன்று ஒன்றைக் கொண்டு வந்து சொர்ண சித்தரிடம் தந்தனர்.

அவர் அதை முத்துப்பிள்ளையிடம் தந்து நடச்சொன்னார். முத்துப்பிள்ளையும் அந்த கன்றை புதைத்த குழியின் மையத்தில் வைத்தார்.

"முத்து... இந்த கன்றும் உன் பேத்தியும் ஒண்ணுபோல வளருவாங்க. உன் பேத்திக்கு தாய் இல்லேங்கற குறையை இந்த மரம் போக்கும்.

பத்து நாள்ல இது பல மடங்கு வளர்ந்துடும். அதன்பின் இதோட உடம்புல பால் வடியும். அதுதான் உன் பேத்திக்குத் தாய்ப்பால்.

இந்த பத்து நாளும் ஆகாச லிங்க அபிஷேகப் பாலையே உன் பேத்திக்குக் கொடு. அதன்பின் தாய்ப்பால் கிடைக்கத் தொடங்கிடும்.

இந்த மரம் உன் மகளுக்கு நிழலா மட்டும் இல்ல, அவளுக்கு சந்தோஷமும் கலகலப்பும் தர்ற ஒண்ணாவும் இருக்கும்." என்று புதுப்புது செய்திகளைச் சொல்லச் சொல்ல முத்துப்பிள்ளை முகத்தில் ஒரே பூரிப்பு.

“சாமி ஒரு மரம் பால் தருங்களா… எப்படிங்க…” என்று கேட்டார்.

‘ரம்’ கற வார்த்தை ஒரு பீஜாட்சர சப்தம். அந்தச் சப்தத்தோட பலன் என்ன தெரியுமா?

“தெரியாதுங்களே…”

“எதைக் கேட்கறியோ… அதைத் தருவது…”

“சரி சாமி… இப்ப எதுக்கு இதைச் சொல்றீங்க.”

“இந்த ரம் நம்ம கை வழியா உழைப்பைத் தரும்போது கரம் ஆகுது… ஒரு புதிய வழிமுறை காட்டும் போது வரம் ஆகுது. மதிப்பானதையே தரும்போது மரம் ஆகுது. மொத்தத்தில் தரக்கூடியது மரம். நீ அதைப் பார்ப்பே…”

“சாமி குழந்தை ரொம்ப அழகா இருக்குங்க. தங்க விக்ரகம் மாதிரியே இருக்குது.”

“மொத்தத்துல பொன்னா மின்றா உன் பேத்தி… அப்படித்தானே?”

“ஆமாம் சாமி… இது பொன்னுதான்… வெறும் பொன்னுகூட இல்ல… பத்தரை மாத்துப் பொன்னு…”

“அப்ப பொன்னின்னே பேர் வெச்சிடு.”

“பொன்னி… பொன்னி… ஆஹா அருமையான பேர். எங்கம்மா பேர்கூட அதுதான் சாமி.”

“அப்புறம் என்னா அம்மாவும் மகளும் வந்துட்டதா நினைச்சுக்கோ…”

“சாமி… நான் இப்ப எவ்வளவு சந்தோஷத்துல இருக்கேன் தெரியுங்களா?”

“அதைவிட பெரிய சந்தோஷத்தை நீ இப்ப அடையப்போறே… உன் பொண்ணுக்கு இப்ப பதினெட்டு சித்தர்கள் வந்து பால் ஊத்தப் போறாங்க…”

"பதினெட்டு சித்தர்களா... அதாவது போகர், அகத்தியர், கோரக்கர், மச்சமுனி, அவரு இவருன்னு ஒரு பதினெட்டு பேரைச் சொல்வாங்களே... அவங்களா?"

"அவங்களேதான்... உன் மகள் என்ன சாமான்யமானவளா, சித்தர்களோட மூலிகைப் பிரசாதம் ஆச்சே அவ..."

"சாமி... நீங்க சொல்றது நெசம்தானா?"

"அங்க பார்..."

சொர்ணசித்தர் கை நீட்டி காட்டிய இடத்தில் பதினெட்டு சித்தர்களும் ஒன்றாக கூட்டமாக புன்னகையுடன் அவர்களை நோக்கி வந்தபடி இருந்தனர்.

முத்துப்பிள்ளை நின்ற இடத்தில் அப்படியே மண்டி இட்டார். மாயம்மாவும் குழந்தையுடன் மண்டியிட்டாள்.

சொர்ணசித்தர் ஒதுங்கி நின்றுகொள்ள அவர்கள் அருகில் வர, பொன்னி என்று சொர்ண சித்தரால் நாமகரணம் சூட்டப்பட்ட அந்தக் குழந்தை அவர்களுக்கு முன்னால் சிவன்மலைக் காட்டு தரைமேல் கால் கையை உதைத்துக் கொண்டு அவர்களைப் பார்த்துச் சிரித்தது.

பதினெட்டு சித்தர்களும் அவளை வட்டமாக சூழ்ந்து கொண்டனர். முத்துப்பிள்ளை கண்களுக்கு பதினெட்டு சித்தர்களின் முகம் தெரியவில்லை. அந்த இரவில் அவர்களின் பின்பாகமும் கால்களும் தான் தெரிந்தன.

அவர்கள் என்ன செய்கிறார்கள் என்றும் தெரியவில்லை. எல்லோரும் தங்கள் கரங்களால் அந்த குழந்தையின் சிரசைத் தொட்டு அசீர்வதிக்கிற மாதிரி தோன்றியது.

பதினெட்டு பேருமே ஒன்று கூடி 'பொன்னி' என்கிற அவளது பேரை ஒரே சப்தமாகவும் கூப்பிட்டனர். அதைக் கேட்டு அந்த பிஞ்சும் கை கால்களை எட்டி உதைத்துக் கொண்டு பார்த்தது.

முத்துப்பிள்ளைக்கு, தான் காண்பதெல்லாம் கனவா இல்லை நனவா என்றுகூட தோன்றியது! எல்லாமே சில நொடிகள்தான்.

பதினெட்டு சித்தர்களும் ஊதுபத்தி புகை எப்படி கண்ணெதிரில் பார்த்துக் கொண்டிருக்கும் போதே மறையுமே அப்படி மறைந்தும் போயினர்.

சொர்ணசித்தர் திரும்பவும் முத்துப்பிள்ளையுடன் குழந்தை அருகே சென்றார். பிள்ளை பொன்னியை அள்ளி அணைத்துக் கொண்டார்.

"முத்து... உன் கைல இருக்கிறது ஒரு உலகத்தோட அதிசயம். கோள்களோட அரசாட்சியில இருந்து முற்றிலுமா விடுபட்ட ஒரு உயிர் இது. இப்படி ஒரு உயிர் உருவாகவும் கோள்களோட கருணைதான் காரணம்.

இந்த நாட்டுல கோர்ட்டுல தீர்ப்பு சொல்றவங்க நீதிபதிகள் தான். இருந்தாலும் அவங்களுக்குச் சில கட்டுப்பாடுகள் உண்டு. அந்த மாதிரி கோள்களையே கேள்விகேட்கற பலத்தோட உருவானவ இந்த பொன்னி.

இவளோட பேரை பதினெட்டு சித்தர்களும் சொல்லி உறுதிப்படுத்திட்டாங்க. பேர்லதான் எல்லாம் இருக்கு. ஒருத்தருக்கு பேர் அமையறது ஒண்ணும் சாதாரண விஷயம் இல்ல.

ஒவ்வொரு முறை ஒருத்தரை பேர் சொல்லி கூப்பிடும்போதும் ஒரு பொம்மைக்கு சாவி கொடுக்கற மாதிரி அந்த பேர் அவர் வரைல செயல்படும். அதுலதான் எல்லாமே இருக்கு.

நாராயணன்னு பேர் வெச்சுட்டு நாணின்னு கூப்பிடறது, ஸ்ரீனிவாசன்னு பேர் வெச்சுட்டு சீனின்னு கூப்பிடறதெல்லாம் அவர்களை முடமாக்கியே தீரும். முடம்னா உடம்போட முடத்தைச் சொல்லலை... உள்ளத்தோட முடத்தைச் சொன்னேன்.

ஆகையால நீ கவனமா இருந்து எப்பவுமே பொன்னீன்னே கூப்பிடு. பொன்னின்னா காவேரின்னும் ஒரு பொருள். காவேரி எவ்வளவு கருணை உள்ளவளோ அவ்வளவு கருணை இவளுக்கும் உண்டு. அதை எல்லாம் இந்த பொன்னி வளர வளர நீ தெரிஞ்சுக்குவே..."

சொர்ணசித்தர் ஒரு பரிபூரண விளக்கம் தந்து ஆசீர்வாதமும் செய்துவிட்டு மாயம்மாவையும் நன்றியுடன் பார்த்தார்.

"சாமி உங்களால எனக்கு பதினெட்டார் தரிசனம் கிடைச்சது. ரொம்ப சந்தோஷம் சாமி..." என்று அவள் கண்ணீருடன் கை கூப்பினாள்.

"மாயம்மா... உனக்குக் கொடுப்பினை இருந்தது. கிடைச்சிருக்கு. நீ இந்தக் காட்டோட காவல் தேவதை.

உன்னை யாராலயும் எதுவும் செய்ய முடியாது. இப்பகூட வயசான காலத்துல ஒரு தெய்வக் குழந்தை பிறக்கறதுக்கு பிரசவம் பார்த்துருக்கே..."

"ஆமாம் சாமி... இந்த பொன்னி எனக்கும் பேத்திதான். இவதான் எவ்வளவு அழகு."

"இவ அழகி மட்டுமல்ல... இவதான் சக்தியும் கூட..."

"சக்தியா?"

"இது சிவனோட மலை... சிவத்தோட சக்தி சேர்ந்தா தானே இன்னும் நல்லா இருக்கும்."

சொர்ண சித்தர் சொல்லிக்கொண்டே படுவேகமாக ஒரு பருத்த மரத்துக்குப் பின்னால் சென்றார். அங்கே நாட்டு வைத்தியர் சிவசாமியும் அவரது நண்பர்களும் மூவரும்.

அந்த நால்வரும் சொர்ண சித்தர் தங்களைப் பார்க்கவும் வெலவெலக்க ஆரம்பித்தனர்!

அத்தியாயம் 20

சிவம் என்றால் மங்களம் என்று ஒரு பொருள். சிவன் என்றால் உயிர் ஒளி என்றும் ஒரு பொருள். உயிரினங்கள் அவ்வளவினுள்ளும் ஒரு ஜீவன் இருப்பதால் தான் இயங்குகிறோம். ஜீவன்தான் சிவன்.

எனவே எல்லா உயிருக்குள்ளும் சிவம் உண்டு. அதைக் கண்டறிந்து மனதால் முழுமையாகத் தீண்டும்போது, அந்த சிவன் சூரியன்போல ஒளிவிட்டு தனது மூலாதாரமான பரமாத்மாவிடம் போய் சேர்வது சுலபமாகிவிடும்.

ஆறு நிறைய ஓடிக் கொண்டிருந்த தண்ணீரை ஒரு குடத்தில் பிடித்து வீட்டிற்குக் கொண்டு வருவதுபோல சிவனிடமிருந்து பிரிந்து வந்தவர்கள் தான் நாம் எல்லாம்.

குடத்துநீர் பயன்படுத்தப்பட்டு இறுதியில் ஆவியாகி பின் மேகமாகி திரும்ப மழையாகி பூமியில் விழுந்து தான் பிரிந்த ஆற்றில் மீண்டும் கூடிக்கலந்து ஓடுவது போன்றது தான் நமது வாழ்க்கையும்...

இந்த ஜீவன் செயலாற்றல் சவமாகிறோம். சவமானால் சக்தியற்றுப் போகும்.

அதேபோல சக்தியிருந்தும் அது தெரியாமல் போனால் அதையும் சவமாகவே கருத வேண்டிவரும்.

அதனாலேயே சக்தியைத் தெரியப்படுத்தும் ஒரு விதத்தை உத்சவம் என்று அழைத்தனர்.

உத்சவம் என்றால் அளப்பரிய சக்தி படைத்தது என்று கொள்ளலாம். இதனாலேயே காடுகளின் மறை சக்தியே உலகுக்கு உணர்த்த 'வனமகோத்சவம்' என்கிற ஒரு நிகழ்வை உருவாக்கினர்!

அந்த நான்குபேரையும் முதலில் சற்று வித்தியாசமாகப் பார்த்தாலும் பிறகு ஒரு மந்தமான சிரிப்பு சொர்ண சித்தர் உதட்டில் தொற்றிக் கொண்டு விட்டது.

"இங்க எதுக்கு இப்படி ஒளிஞ்சிகிட்டிருக்கீங்க?"

"ஒளிஞ்சிகிட்டா... சேச்சே... நாங்க இங்க உக்காந்து கிட்டிருந்தோம்..."

சிவசாமி சமாளித்தார்.

"காவி உடுப்புக்குள்ள இருந்துகிட்டு பொய்யே பேசக் கூடாது. அதுலையும் சிவன் மலைல துப்புரவா பொய் பேசவே கூடாது."

"இல்ல... நான் பொய் சொல்லல."

"சரி இவ்வளவு நான் சொன்ன பிறகும் நீ பொய் பேசினா, உங்க வரைல எல்லாமே பொய்யாகவே போகட்டும்."

சொர்ணசித்தரின் பதில் அவர்களை சாபம்போல கருத வைத்தது.

"சாமி மன்னிச்சிடுங்க... பொய் சொல்லணும்கறது என் நோக்கம் இல்ல. அதேசமயம் நாங்க நேர்ல வந்தா, நீங்க எங்களைப் போகச் சொல்லிடுவீங்களோன்னு ஒரு பயம். அதனாலதான் ஒளிஞ்சிருந்தே நடந்ததைக் கவனிச்சோம்."

"இப்போவாவது உண்மை பேசினீங்களே... இங்க நடக்கறதை நீங்க ஏன் பார்க்க விரும்பினீங்க...?"

"என்ன சாமி அப்படிச் சொல்லிட்டீங்க... எவ்வளவு பெரிய ஒரு அதிசயம் நடந்துருக்கு... அதோட பதினெட்டு சித்தர்கள் வேற வந்து தரிசனம் தந்திருக்காங்க... இதெல்லாம் பார்க்காம போனா நாங்க முட்டாளாயிட மாட்டோமா?"

"இப்பகூட நீங்க முட்டாள்கள்தான்... கூடவே பாவிகளும் கூட..."

எப்படி சாமி... எதை வெச்சு சொல்றீங்க?"

"உங்ககிட்ட ஒரு சராசரி மனித மனோபாவத்தை தான் நான் பாக்கறேன். துறவுக்கு மாறிட்ட நிலைல அதுலையும் சிவன் மலைக்குள்ள கால் வெச்சுட்டா எதுலையும் திருட்டுத்தனம் கூடாது... உங்ககிட்ட அது நிறையவே இருக்கு.

இங்க உங்களைப் போல இவ்வளவு தவசிகள் இருக்காங்க. ஆனா அவங்களுக்கு இங்க நடந்த எந்த விஷயமும் தெரியாது. ஏன்னா அவங்க கவனம் இதுல இல்ல..."

"சாமி என்ன சொல்றீங்க... எங்களை சுத்தி தவசிகளா... இங்க யாரும் என் கண்ணுக்குத் தெரியலியே..."

"அப்படியா?"

"ஆமாம் சாமி..."

"நல்லா பாருங்க... ஒரு தேடலோட பாருங்க. உற்றுப் பாருங்க. அப்ப தெரியும்..."

சொர்ணசித்தர் அழுத்தமாய் கூற நால்வரும் அந்த இரவில் கூர்ந்து பார்க்க தொடங்கினர்.

உண்மைதான்!

ஒரு மரத்தின் கிளைத்தண்டு ஒன்றில் சிலை போல அமர்ந்தபடி ஒருவர், ஒரு மரத்துக்குள் ஒருபுறம் பாம்புகள் வசிக்க, மற்றொரு பக்கம் அடர்வாய் கொடிகள் பரவியிருக்கும் நிலையில் அந்த கொடி தாங்கியாக ஒரு சித்தர்.

பார்க்கப் பார்க்க சிவசாமிக்கு படபடவென்று வந்தது.

“சாமி மன்னிச்சுக்குங்க. நாங்க சரியா கவனிக்கல.”

“இப்ப புரிஞ்சா சரி... இவங்கதான் உண்மையான தவசிகள். சித்த புருஷர்கள். இதுக்கு பேர்தான் தவம். இப்படி ஒரு நாள் இல்ல, இருநாள் இல்ல... பல வருடமாக இவங்த தவத்துல இருக்காங்க. இவங்க வரையில ஒன்பது கிரகங்களும் செயலிழந்து போச்சு.

இவங்க இயங்க ஆரம்பிக்கும் போதுதான் கிரகங்களாலயே இயங்க முடியும். பசி தாகம்னு எல்லாத்தையும் இவங்க வெற்றி கொண்டவங்க. பக்கத்துல இடி விழுந்தாலும் இவங்க தவம் கலையாது.”

சொர்ணசித்தர் சொல்லச் சொல்ல சிவசாமிக்குக் கூசியது.

“இருந்தாலும் ஒரு விஷயத்துக்காக உங்களை பாராட்டறேன். இந்த காட்டுக்குள்ள நடமாடவும், சித்த தரிசனம் பெறவும் பூர்வஜென்ம கர்மவினை இடம் கொடுக்கணும். உங்களுக்கு அது நிறையவே இருக்கு.

ஆனா உங்க நிகழ்காலம் தவறான திசை நோக்கி இருக்கு. இன்றைய சம்பவங்கள்தான் நாளைய விதியா மாறுது. கவனத்துல வெச்சு எல்லாத்துலையும் உண்மையோட இருங்க.” சொர்ணசித்தர் அவர்களுக்கான உபதேசத்தைச் செய்துவிட்டு நிதானமாக நடக்க ஆரம்பித்தார்.

சிவசாமியும், அவர் நண்பர்களும் ஒருவரை ஒருவர் பார்த்துக் கொண்டனர். தமிழாசிரியரான பழனிக்குக் கொஞ்சம் கோபம்கூட வந்தது. சிவசாமியிடம் அதை எதிரொலிக்கத் தொடங்கினர்.

“சிவசாமி... போதும்பா! எவ்வளவு நாளைக்கு இப்படியே ஒளிஞ்சிகிட்டும், மறைஞ்சுகிட்டும் திரியறது. கடைசில இப்ப இங்க ஒரு சித்தர் சொன்ன மாதிரி நாம உருப்பட முடியாமலே போயிடலாம்.”

பழனி சொன்னது ரத்னவேலுவைக் கிள்ளி விட்டது.

“இங்க அந்த சித்தர் நாம உருப்பட மாட்டோம்னு எங்க சொன்னார்?”

“அவர் நேரா சொல்லலை... ஆனா பொருள் அதுதான்.”

“இப்படி நமக்கு நாமே கண்டபடி கற்பனை செய்துக்க வேண்டாம். வாங்க நம்ம இருப்பிடத்துக்குப் போவோம்.”

“சிவசாமி... நாட்கள்தான் போய்கிட்டு இருக்கு. நடுநடுவுல நாம நம்பமுடியாத சில அதிசய காட்சிகளை பார்க்கறோம். நாம இந்தக் காட்டுக்கு வந்த பயன் இதுதான்...”

“இப்படி மனசுவிட்டா எப்படி... ரசவாத வித்தை ஒண்ணும் சாதாரணம் இல்ல. ஒரு கெமிஸ்ட்ரி, பிசிக்ஸ் படிப்புக்குக்கூட நாலஞ்சு வருஷம் செலவு பண்ண வேண்டியிருக்கு. இது வித்தைல பெரிய வித்தை.”

“மறுக்கல... கெமிஸ்ட்ரி, பிசிக்ஸ்ல அட்லீஸ்ட் சில பாடங்களாவது படிச்சிருப்போம். இங்க பாடமே இன்னும் துவங்கலையே...”

“நமக்குள்ள எல்லா குழப்பங்களும், கேள்விகளும் இந்த மாதிரி காட்டுல சுத்தும்போது தான் தோணுது. அதே நாம குகைக்குள்ள இருக்கும்போது யோசிச்சு பார்த்தீங்களா?”

“உண்மைதான். குகைக்குள்ள இருக்கும்போது மனசு லேசா இருக்கு. எந்தக் குழப்பமும் இல்ல... இன்னும் சொல்லப்போனா குகையை விட்டு எதுக்கு வெளிய போகணும்னு கூட இருக்கு.”

“அது சரி... நாம என்ன குகைக்குள்ள அடங்கிக் கிடக்க லட்சியமே இல்லாதாவங்களா. என்னைக் கேட்டா ரிடையர் ஆன வயசானவங்க பேசாம அந்தக் குகைல வந்து நிம்மதியா காலத்தைக் கழிக்கலாம்.”

அவர்கள் தங்களுக்குள் அலுப்பும், சலிப்பாக பல விதங்களில் பேசிக் கொண்டே காட்டுக்குள் நடந்தபடி இருந்தனர்.

ஒரு மரத்தின் மேல் தன் பாம்பு வடிவில் மல்லாந்திருந்த இச்சாதாரி பரணி அப்படியே அவர்கள் முன் ஒரு விழுதுபோல

தொங்கினான். பின் மனித உருக்கொண்டு தனக்கான தோற்றத்தோடு அவர்கள் நால்வரையும் பார்த்தான்.

பார்வையா அது... நெருப்பு!

"பரணி..."

"பரணியேதான் நண்பர்களே... எங்க போயிட்டு வர்றீங்க?"

"அதை ஏன் கேக்கறே... நாங்க இப்ப ஒரு அரிய காட்சியைப் பார்த்துட்டு வரோம்."

"ஆனா நான் தேடற அந்த அதிகாரி மட்டும் உங்க கண்ணுல படல... அப்படித்தானே?"

"படலை பரணி. பட்டா சும்மா இருப்போமா?"

"எனக்காக அவன் எங்க இருக்கான்னு கண்டுபிடிக்கக்கூட உங்களுக்குத் தோணல... அப்படித்தானே?"

"பரணி... உணர்ச்சி வயப்படாதே! நீ மட்டும் என்ன? எங்களுக்காக நாகசித்தரை அறிமுகம் செய்து வெச்சே... வேற என்ன செய்தே... ரசவாதம் பத்தி ஒரு சிறு விஷயம்கூட எங்களுக்குத் தெரியலியே?"

"நாகசித்தர்தான் ஆரம்பத்துலையே சொன்னாரோ... அதுக்கு பல காலம் ஆகும்னு..."

"அப்ப உனக்கும் அதே பதில்தான்... நீ தேடற அந்த அதிகாரியை நாங்க கண்டுபிடிக்கவும் அந்த அளவு காலம் ஆகலாம் இல்லையா?"

"இல்ல... பதிலுக்குப் பதில் சொல்லாதீங்க. நான் ஒருத்தன் ஆனா நீங்க நாலுபேர். நீங்க மனசு வெச்சா எனக்கு எப்பவோ உதவி செய்திருக்க முடியும்?"

"பரணி... பைத்தியம் மாதிரி பேசாதே. உனக்காகவும் சரி நாங்க நாள் பூராகூட அலைய தயாரா இருக்கோம்.

ஆனா இந்தக் காட்டுலதான் திக்கு திசை எதுவும் தெரியமாட்டேங்குது. நாகசித்தர கேட்டா அவரும் ஏதேதோ சொல்லி சமாளிச்சிடறாரு."

அந்த நால்வருக்கும் பரணிக்கும் நடுவில் தீப்பிடித்துக் கொண்டதுபோல ஒரு வாக்குவாதம். அப்போது நாய் குரைக்கும் சப்தம் கேட்டது.

ஒன்றுக்கு இரண்டு நாய்களின் குரைப்பு சப்தம். கடூரமான குரைப்பு சப்தம். பரணியின் முகம் படுவேகமாக பய உணர்ச்சிக்கு மாறியது.

"பரணி... என்னாச்சு?"

"முதல்ல நீங்க நாலுபேரும் முகத்தை ஒரு துணியால மூடிகிட்டு எதாவது மரத்துமேல் ஏறிக்குங்க."

"ஏன்?"

"பிரம்மசித்தர் வந்துகிட்டிருக்கார்."

"பிரம்மசித்தரா...?"

"ஆமாம்... இது அவர் பிடிச்சிகிட்டு வர்ற நாய்களோட குரைப்பு சப்தம்தான். இரவு நேரங்கள்ள பிரம்மசித்தர் தன் நாய்களோட வனஉலா வருவார். அப்ப அவரை யாரும் பார்த்துடக் கூடாது."

"பார்த்தா?"

"பார்த்தா பார்த்த நபருக்கு அதிகபட்சம் ஆறுநாள் தான் ஆயுள்..."

"அது எப்படி?"

"இப்ப அதுக்கெல்லாம் பதில் சொல்ல நேரமில்ல... நான் முதல்ல ஒளிஞ்சுக்கறேன். மத்தது உங்க தலை எழுத்து..."

பரணி அடுத்த நொடி தன் பாம்பு வடிவை அடைந்தான். பக்கத்திலேயே வெகு அடர்த்தியான புதர்க்கூட்டம். அதற்குள் சரசரவென்று நுழைந்து புகுந்து மறைந்தும் போனான்.

சிவசாமியும், அவர் நண்பர்களும் பேந்தப் பேந்த விழித்தபடியே நின்றனர். நாய் குரைப்பு சப்தம் வெகு அருகில் கேட்கத் தொடங்கியது. சிவசாமியையும் பயம் வெகுவேகமாக ஆட்கொண்டது.

சட்டென்று தன் தோளில் கிடந்த காவித்துண்டை எடுத்து முகத்தில் முகமூடி போல கட்டிக் கொண்டார். அவரது நண்பர்களும் அவ்வாறே செய்து கொண்ட போதிலும் தமிழாசிரியர் பழனியிடம் துண்டு இல்லாததால் லேசாகத் தவித்தார்.

இதற்குள் ஒரு கையில் தீப்பந்தமும் மறுகையில் இரு நாய்களை இழுத்துப் பிடித்தபடியே அங்கே பிரம்மசித்தர் வந்து விட்டார்!

நல்ல ஆகிருதியான உயரம்! பார்க்க கை கூப்பி தொழவேண்டும் எனும்படியான தோற்றம்.

தலைக்கு மேல் ஆறு அடுக்கில் வளைத்துக் கட்டிய கோபுரம் போன்ற தலைமுடி... தொப்புள் வரை வளர்ந்துவிட்ட அடர்ந்த தாடி... இடையில் காவிக்கச்சம், காலில் கட்டைச் செருப்பு... உடம்பு முழுக்க திருநீறுக்கோடு.

பழனியால அவர்மேல் வைத்த பார்வையை எடுக்க முடியவில்லை. வெறித்தார். மற்றவர்கள் ஆடாமல் அசையாமல் முகத்தை மூடியபடி நின்றனர்.

நாய்கள் குரைத்து முடித்த நிலையில் பிரம்ம சித்தர் பழனியைப் பார்த்து ஒரு விரக்திச் சிரிப்பு சிரித்தார்.

பழனிக்கு முகமெல்லாம் வியர்த்துவிட்டது.

"சாமி..."

"யார் நீ..."

"என் பேர் பரணி. இந்தக் காட்டுக்கு... இந்தக் காட்டுக்கு..."

"பேசாதே... உன் நெற்றியிலேயே நீங்கள் யார் என்று எழுதி ஒட்டியுள்ளது. பேராசைக்காரர்களுக்கு இந்தக் காடு இடம் தந்ததில்லை. இவர்கள் எல்லாம் யார்... உன் நண்பர்களா?"

"ஆமாம் சாமி..."

பழனி ஆமோதிக்க மூடிய முகத்துடன் சிவசாமி அப்படியே பிரம்மசித்தர் காலில் விழுந்தார். மற்ற இருவரும் கூட விழுந்தனர். அப்படியே தரையில் கிடந்தபடியே பேசினர்.

"சாமி... வாழ்க்கை வெறுத்துப் போய் சிவன் மலைக் காட்டுக்கு வந்துருக்கோம். உங்க தரிசனம் கிடைச்சதுல சந்தோஷம் சாமி... ஆசீர்வாதம் பண்ணுங்க..."

"முகத்தை மூடிக்கொண்டு, உயிருக்குப் பயந்து கொண்டு தரிசனம் கிடைத்ததாக நீங்கள் சொல்வதில் இருந்தே தெரிகிறது. நீங்கள் எத்தனை பெரிய பாசாங்குக்காரர்கள் என்று உண்மையாக இருங்கள். இல்லாவிட்டால் நீங்களே உங்களுக்குப் பகையாகி விடுவீர்கள். வருகிறேன்."

பிரம்மசித்தர் காட்டமான குரலில் பேசிவிட்டு நாய்களைப் பார்க்க அவை இரண்டும் துள்ளிக் கொண்டு ஓடத் தொடங்கியது!

நாய்க்குரைப்பு சப்தம் அடங்கவும் தான் சிவசாமியும் மற்றவர்களும் எழுந்தனர். பழனிதான் பாவம்! முகம் இருண்டு விட்டிருந்தது.

"பழனி நீ முகத்தை மூடிக்கலையா?"

"எங்க... உங்ககிட்ட துண்டு இருந்தது. ஆனா என்கிட்ட இல்லையே..."

"அப்படின்னா நீ இப்ப அந்த பிரம்மசித்தரைப் பார்த்துட்டியா?"

"அ... ஆமாம்..."

"அடப்பாவி... கைய கொண்டாவது முகத்தை மூடிகிட்டு இருக்கலாம் இல்லையா?"

"எனக்குத் தோணலை... அதேசமயம் கம்பீரமா அவரும் வந்துட்டார். அடேயப்பா என்ன ஒரு உயரம், என்ன ஒரு ஆகிருதி."

"அப்படின்னா தைரியமா நீ அவரைப் பார்த்துட்டே..."

"பார்க்காமலா உயரம், தேஜஸ்த்துன்னு சொல்றேன்."

"பார்த்தா உயிர் போயிடும்னு அந்த பரணி சொல்லிருந்தானே?"

"இப்ப அவன் எங்க அவனைப் போல நம்மால பாம்பா மாற முடிஞ்சிருந்தா நாமளும் அவர் கண்ணுல படாம தப்பியிருக்கலாம்."

அலுத்துக் கொள்ளும்போதே பரணி வந்து விட்டான். வந்தவன் பழனியைப் பரிதாபமாகப் பார்த்தான்.

"என்ன பரணி... நீ பாக்கற பார்வையே சரியில்லயே."

"சொல்லச் சொல்ல கேக்காம அவரைப் பார்த்து வெச்சிருக்கியே..."

"கேக்காமல்லாம் பார்க்கலை... வழியில்லை. அதான் பழனி பார்த்துட்டான்."

"அதுவும் சரிதான்... விதி முடியற நேரம் வந்தா அதுக்குத் தகுந்த மாதிரிதானே எல்லாம் நடக்கும்?"

"பரணி... சும்மா பயமுறுத்தாதே... சித்த தரிசனம்கறது புண்ணியத்துக்குத்தான்னு கேள்விப்பட்டிருக்கேன். நீ என்ன தலைகீழா சொல்றே..."

"நான் சொல்லல... இந்தக் காடு சொல்ற உண்மை இது. பிரம்மசித்தர் ஒரு த்ரிகால ஞானி. அவர் பிடிச்சுகிட்டு வந்த இரண்டு நாய்கள்ல ஒண்ணு இரவு. ஒண்ணு பகல்."

"என்ன பரணி புதுபுதுசா என்னென்னவோ சொல்றே?"

"எதையும் நான் சொல்லலை... உங்களுக்கு சந்தேகமா இருந்தா நாகசித்தர்கிட்டையே வந்து கேளுங்க..."

பரணி அவர்களோடு நாகசித்தரை காணப் புறப்பட்டான்!

அருகில் உள்ள ஒரு மரத்தின் உச்சிக் கிளையில் அமைதியாக அமர்ந்திருந்தாள் மாயம்மா.

“பாவிகளா... நாலுபேரும் பிரம்மசித்தரைப் பார்த்திருந்தா இப்படி திருட்டுத்தனமா காட்டுக்குள்ள சுத்திவர வேண்டியிருக்காதே. இந்த காடும் நல்லா இருக்குமே...” என்று தனக்குள் முணுமுணுத்துக் கொண்டாள்.

அத்தியாயம்

21

உத்சவம் என்றால் மறை சக்தியை அனைவரும் உணரச் செய்வது என்பதால் உணர வைப்பதில் பலவித நடைமுறைகள் உருவாக்கப்பட்டன.

அதில் ஒன்று ஜனன மரணங்களிலும், திருமண நிகழ்விலும் மரம் நடுவது என்பது...

எந்த மரத்தை எப்படி நடுவது என்பதை விருட்ச சாஸ்திரம் சொல்லி விடுகிறது.

அதன்படி ஒருவர் பிறக்கும் அன்று என்ன நட்சத்திரமோ அதற்கேற்ற மரக்கன்றை வாங்கி சிறப்பான வனம் ஒன்றுக்கு விஜயம் செய்து சூரியக் கதிர் படும் ஒரு இடத்தில் குறிப்பாக அந்த வனத்தின் தென்மேற்கு மூலையாகப் பார்த்து நட வேண்டும்.

நட்ட உடன் அவர் கையாலேயே நவதானியங்கள் ஊற வைத்த நீரை அச்செடிக்கு விட்டு ஊறிய நவதானியங்களையும் அச்செடிக்கே உரமாகப் போட வேண்டும்.

அந்த நொடியில் இருந்து அச்செடி மரமாக வளர வளர அதை நட்டவரின் வாழ்வும் மலரும். இன்னும் சொல்லப் போனால் வளரும் அந்த மரம் நட்டவரின் தப்பான ஜாதக பலன்களை அது எடுத்துக் கொண்டு விடும்.

அதேசமயம் அதில் பூ பூத்து காய் காய்க்கும் போது, நட்டவர் வாழ்விலும் எல்லாவித செல்வமும் சேரும். கர்ம வினைகளை வெற்றிகொள்ள விருட்ச சாஸ்திரம் இப்படி ஒரு வழியைக் காட்டுகிறது.

இதனால் காடும் வாழும், நட்டவர் வாழ்வும் சிறக்கும்!

பரணியும் அவனுடன் நான்கு பேரும் வந்து நிற்பதைப் பார்த்த உடனேயே அது ஏதோ ஒரு விபரீதத்துக்கான விஷயம் என்பது நாகசித்தருக்கு விளங்கிவிட்டது. நெடுநேரம் வரை நிஷ்டை கலையாதபடி புற்றுக்குள் கிடந்தார்.

பரணி பலமுறை 'குருவே... குருவே...' என்று அழைத்துவிட்டு 'இன்று இவருக்கு என்ன ஆயிற்று?' என்று புற்றுக்குள்ளேயே தன் பார்வையைக் கொண்டு சென்றான்.

நாகசித்தரும் அவன் பார்க்கும் சமயமாகப் பார்த்து கண்களைத் திறந்து அவனைப் பார்த்து அவனுக்குள் அச்சமூட்டினார்.

"குரு..."

"என்ன அவசரம் பரணி... எதற்கு இப்படி நிஷ்டையைக் கலைக்கிறாய்."

"ஒரு விபரீதம் நடந்துவிட்டது."

"இந்த நள்ளிரவில் அப்படி என்ன விபரீதம்... உள்ளபடியே ஒரு அரிய உயிர் இந்த மண்ணுக்கு வந்துள்ளது. இந்த சிவன்மலைக்குள் சக்தி புகுந்துள்ளாள். நீயோ விபரீதம் என்கிறாய்."

"அது ஒரு பக்கம்... இதோ இந்த நான்கு அரைத்தவசிகளும் பிரம்மசித்தரை இந்த இரவில் பார்த்துவிட்டனர்."

"இல்லையில்லை... நாங்கள் அனைவரும் பார்க்கவில்லை. பழனிதான் அவரைப் பார்க்கும்படி ஆகிவிட்டது."

“யார் பார்த்தால் என்ன... பார்த்தவர் வாழ்க்கை முடிந்துவிடும் என்று இந்த காடு கூறுகிறது.”

“போதும் வாயை மூடுங்கள். இரவில் உங்களை யார் காட்டுக்குள் நடமாடச் சொன்னது?”

“அது... அது...”

“எதற்காக... ஒரு குகையைச் சுட்டிக்காட்டி அங்கே உங்களை நான் இருக்கச் சொன்னேன். இப்படி ஒரு விபரீதத்தில் சிக்கிக் கொள்ளக்கூடாது என்றுதானே?”

“சாமி... என்ன சாமி நீங்களும் விபரீதங்கறீங்க. ஒரு சித்தரைத் தரிசிக்கறது எப்படி சாமி விபரீதம் ஆகும்.”

“புரியாமல் பேசுகிறீர்கள். பிரம்மசித்தரை தரிசனம் செய்பவர்களுக்கு உலக வாழ்வு ஒரு முடிவுக்கு வந்துவிடும். முக்தியும் நிச்சயம். இதனால் முக்தி அடைய விரும்பும் சித்த புருஷர்கள் இந்த உலகில் வாழ்ந்தது போதும் என்று எண்ணும் தவசிகள் பிரம்மசித்தர் வருகைக்காக அவர் தரிசனத்துக்காக காத்திருப்பார்கள். அவரைப் பார்ப்பதைவிட முக்கியம். அவர் பற்றி வரும் இரவு, பகல் என்னும் நாய்களைப் பார்ப்பதுதான்.”

“நாய்களில் இரவு பகலா?”

“ஆமாம்... நாய் கால பைரவரின் வாகனம். உலகைப் படைத்து இயக்கும் பிரம்மனுக்கும் அதுவே வாகனம், வாகனம் என்றால் நம்மைச் சுமப்பது என்பது பொருளல்ல. ஓடக்கூடியது. ஒரு இடத்தில் நில்லாதது... நாய் காலத்தின் அடையாளம். காலம் நில்லாமல் ஓடிக் கொண்டிருப்பது.

நாய் ஒரு இடத்தில் கிடந்தாலும் அதன் நாவும், வாலும் அசைந்தபடி தான் இருக்கும். அது எத்தனைக்கெத்தனை நன்றி உடையதோ அத்தனைக்கத்தனை விஷமுடையதும் கூட, உலகில் பல கொடிய விஷங்கள் உயிரைத்தான் வாங்கும். நாய் விஷம் நாய் போலவே மாற்றிவிடும்... நாய்க்கு பின்னாலே சூட்சமமான பல விஷயங்கள் இப்படி மறைந்து கிடக்கின்றன.

நீ பார்த்த அல்லது உன்னைப் பார்த்த நாய் கரியதாக இருந்தால் உனக்கான மரணம் இரவில்... வெண்ணிற நாயாக இருந்தால் உனக்கான மரணம் பகலில்... இப்படி பிரம்ம சித்தருக்கும் அவரது காலச் சின்னங்களான நாய்களுக்கும் பின்னால் அரிய விஷயங்கள் புதைந்துள்ளன."

"சாமி... அப்படின்னா பழனியோட சாவு உறுதியா?"

"எவர் ஒருவர் மரணத்தைச் சமீபிக்கிறாரோ அவரே பிரம்மசித்தரைக் காண்பார்."

"இப்படி கேட்டா அப்படி ஒரு பதிலா?"

"ஒரு பதில்தான்... விளங்கிக் கொள்வது உங்கள் பாடு!"

"சாமி தப்பிக்க வழியே இல்லையா?"

"எனக்குத் தெரிந்து இல்லை... இப்பொழுதுகூட உங்கள் மூன்று பேருக்கும் ஒன்று கூறுவேன். இந்தக் காடு இதுபோல பல அரிய விஷயங்களை உள்ளே கொண்டது.

எனவே நீங்கள் நான்கு பேரும் இப்பொழுதேகூட இந்தக் காட்டை விட்டு வெளியேறி விடுங்கள்."

"என்ன சாமி... இதுக்கா நாங்க ஒன்பது மாசமா இந்தக் காட்டை சுத்தி வந்தோம்."

"சரி... இருந்து அவரவர் தலைவிதிப்படி அனுபவிக்க வேண்டியதை அனுபவியுங்கள். நான் வருகிறேன்."

"சாமி... சாமி... இப்படிக் கோபமா பதில் சொன்னா எப்படி?"

"ஒன்று என் பேச்சைக் கேளுங்கள். இல்லாவிட்டால் காட்டை விட்டு வெளியேறுங்கள்."

"உங்க பேச்சைக் கேட்கறோம். இரவில் இனி வெளியில் திரிய மாட்டோம். ரகசியமாக எதையும் தேடமாட்டோம். பழனியை உயிர்ப்பிக்க வழி கூறுங்கள்."

"ஒரே வழிதான். குகையை விட்டு எக்காரணம் கொண்டும் வெளியே வரக்கூடாது. அப்படி இருந்தால்கூட மாரடைப்பு போல எதாவது ஏற்பட்டு உயிர் பிரியலாம்."

"சாமி... இப்படி பயமுறுத்தினா எப்படி சாமி. சாகறதுக்காக நாங்க இந்தக் காட்டுக்கு வரலை. வாழறதுக்குத்தான் சாமி வந்துருக்கோம்."

"உங்கள் ஆசைகளைச் சொல்லி பயனில்லை. விதி வழி செல்வதே வாழ்க்கை."

நாகசித்தர், அவர்கள் அழுத்தமான பயத்தில் விழும் வண்ணம் பேசினார்.

நால்வருமே வெளிறிப் போய்விட்டனர். அதுவரை மௌனமாக இருந்த பரணிக்கு நாகசித்தரின் பேச்சு எரிச்சலை மூட்டியிருந்தது.

"சாமி... நான் தேடற அந்த அதிகாரிகூட ஒரு கொலைகாரன். ஆனா அவனை எல்லாம் ஒளிச்சு வெச்சு இந்த சித்தருங்க காப்பாத்துவாங்க. ஆனா ஒரு சித்தரைப் பார்த்ததுக்கே இதுல ஒருத்தர் சாகணுமா... இது என்ன நியாயம்?"

பரணி கண்களில் அனல் தெறிக்க சீறினான்.

"பரணி... இவர்களுக்காக பரிந்து பேசாதே... உனக்குத் தெரியாது."

நாகசித்தர் கனிவான குரலில் அவனுக்குச் சொன்னார்.

"இல்ல... இவங்க என் நண்பர்கள். இவங்க இந்தக் காட்டுல தங்கி இருக்க நானும் ஒரு காரணம். இவர்களுக்கு ஏதாவது ஆனா அது எனக்கு ஏற்பட்ட மாதிரிதான்."

"சரி... இனி நான் சொல்ல எதுவுமில்லை. உங்கள் விருப்பப்படியே செல்லுங்கள். நான் வருகிறேன். என் பேச்சைக் கேட்க மறுத்த நீங்கள் இனி எப்பொழுதும் என்னைப் பார்க்க வரக்கூடாது." என்றபடியே அவர்களை விட்டு அகன்றார்.

பரணியும் அவர்களும் அப்படியே அமைதியாக நின்றனர். பழனிக்கு அப்போதே உயிர் போய்விட்டது போலத்தான் இருந்தது!

அதனாலேயே நாகசித்தர் சொன்னதுபோல குகைக்குள்ளேயே அடைந்து கிடப்பதே நல்லது என்றும் தோன்றியது. அதேசமயம் குகைக்குள் இருக்கும்போது உயிர்போய் விட்டால் என்ன செய்வது என்கிற பயமும் அவரை உருட்டிப் பிசைந்தது.

“பழனி... பயப்படாதே நாங்க இருக்கோம். என்ன ஆயிடுதுன்னு பார்ப்போம்.”

“இல்ல சிவசாமி... உங்களை எல்லாம் உங்க துண்டு காப்பாத்திடிச்சு. என் விஷயம் அப்படி இல்லை. என் விதிப்படி முடியப்போறது நிச்சயம்.”

“பைத்தியக்காரா... இந்த மாதிரி சமயத்துலதான் மன உறுதி ரொம்ப முக்கியம். நாம இருக்கறது சிவன்மலை... அந்த சிவனோ மார்க்கண்டேயனுக்காக எமனையே விரட்டியவன்.”

“இதெல்லாம் கேட்க நல்லாதான் இருக்கு. ஆனா எனக்குள்ள ஏனோ மனசு பதறுது. பேராசைப்பட்டு உங்களோட வந்ததுக்கு நான் அனுபவிக்கப் போறேன்னு தான் தோணுது.”

“நீ இவ்வளவு கோழையா...”

“எப்படி வேணா வெச்சுக்கோ... நான் இப்பவே இந்தக் காட்டை விட்டு போறேன். சாகும்போதாவது என் மனைவி மக்கள் முகத்தைப் பார்த்துகிட்டு சாகறேன். இங்கு செத்தா என்னை நீங்க சரியாகூட புதைக்க மாட்டீங்க.”

“பழனி... எதுக்காக இப்படிப் பதட்டப்படறே... சொன்னா கேள். நமக்கு எதுவும் ஆகாது... பரணி நமக்கு துணை...”

“ஆமா பொல்லாத பரணி... இந்த இச்சாதாரிக்கு என்ன? பிரம்மசித்தர் வரும்போது நம்மகூட இருந்து நம்மைக் காப்பாத்தாம இவன் பாட்டும் ஒரு புதருக்குள்ள புகுந்துட்டான். இவன் தன்

சக்தியில எனக்கு ஒரு போர்வை வரவழைச்சு தந்துருக்கலாம் இல்லலையா?"

பழனி உயிர் பயத்தில் தனக்குள்ள விரக்தியில் பரணியை விட்டுக்கொடுத்து பேசிட அது பரணியை சினக்கச் செய்தது.

"பழனி... நான் எச்சரிக்கைதான் செய்வேன். உனக்கு உதவி வேணும்னா நீ கேட்டிருந்துருக்கணும்."

"அடுத்து என்ன நடக்கும்னே தெரியாதப்ப எந்த உதவியை எப்படிக் கேக்கறது... இந்தக் காட்டுலயே வாழற உனக்குத்தான் எல்லாம் தெரியும். அப்ப அதுக்குத் தகுந்த மாதிரி நீதான் உதவி செய்துருக்கணும்."

"நான் ஒண்ணும் உங்களை நடுராத்திரியில காட்டுல அலையச் சொல்லல. நான் மனசு வெச்சிருந்தா அன்னிக்கே உங்க நாலு பேரையும் கொத்திக் கொன்னுருப்பேன். போகட்டும்னு தான் விட்டேன்."

"என்னப்பா இச்சாதாரி... நீ என்னமோ எங்களுக்கு உயிர்ப்பிச்சை போட்ட மாதிரி பேசறே... உண்மைல உன் தலைல நான்தான் கல்ல தூக்கிப்போட தெரிஞ்சேன். சிவசாமி சொன்னதால நீ தப்பிச்சே... உண்மைல உயிர் பிச்சை போட்டது நாங்கதான் நீ இல்ல..."

"ஏய்... நான் சர்வசக்தி வாய்ந்த ஒரு இச்சாதாரி... என் விஷயம் ஆல காலத்தைவிட கொடியது. கோபமா நான் மூச்சுக்காத்த விட்டாலே கூட போதும். நீங்க செத்துடுவீங்க. இருந்தாலும் உங்களை நான் எதுவும் செய்யல. அந்த நன்றியை மறந்துட்டு பேசாதே."

"நன்றி உனக்குதான் எங்க விஷயத்துல வேணும். உன் பழி உணர்ச்சிக்காக நீதான் எங்ககிட்ட நட்பு வெச்சிருக்கே. நாங்க இல்ல."

"பழனி வார்த்தைக்கு வார்த்தை பதில் சொல்லி என் கோபத்தைக் கிளறாதே."

“இனி என்ன... அதான் என்னை பிரம்ம சித்தர்கிட்ட மாட்ட விட்டுட்டியே.”

பழனியும், பரணியும் தீப்பெட்டியும், தீக்குச்சியும் போல உரசிக் கொண்டனர். இருவரிடையே அனல் பறந்தது. சிவசாமிக்கு விஷயம் விபரீதமாவது புரிந்துவிட்டது.

ரத்னவேலையும், மோகனையும் பார்த்து, “நீங்க இரண்டு பேரும் பழனியைப் பிடிச்சு இழுத்துகிட்டு போங்க. நான் பரணியைச் சமாதானம் செய்து அனுப்பிட்டு வரேன்...” என்றுகூற அவர்களும் இருவர் இடையே புகுந்து பழனியைப் பிடித்து இழுத்தனர்.

“பழனி பேசாம வா... எதுவா இருந்தாலும் காலைல பேசிக்கலாம்.”

“பரணி உன்னைக் கெஞ்சி கேட்டுக்கறேன். தயவுசெய்து எங்களுக்காக கொஞ்சம் பொறுத்துப்போ.” என்று இரு தரப்பும் இரண்டு பேரையும் இழுக்கும்போது வானில் ஒரு மின்வெட்டு. குளிர்காற்று வேறு வீச்சலாக வீசத் தொடங்கியது.

“மழை வர்ற மாதிரி தெரியுது... வாங்க சீக்கிரமா போகலாம்.” என்று அவர்கள் இருவரும் பழனியோடு அடர்ந்த அந்தக் காட்டில் தட்டுத்தடுமாறி நடந்தனர்.

மீண்டும் வானில் ஒரு மின்னல் சவுக்கு! கன்னி மூலையில் ஒரு இடி சப்தம். வானத்தில் இரு விமானங்கள் நேருக்கு நேர் மோதிக் கொண்டது போல இருந்தது. சடசடவென்று மழைத்துளிகளும் மண்ணில் இறங்க ஆரம்பித்துவிட்டன.

பரணியும் சிவசாமியும் தெப்பலாக நனைந்தபடியே வனவெளியில் நின்றிருந்தனர். மரத்தடி ஒன்றில் ஒதுங்கப்போன சிவசாமியைப் பரணி தடுத்துவிட்டான்.

“வேண்டாம் போகாதே... இடி இறங்கினா மரத்துமேல தான் இறங்கும். காட்டுல மழை பெய்யற தருணங்கள்ல கூடியவரை வெட்ட வெளில நின்னுடறதுதான் நல்லது.”

பரணி அப்படிச் சொன்னது சிவசாமியின் நெஞ்சைத் தொட்டது.

"பரணி நீ நாக இனமாக இருந்தாலும் உன்கிட்ட பிறருக்கு உதவி செய்யற உயர்ந்த பண்பு இருக்கு. என் உயிர்மேல அக்கறை காட்டின உனக்கு நான் ரொம்ப கடமைப்பட்டிருக்கேன்." என்று சிவசாமி பரணியின் கையைப் பிடித்துக் கொண்டான்.

"எனக்கு ஒரு உயிரோட இழப்பு எவ்வளவு கொடியதுன்னு நல்லா தெரியும். எத்தனை வருஷமா நான் ஒரு ராட்சசனுக்காக அலைஞ்சுகிட்டிருக்கேன். தெரியுமா?"

"உண்மைதான்... அந்த அதிகாரியைக் கண்டுபிடிக்க நான் என்னாலான எல்லா உதவியையும் செய்வேன். பழனி பேசினதை மனசுல வெச்சுக்காதே..."

"அது எனக்கும் தெரியும். பாவம் பழனி! விதி முடியப்போற நேரம். அதான் கோபம் பயம்னு பாதிக்கப்பட்டு இஷ்டத்துக்கும் உளர்றான்."

"அப்படின்னா அவனை யாராலையும் காப்பாத்த முடியாதா?"

"முடியவே முடியாது."

பரணி சொல்லிக் கொண்டிருக்கும்போதே ஒரு பெரிய இடி ஒரு பேரொளியோடு சிவன்மலைக் காட்டுக்குள் இறங்கியது.

அதைத் தொடர்ந்து 'அம்மா' என்று ஒரு உயிர்க்குரல். அந்த காடு முழுக்க எதிரொலித்து அடங்கியது.

அது பழனியின் குரல்தான்!

சிவசாமியும் பரணியும் குரல் வந்த திசை நோக்கி வெகு வேகமாக ஓடிச் சென்றனர். கும்மிருட்டில் கால்கள் இடறின. மின்னல் வெளிச்சத்தைக் கொண்டு பாதையைக் கண்டறிந்து அதில் ஓடியவர்கள் அந்த மழையிலும் ஒரு மரம் தீப்பற்றி எரிவதையும், அதன் ஒளியில் பழனி கருகிக் கிடப்பதையும் கண்டனர்.

மரத்துக்கு வெகு தூரத்தில் மோகனும், ரத்னவேலுவும் தூக்கி எறியப்பட்டதுபோல விழுந்து கிடந்தனர்.

சிவசாமிக்குப் பார்த்த உடனே என்ன நடந்தது என்பது தெரிந்துவிட்டது.

“பரணி... நீ சொன்ன மாதிரியே நடந்துடிச்சு. பழனி போயிட்டான்.” என்று வாய்விட்டு அழுதார் சிவசாமி.

“பழனி மட்டுமா, இல்ல மோகன், ரத்னவேலுவுமான்னு முதல்ல பார்.” என்று பரணி தூண்டிவிட தூரக்கிடந்த இருவரையும் சமீபித்து தொட்டுத் தூக்கினர்.

நல்லவேளை இருவரிடமும் உயிரிருந்தது!

“பரணி... இவங்களுக்கு எதுவும் ஆகலை...”

“போகட்டும். இங்க இருக்கறது நல்லதில்ல. எரியற இந்த மரத்தோட மரமா பழனியும் எரிஞ்சு சாம்பலாகட்டும் தூக்கிப் போட்டுட்டு கிளம்புவோம்.” என்ற பரணி பழனியின் கருகிய உடம்பைத் தொட்டு தூக்கி மரத்தின் நடுவில் வீசி எறிந்தான்.

சுடசடவென மரத்தோடு சேர்ந்து உடம்பும் எரிய மழையும் மெல்ல நின்றது! அப்படியே நான்கு பேரும் ஆளுக்கொரு திசையில் நின்று ஈரம் சொட்டச் சொட்ட அந்தக் காட்சியைப் பார்த்தனர்.

“எனக்குத் தெரிஞ்சு திருமூலர் சித்தர் உடம்புக்கு நேர்ந்த கதியும் இதுதான்.” என்று பரணி அந்த நேரத்தில் திருமூலர் பற்றி பேச்செடுத்தான்.

“திருமூலர் எப்பேர்ப்பட்ட சித்தர்... அவர் உடம்புக்கு இப்படி ஒரு கதியா?”

சிவசாமி வியப்பு கலையாமல் கேட்டார்.

“ஆமாம்... திருமூலர் மகாசித்தர்தான். உள்ளம் கோயில் ஊனுடம்பு ஆலயம்னு சொன்னவர் அவர்தான். ஆனா இந்தக்

காட்டுல பழனியோட உடம்புக்கு நேரிட்ட கதிதான் மகாதேவரான திருமூலருக்கும் நேரிட்டது."

"எப்படி பரணி?"

"சொல்றேன்... அப்படியே கூடுவிட்டு கூடு மாறுவது பற்றியும் சொல்றேன். வாங்க போயிகிட்டே பேசுவோம்."

பரணி அவர்களை அழைத்துக் கொண்டு நடந்தான். திரும்பித் திரும்பி பார்த்தபடியே அவர்கள் மூன்று பேரும் நடந்தனர். கூட வந்த நண்பனுக்கு நேரிட்ட கதி நெஞ்சை சகதியாக்கி விட்டது!

தொடர்ந்து அந்த காட்டில் இருப்பதா... இல்லை திரும்பி நகரத்துக்குப் போய்விடலாமா? என்றும் அவர்களுக்குள் ஒரு குழப்பம்.

அப்போது மழை அடங்கிய அந்தக் காட்டுக்குள் ஒரு கூட்டம் தீப்பந்த ஒளியுடனும், முரசு சப்தத்துடனும் எங்கோ போய்க் கொண்டிருந்தது. சிவசாமி உடனே பரணியைத்தான் பார்த்தார்.

"என்ன சிவசாமி... இவங்க யாருன்னா... இவங்க லிங்கப்பட்டிகாரங்க... காணியர்னு ஒரு சாதிக்காரங்க இருக்காங்க. அவங்களுக்கு இந்தக் காட்டுக்குள்ள இருக்கற சித்தர்கள்தான் சாமிங்க.

சித்தர்களும் காணியர்கள்னா ரொம்ப ஆசையா பேசி பழகுவாங்க. குறிப்பா காணியர் இனத்துல யாருக்காவது கல்யாணம்னா இப்படி நடு ராத்திரியில சித்தர்சாமியைக் கும்பிட வருவாங்க..."

பரணி சொல்லும்போதே அந்தக் கூட்டம் சமீபித்துவிட்டது. அவர்களில் பலர் பெண்கள். அவர்கள் தங்கள் தலைகளில் முறங்களில் நவதானியங்களைச் சுமந்து கொண்டிருந்தனர்.

"அது என்ன தலைல?"

"அவ்வளவும் நவ தானியம். சித்தர்களுக்குக் காணிக்கை."

"அப்படியா?"

"பதிலுக்கு அந்தமுறம் கொள்ளாதபடி தங்கமா சித்தர்கள் தருவாங்க. சிலசமயம் நவதானியத்தையே சித்தர்கள் தங்கமா மாத்திடுவாங்க."

பரணி அப்படிச் சொன்னதுதான் தாமதம். காட்டை விட்டு போய்விட வேண்டும் என்கிற எண்ணம் பின்னே செல்ல, அந்த நவதானியங்கள் எப்படி தங்கமாகிறது என்னும் ஆர்வம் அவர்கள் மூவர் மனதிலும் தொற்றிக் கொண்டது!

"பரணி... நாமளும் இந்த காணியர்களோட போவோமா?"

"எதுக்கு?"

"இந்த தானியங்கள் எப்படி தங்கமாகுதுன்னு பார்க்கத்தான்..."

"வேண்டாம்... இப்பதான் ஒரு விபரீதம் நடந்து முடிஞ்சிருக்கு... இவங்க திரும்பி வரும்போது பாருங்க அப்ப தெரியும்."

"அப்ப இவங்கிட்ட தங்கம் இருக்கலாம். ஆனா எப்படி தங்கமானதுங்கறது தெரியணுமே."

"அவசரப்படாதீங்க. அடிக்கடி இப்படி இங்க, நடக்கும். அப்ப ஒரு நாள் போய் பார்க்கலாம். இன்னிக்கு வேண்டாம். பேசாம வாங்க..."

பரணி அவர்களைக் கட்டி இழுக்காத குறை. இருந்தும் அவர்களில் ரத்னவேலுவை ஆசை ஒரே தள்ளாக தள்ளியது. மெல்ல நடப்பதுபோல நடந்து நைஸாக நழுவி வெகுதூரம் போய்விட்ட அந்த கூட்டத்தை நோக்கி வேகமாக நடந்து சென்று அப்படியே அவர்களில் ஒருவன்போல கலக்கவும் செய்தார்.

இது தெரியாதபடி பரணியும். மற்ற இருவரும் தங்கள் குகைப்பகுதி நோக்கி நடந்தபடி இருந்தனர்.

இதை எல்லாம் ஒரு மலை முகட்டு பாறை மேல் நின்றுகொண்டு பிரம்மசித்தர் பார்த்துக் கொண்டிருந்தது தான் ஆச்சரியம்!

❋ ——— ❋

அத்தியாயம் 22

பெரும்பாலும் சித்த புருஷர்கள் இந்தப் பூமியில் தாங்கள் வசிக்குமிடமாக காடுகளையே தேர்வு செய்தார்கள்! காடுகளோ தரைப் பரப்பை விட மலைப்பரப்பில் தான் செழித்துக் காணப்படுகின்றன. காரணம்...”

மலைகளில் மழைவளம் அதிகம். இதனால் மலைகளில் மரம் செடி கொடிகள் நன்கு வளர்ந்தன. அடுத்து அங்குள்ள காற்றில் மனித மூச்சு விடுக்கும் அசுத்தக் காற்றுக்கு இடமில்லை. மனித உடல் நடமாடுவதால் ஏற்படும் கிரகாதிபத்ய கோள கதிர்வீச்சுக்கும் இடமில்லை. இதனால் அங்குள்ள வெளியில் திருஷ்டாந்தம் எனப்படும் திருஷ்டிக்கு இடமில்லை. தூய்மை அதிகம். எங்கே தூய்மை அதிகம் உள்ளதோ அங்கே மனம் நன்கு ஒடுங்கும்?

ஒரு பாறை மேல் நின்று கொண்டு கவனித்தபடி இருந்த பிரம்மசித்தர் அர்த்தமுள்ள ஒரு சிரிப்பு சிரித்தபடி திரும்பினர். எதிரில் மாயம்மாள் வந்து கொண்டிருந்தாள். அவள் கையில் கைத்தடிக்குப் பதிலாக சூலாயுதம். மாயம்மாளைப் பார்க்கவும் பிரம்மசித்தருக்குள் பழைய நினைவுகள் புரண்டு எழுந்தன.

மாயம்மாள் திருவண்ணாமலையில் பிறந்து வளர்ந்தவள். நல்ல பணக்கார குடும்பம். மாயம்மாளின் தந்தை ஒரு நவரத்தின வியாபாரி. கோடிகளில் புரண்டவர். அவருக்கு ஒரே மகள்தான் மாயம்மாள். ஒரே மகள் என்பதால் செல்லமும் அதிகம். இந்த நிலையில் மாயம்மாளுக்கும் ஒரு செல்வந்தனுக்கும் திருமணமும் நடந்து முடிந்தது. திருவண்ணாமலையே அந்தத் திருமணத்தைத் திரும்பிப் பார்த்தது. அத்தனை தடபுடல்! யார் கண் பட்டதோ கல்யாணம் முடிந்து மறுநாள். தேனிலவுக்காக மாயம்மாளும் அவளது கணவனும் காரில் பயணிக்கும் போது விபத்து ஏற்பட்டு அவளது கணவன் மாயம்மாள் மடியிலேயே உயிரை விட்டுவிட்டான். அந்த சம்பவம் மாயம்மாவை அப்படியே திருப்பிப் போட்டுவிட்டது. அதன் பின் வாழ்க்கையில் எதன் மேலும் பற்றுதல் இல்லை. எதுவும் நம்பிக்கையில் இல்லை என்கிற அந்தத் தெளிவு மாயம்மாவைத் தலைகீழாக மாற்றியது. அவள் பார்க்க கடைத் தெருவில் சாலை ஓரமாக ஒருத்தி ஏழெட்டு குழந்தைகளுடன் வறுமையோடு போராடிக் கொண்டிருந்தாள். அவள் கணவன் ஒரு மூலையில் சுருண்டு கிடந்தான். சோற்றுக்கே இல்லாதவர்களுக்குக் கூட உறவுகளுக்குப் பஞ்சமில்லை. அந்த காட்சிதான் மாயம்மாவை வெகுவாக சிந்திக்க வைத்தது. எந்த பாவம் தன் வரையில் இப்படி கணவனைப் பிரித்தது என்று கேட்டுக் கொண்டவள் அமைதியைத் தேடி ஆலயம் ஆலயமாகச் செல்லத் தொடங்கினாள். அப்படி அவள் வந்த இடங்களில் ஒன்றுதான் சிவன்மலை. சிவன் மலைக்குள் காலை வைக்கவுமே ஒரு இனம் தெரியாத நிம்மதி... ஆகாசலிங்கத்தைப் பார்க்கவும் ஒரு சாந்தி. அத்தோடு சிவன் மலைக்காட்டில் சித்தர்கள் திரிகிறார்கள் என்பது அவளை அங்கேயே தங்கச் செய்துவிட்டது. அவளது பற்றற்ற தன்மை, உண்மையான இறை தேடல் இவை எல்லாம் சித்தர்களையும் கவர்ந்தது. எனவே அவர்களும் அவளுக்குத் துணையாக நின்றனர். இருந்தாலும் பதினெட்டு சித்தர்களின் தரிசனமும் அவர்கள் தரவேண்டிய தீட்சை மட்டும் மாயம்மா வரையில் தள்ளிக் கொண்டே போகிறது. மாயம்மாவைப் பார்க்கவும் அவள் குறித்த நினைவுகளில்

விழுந்து எழுந்த பிரம்மசித்தர் மாயம்மாவைப் பார்த்து சிரிப்புடன் வரவேற்றார்.

"வா மாயம்மா..."

"நமஸ்காரம் சாமி."

"ஆசீர்வாதம்... என்ன மாயம்மா எங்க இப்படியே?"

"எனக்கென்ன சாமி... இலக்கில்லாதவதானே நான்! காலார நடந்தேன்... வழில உங்களை பார்த்ததுல சந்தோஷம்."

"இப்படி இலக்கில்லாம இருக்கலாமா?"

"என்ன சாமி நீங்க... ஒரு வார்த்தைக்கு அப்படி சொன்னேன். இலக்கில்லாம யார் இருக்க முடியும்? மனிதர்களா பிறந்துட்டவங்களுக்கு ஏதாவது ஒரு குறிக்கோள் இருக்கத்தானே செய்யும். ஆசை உள்ள மக்களுக்கு பட்டம், பதவில குறி... என்னையும் உங்களையும் போல இருக்கற சாமிங்களுக்கு முக்தியும் மோட்சமும் தானே குறி...?"

"அப்ப முக்திதான் உன் இலக்கா?"

"ஆமாம்... எவ்வளவோ காசு பணம் இருந்தும் தாலிகட்டினவனோட இருபத்திநாலு மணி நேரம்கூட வாழக் கொடுத்து வைக்கலையே. அப்ப என் கணக்குல ஒரு பெரிய பாவம் இருக்குன்னுல்ல அர்த்தம்?"

"நிச்சயமா... அதைத்தான் தினமும் ஆகாசலிங்கத்தை வழிபட்டு தீர்த்துகிட்டே வர்றியே..."

"எங்க சாமி... தீர்ந்த மாதிரி தெரியலியே..."

"எதை வெச்சு மாயம்மா சொல்றே?"

"பதினெட்டு பேருங்க எனக்குன்னு மட்டும் கண்ணுல பட மாட்டேங்கறாங்களே..."

"ஓ... அதுவா உன் ஆசை."

"பின்ன என்ன சாமி... புண்ணியம் பண்ணவகளுக்கு தான் அவங்க தரிசனம்னு கேள்விபட்டிருக்கேன். எனக்கு அவங்க

தரிசனம் இன்னமும் கிடைக்கலன்னா நான் இன்னும் புண்ணியம் பண்ணலைன்னு தானே அர்த்தம்?"

பிரம்மசித்தர் சிரித்தார்.

"முக்கியமான கேள்விகள் நான் கேட்கும்போது உண்டு இல்லைன்னு பதில் சொல்லாம சிரிச்சு மழுப்பீடறீங்களே சாமி."

"அப்படி இல்ல மாயம்மா. உன் கேள்வியே தப்பு. பாவ புண்ணியத்துக்கும் சித்த தரிசனத்துக்கும் பெரிய அளவுல சம்மந்தம் இல்லை. புண்ணியம்கறது ஒரு நல்ல விஷயம். நல்ல விஷயம் நிறைய கணக்குகள் இருந்தா சித்தர்கள் தரிசனம் கிடைக்கும்னா கெட்ட விஷயங்களை அவங்க வெறுக்கறாங்கன்னு ஒரு அர்த்தம் வந்துவிடும்."

"நீங்க என்ன சொல்றீங்க சாமி... சித்தர்சாமிங்க கெட்ட விஷயங்களையும் விரும்பறாங்களா?"

"அப்படி இல்ல. விருப்பு வெறுப்பு இல்லாதவங்க தான் சித்தருங்க. எல்லாரையும் சமமா பாக்கறவங்க. அவங்களுக்கு செயலும் அதன் விளைவும்தான் கணக்கு."

"சமயத்துல இப்படி நீங்க சொல்றது புரியவே மாட்டேங்குது."

"உனக்கு எப்ப இந்த மாதிரி விஷயமும் தெளிவா புரியுதோ அப்ப பதினெட்டு பேர் தரிசனமும் கிடைக்கும் கவலைப்படாதே."

"சாமி உங்ககிட்ட ஒரு விஷயம் சொல்லணும்."

"சொல்லு."

"நம்ம காட்டுக்குள்ள புதுசா ஒரு நாலு பேர் நுழைஞ்சிருக்காங்க."

"தெரியுமே..."

"ரொம்ப ஆசை உள்ளவங்களா தெரியறாங்க. சுத்திச் சுத்தி வர்றாங்க."

"இப்ப அவங்க நாலுபேர் இல்ல மாயம்மா... மூணு பேர்தான்."

"அப்படின்னா இன்னொருத்தர்."

"அவன் விதி ஒரு இடி மூலமா முடியணும்னு இருக்கு... அதற்கு ஏற்ப என்னையும் பார்த்தான் அவன் கணக்கும் முடிஞ்சுபோச்சு."

"சாமி... ஒரு சந்தேகம்."

"என்ன?"

"உங்களை எந்த ஒரு ஆண் மகன் பார்த்தாலும் மரணம்கறதுக்கு காரணம் என்ன சாமி?"

"கேள்வியே தப்பு மாயம்மா என்னை இரண்டு விதமான மனிதர்கள்தான் தரிசிக்க முடியும். அதுல முதல்விதம். விதி முடியப் போறவங்க. இரண்டாவதா பரிசுத்தமான மனசு கொண்டவங்க."

"அப்ப எந்த ஆண் பார்த்தாலும் மரணம்கறது பொய்யா.?"

"பொய்தான். ஆனா பரிசுத்தமான மனசு கொண்டவர்கள் அபூர்வமா இருக்கறதாலயும் அவங்க யாரும் என்னைச் சந்திக்காததாலையும் என்னைப் பார்த்தாலே மரணம்கறது ஆழமா பரவிடிச்சு."

"அது ஏன் சாமி விதி முடியறவன் மட்டும் உங்களைப் பாக்கறான்."

"இந்த கேள்வியும் தப்பு. விதி முடியற எல்லாரும் என்னைப் பாக்கறதுல்ல. இந்தக் காட்டுல யாருக்கு விதி முடியப் போகுதோ அவங்கதான் என்னைப் பார்க்கறாங்க. அதுவும் கூட ஒரு தற்செயல்தான்."

"பெண்களுக்கு மட்டும் ஏன் சாமி இந்த விஷயத்துல விதிவிலக்கு?"

"நல்ல கேள்வி. உயிர்கள்ள ஆண் உயிர் பெண் உயிர்னு கிடையாது. அது உடம்புக்குள்ள புகுந்த பிறகு கிடைக்கற அடையாளம்தான் ஆண். பெண்! இதுல பெண் உடம்புல கருவறை இருக்கு. அதுக்குள்ள ஒரு ஆணும் வர முடியும். பெண்ணும் வரமுடியும். ஆகவே எப்பவும் பெண்ணுங்கறவ

மகாசக்தி. கருணை உள்ளவதான் பெண். அதேபோல வாழ்வோட ஆதாரசக்தியும் பெண்தான். பெண்கள் இல்லாத உலகத்தை கற்பனை செய்ய முடியாது. ஒரு ஆணுக்குக் கிடைக்கற உச்சபட்ச இன்பம் மூன்று ஒண்ணு நிகரில்லாத தாயன்பு. அடுத்து மனைவி மூலமா கிடைக்கற தாம்பத்யம், மூணாவதா அதே மனைவி மூலமா அவனுக்கு கிடைக்கற பிள்ளைப் பேறு! அந்த பேறுதான் அவனை ஆண் மகனா நிரூபிக்கது. இப்படி நிகரில்லாத மூன்று சுகங்களைத் தர்ற பெண்கள் வாழ்க்கைல இருந்தாலும் அவங்களும் சித்தர்கள் போலதான்... ஆகையால சித்தருக்கு சித்தர் பார்க்கும்போது தண்ணியோடு கலந்த தண்ணி மாதிரி அந்த சந்திப்பு அமைஞ்சிடுது. அங்கே வேறு பேதங்களுக்கும் வினைகளுக்கும் இடமில்லாமலும் போயிடுது."

பிரம்மசித்தர் சொன்ன விளக்கம் மாயம்மாவைக் கிட்டத்தட்ட சிலிர்க்க வைத்திருந்தது. அப்படியே கைகளைக் கூப்பினாள்.

அவரோ சிரித்தபடி, "இந்தக் காட்டுல இன்னும் கொஞ்சம் நேரத்துல ஒரு பேராசை முடிவுக்கு வரப்போகுது." என்றார்.

மாயம்மாளுக்கு அவர் சொல்வது புரியவில்லை!

☆☆☆

சித்தர் குகைக்குள் நுழைந்த பரணி சிவசாமியையும் மோகனையும் பெருமூச்சுடன் பார்த்தான்.

மூவரும் அங்குள்ள பாறைகள் மேல் ஏறி அமர்ந்து கொண்டனர். மனதும் அங்கே நுழைந்ததுமே ஒருவித அமைதிக்கு மாறிவிட்டது. அந்த நொடிகளில் இச்சாதாரி பரணிக்கே கூட 'வன்மம் பாராட்டுவது தவறு. பழி உணர்வு பாதகத்தைத்தான் தரும்.' போன்ற எண்ணங்கள் எழும்பின. உடனேயே விறுவிறுவென்று குகையை விட்டு வெளியே போய் நின்று கொண்டான். மோகனும், சிவசாமியும் அதைக் கண்டு சற்று அதிர்ந்து அவர்களும் வெளியில வந்தனர். பரணியிடம் சலனம்.

"என்ன பரணி... ஏன் வெளிய வந்துட்டே?"

"..."

"பரணி உன்னைத்தான். என்ன ஆச்சு உனக்கு?"

"உள்ள வந்தாலே மனசுல மாற்றம் ஏற்படுகிறது. இது அனேகமாக அகத்தியர் தவம் செய்த குகையா இருக்கணும். இடைவிடாம அவர் ஜெபிச்ச 'ஓம் நமச்சிவாய'ங்கற பஞ்சாட்சர மந்திர சப்தம் அந்த குகை சுவத்துல சப்த அலைகளா படிஞ்சு கிடக்கு. அதுதான் யார் உள்ள நுழைஞ்சாலும் அவங்க மனசுலையும் பரவி ஒருவித அமைதியை உருவாக்கிடுது..."

"ஓ... அதுதான் காரணமா?"

"ஆமாம்... மனுஷ மனதுக்கும் அவன் இருக்கற இடத்துக்கும் நெருங்கிய தொடர்பு இருக்கு. சுருக்கமா சொல்லப்போனா இடம்தான் எல்லாத்தையும் தீர்மானிக்குது."

"என்ன பரணி என்னென்னமோ சொல்றே?"

"அவசரப்பட்டு கேள்வி கேக்காதே... நல்லா யோசிச்சு பார்... ஆமா அந்த ரத்னவேல்."

"அவன் அந்த கல்யாணக் கூட்டத்தோட போயிருக்கான்."

"எதுக்கு?"

"அவங்களுக்கு இந்த சித்தர்கள் தங்கம் கொடுப்பாங்களாமே. தங்கம்ன உடனே அவங்களுக்கு அது எங்க இருந்து கிடைக்குது. அதை அவங்க எப்படி கொடுக்கறாங்கன்னு தெரிஞ்சுக்கற ஒரு ஆர்வம்தான் காரணம்."

"பாவம் ரத்னவேல்... அவனுக்கு மோசமான தலை எழுத்து... அதான் இப்படி செய்துட்டான்."

"என்ன சொல்றே பரணி."

"இந்தக் காட்டுல திருட்டுத்தனமா மட்டும் யாரும் எதையும் செய்ய முடியாது. செய்யவும் கூடாது. அதுலயும் இப்படி தங்கம், வைரம்னு ஆசைப்பட்டுகிட்டு அலையறது ரொம்ப தப்பு."

“அப்ப ரத்னவேலுக்கு...”

“போகப் போக பாருங்க. நான் சொன்னதுக்கு அர்த்தம் உங்களுக்குத் தானா தெரியும்.”

பரணி அப்படிச் சொல்லிவிட்டு, “சரி நான் வரேன். உங்களை நான் அப்புறம் சந்திக்கிறேன்.” என்றபடி கிளம்பினான். அவன் விலகவும் சிவசாமியும், மோகனும் ஒருவரை ஒருவர் பார்த்து பெருமூச்சு விட்டனர்.

“என்ன சிவசாமி?”

“என்னத்த சொல்வேன். இந்தக் காட்டுக்குள்ள நுழைஞ்ச நாள்ல இருந்து இந்த நிமிஷம் வரை நமக்குத்தான் புதுசு புதுசா எவ்வளவு அனுபவங்கள்.”

“உண்மைதான். ரத்னவேலு பத்தி வேற இந்த இச்சாதாரி பயமுறுத்திட்டுப் போறான். இப்ப என்ன பண்றது?”

“ஏற்கெனவே பழனியை இழந்துட்டோம். ரத்னவேலுவையும் இழந்துடக்கூடாது.”

“என்ன செய்யலாம்?”

“புறப்படு... அவனைத் தேடிப் போவோம். அவனைத் தனியா போகவிட்டது தப்பு.”

“நாம எங்க விட்டோம். அவன்தான். தனியா போனான்.”

“சரி சரி நாம நமக்குள்ள விவாதிக்க வேண்டாம். முதல்ல கிளம்பு.”

இருவரும் புறப்பட்டனர்!

☆☆☆

அந்த காணியர் கூட்டம் தாரை தப்பட்டை சப்திக்க ஆகாசலிங்க சன்னதியை அடைந்து அங்கே வழிபாட்டை முடித்துக் கொண்டுவிட்டு அங்கிருந்து ஒரு ஒற்றையடிப்பாதை வழியாக வரிசையாக ஒரு ஊர்வலம் போல எங்கோ செல்லத்

தொடங்கினர். அவர்களின் பின்னே இறுதியாக ரத்னவேலு. ரத்னவேலுவின் காவி உடையும் தோற்றமும் அவர்களையும் மதிப்பாக பார்க்க வைத்தது.

போகும்போது தனக்கு முன்னால் செல்பவரிடம் ரத்னவேலுவும் வாயைப் பிடுங்கினார்.

“ஆமாம்... சாமி கும்புட்டுட்டு இந்தப் பக்கம் எங்க போறீங்க?”

“என்னங்க. சாமி... உங்களுக்குத் தெரியாதாக்கும்?”

“அட என்னப்பா நீ... தெரியாததாலதானே கேக்கறேன்.”

“அட போங்க சாமி... சித்தர்சாமிங்க எப்பவும் விளையாட்டா கேள்வி கேப்பாங்கன்னு எனக்குத் தெரியாதா என்ன?”

அவன் பதிலில் அவன் ரத்னவேலுவையும் ஒரு சித்தராகக் கருதுவதுபோல் தெரிந்தது. அதற்குமேல் ரத்னவேலுவும் கேள்விகளைக் கேட்டு கெடுத்துக் கொள்ளவில்லை. மௌனமாக அவர்களோடு நடந்தார். அந்த பாதை எதிரில் தெரியும் ஒரு மலைக்குள் மலையான குட்டி மலைமேல் ஏறியது. அதன்மேல் வரிசையாக எறும்புகள் ஒன்றன்பின் ஒன்றாய் செல்வதுபோல காணியர் கூட்டம் ஏறிச் செல்வதைப் பார்க்க ஒரு தனி அழகாக இருந்தது.

மலை உச்சியை எல்லோரும் அடைந்த பிறகுதான் தெரிந்தது. அங்கே மலையின் அந்தப் பக்கத்தில் ஒரு குளம் இருப்பதே... சரியான பச்சைப் பிடித்த குளம் ஜிலீர் என்று அதில் நீர். அங்கங்கே சில நீர்க்கொடிகள் மிதந்திருந்தன. அதனுள் கல்யாணப் பெண்ணும் மாப்பிள்ளையும் இறங்கிக் குளித்தனர். அவர்கள் குளிக்கும்போது குளத்தங்கரையில் எல்லோரும் சுற்றி வந்து வட்டமாக நின்று கொண்டனர்.

குளித்து முடித்தவர்கள் ஈர உடையுடன் குளத்தங்கரையில் மண்ணைப் பிசைந்து ஒரு லிங்க உருவைச் செய்தனர். ராமேஸ்வரக் கடலோரமாக ராமன் சிவலிங்கத்தை உருவாக்கியது போல.

ரத்னவேலு வரையில் அந்தக் காட்சி ஆச்சரியமானதாக இருந்தது. எல்லாம் வன மனிதர்களுக்கே உரிய சாஸ்த்திர சம்பிரதாயங்கள்! அப்படி அவர்கள் செய்த லிங்கத்தை இருவரும் அக்னி மேடையாக நினைத்து சுற்றி வந்து வணங்கினர். அப்போது காணியர் கூட்டம் அரோகரா கோஷம் எழுப்பியது. அவைகளைத் தொடர்ந்து அந்தச் சப்தம் கேட்டோ, இல்லை யதார்த்தமாக வந்ததுபோலவோ இரு சித்தர்கள் அங்கே வந்தனர். அவர்கள் எந்தப் பக்கமாக எப்படி வந்தனர் என்பதெல்லாம் ஒரு விளங்காத புதிராக இருக்க, அவர்களைப் பார்க்கவும் காணியர் கூட்டம் திரும்பவும் அரோகரா என்று சப்தம் எழுப்பியது. அந்த சித்தர்கள் இருவரும் அவர்களை எல்லாம் பார்த்து கைகளை உயர்த்தி ஆசீர்வாதம் செய்தனர். பிறகு காணியர்களில் ஒருவர் வைத்திருந்த நவதான்யப் பித்தளைப் பாத்திரத்தை வாங்கிக் கொண்டு கிளம்பினர். காணியர்களோ அப்படியே குளத்தங்கரையில அமர்ந்துவிட ரத்னவேலுவுக்குத் திகைப்பு.

நவதானிய பாத்திரமுடன் சித்தர்கள் எங்கே போனார்கள் என்கிற கேள்வியோடு நாலாபுறமும் பார்த்தார். ஒரு காணியர்கூட ரத்னவேலுவைக் கண்டுகொள்ளவில்லை. சில காணியர்கள் அங்குள்ள குளத்தின் ஒரு மரத்தடியில் வெட்கத்துடன் உட்கார்ந்திருந்தனர். ரத்னவேலுவுக்கு நவதான்யப் பித்தளைப் பாத்திரத்துடன் சென்ற சித்தர்கள் என்ன ஆனார்கள் என்பது தலையைக் குடைந்தது. எந்தப் பக்கம்போய் அவர்களைத் தேடுவது என்பதும் தெரியவில்லை. இருப்பினும் ஒரு குறிப்பிட்ட திசையில் சென்று ஒரு மண் சாலையில் இறங்கி நடக்க ஆரம்பித்தார்.

பாம்பு உடம்பு போல பாதையில் அவ்வளவு வளைசல், அதே வேளையில் ஒரு வித வாசம் மூக்கை நிரடிக் கொண்டு... அந்த வாசம் அனேகமாக ஏதாவது ஒரு மூலிகையுடையதாகத் தான் இருக்க வேண்டும்... அதுவும் அவரை சேர்ந்து கவர்ந்து இழுத்தது. ஒரு புதிய உலகை நோக்கிப் போவதாகக்கூட மனது எண்ணியது. திரும்பிச் செல்லலாம் என்றாலோ பாதை மலைமேல்

உயர்ந்து சென்றது. அதில் ஏறிச் செல்ல உடம்பின் களைப்பு அனுமதிக்கவில்லை. மொத்தத்தில் சிவன் மலைக் காட்டுக்குள் எந்தப் பாகத்தில் இருக்கிறோம் என்பதே தெரியாவிட்டாலும் இப்படி எல்லாம்கூட காட்டுக்குள் பாதைகள் இருப்பதும் அதில் நடப்பதும் ரத்னவேலுவுக்கு மிகப் பிடித்திருந்தது. சற்று அச்சமாகவும் இருந்தது.

ஒரு இடத்தில் அதிசயமாக ஒரு காட்சி கண்ணில் பட்டது. அப்படிப்பட்ட காட்சிகளை எல்லாம் ரத்னவேலு கதைகளில்தான் படித்துள்ளார். அவர் பார்க்க வட்ட வடிவில் எதிரில் ஒரு சுனை. சுனைக் கரையில் மான் ஒன்று தண்ணீர் குடித்துக் கொண்டிருக்க, சற்றுத் தள்ளி வேங்கைப் புலி ஒன்று படுத்திருந்தது. மரக்கிளை ஒன்றில் மலைப்பாம்பு விழுதுபோல் தொங்கிக் கொண்டிருக்க அதை ஒரு கையால் பிடித்து ஆடிக்கொண்டிருந்தது குரங்கு ஒன்று.

ரத்னவேலுவால் அந்தக் காட்சியில் இருந்து கண்களை எடுக்கமுடியவில்லை. புலியைப் பார்த்ததும் ஒருவித பயமும் அவருக்குள் ஏற்படாதது தான் ஆச்சரியம். நெடுநேரமாயிற்று அந்த காட்சி மயக்கம் விலக.

பிறகுதான் காணியர்கள் நினைப்பும் சித்தர்கள் சிலர் நவதான்ய பாத்திரமுடன் சென்றதும் நினைவுக்கே வந்தது. ஒருவித பதைப்புடன் சிவசாமி! மோகன் என்ற தன் நண்பர்களையும் ஞாபகப்படுத்திக் கொண்டு நடக்க ஆரம்பித்தார். சில தூரத்திலேயே ஒரு பெயர்ப் பலகை. அது சவுக்கு மரக்கால்களில் நிறுத்தப்பட்டு பின் கரையான் அரித்ததால் கீழே விழுந்து கிடந்தது. அதனால் ரத்னவேலுவின் பார்வையில் அந்த பெயர்ப்பலகை கண்ணில் படவில்லை.

அதில் ‘மதிமயக்கி வனப்பகுதி’ என்று எழுதி எச்சரிக்கப்பட்டிருந்தது. ‘இந்த வனப் பகுதியின் நீள அகலம் வரையறை செய்யப்படவில்லை. இதனுள் செல்பவர்கள் தங்களையே மறந்துவிடும் ஆபத்து உள்ளதால் இதனுள் செல்ல

தடை விதிக்கப்பட்டுள்ளது' என்கிற அந்த போர்டைக் கடந்து அதன் எச்சரிக்கையை மீறிக்கொண்டு வனப்பகுதிக்குள் நுழைந்த ரத்னவேலுவிற்கு மெல்ல தன்னுடைய நினைப்பும் நீங்கத் தொடங்கியது.

தான் யார்...? மனிதனா மிருகமா? எங்கிருக்கிறோம்... என்ன செய்து கொண்டிருக்கிறோம்? என்கிற எல்லாவித தகவல்களுமே மனதைவிட்டு நீங்கி எண்ணங்களே இல்லாத ஒரு நிலை ஏற்பட்டது. அப்படியே ரத்னவேலுவின் மனநிலையில் அங்கங்கே சில சித்தர்கள் அமர்ந்து தவம் செய்யும் கோலத்தில் தெரிந்தனர். அவர்களைப் பார்க்கவும் அவர்களைப் போலவே அமர்ந்து தவம் செய்யும் ஒரு முனைப்பு ரத்னவேலுவிடமும் ஏற்பட்டது.

அதேசமயம் குகைக்குத் திரும்பியிருந்த சிவசாமியும், மோகனும் ரத்னவேலுவைக் காணாத கவலையில் இருந்தனர். பழனியை இடி கொண்டு போனமாதிரி ரத்னவேலுவுக்கும் ஏதாவது ஆகியிருக்க வேண்டும் என்று தோன்றியது. அப்பொழுது எதிரில் நாக சித்தர் வந்தார்.

சிவசாமி, மோகன் இருவரை மட்டும் பார்த்து சற்று ஆச்சரியப்பட்டார். பார்வையே 'எங்கே இன்னும் இரண்டுபேர்?' என்றுதான் கேட்டது. பதிலுக்கு இருவரும் சோகமாக அவரைப் பார்த்தனர்.

"என்னப்பா... வாயைத் திறந்து பேசமுடியாத. அளவுக்கு உங்களுக்கு மனபாதிப்பா?" என்றார் கனிவான குரலில்.

"ஆமாம் சாமி..." என்றார் சிவசாமி.

"இந்த சிவன் மலையில் உங்களுக்குப் பாதிப்பா... இந்த மலை யாரையும் பாதிக்காதே..."

"உயிரையே வாங்கிடிச்சு... நீங்க என்னடான்னா பாதிக்காதுன்னு சாதாரணமா சொல்றீங்க..."

“உயிரை வாங்க இந்த மலை ஒண்ணும் எமன் கிடையாது. உயிர் போகற நேரம் வந்தா அது எந்த வழியிலையாவது போயே தீரும். ஆமா யார் இறந்து போனது?”

“பழனி...”

“பாவமே... இருந்தாலும் பாதகமில்லை. இந்த மலையும் வைகுண்டமும் ஒண்ணு. இங்க செத்தா நேரா மோட்சம்தான்...”

“என்னசாமி இது. கைல இருந்த வாழ்க்கையே போயிடிச்சு. மோட்சம் கிடைச்சு என்ன புண்ணியம்?”

“அடடே... மோட்சம் பத்தி உங்களுக்கு எதுவுமே தெரியாதுன்னு இதுல இருந்து தெரியுது... இந்த உலகத்துல பிறந்த உயிர்களோட நோக்கமே மோட்சம் அடையறது தாம்ப்பா...”

“அது எப்படி சாமி... தவம் செஞ்சாகூட அவ்வளவு சுலபமா வசப்படாத மோட்சம் இந்த மலையில் செத்தாலேயே ஒருத்தருக்குக் கிடைக்க முடியும்?”

“அதுதான் இந்த மலையோட சிறப்பு இந்த மலையை நீ வெறும் கல் மண்ணா பார்த்தா அப்படித்தான் நினைப்பே. இது அந்த பரமேஸ்வரனோட திருமேனி. பரமனுடைய உடல் பாகங்களுக்கும் இங்க இருக்கற ஒவ்வொரு பகுதிக்கும் ஒரு ஒற்றுமை இருக்கு. உயிர்களோட நோக்கம்கறதே பரமனை அடையதுதானே? அந்த வகைல பார்த்தா இந்த மலையை அடைஞ்சவங்க பரமனை அடைஞ்சவங்கதானே?”

“சாமி... இந்த விளக்கங்களைக் கேட்டுக்கற நிலையில் எங்க மனநிலை இல்லை. எங்க இன்னொரு நண்பரான ரத்னவேலுவையும் காணோம்... நாங்க என்ன செய்யறதுன்னே தெரியாத மனநிலைல இருக்கோம்.”

“அப்ப திரும்பி உங்க பட்டணத்துக்கே போயிடப் போறேன்னு சொல்லாம சொல்றீங்களா?”

"அதுமட்டும் இல்ல... எதுக்காக வந்தோமோ அந்த நோக்கத்துல ஒண்ணு வெற்றியடைவோம். இல்லைன்னா பழனிமாதிரி இந்தக் காட்டுலையே முடிஞ்சு போயிடுவோம்..."

"ஒருவேளை உங்க எண்ணம் உங்க வாழ்நாள் முழுக்க நிறைவேறாம போயிடிச்சுன்னா?"

"இல்ல... நிச்சயம் நிறைவேறும். இருபது முப்பது வருஷம் சிறைல படாதபாடு பட்டார் நெல்சன் மண்டேலா. அப்புறம் விடுதலையானார். இப்ப அவர்தான் தென் ஆப்பிரிக்காவுடைய காந்தி... அவர் மனம் சோர்ந்திருந்தா அவருக்கு இந்த உயரம் கிடைச்சிருக்குமா?"

"சரிதான்... உங்க ஆசையின் வேர்கள் மிக ஆழமாதான் பாய்ஞ்சிருக்கு... பார்ப்போம்... நீங்க ஜெயிக்கறீங்களா இல்லை இந்த மலைக்காட்டு சித்தர்கள் ஜெயிக்கறாங்களான்னு"

அவர் சொன்னதில் கொஞ்சம் மர்மமான உணர்ச்சியும் ஒளிந்திருந்தது. அது பரணியின் காதிலும் விழுந்துவிட்டது போல அவன் அவர் முன் சீற்றமாய் வந்து நின்றான்.

என்ன பரணி... நீ என்ன சொல்லப்போறே?"

"என்ன சொல்ல... நீங்க என்குருநாதரா போயிட்டீங்க, இல்லேன்னா இந்த நேரம் உங்களை நான் என் விஷத்தால் சவமாக்கியிருப்பேன்."

"அடேயப்பா... நீ அப்படி யோசிக்கற அளவுக்கு நான் உன்னை கோவப்படுத்திட்டனா?"

"பின்ன என்னசாமி... எனக்கு உதவறதுக்குன்னு இருக்கறவங்களே இவங்கதான். இவங்களையும் துரத்தறமாதிரி நீங்க பேசினா என்ன அர்த்தம்...?"

"நான் அப்படி எல்லாம் எப்ப பேசினேன்?"

"நீங்க பேசினதுக்கு அர்த்தம் அதுதான். நான் கேட்டுகிட்டு தான் இருந்தேன்."

“அப்ப நீ இவங்க போக ஆசைப்பட்டாலும் விடமாட்டேன்னு சொல்.”

“அவங்க போகமாட்டாங்க... எனக்கு சத்தியம் செய்து தந்துருக்காங்க. அந்த அதிகாரியை நான் பழிவாங்க இவங்களும் தான் எனக்கு துணை...”

“ஓ... நீ இன்னும் அதை எல்லாம் மறக்கலையா?”

“ஒரு நாகத்தைப் பார்த்து கேட்கற கேள்வியா இது. நான் மூச்சுவிட மறப்பேன்... தூங்க மறப்பேன்... சாப்பிட மறப்பேன். அதை மட்டும் மறக்கமாட்டேன். ஏன்னா என் நாகமாலினியை என்கிட்ட இருந்து பிரிச்சு இந்தக் காட்டுல என்னை ஒரு அனாதையா திரியவைச்சவன் அவன்...”

“பரணி... அது உன் விதி. இந்தக் காட்டுல மட்டுமல்ல... எங்கேயும் ஒருவருக்கு விதிமுடியும் போது அந்த உயிர் மூலம் எப்படி போகணுமோ அப்படியே போயே தீரும்...”

“இதெல்லாம் மனித இனம் சொல்ற மழுப்பலானா காரணங்கள். என்னால எற்கமுடியாது...”

நாகபரணியின் கண்ணிரண்டும் ஏற்கமுடியாது எனும்போது தெறித்து விடுவது போல அகண்டது. மூச்சிலும் அப்படி ஒரு உஷ்ணம். ஆதில் ஆலகால வாடை! அதற்குமேல் நாகசித்தரும் எதுவும் பேசவில்லை. மௌனமாக கையை உயர்த்தி அவர்கள் இருவருக்கும் ஆசீர்வாதம் செய்துவிட்டு அங்கிருந்து கிளம்பினார். காலமும் உருள ஆரம்பித்தது.

❋ ———————— ❋

அத்தியாயம்

23

'ஈசனின் உடலும் இந்தப் பிரபஞ்சமும் வேறல்ல என்பது சிவனடியார்களின் கருத்து. அதிலும் ஈசனின் திருநடனக் கோலம் என்பது சதாசர்வ காலமும் அயராது இயங்கியபடி உள்ள இந்தப் பிரபஞ்சத்தின் அத்தனை இயக்கங்களுக்கும் ஆதாரமானது என்பது சிவபுராணச் செய்தி.

பதஞ்சலி முனிவரும், வியாக்ரபாதரும் அன்றாடம் ஈசனின் திருநடனம் கண்ட பிறகே எந்தப் பணியையும் செய்வர். அப்போது ஒருமுறை நடனத்தின் இடையில் ஈசன் தன் புருவத்தை அசைத்து ஒருவித முத்திரையைக் காட்டுங்கால் சப்த மகாமுத்திரங்களிலும் புயலானது உருக்கொண்டு புவனம் எங்கும் பெருமழை பெய்தது. அப்பொழுது தான் பதஞ்சலியே மழையின் விளைவுக்கும் ஈசனின் புருவ வளைவுக்கும் உள்ள தொடர்பு அறிந்தார். ஒரு விரல் அசைவில் பருவகாலங்களில் மாற்றங்கள் நிகழ்ந்தது. ஈசனின் ஒவ்வொரு அசைவும், ஒரு ரோமக்கால் உதிர்வும் கூட பிரபஞ்சவெளியில் பல நூறுமாற்றங்களை ஏற்படுத்திடக் கண்டனர். அவ்வகையில் அந்த ஈசனின் செஞ்சடையின் ஒரு பாகம்தான் சிவன்மலைக் காடு என்பது சித்தர் பெருமக்கள் கூற்று...'

2006

ஒரு தைமாத காலைப் பொழுது! சென்னை அயனாவரத்தில் சிவன்கோயில் தெருவில் ஒரு ஓட்டு வீடு!

வாசலில் ஒரு இருபத்தெட்டு வயது இளம் பெண் வித்யா பெரிதாக கோலம் போட்டுக் கொண்டிருந்தாள்... கோலமும் அழகு, அவளும் அழகு! அந்தப் பக்கமாக அந்த காலை வேளையில், ஜாகிங் போனபடி இருந்த ஒரு இளைஞன் அவள் கோலம் போடும் இடம் வரவும் சற்று தேங்கி நின்று கோலத்தை ஆழமாக உற்றுப் பார்த்துவிட்டு பிறகுதான் கிளம்பினான். அவளும் அவனை நிமிர்ந்து பார்த்தாள். அந்த பார்வை அவனை என்னவோ செய்தது. சரேலென்று ஒரு அம்பு இதயத்தை தைத்தமாதிரிகூட இருந்தது. மெல்லிய ஒரு சிரிப்புடன் அவன் திரும்பவும் ஜாகிங்கை தொடர்ந்தான். அவன் இப்படித்தான்... தினமும் ஜாகிங்வரும்போது நின்று பார்க்கிறான். பிறகு சிரிக்கிறான். பிறகு வந்த சுவடு தெரியாமல் கிளம்பிப் போய்விடுகிறான்.

அவளுக்கும் அவன் செய்கை அவள் மனதை என்னவோ செய்தது. இந்த ரசாயன மாற்றத்தை அவளுக்கு சொல்லத்தான் தெரியவில்லை. அதெல்லாமே உணர்வுகள் நடத்தும் கூத்து. ஒருவிதத்தில் அவளுக்கும் அவன் அப்படி பார்ப்பது பிடித்திருக்கிறது என்றுதான் கூறவேண்டும்.

அவளும் பெரிய கோலத்தை ஒரு வழியாகப் போட்டு முடித்தாள். இடுப்பில் ஏற்றிச் செருகியிருந்த வாயில் புடவையை இறக்கி விட்டாள். வழவழப்பான அவளது சிவந்த கால்கள் சற்றெற்று மறைந்து போனது. பிறகு பார்க்க முடியவில்லை. புடவை மறைத்துக் கொண்டது. போல டப்பாவுடன் அவளும் அந்த வீட்டிற்கு நுழைந்து மறைந்து போனாள்.

அந்த வீட்டின் முகப்பில் கூரைமேல் பெரிய அளவில் மல்லிகைச் செடி பரவியிருந்தது. அதில் அரும்பு அரும்பாய்

நூற்றுக்கணக்கில் மல்லிகை மொட்டுக்கள்... உள்ளே இருந்து புதிதாக வேறு ஒரு பெண் வெளிப்பட்டிருந்தாள் இவள் பேர் பாரதி. இவள் கையில் ஒரு பூக்கூடை இருந்தது. இவள் உள்ளே கோலம் போட்டுவிட்டுச் சென்றவளுக்கு தங்கை. இந்தப் பெண் மல்லிகை மொட்டுக்களைப் பறித்து கூடையில் போட்டுக்கொள்ளத் தொடங்கினாள்.

அந்த காலை வேளை அந்த வீட்டைப் பொறுத்து மட்டும் மிக ரம்மியமானதாக இருந்தது. அப்போது ஒரு பத்து வயது மதிக்கத் தக்க சிறுவன் அரைடிராயர் சட்டையுடன் கையில் ஒரு சிறு டிபன்கேரியருடன் அந்த வீட்டு முன் வந்து நின்றான். பூ பறித்தபடி இருந்த பாரதி அவனைப் பார்த்து பேச ஆரம்பித்தாள்.

"வாடா டப்பா... கரெக்டா ஏழுமணிக்கெல்லாம் வந்துட்டியே. எப்பவும் ஒன்பது மணிக்குத் தானே வருவே நீ?"

"ஆமாக்கா... ஆனா இன்னிக்கு பாலு அண்ணன் சீக்கிரமா வரச்சொன்னார். வரிசையா நாலு டி.வி.எஸ். விக்டர் சர்வீசுக்கு வந்திருக்குது. பார்ட்டிங்க உடனே வேணும்றாங்க."

"அதுசரி... உன்னை வரச்சொல்லிட்டு உன் முதலாளி இன்னும் எழுந்திரிக்காம தூங்கிட்டு இருக்கான். போய்ப்பார்." என்றாள். அவனும் உள்ளே நுழைந்தான்.

அவன் எதிரில் அந்த வீட்டின் மூத்த பெண்மணியும் எல்லோருக்கும் தாயுமான மங்களம் வீடு முழுக்க தூபதீபம் போட்டுக் கொண்டிருந்தாள்.

டப்பா என்று அழைக்கப்பட்ட அந்த பொடியன் வரவும் சிரித்தாள். சிரித்தபடியே "வாப்பா... வா! உக்காரு" என்று ஒரு மரப் பெஞ்சை காட்டினாள். யாராவது வந்தால் உட்கார்வதற்கு அந்த பெஞ்ச்தான் போடப்பட்டிருந்தது. அவனும் உட்கார்ந்தான். மங்களம் உள்ளே படுக்கை அறையில் ஒரு மரவட்டைபோல சுருண்டு கிடந்த அவளது ஒரே மகன் பாலுவை எழுப்பத் தொடங்கினாள்.

“பாலு... டேய் பாலு... எழுந்திருடா திருநாவக்கரசு கூட வந்துட்டான் பார்”

அவள் அழைத்ததில் இருந்து அவன்தான் பாலு என்பது மட்டுமல்ல அவன் ஒரு மோட்டர் மெக்கானிக் என்பதும் அவன் அணிந்திருந்த கரியும் மையமான அவனது உடையிலேயே தெரிந்தது.

பாலுவும் கொட்டாவி பிரிய எழுந்து அமர்ந்தான்.

அப்படியே கழுத்தை வளைத்து பெஞ்ச் மேல் அமர்ந்திருக்கும் டப்பா என செல்லமாக அழைக்கப்படும் திருநாவுக்கரசையும் பார்த்தான்.

அதற்குள் அந்த வீட்டில் மூன்றாவதாக ஒரு பெண் இருந்து அவள் ஒரு சிறு கப்பில் காபி போட்டு அதை எடுத்துவந்து திருநாவுக்கரசுவான அவனிடம் நீட்டியபடி நின்றாள்.

“என்ன லலிதாக்கா?”

“உம் காபி... குடி!”

“எதுக்குக்கா?”

“அதான் குடிக்கன்னு சொன்னேன்ல... பிடிடா...” – அவள் அதட்டினாள். அப்போது வெளியே கோலம் போட்டிருந்த வித்யா குளிப்பதற்காக டவலுடன் கொல்லைப்புறம் நோக்கிச் சென்றபடி இருந்தாள்.

“என்ன வித்யாக்கா பேசவே மாட்டங்கறீங்க... என் மேல கோபமா?” என்று அவளைத் தன் பக்கம் திருப்பினான். அவள் பதிலுக்குச் சிரித்தாள். அவ்வளவோடு சரி... பிறகு போய் விட்டாள். அவள் எப்போதுமே அப்படித்தான். அதிகம் பேசாத டைப். ஆனால் நிறைய யோசிப்பவள். அதிலும் ஏறியபடியே இருக்கும் தன் வயதைப் பற்றி அளவுக்கு அதிகமாகவே யோசிப்பவள். கண்ணாடிமுன் நிற்கும் போதெல்லாம் தன் வயது தான் முதலில் தெரியும். கூடவே தனக்கு அடுத்து பிறந்துவிட்ட லலிதா, பாரதி என்று தன் தங்கைகள் முகம் வேறு தெரியும்.

அவளுக்கே இருபத்தி எட்டு வயதாகிறது... அடுத்தடுத்து அவர்கள்! கடைசியாக தம்பி பாலு! கல்லூரிக்குப் போய் டாக்டர் என்ஜினியர் என்று ஆகவேண்டியவன் இன்று ஒரு மோட்டார் மெக்கானிக்! அதில் வருவது வயிற்றுக்கும் வாய்க்கும் சரியாக இருக்கிறது. அப்பா என்று ஒருவர் இருந்திருந்தால் இப்படி ஒரு சூழ்நிலை வந்திருக்காதே. அவர்தான் வீட்டில் படத்தில் இருக்கிறேனா இல்லையா என்பதே தெரியாதபடிக்கு தொங்கிக் கொண்டிருக்கிறாரே?

டப்பா கூட அந்தப் படத்தைப் பார்த்தான்.

அது பாரெஸ்ட் ஆபீசராக இருந்து சிவன்மலைக் காட்டில் என்ன ஆனார் என்றே தெரியாமல் போய்விட்ட சுந்தர்ராஜனின் படம். காக்கி உடுப்பில் கம்பீரமாகத் தெரிந்த அவர் உருவம் டப்பாவை எப்பொழுதுமே கூர்ந்து பார்க்க வைக்கும். அவனுக்கும் அப்பா இல்லை. ஒரு போலீஸ்காரராக இருந்து கலவரம் ஒன்றில் இறந்துவிட்டார். அதனால் அவனும் சிறு வயதிலேயே ஸ்பேனர் பிடிக்கும்படி ஆகிவிட்டது. அற்ப ஆயுள் உள்ள அப்பாக்களுக்கு மகன்களாக மட்டும் பிறந்துவிடக் கூடாது என்று அடிக்கடி நினைத்துக் கொள்வான்.

அவனுக்கு மங்களத்தை மிக பிடிக்கும். அவள் தலை நிறைய பூவும், நெற்றி நிறைய குங்குமமுமாக இருப்பதுதான் அவனுக்கு ஆச்சரியமான விஷயம். ஏன் என்றால், அவன் தாய் அவன் அப்பாவின் மரணத்துக்குப் பின் தன்னை ஒரு விதவையாக ஆக்கிக் கொண்டவள். பூ பொட்டு என்று சகலத்தையும் தூக்கி எறிந்துவிட்டவள். இன்று எந்த ஒரு விதவைப் பெண்ணும் அப்படி இருப்பதில்லை. அப்படி இருப்பதும் பிற்போக்கு என்றாகி விட்டது. சமுதாயமும் அவர்களைப் பார்த்து எதுவும் பேசுவதில்லை. இது ஒரு நல்ல விஷயம்தான். ஆனாலும் டப்பாவின் தாய் பூ பொட்டைத் தீண்ட மறுத்துவிட்டாள். டப்பாகூட ஒருநாள் மங்களத்தை உதாரணம் சொல்லி அவளிடம் நீ ஏம்மா பூ, பொட்ட வெச்சிக்கறதில்லன்னு கேட்டு விட்டான். அதற்கு அவள் சொன்ன பதில் அட்சர லட்சம் பெறும்.

“நான் ஒரு பொம்பள துறவிப்பா. எப்ப உன் அப்பா என்னை விட்டு போய்ட்டாரோ, அப்பவே ஆசையா வாழற வாழ்க்கை முறை என்னை விட்டுப் போயிடிச்சு. அவர் இருந்த வரை நானும் அனுபவிச்சு வாழ்ந்தேன். அவரே இப்ப இல்லை... அப்புறம் இந்த பூ பொட்டு எதுக்கு? அவரைவிட இதெல்லாம் பெருசா. நான் பூவும் பொட்டும் வெச்சகிட்டா யாரும் எதுவும் சொல்லப்போறதில்ல. ஏன்... உன் அப்பாவோட ஆத்மாகூட அதைத்தான் விரும்பும். ஆனா நான் அதை எல்லாம் வெச்சுகிட்டு என்னையும் ஊரையும் ஏமாத்த விரும்பலை. என்னைப் பாக்கறவங்களுக்கு உன் அப்பா என்கூட இல்லைங்கறது தெரியணும். அவர் நினைப்ப மனசுல சுமந்துட்டு அவர் உறவுதான் பெரிசு, இந்த உலகத்தோட அழகு பெருசு இல்லைன்னு நான் நினைக்கறது எல்லாருக்கும் தெரியணும். அப்பதான் புருஷன் பெண்டாட்டி உறவுங்கறது சாவுக்குப் பிறகும் தொடர்ந்து போகற ஒரு உன்னதம்கறது எல்லாருக்கும் குறிப்பா உன்னைப் போல வளர்ற சமுதாயத்துக்கும் தெரியும். அதுலையும் ஒரு சாதாரண விஷயத்துக்கெல்லாம் விவாகரத்துன்னு கோர்ட்டுன்னு ஏறுகிற இந்த காலகட்டத்துல என்னை மாதிரி புருஷனை மனனுசுல சுமக்கற பெண்கள் எடுத்துக்காட்டா இருக்கணும். ஒரு புருஷன் போய்ட்டா இன்னொருத்தன்னு யோசிக்கறது ஒரு கோணத்துல சரியா இருக்கலாம். ஆனா பல கோணத்துல அது தப்பு. இவ்வளவெல்லாம் எதுக்கு? உன் அப்பாவோட இடத்தை இந்த உலகத்துல இனி ஒருத்தரால நிரப்பமுடியாது. அதுக்கு தினமும் நான் செய்யற பூஜைக்கான கோலம்தான் இதுன்னு வெச்சுக்கோயன். ஆனா இந்த உலகம் என்னமாதிரி பெண்களை முண்டச்சின்னு சொல்லும். புருஷனோட வாழறவளை தான் சுமங்கலின்னு சொல்லி கொண்டாடும். அப்படியே பழகிட்டாங்க. முன்னாலே இருக்கற புருஷனை மனசுல சுமக்கறவள விட இல்லாத புருஷனைச் சுமக்கறவதானே உன்னதமானவள்? அது தெரியாது...”

ஒரு நாள் டப்பா திருநாவுக்கரசுவின் அம்மா இப்படி எல்லாம் பேசி அவனை ஒரு உலுக்கு உலுக்கி எடுத்துவிட்டாள். அது முதல் அவனும் அவன் அம்மாவை வெறும் அம்மாவாக மட்டும்

பார்ப்பதில்லை. அதற்கும் ஒருபடி மேலாகத்தான் பார்க்கிறான். ஆனால் இங்கே...

அவன் பார்க்க மங்களம் தலை நிறைய பூவுடன் நெற்றி கொள்ளாதபடி குங்குமத்துடன் அவன் எதரில் பூஜையையும் தொடங்கி விட்டாள். அந்த வீட்டின் பூஜை அறையும் பார்க்க ரம்மியமாக வெகு அழகாக இருந்தது. அதில் ஒரு நடுநாயகமாக ஒருகுட்டி சிவலிங்கம். அதன் தலைமேல பாரதி பறித்துவந்து கொடுத்திருந்த மல்லிகைப் பூக்களைத் தூவி மங்களம் தன் நித்யப்படி பூஜையைத் தொடங்கிவிட்டாள். பார்த்துக்கொண்டே உட்கார்ந்திருந்தான் டப்பா. அதற்குள் பாலுவும் கொல்லைப்புறம் சென்று பல் விளக்கி முடித்துவிட்டு முகம் துடைத்தபடி வந்தான் டப்பா, தன் தாய் செய்தபடி இருக்கும் பூஜையையே பார்த்தபடி இருப்பதையும் கவனித்தான்.

"என்னடா... கிளம்பலாமா?" – என்று அவனையும் கலைத்தான் டப்பாவும் அரைமனதாக கலைந்தான்.

"என்ன அப்படி பாக்கறே?"

"இல்ல அந்த சிவலிங்கம்..."

"அதுக்கென்ன?"

"நல்லாருக்குண்ணே..."

"சிவலிங்கத்துக்கென்ன... அது நல்லாதான் இருக்கு. அதுலையும் அம்மா பால், தயிர், தேன்னு அபிஷேகமா பண்ணும்போது நல்லா இருக்க கேட்கணுமா... ஆனா நம்ம வாழ்க்கை...?"

பாலு குரலில் ஒரு ஆற்றாமை எதிரொலித்தது. அவன் பேச்சைக் கேட்டவளாக பூஜைக்கு நடுவில் மங்களமும் திரும்பிப் பார்த்தாள்.

"அம்மா பாக்கறாங்க. இனி நான் இங்க இருந்தா உபதேசம் ஆரம்பமாயிடும்... கிளம்பு." என்று புறப்பட தயாரானபின்,

"இருடா..." – மங்களம் தடுப்புக் குரலோடு பூஜை அறையைவிட்டு வெளியே வந்தாள். அவனும் தேங்கி நின்றான்.

"என்னடா... என்ன முணுமுணுப்பு?"

"ஐயோ அம்மா. ஒண்ணுமில்ல விடு... எனக்கு இன்னிக்கு நிறையவேலை இருக்கு..."

"இப்ப சொல்ற பாரு நிறைய வேலை இருக்குன்னு... அதுக்குக் காரணமே இந்த சாமிதான். அதை ஏன் குறை சொல்றே?"

"அட என்னம்மா நீ... மோட்டார்பைக் ரிப்பேராகி என் ஒர்க் ஷாப்புக்கு வந்ததையும், சாமியையும் முடிச்சுப் போட்டு பேசறே? இது ஒரு வேலையாம்மா... சாமி கொடுக்க ஆசைப்பட்டிருந்தா இதையா கொடுத்திருக்கும்... நீ வேற!"

பாலுவின் அலுப்பு மங்களத்தை சற்று கீறிவிட்டது. கண்களில் கண்ணீரைத் திரட்டி அதை எதிரொலித்தாள். பாலுவுக்கே அது சங்கடமாகி விட்டது.

"அம்மா... என்னம்மா நீ... நான் சாதாரணமாதாம்மா பேசினேன்."

"ஆமாண்டா... உன் வயசுப் பசங்க காலேஜிக்கெல்லாம் போகும்போது, நீ வேலைக்குப் போற பார்... அதனால நீ இப்படித்தான் பேசுவே. ஆனா ஒண்ணு பாரு. நமக்கு சோறு போட்டுகிட்டு இருக்கறதே இன்னிக்கு இந்த வேலைதான். இதைத் தாழ்வா மட்டும் எப்பவும் நினைச்சிடாதே."

"தாழ்வா நினைக்கலம்மா... இதுகூட இல்லாம பிச்சை எடுக்கற எவ்வளவோ பேரைத்தான் பாக்கறேனே. ஒரு ஆதங்கத்துல பேசிட்டேன்."

"சரிசரி... நீ புறப்படு. இதைப்பத்தி இனி எவ்வளவு பேசி என்ன பிரயோஜனம்... இதுதான் நம்ம விதின்னு ஆயிடிச்சு..."

மங்களம் கண்ணீரைச் சுண்டிவிட்டுக் கொண்டாள். பாலுவிடமும் பெருமூச்சு. ஒரு ஐந்து நிமிடத்தில் அங்கே ஒரு குட்டி புயல் வீசி முடிந்து விட்டிருந்தது. டப்பா கவனித்துக்

கொண்டே இருந்தான். அதுவரை அவர்களுக்கு இடையில் தலையிடாமல் இருந்த பாலுவின் இரண்டாவது அக்கா லலிதா சற்று ஆவேசமாக இருவருக்கும் இடையில் புகுந்தாள். அம்மா மங்களத்தைப் பார்த்து முறைத்தவள் "காலங்காத்தால ஆரம்பிச்சிட்டியா?" - என்றாள்.

"நான் என்னத்தடி ஆரம்பிச்சேன்?"

"இப்ப அவனை எதுக்கு நிறுத்தி வெச்சு பேசிக்கிட்டிருக்கே. அவன் கேட்டதுல என்ன தப்பு..."

"நானும் தப்புன்னு சொல்லலியே."

"அப்புறம் எதுக்கு அழுகை... பெருமூச்சு..."

"ஏண்டி இப்படி எல்லாம் நம்ம குடும்ப நிலை இருக்கேன்னு நினைச்சு அழறது கூடவா தப்பு?"

"அழுதா எல்லாம் சரியாயிடுமா... பொறுப்பில்லாம எங்களைப் பெத்துப் போட்டுட்டு போன உன் புருஷன் தான் திரும்பி வந்துடப் போறானா?"

"லலிதா வார்த்தைகளை அளந்து பேசு."

"கத்தாதம்மா... ஒருத்தருக்கு மூணுபேர் ரெடியா இருக்கோம். நாங்க கரை ஏறணும். தம்பிக்கும் கல்யாணமாகணும். என்ன செய்யப் போறே? நல்லபடியா கட்டிக்க ஒரு புடவை உண்டா? படுக்க ஒரு கிழிசல் இல்லாத பாய்தான் உண்டா? லலிதா குமுற ஆரம்பித்து விட்டாள்."

"ஏண்டி... நானும் இப்ப அதை எல்லாம் நினைச்சதானே கலங்கினேன்."

லலிதா அங்கு தொட்டு இங்கு தொட்டு இறுதியாக கேஸ் போடு என்று கூறவும் பாலுவுக்கு புரிந்துவிட்டது.

"சரி... லலிதாக்கா இந்தப் பேச்சை இதோட விடு. உனக்கு நல்லசேலை வேணும்னா என்னைக்கேள் அம்மா மனசைப் புண்படுத்தாதே. டேய் டப்பா கிளம்புடா..."

என்று பாலு விழுந்தடித்துக் கொண்டு கிளம்பினான். வீட்டுக்கு வெளியில சுவரோரமாக அவனது பைக். அந்த நாளைய ராஜ்தூத். அரதப் பழசு. இரண்டாயிரம் ரூபாய்க்கு ஒருவர் விற்றார். அவருடைய புதிய பைக்கை சர்வீஸ் செய்தே அந்த தொகையைக் கழித்துவிட்டான். பைக்கையும் ரிப்பேர் செய்து ஓட்டுகிறான்.

தெருவில் ஒரு இரும்புப் புயல் கணக்காக ஓடும்.

ஏகப்பட்ட இனம் பெண்கள் எட்டிப் பார்ப்பார்கள் அன்றும்...

பின்னால் டப்பா தொற்றிக்கொள்ள பைக் பறக்க ஆரம்பித்தது!

அத்தியாயம்

24

ஈசனின் சிரசிலிருந்து பொங்கிப் பிரவாகித்து வரும் ஒரு ஆறுதான் கங்கை. வாஸ்தவத்தில் கங்கை இமயத்து பனி உருகிட அதனால் பெருகிவரும் ஒரு நதியாகும். ஈசனின் சடையும் இமயமும் ஒன்று என்பது சிவனடியார் கருத்து. புராணக் கதைகளில் இக்கருத்து மறைவாக ஒளிந்துள்ளது. அது மாத்திரமல்ல... ஒரு மனதனின் உச்சந்தலையில்தான் சகஸ்ராரம் என்கிற பகுதி உள்ளது. குண்டலினி யோகத்தில் குண்டலினி 'சக்தியானது உடலில் இடைக்குக் கீழ் உள்ள மலப்பையை மீறி முதுகுத்தண்டு வழியாக மேல் ஏறி உச்சந்தலையில் வந்து சேரும்போது ஒரு பரவசம் ஏற்படும். மனதிலும் ஒரு அமைதி உருவாகும். இதையே யோகியர்கள் பேரின்பம் என்பர்.' எனவே பேரின்பம் பெற்றிட சகஸ்ராரம் மிகமுக்கியம். அப்படிப்பபட்ட சகஸ்ராரமானது ஈசன் சிரத்தில் பேரின்பப் பரவசத்தை ஈசன் கொள்ளும் சமயம், அதாவது ஈசன் யோக நிலையில் இருக்கும் சமயம் பரவச உணர்வானது கங்கையாக, அதாவது ஒளிக்கங்கை பெருகி வழிகிறது. அதுதான் கங்கையாகப் பரிணமித்து இந்த மண்மிசை ஓடி வையம் பயனுற காரணமாக உள்ளது என்பர்.

கங்குதான் கங்கை ஆனது. எப்பொழுதும் ஒளி சார்ந்த உஷ்ணம் ஆற்றுப்படும்போது நீராகும். இது இயற்கை. பூ

உலகில் ஈசனின் சிரசில் உள்ள சகஸ்ராரக் கங்குமட்டுமல்ல, பல இடங்களில் ஒளிக்கங்குகள் தோன்றி அங்கெல்லாமும் நீர்ப்பிரவாகம் ஏற்பட்டுள்ளது. சிவன்மலையில் கூட அப்படி ஒரு நீரோட்டம் உள்ளது. சிவன்மலையில் அப்படி ஓடும் ஆறுக்கு பேர் சித்தா நதி!

ஒர்க் ஷாப்பில் பைக் தேங்கி நிற்க டப்பா குதித்து இறங்கினான். வேகவேகமாக கடைக் கதவைத் திறக்கத் தொடங்கினான். பாலுவும் உள்ளே அடைத்து வைத்திருந்த பைக்குகளை வெளியே எடுத்து வரிசையாக நிறுத்தினான்... ஸ்பேனர் செட்டுகளைத் தேடி எடுத்து வந்து வரிசையாக அடுக்கிக்கொண்டு வேலையைப் பார்க்க ஆரம்பித்து விட்டான். முகத்தில் வீட்டில் நடந்துவிட்ட வாக்குவாதங்களின் எதிரொலி ஒருவித வாட்டமாகப் பரவிக் கிடந்தது. டப்பாவும் கவனித்துக்கொண்டே இருந்தான்.

“அண்ணே...”

“என்னடா?”

“உங்களை ஒண்ணு கேட்கட்டுமா?”

“என்னடா... வீட்டுல லலிதாக்கா பேசினது, அம்மா பேசினதைப் பத்திதானே?”

“ஆமாண்ணே...”

“இதுல பேச என்னடா இருக்கு... மூணு அக்கால லலிதாக்காவுக்கு ஆசையும் அதிகம், வாயும் அதிகம்...”

“அதில்லண்ணே... அவங்க கோர்ட்டுக்குப் போன்னு உங்கம்மாவைப் பார்த்து சொன்னாங்கல்ல...”

டப்பா பாய்ண்ட்டை பிடித்துவிட்டதை பாலுவும் உணர்ந்து கொண்டான். மௌனமாக வெறித்தான்.

“கோர்ட்டுக்கு எதுக்குண்ணே... எனக்குப் புரியல.”

"புரிஞ்சு என்ன பண்ணப்போறே?"

"அதுவும் சரிதான். ஆனா ஒரு குறுகுறுப்புண்ணே."

"உனக்கு குறுகுறுப்பு. ஆனா எனக்கோ அப்படியே எரியுது..."

"அண்ணே."

"பின்ன என்னடா? இருக்காரா இல்ல, செத்துட்டாரன்னே தெரியாத ஒரு அப்பா, அதனால பென்ஷனும் வரமாட்டேங்குது அப்பாவுக்கு வரவேண்டிய சேமிப்புப் பணமும் அப்படியே நிலுவையில இருக்கு... அதை எல்லாம் கேட்டுத்தான் சும்மா கோர்ட்ல கேஸ் போடணும்குது அக்கா..."

"அப்படியாண்ணே விஷயம் உங்கப்பா அப்ப சாகலையா?"

"செத்துருந்தா கூட இவ்வளவு குழப்பம் இல்ல. செத்துட்டானா இல்ல உயிரோடதான் இருக்கானாங்கறதே தெரியலைன்னா அது எவ்வளவு துர்பாக்கியம்?"

"எப்படிண்ணே... எப்படி இப்படி ஒரு நிலை வர முடியும்?"

"எப்படி வரமுடியுமா? வந்தாச்சுடா... இப்படிதான் இருபத்தொரு வருஷம் ஓடியிருக்கு. காட்டிலாகாவில வேலைக்குச் சேர். உனக்கும் எல்லாம் தெரியும்."

"அப்படின்னா?"

"அப்பா ஒருநாள் வேலை பாத்துகிட்டு இருக்கும்போது காட்டுல காணாம போய்ட்டாராம்."

"தேடிப்பாக்க வேண்டியதுதானே?"

"தேடாம இருப்பாங்களா... அப்ப அப்பாவோட டிரெஸ் மட்டும்தான் கிடைச்சிருக்கு... அதுலையும் ஒரே ரத்தக் கரையாம்."

"அப்ப மிருகங்க அடிச்சிடிச்சா..."

"அப்படித்தான் டிபார்ட்மென்ட்ல சொன்னாங்க. ஆனா உடம்பு கிடைக்கல."

"உடம்பை சிங்கம் புலிங்க சாப்பிட்டிருக்கலாம் இல்லையா?"

டப்பா படு வேகமாகவும் ஒரு பழக்கமாகவும் தான் கேட்டான். ஆனா அந்தக் கேள்வியை பாலுவால் ஜீரணிக்க முடியவில்லை. அதை அவன் கசந்து வழிந்த முகத்தின் சுருக்கத்தில் டப்பாவால் உணர முடிந்தது.

“சாரிண்ணே... ஒரு வேகத்துல...” என்று தலையைச் சொரிந்தான் டப்பா.

“நீ கேட்டதும் சரிதான். அப்படி சாப்பிட்டிருந்தாலும் உடம்போட சில பாகமாவது கிடைக்கணும்கறது டிபார்ட்மென்ட் அபிப்ராயம். ஆனா எதுவும் கிடைக்கல. அதனால அப்பா வரைல ஃபைல குளோஸ் பண்ணாம அப்படியே வெச்சிகிட்டு இருக்காங்க.”

“உங்கம்மா, உங்கப்பா உயிரோட தான் இருக்கறதா நம்பறாங்களா?”

“ஆமா... இல்லேன்னா அவ்வளவு பூவும் பொட்டும் எங்கம்மா வெச்சுப்பாங்களா என்ன?”

“நல்ல நம்பிக்கை தான்...”

என்னத்த நல்ல நம்பிக்கை, எல்லாமே வீணாப்போன நம்பிக்கை. உயிரோட அப்பா இருந்திருந்தா இந்த இருபத்தொரு வருஷத்துல எங்களை எல்லாம் பார்க்க அவருக்கு ஒரு தடவைகூட தோணாம போயிருக்குமா.”

“ஒருவேளை அவருக்கு வேற எதாவது ஆகியிருந்தா...”

“வேற எதாவதுன்னா...?”

“அந்த காட்டுல வீரப்பன் மாதிரி திருட்டுப் பசங்கள்ளாம் இருக்காங்களாண்ணே...”

“இருக்கலாம். யார்கண்டா? இந்தக் காலத்துல நாட்டை விட காட்டலதானே நல்ல வருமானம். அதனால நிறையவே இருக்கலாம்.”

"அப்ப அவங்க ஒருவேளை உங்கப்பாவைப் பிடிச்சு வெச்சுகிட்டு இருக்கலாம் இல்லையா?"

டப்பா போகிற போக்கில்தான் கேட்டான். ஆனால் அதில் கொஞ்சம் உண்மை இருப்பதுபோலதான் பாலுவுக்கும் தோன்றியது.

"இப்படி ஒரு கோணத்துல நான் யோசிச்சே பாக்கலடா டப்பா?"

"யோசிக்கணும்னே. எனக்கென்னவோ உங்கப்பாவுக்கு ஒரு பிரச்சனையும் இல்ல, அவர் சந்தோஷமா இருக்கறதாதான் என் மனசுக்கு படுது."

டப்பா சொன்னது கொஞ்சம் தேனாகவும் இனித்தது. கண்களில் ஒரு புது ஒளியுடன் அவனைப் பார்த்தான். அப்போது கடைக்குள் இருக்கும் அவனது செல்போனில் ஒரு அழைப்பு சப்தம்.

"அண்ணே... பார்ட்டி கூப்பிடுது. அனேகமா 4019-ஆம் நம்பர் வண்டிக்காரனாத்தான் இருப்பாருன்னு நினைக்கறேன்."

டப்பாவே பதிலோடு போய் செல்போனை எடுத்தான். ஆன் செய்து காதில் வைத்தான். மறுமுனையில் ஒரு அழகிய பெண்குரல்.

"ஹலோ பால்..."

"பாலா?"

"ஆமாம்... இது பாலுதானே?"

"நீங்க யாருங்க..."

"ஓ... அஸிஸ்டெண்ட் டப்பாவா?"

"ஹலோ... நான் டப்பான்னா நீங்க என்ன பீப்பாவா?"

"டேய் போனை உன் பாஸ்கிட்ட கொடுடா..."

“பாஸா... நாங்க என்ன கொள்ளக் கூட்டமா நடத்தறோம். பாஸ்கிட்ட கொடுங்கறே...”

“முண்டம். பாஸ்னா முதலாளின்னு அர்த்தம்.”

“மேடம் கொஞ்சம் ஒழுங்கா பேசுங்க, அப்புறம் நானும் கன்னாபின்னான்னு பேசிடுவேன்.”

“அப்படியா எங்க பேசு பார்ப்போம்...”

“வேணாம். அப்புறம் செல்போனே நாறிடும்.”

டப்பா பதிலுக்குப் பதில் தர பாலு செல்போனை அவனிடம் இருந்து பிடுங்கி “எவடி அவ...” என்று தான் ஆரம்பித்தான்.

“உம்... உன் பொண்டாட்டி.”

“பொண்டாட்டியா... எனக்குத் தெரியாம எனக்கு பொண்டாட்டியா?”

“ஏய் பாலு... டோன்ட் சீட் மேன்.”

“அட நம்ம ஷாலினி... ஷாலுக்குட்டி...”

“இப்பவாவது தெரிஞ்சிகிட்டியே... கொஞ்சம் உடனே கிளம்பி வா.”

“எங்க?”

“நான் இப்ப பூந்தமல்லி ஹைரோடுல தாசப்பிரகாஷ்கிட்ட வண்டி பிரேக் டவுனாகி நின்னுகிட்டு இருக்கேன்.”

“அதுக்கு நான் என்ன பண்ணணும்?”

“என்னடா கேள்வி இது... நீ ஒரு மெக்கானிக்தானே?”

“அப்படியா?”

“பாலு... என்னை தொராட்லவிடாதே. ப்ளீஸ் கொஞ்சம் சீக்கிரம் வா. நான் ஒரு முக்கியமான இன்டர்வியூவுக்குப் போய்கிட்டிருக்கேன்.”

“தாராளமா போ... உன்னை யார் வேண்டாம்னது?”

"வண்டிய என்ன பண்ண?"

"அப்படியே ரோட்டு ஓரமா போட்டுட்டு போ. அந்த டப்பாவை எவன் எடுப்பான்?"

"பாலு என் வண்டி ஒரு டப்பான்னா உன் வண்டிய என்னன்னு சொல்ல?"

"நீ என்ன வேணா சொல்லிக்க. எனக்கு அதுபத்தி கவலை இல்ல."

"டேய் இப்ப நீ வரப்போறியா இல்லையா?"

"ஒரு மெக்கானிக்கை எப்படி கூப்பிடணும்னு கூட உனக்குத் தெரியல. நான் விழுந்தடிச்சு ஓடி வரணுமாக்கும்?"

"இப்ப என்ன, நான் உன் காலில் விழணுமாக்கும்."

"நீ எதுக்கு என் காலில் விழணும். வேற ஆளைப் பார்த்துக்கோ பேசினது போதும். போனை வை."

டக்கென்று பாலு செல்போனை கட் செய்துவிட்டு தன் ராஜ்தூத்தைக் கிளப்பினான்.

"அண்ணே..."

"என்னடா... எதுக்குடா புறப்படும்போது கூப்பிடறே?"

"எங்க இவ்வளவு அவசரமா?"

"அது எதுக்குடா உனக்கு... நீ 4450 ஐ க்ளீன் பண்ணி வை நான் வந்துட்றேன்."

அடுத்த நொடி அந்த ராஜ்தூத் சீறியது. டப்பா மனதுக்குள் சிரித்துக் கொண்டான்.

"ஹிம் நம்ம அண்ணனுக்கும் ஒரு அண்ணி நான் இருக்கறதால அடிச்சிகிற மாதிரி பேசிக்கிறாங்க. இது எதுல போய் முடியுமோ?" என்று அவனிடம் முணுமுணுப்பு வேறு!

பூந்தமல்லி ஹைரோடு ஜேஜே என்று இருந்தது. சென்னை மாநகரின் பிரதானசாலை. அதிக வாகனங்கள் செல்லும் முதல்

பத்து சாலைகளில் ஒன்றும்கூட... அதில் தாசப்பிரகாஷ் ஹோட்டல் அருகில் சாலை ஓரமாக கையைப் பிசைந்து கொண்டு நின்றிருந்தாள், ஷாலினி. சுடிதார் துப்பட்டாவால் அவ்வப்போது முகத்து வியர்வையைத் துடைத்துக் கொண்டாள். அவள் அருகே அவளது புதிய ஸ்கூட்டி எவ்வளவு உதைத்தும் கிளம்ப மறுத்து செவிட்டுக் கழுதை போல நின்ற இடத்திலேயே நின்றபடி இருந்தது.

அவளை உரசிக் கொண்டு தன் ராஜ்தூரத்தை நிறுத்தினான் பாலு. அவள் அவனைக் குத்திவிடுவதுபோல பார்த்தாள். அவளிடம் அசட்டு சிரிப்பு.

"சிரிக்காதே... எனக்கு எரியுது."

"எனக்கும்தான. இன்னிக்கு வெயில் ஜாஸ்தி."

"பாலு... சீண்டாதே."

நான் எங்க சீண்டினேன். நீதான் நான் சொல்லச் சொல்ல கேக்காம இந்த மாதிரி டப்பா வண்டியை எல்லாம் வாங்கிட்டு எங்க உயிரை வாங்கறே..."

"லுக்... வாகனம்னா அது பிரேக் டவுன் ஆகத்தான் செய்யும். அட்டண்ட் பண்ணத்தான் மெக்கானிக்குங்க நீங்க இருக்கீங்க. சொல்லப் போனா வண்டி ரிப்பேர் ஆனாதான் உங்களுக்கு பொழப்பே..."

"அதை நானும் ஒத்துக்கறேன். ஆனா ரிப்பேர் ஆகாத வண்டில்ல இது?"

"என்ன உளற்றே..."

"நான் உளறலை. நீதான் உளற்றே. ஆமா இது வரைல வண்டிய ஓட்டிகிட்டுதானே வந்தே?"

நிச்சயமா... இங்க நிறுத்திட்டு அதோ அந்த STD பூத்துக்கு போய் எங்க ஆபீசுக்கு ஒரு லேண்ட் லைன் போன் பண்ணினேன்."

"சரி, திரும்பி வந்து வண்டிய ஸ்டார்ட் பண்ணா ஸ்டார்ட் ஆகலை. அதானே உன் கம்ப்ளைண்ட்."

"யெஸ்."

"சரி... நான் இப்ப ஒரே உதைல ஸ்டார்ட் பண்ணிட்டா."

"பண்ணு. அதுக்குதானே வந்துருக்க. அதானே உன் வேலையே."

"நான் ரிப்பேர் பண்ண பிறகுன்னே சொல்லல... இப்ப இதே கண்டிஷன்ல..."

"அடேங்கப்பா... நீ என்ன அவ்வளவு பெரிய மாயாவியா உன்னைப் பார்த்தாலே வண்டிங்க ஸ்டார்ட் ஆகறதுக்கு."

"சொன்னாலும் சொல்லாட்டியும் நான் மாயாவி தான். பாக்கறியா?"

"எங்க... அதையும்தான் பாக்கறேன்."

அவள் சொல்ல அடுத்த நொடி ஒரு சிறு உதையில அந்த ஸ்கூட்டி ஸ்டார்ட் ஆகிவிட ஷாலினி என்கிற அந்த பெண் மிரண்டு போனாள்.

"ஏய் பாலு... ரியிலி ஃபன்டாஸ்டிக்" என்றாள். பதிலுக்கு செல்லமாய் அவள் தலையில் தட்டிய பாலு, கீ போர்டைக் காண்பித்தான்.

"என்ன பாலு."

"நொண்ண பாலு. கீ போர்டுல கீயை ஆன் பண்ணாம உதைச்சா எந்த வண்டியாவது ஸ்டார்ட் ஆகமா?"

"ஓ... நான் கீயை ஆன்பண்ணலை. வாட் ஏ சில்லி மிஸ்டேக் சாரி சாரி வெரிசாரி..."

"நீ சாரி, நான் காக்கி பேண்ட்டு... போதும். சரி இப்ப உன் அவசர வேலையைப் பாக்க கிளம்பறியா?"

"தேங்க்யூ பாலு... இன்ஃபாக்ட்ட நான் இப்ப எங்க போறேன் தெரியுமா?"

"சாரி ஷாலினி... எனக்கு ஜோசியம் பாக்க தெரியாது.'"

"உனக்கு எப்பவும் கிண்டல்தான். இன்ஃபாக்ட் நான் இப்ப சிவன்மலை அடி வாரத்துல லிங்கப்பட்டிங்கற கிராமத்துக்குதான் போய்கிட்டிருக்கேன். சென்ட்ரல் போய் வண்டியைப் பார்க் பண்ணிட்டு ட்ரெய்ன்ல போகணும்."

"அவள் சிவன்மலை என்கிற வார்த்தையைப் பயன்படுத்தவும் பாலு முகத்தில் ஒரு திடுக்."

"பாலு... வாட்ஹேப்பண்ட்."

"சிவன் மலைக்கா போகப் போறேன்னு சொன்னே?"

"நோநோ... சிவன்மலை அடிவாரத்துல லிங்கப்பட்டின்னு ஒரு வில்லேஜ் அங்க பொன்னின்னு ஒரு ஆறு வயசுப் பொண்ணு இருக்கா. அந்த பொண்ணு சொல்ற அருள் வாக்குப்படியே எல்லாம் நடக்குதாம். அவ கை பட்டா பட்ட மரம் கூட துளிர்த்திடுமாம். ஆவளைப் பார்த்து பேட்டி எடுக்கத்தான் போய்கிட்டிருக்கேன்."

பாலு அவளுக்குப் பதில் ஏதும் கூறாமல் முகம் செத்துப்போனான்.

"பாலு... உன்னைத்தான், என்னாச்சு உனக்கு?"

"ஒண்ணுமில்ல... சிவன்மலைன்ன உடனே எனக்குள்ள எவ்வளவோ எண்ணங்கள். அதைவிடு. ஆமாம் நீ தனியாவா போறே?"

"நோ... நோ. போட்டோகிராபர் ஜான்சன் கூட வர்றார். அவர் ஸ்டேஷன்ல எனக்காக காத்துக் கிட்டிருக்கார்..."

"ஓ.கே. நீ போய்ட்டு வா. நான் கிளம்பறேன்."

"ஆமா நீ இந்த அருள்வாக்கு பத்தி எல்லாம் என்ன நினைக்கறே?"

"இப்ப எதுக்கு அந்தக் கேள்வி..."

"நான் போறதே அதுக்காக தானே?"

"என்ன ஷாலினி சொல்றே?"

“லிங்கப்பட்டிங்கற ஊர்ல ஒரு சின்னப் பொண்ணு அருள்வாக்கு சொல்றான்னு இப்பதானே சொன்னேன்.”

“ஓ... உன் பத்திரிகைக்கு அந்த பெண்ணை பேட்டி எடுக்கணுமாக்கும்?”

“இது ஒண்ணும் சம்பிரதாயமான பேட்டி கிடையாது பாலு. அந்த பெண்ணோட உள்ளையும் புறத்தையும் அலசி ஆராயப் போறேன்.”

“பார்த்து... இந்த மாதிரி கேசுங்க பெரும்பாலும் ஃப்ராடு பேர்வழிகளா இருப்பாங்க. நீ அவங்கள புரிஞ்சகிட்டது தெரியவந்தா பதிலுக்கு அவங்க எந்த எல்லைக்கும் போவாங்க.”

“தேங்க்ஸ் பாலு. உன்கிட்ட நான் இந்த அக்கறையைத்தான் எதிர்பார்த்தேன். சரி நான் கிளம்பட்டுமா?”

“உனக்கு முந்தி நான் புறப்படறேன். உன்னால இன்னிக்கு கிட்டத்தட்ட ஒரு மணி நேரம் எனக்கு வேஸ்ட்...”

பாலு தன் ராஜ்தூத்தில் ஒரே தாவு தாவி ஏறி லாவகமாக ஒரு உதை. அது கஞ்சா அடித்த எருமை கணக்காக சீறத் தொடங்கியது!

அத்தியாயம் 25

'சிவபிரான் தன் கழுத்தில் நாகத்தை ஆபரணமாகச் சூடியிருப்பவர். இடையில் புலித்தோலை ஆடையாக உடுத்தியிருப்பவர். நூலாடை இருக்க எதற்கு தோலாடை என்கிற எண்ணம் எழலாம். அதேபோலத்தான் நாகாபரணம் குறித்தும் சிந்தனை எழும். பொதுவில் நமது இறைவர்களைக் கூர்ந்து நோக்கினால் அவர்கள் வாகனமாக மாடு, கருடன், மயில், சிங்கம் முதலான மிருகங்கள் இருப்பது தெரியவரும்.

தேவரூபம் ஆனால் அணிகலன்கள், வாகனங்கள் இவைகளில் மாறுபட்ட நிலை. இதை சூட்சுமமாகவே விளங்கிக்கொள்ள வேண்டும்.

இந்த உலகில் மனிதனும், சில தாவர பட்சிணிகளுமே மண்ணில் விளைவதை உண்டு உயிர்வாழ்பவை. ஆனால் காட்டு விலங்குகள் முதல் பாம்பு முதலான உயிரினங்கள் பிற உயிரினங்களையே உண்டு வாழ்பவை. பிற உயிரினங்களை உண்டு உயிர் வாழ்பவையிடம் துளியும் கருணை என்பதோ அன்பென்பதோ இராது. அவை இந்த உலகிற்கு எவ்வகையிலும் பயன்படுகிறவையும் அல்ல. ஆனால் தாவரங்களை உண்டு வாழும் யானை, பசு, மாடு, குதிரை, கழுதை போன்றவை மனித இனத்துக்குப் பயன்படுகிறவையும் கூட. இதனால் இவைகள் கருணை, அன்பை அறியாவிடினும் மனிதன்

இவைகள்மேல் கருணையும் அன்பும் கொள்வதில் இவைகளும் ஆட்படுகின்றன.

மொத்தத்தில் உயிரினங்களையே உண்டு வாழ்பவை அசுர கணங்களாகும். தாவரங்களை உண்டு வாழ்பவை தேவகணங்களாகும். அப்படிப்பட்ட அசுர கணங்களை அடக்கி ஆளும் வல்லமைமையே இறைவர்களின் உடைகளும், வாகனாதிகளும் மற்ற அம்சங்களும் நமக்கு உணர்த்துகின்றன. சிவத்தின் நாகாபரணம் அம்மட்டில் கண்டத்தைக் தாண்டாது. சிவத்தை வணங்குகின்றவர்களும் புலி போன்ற மனிதர்களின் துன்பங்களை வெல்ல வல்லவர்கள் என்பது இதன் உட்பொருள்!'

லிங்கப்பட்டி!

சிறிய கிராமம். எல்லா இந்திய கிராமங்களைப்போல குடிசைகளும் ஓட்டு வீடுகளுமாகத்தான் இருந்தது. ஆனால் மலை அடிவாரத்து ஊர் என்பதால் குளுகுளுவென்கிற ஒருவித சூழல் நிலவிக் கொண்டிருந்தது. ஊருக்குள் மண் சாலைகள் தான்... அவைகளின்மேல் எங்கு பார்த்தாலும் பசு மாட்டுக் கூட்டம்.

ஒரு மணி நேரத்துல ஒரு டவுன்பஸ்! பக்கத்து டவுனில் இருந்து ஜனக்கூட்டம் பிதுங்கி வழிய வந்துவிட்டுப் போகும். வேறு மார்க்கங்கள் இல்லை. ஷாலினியும் ஜான்சனும் ஒரு வாடகை காரில் லிங்கப்பட்டிக்குள் நுழைந்தபோது லேசாக மழைகூட வரும்போலத் தோன்றியது.

வழியிலேயே பொன்னியின் வீட்டுக்கு எப்படிச் செல்வது என்று சிலரிடம் கேட்டபோது, அவர்கள் சிரித்தபடியே “நேரா போங்க... நிறைய காருங்க எங்க நிக்குதோ அங்கதான் ஆத்தா வீடு.” என்றனர். அதேபோல புழுதிச்சாலை ஒன்றில் நுழைந்து போனபோது ஒரு குடிசை முன்னால் அங்கங்கே நிறைய கார்கள்.

ஷாலினியும் ஜான்சனும் இறங்கிக் கொண்டனர்.

ஜான்சன் தன் கேமராவை லோட் செய்துகொண்டு ஃப்ளாஷ் ஒர்க் ஆகிறதா என்றும் பார்த்தான். அப்படியே பொன்னி வீட்டு குடிசை முன்போய் நின்றபோது, அவனுக்கு நிறையவே அதிசயங்கள் காத்திருந்தன.

குடிசைக்குப் பக்கத்தில் ஒரு பெரிய வன்னி மரம். அதற்குக் கீழ் ஒரு மண் திண்ணை. அதன்மேல்தான் பொன்னி உட்கார்ந்திருந்தாள். மஞ்சள் நிறத்தில் பாவாடை சட்டை, நீண்ட தலைமுடி. நெற்றியில் பட்டையாக விபூதி. நடுவில் துளி குங்குமம், கண்களில் ஒரு தனிப்பிரகாசம். உடல் முழுக்க மாதுளம்பூவின் நிறம். தோற்றமே சுண்டி இழுத்தது. அருகில் சற்று தள்ளி முத்துப்பிள்ளை உட்கார்ந்திருந்தார். ஒவ்வொருவராக பொன்னியிடம் அருள்வாக்கு கேட்டபடி இருந்தனர்.

ஆனால் பொன்னி சற்று விளையாட்டாகத்தான் தெரிந்தாள். நடுநடுவே "தாத்தா தூக்கம் வருது." என்று முத்துப்பிள்ளையைப் பார்க்கவே ரொம்ப தூரத்துல இருந்து வந்திருக்காங்க." என்று அவளைச் சமாதானப்படுத்திக் கொண்டே இருந்தார்.

அவளும் திருநீற்றைத் தருவதும் சிலரைப் பார்த்து சிரிப்பதுமாக இருந்தாள். சிலர் அவள் எதிரில் நின்று ஏதாவது கூறமாட்டாளா என்று ஏக்கத்துடன் பார்த்தனர். ஒருவர் அவராகவே "ஆத்தா எனக்கு குழந்தை பாக்கியம் வேணும்" என்று கோரிக்கை வைத்தார்.

"நீ" குடும்பத்தை தவிக்கவிட்டுட்டு சாமியாரா போறேன்னு போனவன். அப்படி சாமியாராபோயி சாமியாராவும் முழுசா இல்லாம ஊரை ஏமாத்தினவன். பொறுப்பில்லாம ஏமாத்தின உன்னை இந்த ஜென்மமும் ஏமாத்துது. உனக்கு குழந்தை பிறக்காது... போ." என்று முகத்தில் அடித்த மாதிரி கூறினாள். அவர் முகம் செத்துவிட்டது. இறுதியாக ஷாலினி முறைவந்தது. ஷாலினி எல்லோரையும் போல பொன்னியைக் கும்பிட்டெல்லாம் வழியவில்லை.

"ஹலோ..." என்றாள் பத்திரிகையாளர்களுக்கு உரிய தோரணையோடு.

பொன்னி பதிலுக்கு வெறித்துப் பார்த்தாள். முத்துப்பிள்ளை இப்போது வேகமாக முன்வந்தார்.

"நாங்க சென்னை பிரபல பத்திரிகை ஒன்றுல இருந்து வர்றோம். உன்னைப்பத்தி சென்னைல கூட பேசிக்கறாங்க. நீ சொன்னா சொன்னபடி நடக்குதாம். நீ சாமியோட அம்சமாம். என்னென்னமோ சொல்றாங்க. அதான் உன்னை பார்த்து பேட்டி எடுத்துட்டுப் போக வந்தேன்." என்று நேராக விஷயத்தைத் தொட்டாள் ஷாலினி. அதற்குள் ஜான்சன் பொன்னியை ஒரு நாலைந்து ஸ்நாப் எடுத்து விட்டான். பொன்னி அப்போதெல்லாம் கண்களை வெளிச்சம் கூசியதால் மூடிக் கொண்டாள்.

ஷாலினியும் ஜான்சனைப் பார்வையாலேயே தடுத்துவிட்டு திரும்பவும் அவளிடம் ஊன்றினாள். பொன்னியும் ஒரு தாமரை மலர்ந்ததுபோல சிரித்தாள்.

"உன் பேர் என்னம்மா?"

"பேர் இல்லாமதான் என்னை உங்க ஊர்ல எல்லாரும் தெரிஞ்சு வெச்சிருக்காங்களா?" பொன்னி அப்படி அசாதாரணமாக மடக்குவாள் என்பது ஷாலினிக்குத் தெரியாது. திணறி விட்டாள்.

"சரி... திணறாதீங்க என்பேர் பொன்னி" என்றாள். ஷாலினிக்கும் ஒரு தெம்பு வந்த மாதிரி இருந்தது.

"ஆமா நீ எப்படி இப்படி அருள் வாக்கு சொல்றே?" - இது ஷாலினியின் அடுத்த கேள்வி.

"நான் அப்படி எல்லாம் சொல்லலையே..."

"என்னது... நீ அருள்வாக்கெல்லாம் சொல்றதில்லையா?"

"ஆமா அருள் வாக்குன்னா என்ன?"

"எது நடக்குதோ அதெல்லாம்தான்."

"அப்படின்னா நான் சொல்றதெல்லாம் நடக்குதா?"

"என்னம்மா... நடக்காமதான் இவ்வளவு கூட்டமா?"

“கூட்டம் எதுக்குதான் கூடாது. கூட்டத்தை வெச்செல்லாம் எடைபோடக்கூடாது.”

“இப்படி தெளிவா பேச உனக்கு யார் சொல்லிக் கொடுத்தா?”

“சாப்பிடத் தூங்க யாராவது கத்துக் கொடுக்கறாங்களா? அப்படித்தான் இதுவும்.”

இந்த பதிலும் ஷாலினியைக் கொஞ்சம் மிரட்டியது. அதுவரை பொறுமையாக இருந்த முத்துப்பிள்ளை இப்போது தானாக முன்வந்து ஷாலினியிடம் பேசினார்.

“அம்மாடி... உங்களுக்கு என்பேத்தி வரைல என்ன தெரியணும்?”

“இல்ல... இவசொல்றது பலிக்குதுங்கறாங்க. பலிக்கறது எதுவோ அதை இவ சொல்றான்னும் சொல்றாங்க. நாங்க புலனாய்வுப் பத்திரிகைக்காரங்க. ஆகையால் உங்க பேத்தி வரைல உண்மைகளைத் தெரிஞ்சுக்க வந்துருக்கோம்.”

“எந்த உண்மையைத் தெரிஞ்சு என்ன பண்ணப் போறீங்க?”

“அதான் பத்திரிகைக்காரங்கன்னு சொன்னேன்ல பத்திரிகைல எழுதுவோம்.”

“எதுக்கும்மா இதை எல்லாம் எழுதணும்.”

“எல்லாருக்கும் தெரியத்தான்...”

“இப்ப இவங்கல்லாம் தெரியாமத்தான் வந்துருக்காங்களா?”

“இவங்க பக்கத்து ஊரா இருக்கலாம். நாங்க எழுதினா உலகம் பூரா தெரியவரும்.”

“வேண்டாம்மா... யாருக்கும் எதுவும் தெரிய வேண்டாம். என் பேத்திக்கு இதெல்லாம் கொஞ்சம்கூட பிடிக்கலை. நான்தான் ஏதோ நம்மாலான உதவின்னு இதைத் தூண்டி வேலை வாங்கிகிட்டு இருக்கேன். நாங்க யார்கிட்டையும் கால் காசு வாங்கறது இல்லை. பாத்துருப்பியே.”

"அதெல்லாம் சரி... இவ்வளவு சின்ன வயசுல இந்தப் பொண்ணுக்கு எப்படி இப்படி ஒரு சக்தி."

"எல்லாம் இந்த சிவன் மலைக்காட்டு சித்தர்கள் அருள்தாயி. அதுக்கும் மேலா இந்த ஆகாச லிங்கத்தையும் சேத்துக்கோ."

"ஆகாசலிங்கம் சித்தர்கள்... இவர்களெல்லாம் எங்க இருக்காங்க."

"என்னதாயி கேள்வி இது? தென்னந்தோப்புக்குள்ள நின்னுகிட்டு தேங்கா எப்படி இருக்கும்னு கேட்கிற கதையா இருக்கு. சிவன் மலையில தான் தாயி சாமிங்க இருக்காங்க..."

"அது சரி... எல்லாரை பத்தியும் ஏதாவது சொல்றியே... என்னைப் பத்தி என்ன சொல்லுவே...?" - ஷாலினி பொன்னியை மடக்கிவிட்டது போல பார்த்துக்கேட்டாள்.

"என்ன சொல்லணும்?"

"என்னைக் கேட்டா... நீதான் சாமியாச்சே. நீயே சொல்லு பார்ப்போம்."

"ஒழுங்கா சாவிய திருகத் தெரியல உனக்கு. நீ என்னைப் பார்த்து கேள்வி கேக்கறியா?" – பொன்னி அப்படிக் கேட்டதும் ஷாலினிக்குப் பகீர் என்றது.

சென்னையில் ஸ்கூட்டியோட சாவி போட மறந்தது இங்கே பொன்னிக்கி எப்படி தெரியும் என்பதுபோல பார்த்தாள். ஜான்சன் கூட அதிர்ந்து போயிருந்தான். அப்போது எங்கிருந்தோ ஒரு குரங்கு ஓடிவந்து அவள் முன் நின்றது. அதைப்பார்க்கவும் "ஹை அனுமந்தன்..." என்றவள் அதன் பின்னாலேயே எழுந்து போய்விட்டாள்.

ஷாலினிக்கு ஏமாற்றமாகிவிட்டது.

"என்னம்மா... என்பேத்தி பேச்சு உன் மனசை தெச்சிடிச்சா..."

முத்துப்பிள்ளை வருடித்தருவது போல கேட்டார்.

ஆமாங்க. நான் ஒண்ணும் கெட்ட நோக்கத்தில் எதுவும் கேட்கல. புரிஞ்சுக்கததான் கேட்டேன்.

"கவலைப்படாதே... அடிக்கடி வந்து போ. நம்பிக்கை வை. மூளை இருக்குன்னு எதையாவது குயிக்தியா யோசிச்சு கேட்டா, ஆத்தா முளைலயே கிள்ளிடுவா."

"என்ன அத்தாவோ... ஊர்ல ரொம்பபேர் இப்படித்தான் பண்றாங்க. எதுவும் பித்தலாட்டம் இல்லாம இருந்த சரி..."

ஷாலினி முணுமுணுக்க முத்துப்பிள்ளைக்கு முகம் இருண்டு விட்டது.

"ஏம்மா இப்படி எங்களைத் தேடிவந்து சங்கடப்படுத்தறீங்க. நாங்களா உங்களைக் கூப்பிட்டோம்..." – என்று கண்கலங்கினார்.

"சாரிங்க... நான் தப்பா ஏதாவது பேசியிருந்தா மன்னிச்சிடுங்க." – என்றவளாக ஷாலினி ஜான்சனைப் பார்த்தாள்.

"என்ன ஷாலு."

"என்ன செய்யலாம். தங்கி திரும்ப சந்திப்போமா?"

"இல்ல ஷாலு... இந்த பொண்ணு ஒண்ணும் அவ்வளவு பெரியவ இல்ல பார்த்தியா குழந்தைத்தனம் இன்னமும் மாறவே இல்லை."

"ஆனாலும் அதுக்கு நடுவுல அவபேசினது..."

"அதுக்கு எக்ஸ்போஷர் தான் காரணம். எவ்வளவு டி.வி. சேனல் எவ்வளவு நிகழ்ச்சிங்க."

ஷாலினிக்கு அவன் பதில் திருப்தியைத் தரவில்லை. அதேவேளையில் எதிர்பார்த்து வந்தபடி சூடாக ஒரு விஷயம்கூட கிடைக்காத ஒரு குறை மனதைக் குத்தியது. அப்போது திரும்பவும் பொன்னி அங்கு வந்தாள். அவள் கைகளில் அந்த குரங்கு இருந்தது. வந்தவள் அதை வருடிக்கொடுத்தபடியே. ஷாலினியைப் பார்த்துக் கவனமா போ... உன்னை மரணம் துரத்தினாலும் துரத்தும்..." என்றாள்.

ஷாலினிக்கு சப்த நாடியும் நின்றுவிட்டது.

ஜான்சன் தான் தெம்பைத் தந்தான். பொன்னி அப்படிச் சொன்னதோடு சரி... திரும்பவும் குரங்குடன் போய்விட்டாள். முத்துப்பிள்ளை மட்டும் நிஜமான வருத்தத்தோடு பேசினார்.

"தாயி... கவனம் தாயி. என் பேத்தி இப்படி ஒரு குறியை இதுவரைக்கும் சொன்னதில்ல... கவனமா போங்க." என்றாள்.

"அப்ப எனக்கு எதாவது ஆபத்து நேருமுன்னு சொல்றீங்களா?"

"நான் எங்கம்மா சொன்னேன். ஆத்தால்ல சொன்னா..."

"அப்ப சரி... அப்படி மட்டும் எதாவது நடக்கட்டும். உங்க பேத்தியை நானும் ஆத்தான்னு ஒத்துக்கறேன். இல்லாட்டியும் பரவால்ல மட்டைக்கு நாலுகீத்தா கிழிகிழின்னு கிழிச்சிப்பிடுவேன்."

ஷாலினி ஒரு சவாலைப்போல சொல்லிவிட்டு ஜான்சனையும் பார்வையாலேயே அழைத்துக்கொண்டு திரும்பி நடந்தாள். காத்துக் கொண்டிருந்த வாடகை காரிலும் ஏறினாள். ஜான்சனும் ஏறிக்கொள்ள காரும் புறப்பட்டது. ஜான்சன் சிரித்தபடியே.

"நீ ரொம்ப அவசரப்பட்டுட்டே ஷாலு..." என்றான்.

"எப்படி?"

"இன்னும் பக்குவமா பேசியிருக்கலாம். சின்னக் குழந்தை அவ... அவளை பேச்சுல மடக்கி பொட்டலம் கட்டி வெச்சுக்க உனக்கு தெரியல..." என்றபடியே காரைக் கிளப்பச் சொன்னான். காரும் புறப்பட்டது.

"நேரா டவுனுக்குதானே?"

"ஆமாம். இனி இந்தப் பட்டிக்காட்டுல என்ன வேலை?" – என்று சிணுங்கினாள் ஷாலினி.

"டிரைவர் நல்லா வேகமா போ. எங்க எப்படி மரணம் துரத்துதுன்னு நானும் பாக்கறேன்." ஜான்சனும் ஒரு தினுசாகத் துரிதப்படுத்தினான்.

காரிடம் நல்ல வேகம்... பக்கவாட்டில் அகண்ட சிவன்மலை. ஜன்னல் வழியே அதன் பனி பூசிய காற்று.

கண்ணாடியை ஏற்றிவிட்டுக் கொண்டாள் ஷாலினி.

ஜான்சன் முகத்தில் ஒரு சிரிப்பு அழையாமல் ஒட்டிக் கொண்டிருந்தது.

“டிரைவர் வண்டியை எங்கேயும் நிறுத்தாதே... சென்னை போய் ஷாலினியை அவங்க வீட்டு வாசல்ல இறக்கிவிடறவரை எதுக்காகவும் வண்டி நிற்கக் கூடாது...” – என்று ஜான்சன் ஒரு கட்டளையும் விதித்தான். ஷாலினி அதைக்கேட்டு சிரித்தாள்.

“என்ன ஷாலினி... நான் சிரிக்கறதுல ஒரு அர்த்தம் இருக்கு... நீ எதுக்கு சிரிக்கறே?” என்று ஜான்சனும் கேட்டான்.

“அது என்ன ஜான்சன்... நீ சிரிச்சா அர்த்தம். நான் சிரிச்சா அர்த்தம் இருக்கக் கூடாதா?”

“ஓ.கே. எதுக்குச் சிரிச்சேன்னு சொல்...”

“நீ முதல்ல சொல்...”

“அந்தப் பொண்ணு... அதோட எச்சரிக்கை. இதை எல்லாம் நினைச்சேன். சிரிப்பு தானா வந்திடிச்சு.”

“எச்சரிக்கை நமக்கு பயத்தைத் தரணும். இல்லை கோபத்தைத் தரணும்... உனக்கு சிரிப்பைத் தர்றது ஆச்சரியமா இருக்கு.”

“பயந்தா நான் அந்த பொண்ணு சொல்றத நம்பிட்றவன் ஆயிட்றேன்... கோபம் வந்தா நான் பாதிக்கப்பட்டவன் ஆயிட்றேன். சிரிச்சாதான் நான் சரியா நடந்துக்கறவன்.”

“அப்ப நீ அந்த எச்சரிக்கையை நம்பலை...!”

“நூறு சதம் நான் அதை நம்பலை...”

“அப்ப எதுக்கு காரை நிறுத்தாம போகச் சொன்னே...?”

“அது... அது... ஒருவேளை வழியில யாராவது வேணும்னே நம்மை டிஸ்டர்ப் பண்ணப் பார்க்கலாம். அதைத் தவிர்க்கத் தான்...”

“யாராவதுன்னா?”

“வெளிப்படையாவே சொல்றேன். இந்த பொன்னி வகையறாக்களே நமக்கு எதாவது பிராப்ளம் கிரியேட் பண்ணலாம் ஏன்னா அவளோட அருள்வாக்கு உண்மையாகணுமே?”

“நிக்காம நாம் போனா எல்லாம் சரியாயிடுமா?”

“ஒரு எச்சரிக்கைதான்...”

“பாதிக்கப்படலைன்னே... இதெல்லாம் பாதிப்பு இல்லாம வேற என்ன?”

“சரி என்ன நினைக்கற. அந்த பொண்ணு சொன்னமாதிரி நடக்குமுன்னா.”

“நான் ப்ளெயினா இருக்கேன். என்ன நடக்குதுன்னு பாக்கப்போறேன். நடந்தா எப்படி எதனால நடந்ததுன்னு கேட்டுப்பேன். நடக்கலைன்னா அந்த பொண்ணு சொல்றது ப்ளுக்குன்னு முடிவுக்கு வருவேன். தட்ஸ் ஆல்!”

ஷாலினி தலைமுடியை ஒதுக்கிக் கொண்டே தோளைக் குலுக்கிக்கொண்டு சொன்னவிதம் இன்றைய இளம் பெண்களே இப்படித்தான் என்கிற மாதிரி நினைக்க வைத்தது.

காரும் சிவன்மலைச் சரகத்தில் நுழைந்திருந்தது. அடிவாரப் பரப்பில் வளைவான சாலைகள். இரு புறமும் திமுதிமுவென்று மரக் கூட்டம். நிறைய மலைஜனங்கள் உதிர்ந்து விழுந்த சுள்ளிகளைக் கட்டாய் கட்டி தலையில் சுமந்தபடி சென்று கொண்டிருந்தனர். சிலர் தேன் குடுவைகளுடன் தேன் பிழிவதற்கும் சிலர் காட்டு நாய்களுடன் முயல் வேட்டைக்குமாகச் சென்றபடி இருந்தனர்.

காரிடம் நல்ல வேகம்! பல கிலோமீட்டர்கள் கடந்த நிலையில் அதனிடம் ஒரு திணறல். தேங்கித் தேங்கி ஒரு கட்டத்தில் அடைத்துக் கொண்டது போல நின்றுவிட்டது.

“என்னாச்சு டிரைவர்?”

“ரேடியேட்டர்ல தண்ணி இல்லாத மாதிரி தெரியுதுங்க...”

“இதெல்லாம் புறப்படும்போதே கவனிக்கறதில்லையா?”

“கவனிக்காம இருப்பேனா... இதெல்லாம் நம்ம கைல இல்லம்மா. எப்பவும் வண்டிய கிளப்பும்போது எத்தனை மணிக்கு போகும்னு கேக்கறது... நிக்காம போங்கறது இதெல்லாம் இப்படிதாங்கம்மா முடியும்...”

“இது என்ன புதுசா இருக்கு?”

“உங்களுக்கு எல்லாம் புதுசுதான். ஓட்ற எங்களுக்குத்தானே வண்டி ராசி எப்படின்னு தெரியும்...”

டிரைவர் முனங்கியபடி இறங்கி பானட்டைத் திறந்தான். குபீர் என்று முகத்தில் அறைந்தது நீராவிக்காற்று.

“நான் நினைச்சது சரிதான். ரேடியேட்டர்ல தண்ணி இல்ல. இப்ப தண்ணி வேணும்.” என்றான் பின்பக்கம் சென்று டிக்கியைத் திறந்து ஒரு வாட்டர் கேனை வெளியே எடுத்தான்.

ஜான்சன் புரிந்துகொண்டான்.

“என்னப்பா எங்கன்னு போய் தண்ணி தேடுவே?”

“அதுசரி சார். அதுக்காக உக்காந்துகிட்டிருந்தா வண்டி கிளம்பிடுமா... இப்ப தண்ணி வேணுமே...”

“இப்ப பார்த்து யாரும் கண்ணுல படலை பார்...”

“அவசியமில்ல சார். இந்த பக்கம் நிச்சயமா எங்கையாவது தண்ணி இருக்கும். பாருங்க எவ்வளவு பசுமையா இருக்கு. இந்த காடு. ஓடையோ இல்லை ஏரியோ அதுவுமில்லை சுனையோ நிச்சயமா இருக்கும். அப்படி இல்லாட்டி இப்படி ஒரு பச்சையை இந்தப் பக்கத்துல பார்க்க முடியாது...”

டிரைவர் இயற்கையைப் புரிந்து வைத்திருப்பவன்போல பேசியபடியே அப்படியும் இப்படியும் பார்த்தான். எந்தப் பக்கமாகச் செல்வது என்பதில் குழப்பம்.

“என்னய்யா...?”

"எந்தப் பக்கம் போகலாம்னு பாக்கறேன்."

"நீ பாட்டுக்கு எங்கையாவது போய் எங்களைத் தேட வெச்சுடாதய்யா..."

"அப்ப நீங்களும் என்கூட வாங்க..."

"அதுசரி... ஏற்கெனவே பிரச்சனை வரும்னு அந்த சின்னப் பொண்ணு சங்கு ஊதியிருக்கு. இதுல காட்டுக்குள்ளபோய் வசதியா மாட்டிக்க சொல்றியா?"

"சரி... காருக்குள்ள உக்காந்துருங்க. வந்துட்றேன்."

டிரைவர் பதிலோடு பக்கத்து சரிவில் இறங்கி புதர்களில் மறைந்தும் போனான். மிகமிக அமைதியான சூழல். பட்சிகளின் குரலைக்கூட கேட்க முடியவில்லை. கெடிகாரத்தைப் பார்த்த ஜான்சன் மணி மதியம் மூன்று என்பதைத் தெரிந்து கொண்டான். உள்ளே அமர்ந்திருந்த ஷாலினி புழுக்கம் தாங்காமல் இறங்கி வெளியில் நின்றாள்.

"உள்ள உட்கார முடியலையா?"

"ஆமாம் ஒரே புழுக்கம்."

அவள் சோம்பல் முறித்தபடி சொன்னாள். அப்போது "சார்ர்ர்..." – என்கிற டிரைவரின் குரல் காட்டுக்குள் இருந்து பயங்கரமாக ஒலித்தது.

"ஜான்சன் இது டிரைவர் குரல்தானே?"

"ஆமாம் ஷாலினி... எதுக்குக் கத்தறான்னு தெரியலியே..."

"சார்ர்ர்... சீக்கிரமா வாங்க சார்..." என்று திரும்பவும் அவனிடம் இருந்தே அழைப்பு.

"ஷாலினி அவனுக்கு ஏதோ ஆபத்துபோல... அதான் கத்தறான். நீ காருக்குள்ள இரு வந்துட்றேன்..." ஜான்சன் டிரைவர் இறங்கிச் சென்ற சரிவில் இறங்கி புதர்களில் புகுந்து மறைந்தும் போனான்.

ஷாலினிக்கு கருக்கருக்கென்றிருந்தது.

பயம் அவள் முகத்தில் மெல்ல பரவத் தொடங்கிவிட்டது. அப்போது சற்று தூரத்தில் ஒரு பச்சைப் பாம்பு. ஒரு கிளையில் இருந்து இன்னொரு கிளைக்கு சீற்றத்துடன் பாய்ந்து செல்வது கண்ணில் பட்டுவிட இதயத்திலும் தாறுமாறான துடிப்பு. கதவைத் திறந்துகொண்டு காருக்குள்போய் உட்கார்ந்துகொண்டு கண்ணாடியையும் ஏற்றி விட்டுக்கொண்டாள். அப்படியே படபடப்போடு உட்கார்ந்து விட்டாள் நேரம்தான் ஓடியது... புறத்தில் இருந்து ஒரு சலனமும் இல்லை. முதலில் போன டிரைவர் அடுத்து சென்ற ஜான்சன் இருவருமே என்ன ஆனார்கள் என்பது தெரியவில்லை. காருக்குள்ளேயே உட்கார்ந்திருக்க அவளுக்கும் என்னவோ போல் இருந்தது. புழுக்கத்தில் வியர்வை துளிர்த்து தோள்பட்டையெங்கும் ஈரமாகியது. மெல்ல கண்ணாடியை இறக்கி விட்டுக்கொண்டு பார்த்தாள். இருந்தும் அசௌகர்யமாக உணர்ந்தவள் காரை விட்டு இறங்கி சாலையில் நின்றாள். அவள் எதிரில் சில அடி தூரத்தில் குரங்கு ஒன்று தாவிக்குதித்து ஓடி மரக்கிளை ஒன்றின்மேல் விறுவிறுவென்று ஏறியது. அதைப்பார்க்க சற்று ஜாலியாகவும் இருந்தது. பயமாகவும் இருந்தது. நகம்கடிக்கத் தொடங்கினாள். அப்படியே கார்மேல் சாய்ந்து நின்றாள். திரும்ப கெடிகாரத்தைப் பார்த்தாள். அரைமணி நேரமாக அந்த ரோட்டின் மேலேயே நின்று கொண்டிருப்பது அப்போது தான் அவளுக்குத் தெரிந்தது.

“ஐயோடா...” என்று கையை உதறிக் கொண்டாள். பரிதவித்தாள். அந்த சாலைமேல் ஒரு ஈ காக்கை இல்லை. ஒரு வாகனம் கூட வரவில்லை. அதேசமயம் கிழக்கு பக்கமா ஒரு மலைமுகட்டில் தலை வகிடு போன்ற பாதை ஒன்றில் வரிசையாக சில சித்தர்கள் நடந்து செல்வது அவள் கண்களில் பட்டது.

கேமராவை எடுத்து ஜூம் அட்ஜஸ் செய்து அவர்களைப் படம்பிடித்துக் கொண்டாள். திரும்பவும் ஜான்சனும் டிரைவரும் போன திசையைப் பார்த்து முகம் சுணங்கினாள். சட்டென்று

அவளுக்குள் ஒரு எண்ணம். கார் ஹாரனை அழுத்திதான் தவித்துக் கொண்டிருப்பதை உணர்த்தினால் என்ன என்று தோன்றியது. ஒரு வேகத்தில் எதிர்விளைவை பற்றிக் கவலையேபடாமல் கார் ஹாரனை அழுத்தினாள்.

பாம்ம்ம்... பாம்ம்ம்...

சப்தம் எட்டுதிக்கும் எதிரொலித்தது. பலமரங்களில் பறவைகள் வானம் ஏறி சடசடத்தன. அங்கங்கே புதர்களில் சலசலப்பும் தெரிந்தது. பல இடங்களில் புதர்களுக்குள் படுத்துகிடந்த புள்ளிமான்கள் துள்ளி எழுந்து ஓடின.

முற்றிலும் எதிர்பாராத நிலையில் காட்டுமாடு ஒன்று... பருத்த திமிலும் விடைத்த கொம்புமாய்... பொன்னி தன் அருள்வாக்கின்போது சொன்னது போலவே ஒரு புதரில் இருந்து வெளிப்பட்டது. ஷாலினியும் ஹார்ன் அடிப்பதை நிறுத்தினாள். அந்த மாடு ஜல்லிக்கட்டில் இறங்க வேண்டியது. அதனிடம் அப்படி ஒரு ஊட்டம். கழுத்தில் சலங்கை மணி கட்டப்பட்டிருந்தது. யாரோ அதை வளர்க்கிறார்கள் என்பது தெரிந்தது. ஷாலினிக்கு அடுத்து தன்னைத்தான் அது துரத்தப் போகிறது என்பது தெரிந்துவிட்டது. அதுவும் திமுதிமுவென்று அவளைப் பார்த்து ஓடிவர ஷாலினியும் காட்டுக்குள் ஓட ஆரம்பித்தாள். உதட்டில் வீல் என்கிற அலறல்... மாடு நல்ல வேகம் எடுத்தது. அவள் கால்களிலும் அசாதாரண வேகம் ஷாலினியால் அந்தக் காட்டுக்குள் மேடுபள்ளமான நிலப்பரப்பில் ஒரு அளவுக்குமேல் ஓடமுடியவில்லை. பக்கத்தில் ஒரு பள்ளம். அதில் கால் இடறிக்கீழே விழுந்தாள். பரபரவென்று உடம்பு சறுக்கியபடி அடிப்பகுதிக்குச் சென்று நின்றது. அப்படியே மயக்கமும் அவளை ஆக்கிரமிக்கத் தொடங்கியது.

❋ ———— ❋

அத்தியாயம் 26

'சிவபுராணத்தில் உள்ள செய்திகளின்படி பார்த்தால் சிவபெருமான் பலவித கோலங்களை எடுத்து பல வித உருவங்களில் தோன்றி நிறைய திருவிளையாடல்கள் புரிந்திருப்பது தெரியவரும். அதில் தட்சணாமூர்த்தி கோலம் என்பது ஒரு முக்கியமான கோலமாகும். கல் ஆலமரம் ஒன்றின் கீழ் யோகத்தில் சிவபிரான் சின்முத்திரை காட்டி அமர்ந்துவிட பிரம்மாவின் பிள்ளைகளான சனத் குமாரர்கள் சிவபிரானிடம் பல கேள்விகளுக்கு விடை கேட்டு வந்து நிற்கிறார்கள். அவர்களுக்கு முத்திரையையும் மௌனத்தையுமே பதிலாக வைக்கிறார் சிவபெருமான். ஆயிரம் வார்த்தைகளில் பேசி புரியவைப்பதைவிடவும் சில சமயங்களில் மௌனம் புரியவைத்துவிடும். மௌனம் என்பது மனம் தனக்குள் பேசிக் கொள்வதாகும். நிசப்தம் என்பதே மனம் எந்தவிதமான எண்ணங்களும் இல்லாமல் இருப்பதாகும்... இந்த மௌனம் பயங்கர சக்தி படைத்தது. ஒருவரை நாம் சந்திக்க செல்கிறோம். அவர் நம்மிடம் எதுவும் பேசாமல் மௌனமாய் புன்னகை சிந்தினால் அது நம்மைப் பல கேள்விகளில் தள்ளும். எதற்கு சிரித்தார்? ஏன் சிரித்தார்... ஒருவேளை அதற்காக இருக்குமோ? இதற்காக இருக்குமோ? அது கேலிச் சிரிப்போ... இல்லை அவர்தான் பைத்தியமோ? இப்படி நாம் சரியான விடையை அடையும்முன் பலவித கேள்விகளில் மூழ்கி தத்தளித்துப்போய்

விடுவோம். இந்த அளவு பேசியிருந்தால்கூட நிகழ்ந்திருக்காது. எனவே மௌனம் பேச்சைவிட சக்தி படைத்தது என்பது நிதர்சனம். இதைப் புரியவைக்கிற கோலம்தான் தட்சிணாமூர்த்தி கோலம். குறிப்பாக கல் ஆலமரத்தடியில் நாம் மேற்கொள்ளும் மௌனம் நல்ல உள் சிந்தனையை தரவல்லது. சிவன்மலைக் காட்டிலும் கல் ஆலமரம் ஒன்று உள்ளது. அதன் கீழ் ஒருவர் தியானத்தில் அமர்ந்தால் ஆண்டுக்கணக்கில் அந்தத் தியானம் நீண்டு கொண்டே செல்லும். கல் ஆலமரக் காற்றே எல்லாவித பிராண சக்திகளையும் அளித்து விடுவதால் தியானமும் அவ்வளவு சுலபத்தில் கலையாது.'

பாலுவின் ஒர்க்ஷாப்பில் வேலை மும்முரமாக நடந்து கொண்டிருந்தது. ஒவ்வொரு வண்டியாக செக் செய்து ஆயில் போட்டு துடைத்து ஓரமாக எடுத்து நிறுத்தி வைத்து பம்பரமாக சுழன்று கொண்டிருந்தான் டப்பா. அப்போது அதிகமான எஞ்சின் சப்தத்தோடு ஒரு மோட்டார் பைக். பைக்கின்மேல் டிடெக்டிவ் பாண்டியன்! கம்பீரமான உருவம். முப்பத்தைந்து வயது மதிக்கலாம். அப்படி ஒரு தோற்றம்... பேண்ட் ஷர்ட்டில் நல்ல மிடுக்குடன் பைக்கில் வந்த பாண்டியனைப் பார்க்கவும் பாலுவிடம் ஒரு புது உற்சாகம்.

“வாங்க பாண்டியன் சார்...” என்றான்.

“என்ன பாலு... பயங்கர பிசியா?”

“ஆமாம் சார்... கொஞ்சம் வண்டிங்க இன்னிக்கு அதிகம்தான் உங்களுக்கு என்ன சார் பிரச்சனை?”

“ஒண்ணுமில்லை சரியா மைலேஜ் கிடைக்க மாட்டேங்குது. கொஞ்சம் ஏர் ஃபில்டரை க்ளின் பண்ணிப் போடணும்.”

“விட்றுங்க சார்... பாத்துக்கறேன்.”

“எவ்வளவு நேரமாகும் பாலு.”

“ஒரு அரை மணி நேரம்...”

“உனக்கு இந்த வேலைக்கு அஞ்சு நிமிஷம் ஜாஸ்தி பாலு...”

“சார்... கைல இப்ப ஒரு வண்டி இருக்கறத பாக்கறீங்கள்ள...”

“தெரியுது. நான் இன்னும் பத்து நிமிஷத்துல ஒரு பார்ட்டிய ஃபாலோ பண்ணணும். என் தொழில் பத்திதான் உனக்குத் தெரியுமே...”

பாண்டியன் கேட்க, பாலு அடுத்த நொடி ஸ்பேனரை எடுத்து வந்து பாண்டியன் வண்டியின் ஏர்ஃபில்டரை வெளியே எடுக்கத் தொடங்கி விட்டான். பாண்டியன் சொன்னது போலவே ஏர்ஃபில்டர் நிறைய ஒரே கார்பன். டொப் டொப் என்று தரையில் தட்டவும் கருப்பாய் கரிப்பொடி கொட்டியதும் அதன்பின் பெட்ரோலில் போட்டு கழுவவும் ஃபில்டர் சுத்தமாகியது. அப்படியே ஏர் ஹோஸ் ட்யூப்பைப் பிடித்து பிஸ்ஸ் என்று ஒரு அடி. ஃபில்டர் பக்காவாக சுத்தமாகிவிட்டது. மளமளவென்று மாட்டிவிட்டு நிமிர்ந்தான். பாண்டியன் சொன்ன மாதிரியே ஐந்து நிமிடம் தான் ஆகியிருந்தது.

பாண்டியன் உடனே ஒரு ஐம்பது ரூபாய் தாளை எடுத்து நீட்டினார்.

“பாண்டியன் சார்... இது உங்க கடை! உங்க சிபாரிசால எனக்கு இந்தக் கடை வாடகைக்குக் கிடைச்சது. உங்களுக்கு நான் ஏற்கெனவே கடமைப்பட்டிருக்கேன். தயவுசெய்து பணத்தைக் கொடுத்து கடன்காரனாக்காதீங்க” என்றான். பாண்டியனும் சிரித்துக்கொண்டே கிளம்பினார். பைக் ஸ்டார்ட் செய்யும்போது ஒரு லாவகம் பைக் ராக்கெட் போல சீறியது. அவர் போவதைப் பார்த்து முடித்துவிட்டு பிறகுதான் திரும்பினான். அப்போது தெருவில் ஒரே சப்தம். யாரோ ஒருவர் பார்க்க பிச்சைக்காரனைப் போல தோற்றம்!

அவர் தெருவில் ஓடிவந்தபடி இருந்தார். அவருக்குப் பின்னாலே தெருவில் சிறுவர்கள். ஓடிவந்தவர் பாலுவின்

ஒர்க்ஷாப் முன் கிடந்த மரப்பெஞ்சில் அமர்ந்து பெரிதாக பெருமூச்சு விடத் தொடங்கினார்.

டப்பாவுக்கு அவர் அப்படி உட்கார்ந்தது கோபத்தை ஏற்படுத்தியது.

“ஏ பெருசு... எழுந்திரி... நீ உக்கார்றதுக்கு உனக்கு மரபெஞ்சு கேட்குதா...” என்றான். ஆனால் அந்த பெரியவர் துளிகூட அசரவில்ல. அவனைப் பார்த்து ஒரு மாதிரி சிரித்தார். அதற்குள் சிறுவர் சிறுமிகள் அவரை நெருங்கி வட்டம் கட்டி நின்றனர்.

“தாத்தா தாத்தா எனக்கு மிட்டாய்...” என்று அவர்களில் ஒரு சிறுவன் கேட்க அந்த பெரியவர் அந்த சிறுவனை ஒரு மாதிரி பார்த்தார். பின் கன்னத்தைக் குப்பென்று வீங்கவைத்து இரு கைகளால் குத்திவிட்டுக் கொள்ள டப்பென்று ஒரு சப்தம்.

குழந்தைகளிடம் ஒரே குதூகலம்.

சட்டென்று எழுந்து நின்றவர் மேலே அண்ணாந்து பார்த்தார். குழந்தைகளும் பார்த்தனர்.

“இப்ப உங்க எல்லாருக்கும் மிட்டாய் வானத்துல இருந்து மழையா கொட்டப் போகுது. எல்லாரும் பொறுக்கிக்குங்க...” என்று இருகைகளைத் சேர்த்து தட்டினார். என்ன ஆச்சரியம்... அங்கே சாக்லேட் மழை பொழிய ஆரம்பித்தது. குழந்தைகள் போட்டி போட்டுக் கொண்டு கீழேயும் மேலேயும் விழும் சாக்லேட்டை பொறுக்கிக்கொள்ளத் தொடங்கினர். பாலு சற்று பிரமிக்க டப்பா எழுந்துபோய் அவன் பாட்டுக்குப் பொறுக்கத் தொடங்கினான்.

அவரோ பாலுவைப் பார்த்து சிரித்தார். அப்போது பாரதி பாலு சாப்பிடுவதற்காக வீட்டில் இருந்து வயர் கூடையில் வைத்து டிபன் எடுத்து வந்திருந்தாள். அந்த வயர் கூடை டிபனைப் பார்த்தவர் பயங்கர பசிக்காரர்போல உதட்டை தடவி ஈரப்படுத்திக் கொண்டார். அவரைப் பார்த்த பாலுவுக்கு ஒரு பக்கம் பாவமாக இருந்தது. இன்னொரு பக்கம் கோபமாகவும் வந்தது.

“ஐயா யாருங்க நீங்க... இது தொழில் நடக்கற இடம். இங்க இப்படி எல்லாம் வந்து உட்காரக் கூடாது...” என்றான். அப்படிச் சொன்னானே தவிர அந்தக் குரலில் கொஞ்சமும் கடுமை இல்லை. இனம் தெரியாத ஒரு கனிவு அதில் இருந்தது. அவரும் அதைக் காதில் வாங்கிக் கொள்ளாதவர் போல அந்த வயர் கூடையைப் பார்த்தார். பாரதி அவரை ஒரு மாயாவியைப்போல பார்க்கத் தொடங்கி இருந்தாள். தெருவில் அவரோடு வந்த பிள்ளைகளுக்கு அவர் சாக்லேட்டுகளை வரவழைத்து தந்தது ஒருபுறம் மாயமாகவும் இருந்தது. இன்னொறுபுறம் பயத்தையும் அவள் வரையில் உருவாக்கியிருந்தது. அது அவள் கண்களில் அப்பட்டமாகத் தெரிந்தது.

டப்பாவும் அவரை ஒரு வித்தைக்காரரைப் போலத்தான் பார்த்தான். அவனுக்கு அவர் தனக்கும் சாக்லேட் வரவழைத்துத் தந்தால் நன்றாக இருக்கும் என்று தோன்றியது.

“ஐயா... நான் பேசிகிட்டே இருக்கேன்... நீங்க பதில் சொல்லாம இந்த டிபன் கேரியரைப் பார்த்தா என்ன அர்த்தம்?” என்று பாலு திரும்ப அவரைச் சீண்டினான். அவர் டிபன் கேரியரைக் காட்டினார்.

“அது டிபன் கேரியர் அதுக்கு என்ன?”

“எனக்குப் பசிக்குதே...”

“அட... ஆமா நீங்க யாரு?”

“பார்த்தா தெரியில... பரதேசிப்பா...”

“பரதேசியா... எந்த பரதேசி ஆகாசத்துல இருந்து சாக்லேட் வரவழைச்சிருக்கான். அதுவும் காட்பரீஸ் கம்பெனி சாக்லேட்டை...”

“அதெல்லாம் சித்து வேலை... அதைவிடு எனக்குப் பசிக்கது. உள்ள இருக்கற இட்லி அந்த தக்காளி சட்னி இதை எல்லாம் எனக்குத் தருவியா?”

பாலு உடனே பாரதியைத்தான் பார்த்தான். அவளிடம் இப்பொழுது கூடுதலான ஆச்சரியம். டிபன் கேரியருக்குள் என்ன இருக்கிறது என்பது அவளுக்குத்தான் தெரியும்.

"பாலு... உள்ள என்ன இருக்குன்னு சரியா சொல்லிட்டாரு..." என்றாள் ஆச்சரியம் வந்தவளாக. அப்போது மேலும் சில சிறுவர்கள் அங்கே அவர் முன் வந்து முண்டியடிக்கத் தொடங்க அவர்களை அந்த சிறுவர் சிறுமிகளின் தாய்மார்கள் பிடித்து இழுத்துச் செல்லத் தொடங்கி இருந்தனர். அவர்களில் ஒருத்தி அவரிடம் வந்து "யோவ் கிழவா... நீ பிள்ளை பிடிக்கறவனா சாக்லேட்டெல்லாம் கொடுத்து எங்க பசங்களை மயக்கலாம்னு பாக்கறியா?" என்று சீறி விழுந்தாள். அவள் அப்படிக் கேட்ட பிறகுதான் பாலுவுக்கே அப்படி ஒரு கோணம் இருப்பது புரிந்தது. அவனும் அந்தக் கோணத்தில் பயப்பட ஆரம்பித்தான். அவரோ சிரித்தார். சில நொடிகள்தான்... அந்த பெண்ணை உற்றுப் பார்த்தார். அவள் சட்டென்று சற்றுமுன் பேசியதற்று நேர்மாறாக அவர் வரையில் நடந்துகொள்ளத் தொடங்கினாள். "சாமி..." என்று கடவுள் தரிசனம் அங்கே கிடப்பது போல மண்டியிட்டு வணங்கவும் செய்தாள்.

எல்லாமே பாரதிக்கும் சரி பாலுவுக்கும் சரி ஆச்சரியத்தை அள்ளி பூசியது. பாரதியும் எதற்கோ கட்டுபட்டவள் போல டிபன் கேரியரைத் திறந்து டிபனை அவருக்குத் தந்தாள். அவள் கண்களில் அப்போது ஒரு கருணை ஒளி. அவரும் ஆசையாக வாங்கிச்சாப்பிட்டார். அவரது இடது கரம் ஒரு மரக்கிளையை ஒடித்து கைத்தடி போல பிடித்துக் கொண்டிருந்தது. வலதுகரம் ஆசை ஆசையாக டிபனை அள்ளி அள்ளிச்சாப்பிட்டது. தாடியில் எல்லாம் சட்னி சாம்பார் ஒட்டிக்கொண்டன. அவருக்கு நல்ல பசி என்பது அவர் சாப்பிடுவதை வைத்தே தெரிந்து போயிற்று. அப்போது கடைமுன் ஒரு படகுக்கார். சரேலென்று தேங்கிநின்றது. காரில் இருந்து ஒரு பணக்கார பெரியவர் இறங்கினார். அவர் கை விரல்களில் ஏராளமான மோதிரங்கள். தேர்வடம் போல கழுத்திலும் தங்கச் சங்கிலி. அவர் திபு திபுவென்று ஓடிவந்து அந்த பரதேசியின் காலில் பொதேர் என்று விழுந்து எழுந்தார். பின்பு கைகளைப் பவ்யமாகக் கட்டிக்கொண்டு "சாமி உங்களுக்கே இது நல்லா இருக்கா. அங்க

என் மாளிகை உங்களுக்காக காத்திருக்கு. ஆனா நீங்க அந்தப் பக்கமே வராம இப்படி கண்ட பட்றைல உக்காந்து பிச்சை கேட்டு சாப்பிட்டுகிட்டு இருக்கீங்களே..." என்று வருத்தமுடன் பேசினார். அதைக்கேட்ட அந்த பரதேசி போன்றவரின் முகம் கடுமையாக மாறிவிட்டது. ஆக்ரோஷமாக எழுந்தார்.

"டேய் இப்ப நீ வந்த மாதிரியே திரும்பிப் போறியா இல்லை நான் இப்ப உன்னைச் சபிக்கட்டுமா?" என்று கத்தினார். அதைக் கேட்ட பணக்காரர் முகம் மாறிவிட்டது கலங்கிப் போனார். நெற்றி நரம்பு துடித்தது. பேசாமல் திரும்பிச் சென்று காரில் ஏறி அமர்ந்தார். அமர்ந்த நிலையில் திரும்பவும் ஒரு பார்வை...

"ம்ம்ம்...!" பரதேசியிடம் திரும்பவும் அதட்டல். கார் கிளம்பிவிட்டது.

பாரதியும் பாலுவும் அந்தக் காட்சியில் புதைந்து விட்டிருந்தனர். அவரும் சாப்பிட்டு முடித்தவராக கை கழுவ தண்ணீர் தேடினார். பக்கத்தில் பஞ்ச்சர் செக் செய்யும் சிறிய சிமிண்டு தொட்டியில் அழுக்காய் தண்ணீர் கிடந்தது. அதையே எடுத்து கையை கழுவிக் கொண்டார். அப்படியே திரும்ப வந்து மரபெஞ்சில் அமர்ந்தவர் அவனது கடையின் பெயர் பலகையைப் பார்த்தார். 'மங்களம் ஆட்டோ ஒர்க்ஸ்' என்று இருந்தது.

"மங்களம் அம்மாதானே?" – சிரிப்பு கலையாமல் கேட்டார்.

"ஆமாம்..."

"பாவம் உன் அப்பா... இல்ல..." – அவர் கேட்ட தொனியில் பரிதாபம் கிண்டல் மட்டுமல்ல... உன் குடும்ப விஷயங்கள் எனக்கும் தெரியும் என்பதுபோல ஒரு தொனி. பாரதி அதிர்வு குறையாமல் பாலுவைப் பார்த்தாள்.

அவர் சட்டென்று எழுந்தார்.

இடுப்பு மடிப்பில் எதையோ தேடினார்.

உருண்டையாக கோலிகுண்டு போல ஒன்று கையில் அகப்பட்டது.

“இந்தா... இது ரசமணி. இனிமே உனக்கு யோக காலம்தான். இதை என் குருநாதர் எனக்குக் கொடுத்தார். நான் இப்ப உனக்குக் கொடுக்கறேன். வெச்சுக்கோ... இன்னியில் இருந்து உன் வாழ்க்கையே மாறப்போகுது... வரட்டுமா?”

பேச்சோடு ரசமணியை அவன் வசம் தந்தவர் கைத்தடியை ஊன்றிக் கொண்டு கிளம்பிவிட்டார். அவரது உடை, நடை, சிரிப்பு எல்லாவற்றிலும் ஒரு மர்மமான உட்பொருள்.

உள்ளங்கையில் உருண்டையாக ஒரு தார் உருண்டைபோல கிடந்த ரசமணியை பாலுவும் வெகுநேரம்வரை ஆச்சரியமாகப் பார்த்தான்.

“பாலு... நான் வீட்டுக்குப் போய் உனக்கு டிபன் எடுத்துகிட்டு வந்துட்றேன். கொஞ்சம் பொறுத்துக்க” என்று பாரதியும் அந்த ரசமணியைப் பார்த்துக் கொண்டே கிளம்பினாள். டப்பா அருகில் வந்தார்.

“என்னண்ணே இது?”

“என்ன கேட்டா...?”

“கோலி குண்டு மாதிரி இருக்குது.”

“ஒண்ணும் புரியில. ரசமணிங்கிறார் அப்படின்னா என்னன்னே தெரியாதே எனக்கு.”

“எதாச்சும் இருக்கும்மோ... அந்த பரதேசிகிட்ட ஏதோ சக்தி இருக்குது. இல்லாட்டி கார்ல வந்த ஒருத்தர் அப்படி கால்ல உழுவாரா?”

“அதுமட்டுமா? எவ்வளவு சாக்லேட்டுக்களை வரவழைச்சார். அவரால அவருக்குமட்டும் டிபனை வர வச்சுக்க முடியாதா என்ன?”

“அதானே... இதை எல்லாம் அவர்கிட்டையே கேட்டிருக்கணும். விட்டுட்டீங்க... அட போங்கண்ணே.”

“சரி இப்ப இதை என்னடா பண்ண?”

“பாக்கெட்டுல போட்டுக்குங்க. என்னா ஆவுதுன்னு பார்ப்போம்.”

“வாழ்க்கையே இன்னில இருந்து மாறப் போகுதுன்னாரே... எப்படி மாறும்? மோட்டார் பைக் ரிப்பேர் பண்ற நான் கார் ரிப்பேர் பண்ணுவேனா?”

“பார்ப்போமே...”

“என்னத்த பார்ப்போம், இது பாட்டும் ஏதாவது குண்டா இருந்து வெடிச்சு கிடிச்சு வெச்சா?”

“அப்படி எல்லாம் ஆகாதுண்ணே... நம்ம சாப்பாட்டை சாப்ட்டுட்டு கொடுத்துருக்கார்... விரோதி கூட சாப்ட்ட வீட்டுக்குத் துரோகம் நினைக்க மாட்டான்...”

டப்பா பெரிய மனிதன் போல பேசினான். பாலு வரையில் மனதுக்குள் ஒரு குட்டிப் புயல் உருவாகிவிட்டது!

அத்தியாயம் 27

'சிவனைப் பற்றிச் சிந்திக்கும் போதெல்லாம் நந்தி பற்றியும் நம் நினைவுக்கு வரும். நந்தியெம் பெருமானார் வடிவம் மிருகங்களில் மாடாகும். இவரே சிவனுக்கு வாகனமாகியவர். வாகனம் எனும்போது நகர்கின்ற ஊர்திகள் நம் நினைவுக்கு வரும். வாகனங்கள் பயணங்களுக்குத் துணை நிற்பவை. மனிதர்கள் ஒரு இடம் விட்டு இன்னொரு இடம் செல்லப் பயன்படுத்துபவை. மனிதர்கள் தங்கள் புத்தி ஆற்றலால் கண்டறிந்தவை. வசதிக்காக பயன்படுபவை. இறைவர்களுக்கு எதற்கு வாகனம் என்கிற கேள்வி இப்போது எழும். அண்ட சராசரங்களைப் படைத்து அதில் புல் பூண்டு முதல் சகலஜீவராசிகளையும் படைத்த இறைவனே அந்த உயிரினங்களில் ஒன்றை வாகனமாகக் கொண்டிருப்பது எதற்காக என்கிற கேள்வி பலருக்கும் எழலாம். உண்மையில் இறைவர்களின் வாகனங்கள் தத்துவப் பொருள் உடையவை. நந்தியாகிய மாட்டினை நோக்கிடும்போது அதன் கடின உழைப்பு நம் நினைவுக்கு வரும். அதுமட்டுமல்ல அது ஒரு தாவர பட்சிணி. அதன் வளைந்த கொம்பிரண்டும் அதை ஆபத்துகளில் இருந்து காத்திட பயன்படுபவை. மிக மிக வலிய திண்மை உள்ளவை. வலிமையான மாடு பழகிவிட்டால் உழைத்துக்கொட்டும். ஆனால் மூர்க்கமாகி விட்டால் தன் கொம்பாலேயே முட்டிச் சாய்த்துவிடும். 'சாது மிரண்டால் காடு கொள்ளாது' என்பதற்கு உதாரணமாக மாட்டினைச் சொல்லலாம்.'

இறைவன் ஈசனின் வாகனமும் இதை உணர்த்தத்தான். அடியவர்க்கு எளியவன் ஈசன் ஆனால் எளியவன் என்று எவராயினும் அடக்கி ஆள முயன்றால் இரு கொம்பினாலே குத்திக் கிழித்து விடுவான். சிவன் மலைக்காட்டிலும் நந்தி அம்சம் கொண்ட மாடுகள் பல உள்ளன. அவைகளைக் கண்டு வணங்கினால் ஈசனை நெருங்கிட நந்தியே துணை செய்வார். ஒரு வாகனமாக நம்மை ஈசன் அருகே அழைத்துச் செல்வார்.

கண்களைத் திறந்து பார்த்த ஷாலினிக்கு ஆச்சரியம் காத்திருந்தது. அவள் ஒரு குடிசைக்குள் ஒரு கட்டிலின்மேல் கிடந்தாள். அவள் தலை கை கால்களில் எல்லாம் காயம்பட்டு அதற்கு மூலிகைப் பத்தும் போடப்பட்டிருந்தது.

அவளுக்குப் புரிந்து விட்டது.

மாடு துரத்தியபோது பள்ளத்தில் விழுந்து மூர்ச்சையாகிவிட்ட தன்னை யாரோ காப்பாற்றியிருக்கிறார்கள்!

யார் அது?

கேள்வியோடு எழுந்தாள்.

அந்தக் குடிசை மிக மாறுபட்டிருந்தது. நிறைய குடுவைகள். மூலிகை கொடிகள், நடு நடுவே உரிப்பானைகள் என்று ஒருவித வாசத்துடன் காட்சியளித்தது.

எழுந்து ஷாலினி வெளியே வந்தாள்.

அவள் எதிரில் சிவன்மலைச் சூழல்!

சிவன் மலைக்குள் ஒரு பகுதியில் உள்ள குடிசையில் தான் இருப்பதை அந்த நொடியில் புரிந்து கொண்டாள். அப்போது அவள் எதிரில் தலையில் தண்ணீர்ப் பானையுடன் ஒரு இளம் பெண் கெந்திக்கெந்தி நடந்து வந்து கொண்டிருந்தாள். பார்க்க மலை சாதி பெண்ணாகவும் இல்லை, நகரத்து பெண் போலவும் இல்லை. மாநிறம். ஆனால் நல்ல களையான முகம்.

“அட... எழுந்திரிச்சிட்டீங்களா?” என்றபடியே அருகே வந்து தண்ணீர்ப் பானையை இறக்கினாள்.

“நீங்க...”

“என் பேர் தமயந்தி. இந்தக் காட்டுல இதோ இந்தக் குடிசைல கிடக்கற ஒரு பாவப்பட்ட ஜென்மம்...”

“இந்தக் குடிசைலயா?”

“ஆமா... இதே குடிசைதான் என் உலகம், பல வருசமா இதுலதான் கிடக்கேன். ஆமா... அந்தப் பள்ளத்துல எப்படி விழுந்தீங்க. உங்களை அதுக்குள்ள பேச்சு மூச்சில்லாம பார்த்தப்போ ஆடிப்போயிட்டேன்...”

“அது... அது... ஒரு மாடு துரத்திகிட்டு வந்துச்சு... அதான்!”

“மாடு... ஓ நந்திசாமி துரத்தினாராக்கும்.”

“நந்திசாமியா?”

“இந்த காட்டுல மாடுங்கள்ளாம் நந்தியோட அம்சம்”

“நந்தி... நந்திசாமிங்கறீங்க... நந்தி சாமி எதுக்கு என்னைத் துரத்தணும்?”

“எதாவது தப்பு பண்ணியிருப்பீங்க...”

“தப்பா... நானா?”

“அப்படி இல்லாட்டி சாமி உங்ககிட்ட விளையாடப் பார்த்துருப்பாரு...”

“எனக்கு ஒண்ணுமே புரியல. ஆமா நீங்க எப்படி என்னைப் பார்த்தீங்க?”

“இது என்ன கேள்வி... உங்களை பள்ளத்துல பார்த்துட்டு எனக்கென்னன்னு போக நான் என்ன பட்டணத்துக்காரியா?”

“இல்ல... ஒரே ஆளா எப்படி என்னைத் தூக்கி இவ்வளவு தூரம் கொண்டு வந்தீங்கன்னு அந்த அர்த்தத்துல கேட்டேன்...”

“இந்தக் காட்டுல தனி ஆளா நான் இங்க இருக்கறதா விடவா இது பெரிசு.”

“உண்மையிலே ரொம்ப தைரியம்தான் உங்களுக்கு. ஆமா ஏன் தனியா இருக்கீங்க இப்படி?”

“என்னை நீங்க கேக்கறது இருக்கட்டும். நான் கேக்கற கேள்விக்கு நீங்க பதில் சொல்லுங்க...”

“கேளுங்க... நான் யாருன்னு கேப்பீங்க. என்பேர் ஷாலினி. நான் ஒரு பத்திரிகை துணை ஆசிரியர். லிங்கப்பட்டில பொன்னிங்கற அருள்வாக்கு சொல்ற பெண்ணை பேட்டி எடுக்க வந்தேன். அந்த பொண்ணுகூட என்னைப் பார்த்து ஜாக்கிரதை உன்னை மாடு துரத்தும்னு சொன்னிச்சு. அப்ப நான் அதை நம்பலை. ஆனா இப்ப நான் நம்பறேன். அவ சொன்னமாதிரியே நடந்திருச்சு. அந்தப் பொண்ணுகிட்ட ஏதோ சக்தி இருக்கத்தான் செய்யறது.”

ஷாலினி மளமளவென்று பேசிமுடித்தாள். தமயந்தி என்கிற அந்த காட்டுவாசிப்பெண் அதைக் கேட்டு ஆழமாக யோசிக்க ஆரம்பித்தாள்.

“என்ன யோசிசக்கறீங்க?”

“ஒண்ணுமில்லை... இந்த பொன்னியபத்திதான் யோசிச்சேன். இதுக்கு ஆறு வயசுதான் ஆகுது. ஆனா இது பேசற பேச்சு இந்தக் காட்டுல அது நடந்துக்கற விதம் எல்லாத்தையும் நினைச்சா ரொம்பவும் ஆச்சரியமாகத்தான் இருக்கு.”

“இந்தக் காட்டுக்குகூட அந்தப் பொண்ணு வருமா என்ன?”

“சரிதான்... பௌர்ணமிக்கு பௌர்ணமி அந்தப் பொண்ணும் சொர்ண சித்தரும் ஆகாசலிங்கத்தைத் தரிசனம் செய்யப் போவாங்க. அப்புறமா உரிப்பானையில் தண்ணியோட இரண்டு பேர் மட்டும் எங்கேயோ போவாங்க... எங்கே போவாங்கன்னு தெரியாது.”

“உரிப்பானையில தண்ணியா?”

“ஆமாம். அது பஞ்ச மூலிகைகளுக்குத் தண்ணீர் விடறதுக்கு...”

“பஞ்ச மூலிகைன்னா?”

“அஞ்சுவித மூலிகைகள். அந்த மூலிகைகளுக்குள்ளதான் இருக்கு ரசவாத ரகசியம்.”

“ரசவாத ரகசியம்...!”

“அட... உங்களுக்கு எதுவுமே தெரியாதா?”

“நீங்க என்னென்னமோ சொல்றீங்க...?”

“ஆமா முதல் தடவையா இந்த சிவன்மலைக்கு வர்றவங்களுக்கு அப்படிதான் இருக்கும்... என் அப்பாகூட இந்த சிவன்மலையில ரசவாத ரகசியத்தைத் தெரிஞ்சுக்க வந்தவர்தான் காணாம போய்ட்டார்...”

“மைகுட் நெஸ்... காணாம போற அளவுக்கு இது அவ்வளவு பெரிய காடா என்ன?”

“என்ன அப்படிக் கேட்டுட்டீங்க... வன இலாகா அதிகாரிகளுக்கே இதோட நீள அகலம் சரியா தெரியாது. மதி மயக்கிவனம்னு ஒண்ணு இருக்கு. சஹஸ்ரலிங்க வனம்னு ஒரு பகுதி இருக்கு. நாகலிங்க வனம்னு ஒரு பகுதி இருக்கு. ஜோதிலிங்க வனம்னு ஒரு பகுதி...”

“இந்தக் காட்டை விடுங்க... அந்த பொண்ணு பொன்னி பத்தி பேசிகிட்டிருந்தோம். பேச்சு மாறி போச்சு. அது உரிப்பானையோட பஞ்ச மூலிகைகளுக்குத் தண்ணீர் விடப் போறதா சொன்னீங்கல்ல...”

“ஆமா... இரும்பை தங்கமாக்கற வித்தைக்கு பேர்தான் ரசவாதம். அப்படி இரும்பைத் தங்கமாக்க உதவுவதுதான் அந்த மூலிகைகள். அதுக்கு தண்ணீர் விடத்தான் பொன்னி போறா...”

“ஆச்சரியமான விஷயம். இந்த பொண்ணு ஏன் தண்ணிவிடணும்? இவ விடாட்டி அது வளராதா?”

"அதெல்லாம் எனக்குத் தெரியாது... ஆனா பொன்னி சாதாரணமான பொண்ணு இல்ல. அவ மூலிகைகளால பிறந்தவ."

"இது என்ன புது கதை."

"கதை இல்லங்க... அவ்வளவும் நிஜம். பொன்னி ஒரு ஆணுக்கும் பெண்ணுக்கும் பிறந்தவ இல்லை. ஒரு பெண்ணுக்கும் மூலிகைகளுக்கும் பிறந்தவ."

"என்ன உளறல் இது... புராண கதைலகூட நான் இப்படி கேள்விப்பட்டது கிடையாது."

"அதான் ஆரம்பத்துலையே சொன்னேனே... இந்த சிவன்மலையில நிறைய விஷயங்கள் இப்படித்தான். கேட்டா நம்பமுடியாது. ஆனா பார்த்து அனுபவப்படும்போது நம்பித்தான் தீரவேண்டி வரும். என் அப்பா ஒரு சித்த வைத்தியர். அவருக்கு தங்கம் செய்யணும்கற வெறி தலைக்கு ஏறிடிச்சு. ஆகையால் பஞ்சமூலிகைகள் தேடி இங்க வந்தாரு... வந்தவர் என்ன ஆனாருன்னே தெரியல..."

"ஆமா உங்களுக்கு இங்க எதுவும் ஆகலையா?"

"இதுவரை ஆகலை. ஆனா எப்பவேணா எதுவேணா நடக்கலாம்."

"எப்படி இங்க தனியா இருக்க உங்களால முடியுது?"

"என்ன செய்யறது... அப்பாவைத் தேடிக் கண்டுபிடிக்கணுமே..."

"போலீஸ் கம்ப்ளைண்ட் கொடுக்கலாமே..."

தமயந்தி அதற்குப் பதில் கூறாமல் சிரித்தாள்.

"ஏன் சிரிக்கறீங்க?"

"பிறகு என்ன செய்யட்டும்... போலீஸ்காரங்ககிட்ட போய் சிவன்மலைய பத்தி சொல்லிப் பாருங்க. அது சாமிங்க நடமாட்ற காடு. அங்கல்லாம் எந்தத் தப்பும் நடக்க வாய்ப்பு இல்லைன்னு உக்காந்த இடத்துல சொல்லிடுவாங்க..."

"மை காட்... இந்த மலைக்கு பின்னால இவ்வளவு புதிர்களா?"

"சித்தர்கள் விஷயம்னாலே இப்படிதானே?"

"அப்ப இந்தக் காடு சித்தர்கள் காடா?"

"பின்ன... இங்க திரும்பின பக்கமெல்லாம் அவங்கதான். இங்க இருக்கற மரங்களெல்லாம் கூட அவங்கதான். அது தெரியுமா உங்களுக்கு..."

"மரங்கள்கூட சித்தர்களா!"

"ஆமா... அவங்க சமாதியானா அவங்க சமாதிக்கு மேல மரங்கள நட்டுவைப்பாங்க. அப்படி வளர்ந்த ஒவ்வொரு மரத்துக்குக் கீழேயும் ஒரு சித்தர் சமாதி இருக்கு."

"வாவ்... இந்த சிவன்மலைய பத்தி மட்டும் வருஷக்கணக்கா பத்திரிகைல எழுதலாம் போல தெரியுதே."

"எழுதலாம்தான்... ஆனா தப்பித்தவறி கூட அந்தத் தப்பைப் பண்ணிடாதிங்க."

"ஏன்...?"

"அது எனக்குத் தெரியாது. இந்த மலையைப் பத்தி யார் வெளிய போய் எது பேசினாலும் அவங்களுக்கு ஏதாவது ஆயிடுது."

"அதையும் பாக்கறேன்... இது எனக்குகக் கிடைச்ச அற்புதமான சான்ஸ்... அடடா..."

"என்ன?"

"கேமராவை கார்ல வெச்சுட்டு வந்துட்டேன். இல்லாட்டி இவ்வளவு விஷயங்கள் சொன்ன உங்களை ஒரு போட்டோ எடுத்துருப்பேன்."

"கார்ல வந்திங்களா... தனியாவா?"

"அதை ஏன் கேக்கறீங்க... போட்டோகிராபரும் டிரைவரும் ரேடியேட்டருக்கு தண்ணி தேடிப் போனாங்க. நான் அவங்கள தேடப்போய் இப்ப உங்க முன்னால நின்னுகிட்டிருக்கேன்...

உங்களுக்கு ஆட்சேபனை இல்லாட்டி எனக்கு வழிகாட்டி எங்க கார்கிட்ட கொண்டு போய் விட முடியுமா?"

தமயந்தி மறுப்பேதும் கூறாமல் அவளோடு அப்போதே கிளம்பினாள் காலில் செருப்புகூட இல்லாமல். ஆனால் கெந்திக் கெந்தி நடந்தபடி அவளுக்கு வழிகாட்டினாள். நெடுந்தூர நடை... பாதை எப்படியெப்படி எல்லாமோ வளைந்து வளைந்து சென்றது. பல இடங்களில் ஏறி இறங்கியது. சில இடங்களில் மரக்கிளைகளைப் பற்றிக் கொண்டு நடக்க வேண்டி வந்தது. இறுதியாக சிவன்மலை அடிவாரத்தை ஒட்டிச் செல்லும் அந்த தார்ச்சாலை கண்ணில் பட்டது. சாலை மேல் கால்வைத்த நொடி எதிரில் கார் வந்தது. காருக்குள் ஜான்சனும் டிரைவரும். இருவரைப் பார்க்கவும் நின்று பெருமூச்சு விட்டாள். ஜான்சனும் காரைவிட்டு வேகமாக இறங்கினான்.

"என்ன ஷாலினி... இப்படி பண்ணிட்டே – கார்கிட்டே இல்லாம எங்க போய்ட்டே?" என்ற கேள்வியோடுதான் நெருங்கினான்.

"மண்ணாங்கட்டி... எங்க போனீங்கன்னே தெரியாம. உங்களைக் காணாம, நான் எவ்வளவு நேரம்தான் கார்ல அடைஞ்சு கிடக்கறது. அதான் இறங்கி உங்களைத் தேட விரும்பினேன். அதுக்காக கார் ஹார்ன் சப்தம்கூட கொடுத்தேன். ஆனா அந்த சப்தம் காட்டு மிருகங்களை எழுப்பி விட்டுருச்சு. அதுல ஒரு மாடு என்னைத் துரத்துன துரத்து இருக்கே... சாமி... போதும்ப்பா!"

"அப்ப அந்தச் சின்னப் பொண்ணு. பொன்னி சொன்ன மாதிரியே நடந்துடிச்சா?"

"ஆமாம்... நல்லவேளை ஒரு பள்ளத்துல விழுந்த என்னை இதோ இந்த பொண்ணுதான் காப்பாத்தினாங்க. இவங்க இல்லாட்டி அவ்வளவுதான் நான்."

"ஓ... ரொம்ப தேங்க்ஸ்ங்க. ஆமா இங்க யார்?"

"அது ஒரு கதை. கார்ல போகும்போது சொல்றேன். ஆனா ஒண்ணு ஜான்சன். நான் ஒரு விதத்துல உங்களைத் தேடப்போனதும் நல்லதுக்கா போயிடிச்சு இல்லாட்டி இவங்கள சந்திச்சிருக்கவோ பல அபூர்வமான தகவல்கள் தெரியவோ வந்திருக்காது."

"அப்ப ஆர்ட்டிகிள்களுக்கு மேட்டர் ரெடி... அப்படிதானே?"

"நிச்சயமா..."

பதிலோடு ஷாலினி தமயந்தி பக்கம் திரும்பினாள்.

"தமயந்தி உங்க உதவிக்கு ரொம்ப நன்றி. நான் இனி அடிக்கடி இந்தக் காட்டுக்கு வருவேன்" என்றாள்.

"இல்ல... நீங்க வரக்கூடாது. வரவேண்டாம். அதுதான் என் பிரார்த்தனை." என்றாள் தமயந்தி.

"என் இப்படி வேண்டிக்கிறீங்க?"

"உங்க நல்லதுக்காகத்தான்... தயவுசெய்து சிவன்மலை பற்றி யார்கிட்டேயும் பேசாதீங்க. ஆபத்தை விலைக்கு வாங்காதீங்க."

"நோ தமயந்தி... ஒரு பத்திரிகையாளரா எங்களுக்கு சில கடமைகள் இருக்கு. அதை நாங்க தவிர்க்க முடியாது."

"சரி... நான் சொல்ல வேண்டியதைச் சொல்லிட்டேன். அப்புறம் உங்க இஷ்டம்."

தமயந்தி பதிலோடு கைகளைக் கூப்பினாள். அவளின் கூப்பிய கரங்களைப் பிடித்து அதற்கொரு முத்தம் கொடுத்துவிட்டு ஷாலினியும் காருக்குள் ஏறி அமர்ந்தாள் காரும் சீறித் தொடங்கியது.

காருக்குள் ஷாலினியிடம் ஒரு சொல்ல முடியாத அளவு பிரமிப்பு. மௌனசாட்சியாக புறத்தில் சிவன்மலைப் பகுதிகள் நழுவியபடியே இருந்தன!

❋ ——————— ❋

அத்தியாயம்

28

'சிவபிரான் கையில் ஒரு புறம் டமருகம் என்னும் சப்தமெழுப்பும் உடுக்கை போன்ற வாத்திய கருவி இருக்கக் காணலாம். இது ஒரு குறியீடு... இதை இசைத்தால் ஒரே சீரான சப்தம் நெடுந்தூரம் வரை கேட்கும். இதன் சப்தத்திற்கு மனதின் அடியாழம் வரை சென்று தீண்டும் சக்தி உண்டு. ஒருவரை ஒருவர் பார்த்துக் கொள்ளாமல் ஒருவருக்கொருவர் அருகில் இல்லாமல் அதேசமயம் ஒருவரோடொருவர் தொடர்பு கொள்ள ஒரேவழி சப்தம்தான். அதாவது பேச்சு... இதன் மூலம் பல விளைவுகளை உருவாக்க முடியும். மிக அதிகபட்சமான அடர்த்தியான குரலொலி, கண்ணாடிகளைக்கூட உடைத்துத் தூளாக்கி விடும்...

சப்தம் என்பது மொழிவழி தொடர்புகொள்ளும் ஒரு சாதனம் மட்டுமல்ல. சப்தம் தான் எல்லாம்!

சப்தத்தில் தான் சாகஸங்கள் புரியத் தேவையான மந்திரங்கள் அமைந்துள்ளன. சப்தத்தை எதுவும் தடுக்க முடியாது. அது எவ்வளவு தொலைவு வேண்டுமானால் பயணிக்கும். ஒளி வேகத்தைப் பல சமயங்களில் ஒலிவேகம் மிஞ்சிவிடும்.

இந்த ஒலி சமண நிலையில் பேச்சாக வெளிப்படுகிறது. இனிய உச்ச நிலையில் இசையாக வெளிப்படுகிறது. தாழ்ந்த நீச நிலையில் வெடி சப்தம் போல கலவையாக ஒலித்து மன அமைதியையும் பாதிக்கிறது.

இப்படி பல விளைவுகளை உருவாக்கும் சப்தத்தை அதன் அலைகளைக் கண்ணால் காண்பது என்பது சாத்தியமற்றது. அதேசமயம் இதுவே மனித வாழ்வை மகிழ்வோடும் அமைதியோடும் வைக்க காரணமாகிறது. இந்தச் சப்தத்தை உணர்த்துவதுதான் ஈசனின் சூலாயுதத்தில் கட்டப்பட்டிருக்கம் டமகரும் எனப்படும் குடுகுடுப்பை ஆகும். இதன் ஒலிக்குள் ஓம் எனும் பிரணவ சப்தம் ஒளிந்திருப்பது அறிய வேண்டிய ஒரு செய்தியாகும்!'

பாண்டியன் புலனாய்வகம்!

தன் புலனாய்வகத்தில் மும்மரமாக சில புகைப்படங்களைப் பார்த்தபடி இருந்தார் பாண்டியன். அப்போது புலனாய்வகத்துக்கு வெளியில் ஒரு மோட்டார்பைக் வந்து நின்றது. அதில் இருந்து இன்ஸ்பெக்டர் இந்திரஜித் இறங்கிக்கொண்டிருந்தார். இந்திரஜித் அந்தப் பகுதி போலீஸ் ஸ்டேஷனில் பணிபுரிபவர். புதிதாக மாற்றல் ஆகி வந்திருப்பவர். வந்த உடனேயே அவருக்கு சவால் விடுவதுபோல சில வழக்குகள். பொதுவில் புத்திசாலி போலீஸ்காரர்கள் மனித சக்திகளை நன்கு பயன்படுத்திக் கொள்வதில் கில்லாடிகள். இந்திரஜித் அந்த விஷயத்தில் கில்லாடி... அதனால்தான் தனியார் புலனாய்வுத் துறையையும் அவர் விட்டு வைக்கவில்லை. பாண்டியனைப் பார்த்து கை குலுக்க வந்துவிட்டார்.

“வாங்க இன்ஸ்பெக்டர்...”

“ஹல்லோ மிஸ்டர் பாண்டியன். ஹவ் ஆர் யூ?”

“பார்த்தாலே தெரியுமே? ஒண்டிக்கட்டை பிரம்மச்சாரி வேற. எனக்கென்ன சார்குறை... உக்காருங்க” – பாண்டியன் தன் எதிர் இருக்கையைக் காட்டிட அதில் இந்திரஜித்தும் அமர்ந்தார். ஒரு அளவுச்சிரிப்பும் சிரித்தார்.

“சொல்லுங்க... எங்க இவ்வளவு தூரம்?”

"உங்களைப் பார்த்து நட்பு ஏற்படுத்திக்கத்தான்..."

"தமிழ்நாடு போலீஸ் அதிகாரி நீங்க... ஒரு பெரிய சக்தி நீங்க. அரசாங்கத்தோட நேரடி அங்கம். நான் ஒரு தனி மனுஷன். ஒரு இன்ட்ரஸ்ட்டுல பிரைவேட் டிடெக்டிவா இருக்கறவன். என்கிட்ட நட்பு வெச்சுக்கறதுல உங்களுக்கு என்ன கிடைச்சுடப் போகுது."

"என்ன பண்டியன்... என்னையே ஆழம் பாக்கறீங்களா? நீங்க ஒரு பிரைவேட் டிடெக்டிவ் தான்... நான் மறுக்கலை. ஆனா எப்பவும் பர்சனல் இண்ட்ரெஸ்ட்டுல துப்பறிய துறையில இறங்கறவங்களுக்கு இருக்கற ஒரு டெப்த் அதாவது ஆழம் டிபார்ட்மென்டைச் சேர்ந்த எங்ககிட்ட கூட இருக்கறது இல்லை..."

"என்னை ஒரு டெப்த் உள்ளவன்னு சொல்லாம சொல்றீங்க. அப்படித்தானே?"

"அதுல என்ன சந்தேகம்...?"

"தேங்க்யூ... என்ன சாப்பிட்றீங்க?"

"நோ ஃபார்மாலிட்டீஸ் பாண்டியன். எனக்கு உங்களால ஒரு உதவி ஆகணும்."

"சொல்லுங்க... ஏதாவது சிக்கலான கேஸா. மந்திரியே தப்பு பண்றாரா – உங்களால அவரை அதுவும் செய்ய முடியலையா?"

"நோ... நோ... மந்திரியோ கலெக்டரோ யார் தப்பு பண்ணாலும் இந்த இந்திரஜித் சட்டப்படி என்ன செய்யணுமோ அதைச் செய்ய தயங்கமாட்டான். இது ஒரு பெக்குலியரான பிராப்ளம்."

"என்ன சார் அப்படி ஒரு பெக்குலியர் பிராப்ளம்?"

"சிவன்மலை பற்றிக் கேள்விப்பட்டிருக்கீங்களா?"

"ஓ... பெரிய மலை ஸ்தலம் ஆச்சே... கொல்லிமலை, சபரிமலை மாதிரி டென்ஃபாரெஸ்ட் இல்லை அது."

"ஆமாம்... சமீப காலமா அந்த மலைக்குப் போன பலர் காணாம போயிருக்காங்க. அவ்வளவு ஏன்... அந்த மலைல

ஆபீசரா இந்தா ஒரு ஃபாரெஸ்ட் ரேஞ்சர் ஆபீசரே காணாம போயிருக்காரு..."

"காணாம போற அளவுக்கு அது என்ன அவ்வளவு பெரியதா?"

"அது பெரிய காடுதான்... அங்க ஆகாசலிங்க கோயில்னு ஒரு கோயில் வேற இருக்கு..."

"கேள்விப்பட்டிருக்கேன்..."

"கோயில் மட்டும் இல்ல... பல சித்தர்கள் நடமாட்ற ஒரு மலை அதுன்னும் கேள்வி..."

"இப்ப அங்க யார் காணாம போய்ட்டா?"

"பாய்ண்ட்டை பிடிச்சிட்டிங்களே...?" – இந்திரஜித் கேள்வியோடு ஒரு நான்கு போட்டோக்களை எடுத்து பாண்டியன் முன் டேபிள் மேல் விரித்தார். அது வைத்தியர் சிவசாமி, பழனி, மோகன், ரத்னவேல் ஆகியோருடைய புகைப்படங்கள்!

"இவங்க...?"

"இவங்க நாலு பேருமே ஃப்ரண்ட்ஸ். ரொம்ப குளோஸ் ஃப்ரெண்ட்ஸ். இதுல ஒருத்தர் பிரபல சித்தவைத்தியர். ஒருத்தர் தமிழ் பேராசிரியர் ஒருத்தர் மெட்டலர்ஜி பிரொபசர், ஒருத்தர் தொழிலபதிபர்."

"சரி... இவங்களுக்கென்ன?"

"இவங்க சிவன்மலைக்கு ஒண்ணா போயிருக்காங்க. ஒரு பௌர்ணமி ராத்திரி போனவங்க இன்னிவரை திரும்பலை... இவங்க வீட்ல இருந்து போலீசுக்கு கம்ப்ளைண்ட் ஃபைல் ஆகியிருக்கு. ஆனா போலீஸால இவங்க சம்மந்தமா ஒரு சாதாரண தகவலைக் கூட சேகரிக்க முடியல..."

"ஒரு டீம் அந்தக் காடு முழுக்க தேடி பார்க்கலாமே..."

"பாக்காம இருப்போமா? அவங்க கண்ணுல படல. இறந்துட்டாங்களா, உயிரோட இருக்காங்களான்னு தெரியல..."

“நான் என்ன செய்யணும்?”

“ரொம்ப சிம்ப்பிள்... உங்களால அந்த மலைக்கு ஒரு சராசரி மனுஷனா போய் மோப்பம் பிடிக்க முடியுமா?”

“செய்யணும்னா செய்துதானே தீரணும். இது என்ன கேள்வி.”

“அங்கதான் சிக்கலே... நீ ஒரு போலீஸாவோ டிடெக்டிவ் பாண்டியனாகவோ போகக் கூடாது.”

“உங்களுக்கெதுக்கு அந்தக் கவலை. அது என்பாடு.”

“இல்ல பாண்டியன்... நான் சொல்றதோட அர்த்தமே வேற. நீங்க எப்படியாவது உள்ள நுழைஞ்சு அவங்கள பத்தி ஏதாவது ஒரு தகவலோட வந்துடுவீங்க. அதேசமயம் உங்களுக்கு ஏதாவது ஆனா எங்களால உதவ முடியாது. அது உங்க பர்சனல் ரிஸ்க்கா போயிடும்.”

“இந்தத் தொழிலே ஆபத்து நிறைந்த தொழில்தானே?”

“அது தெரியாம நான் பேசலை. நான் உங்ககிட்ட வந்ததுக்கு வேற ஒரு காரணமும் இருக்கு.”

“என்ன சார்?”

“அங்க பாரெஸ்ட் ஆபீஸ்ல சிலரே கைக்கூலிகளா தப்பானவங்களா இருக்க வாய்ப்பு இருக்கு.”

“இப்படிப்பட்ட ஆட்கள் எங்க தான் இல்லை. சொல்லுங்க. பார்ப்போம்.”

“அதுவும் சரிதான். எங்க டிபார்ட்மென்ட் தொடர்பு இல்லாத அதேசமயம் எங்க டிபார்ட்மென்ட்டோட அவ்வளவு சாதுயர்ங்களும் உடைய ஒருத்தரா உங்களை நான் பார்க்கறேன்.”

“உங்க நம்பிக்கைக்கும் பாராட்டுக்கும் நன்றி. எனக்கு ஒரு பத்து நாள் டயம்தாங்க. இவங்க உயிரோட இருக்காங்களா இல்ல செத்துட்டாங்களாங்கறது உங்களுக்கு எவிடென்ஸோட நான் சொல்லிட்றேன்!”

“ரொம்ப தேங்க்ஸ் பாண்டியன். எங்க இந்த அசைன்மென்ட்டை நீங்க எடுத்துக்காம போயிடுவீங்களோன்னு நான் பயந்தேன்.”

“நான் எந்த ஒரு சிறு சந்தர்ப்பத்தையும் விடறவன் இல்லை. பர்ட்டிகுலரா இந்த கேஸை நான் எடுத்துக்க இன்னொரு காரணமும் இருக்கு...”

“என்ன பாண்டியன் அது?”

“நான் ஒரு சிவபக்தன். சிவன்மலை ஆகாசலிங்கத்தைத் தரிசனம் செய்யணும்கறது என் பலநாள் ஆசை...”

“ஓ... உங்களுக்குள்ள இப்படி ஒரு பக்கமா?”

“ஏன் சார்... துப்பறியறவனுக்கு பக்தி இருக்கக் கூடாதா?”

“நோ நோ... இருந்தாலும் உங்க பக்திக்கு என் பாராட்டுக்கள். நீங்க நல்ல சேதியோட வர என் வாழ்த்துக்கள்...”

இந்திரஜித் வாழ்த்தோடு ஒரு வெள்ளை கவரை முன்னால் வைத்தார்.

“என்ன சார் இது?”

“உங்க ஃபீஸ்...”

“வேலையையே ஆரம்பிக்கல. அதுக்குள்ள ஃபீஸா?”

“சரி... அட்வான்ஸ்னு வெச்சுக்குங்களேன்.”

“சாரி சார். நான் சக்ஸஸ் ஃபுல்லா முடிச்சிட்டு பிறகு ஃபீஸைப்பத்தி யோசிக்கிறேன். ஒரு பிரைவேட்டான என்னை நீங்க கன்சிடர் பண்ணுனதே பெரிசு. இது எதுக்கு சார்...”

“பாண்டியனின் தொழில் தர்மம் இந்திரஜித்தைப் பெருமைப்பட வைத்தது. ஒரு புன்முறுவலுடன் அந்த கவரை எடுத்துத் திரும்ப பாக்கெட்டில் வைத்துக் கொண்டு எழுந்தார்.”

“அப்ப நான் கிளம்பறேன்.”

“போய்ட்டுவாங்க...”

“நீங்க பேச்சலர்னு சொன்னீங்க. கல்யாணம் பண்ணிக்கற எண்ணமில்லையா?”

“சிஐடி வேலை பாக்கற என்னையும் ஒரு பெண் கட்டிக்குவான்னு நம்பறீங்களா?”

“எனக்குத் தெரிஞ்சு சிஐடி வேலை பாக்கற மாப்ளை தான் வேணும்னு அடம்பிடிக்கற பெண்களும் இருக்காங்க.”

“ஆச்சரியமா இருக்கே...”

“என் வைஃபே அப்படிபட்டவதான்...” - இந்திரஜித் அந்த பதிலோடு பைக்கில் ஏறி அமர்ந்து ஒரு உதை உதைக்க அதுவும் சீறிக்கொண்டு கிளம்பிட பாண்டியன் டாடா காட்டினார். திரும்பி வந்தவர் கண்களில் அந்த நான்கு போட்டோக்களும் பட்டன.

பாண்டியன் முகத்தில் ஒரு தீவிரமான சிந்தனை ஆரம்பமானது!

☆☆☆

ஒரு பாழடைந்த சிவன் கோயில் அது... பல நூற்றாண்டுகள் பழையது... நாலாபுறமும் மதில் சுவர்கள் சரிந்து விழுந்து கிடக்க அந்த சுவர்களில் அரச மரமும் கண்ட கண்ட காட்டுச் செடிகளும் முளைத்திருந்தன. ஆலய கோபுரத்தில் கூட ஏராளமான செடிகள். உள்ளே மண்டபத்தில் கூட அதன் கற்கள் எல்லாம் அங்கங்கே சரிந்து விழுந்து கிடந்தது. ஒரு பூகம்பத்தில் அகப்பட்ட கட்டிடம்போல தென்பட்ட அந்த சிவாலயத்தின் கருவறையில் மட்டும் சிவலிங்கத்துக்கு மாலை போட்டு விளக்கும் ஏற்றப்பட்டிருந்தது. அதையும் ஒரு பக்தர் தனது சிவபக்தி காரணமாகத் தினந்தோறும் செய்துவிட்டுப் போயிருந்தார். வெளியே ‘கதி மீட்ட கைலாச நாதர் ஆலயம்’ என்கிற பெயர்ப் பலகையிடம் கூட பொலிவு இல்லை. அந்தப் பெயர்ப் பலகையில் ஒரே கரையான் கூட்டம்.

அந்த காலை வேளையில் தினமும் நாள் தவறாமல் அந்த ஆலயத்துக்கு வரும் சண்முகம் செட்டியார் என்பவர் கோயிலின்

நிலையைப் பார்த்து ஒரு பெருமூச்சு விட்டார். விட்டபடியே கருவறை வரை சென்றவர் கண்களை மூடி தியானித்தார்.

“இறைவனே... ஈசனே... உன்னை வணங்குபவர் எவ்வளவு மோசமான கதியில் இருந்தாலும் அவர்களை மீட்டு நற்கதிக்கு ஆளாக்கும் உனக்கு மட்டும் இன்னமும் ஒரு விமோசனம் பிறக்கவில்லையே...” என்று மனமுருக வேண்டிக் கொண்டு வெளியே வந்தார். எதிரே இன்னும் சில பக்தர்கள் அந்த காலை வேளையில் வந்தபடி இருந்தனர். அவர்கள் முகங்களில் அழுத்தமான திருநீற்று பூச்சு. கைகளில் சில ரசீது புத்தகங்கள், மஞ்சள் துணிப்பை. சண்முகம் செட்டியார் அவர்களைப் பார்த்துக் கும்பிட்டார்.

“என்ன செட்டியாரே... எங்களுக்கு முந்தி தினமும் வந்திட்றீங்க... ஒரு நாளாவது உங்களை நான் ஜெயிக்கணும்னு பாக்கறேன்” என்று அவர்களில் ஒருவர் வழிந்தார்.

“சாமி கும்புட்றதுல ஜெயிக்கறது தோக்கறது எங்கய்யா இருக்கு... எப்ப கும்புட்றோம்கறதா விஷயம் எப்படி கும்புடுறோம்கறதுதானே விசயம்?”

“சரியா சொன்னீங்க... வாங்க அப்படி உக்காருவோம்.”

“உக்கார்ரது இருக்கட்டும். கோயில் கட்டிட நிதி வசூலுக்கு டிக்கெட்டெல்லாம் அச்சாகி வந்துடுச்சா?”

“என்ன அப்படி கேட்டுடீங்க... டிக்கெட் அச்சானது மட்டுமில்ல இதோ நம்ம சுப்பிரமணி நேத்து ஒரு நாள்ல இருபத்தி ஏழாயிரம் ரூபாயை வசூல் பண்ணி இருக்காரு... பாருங்க.”

அவர்கள் மஞ்சள் பையைத் திறந்துகாட்ட உள்ளே கட்டுகட்டாக நோட்டுக்கள்.

“பரவால்லியே... எள்ளுன்னா எண்ணையா இருக்கீங்களே...”

“எல்லாம் நம்ப சாமி கருணை. நீங்க வேணா பாருங்க பத்து லட்ச ரூபாயை எப்படியாவது வசூல் பண்ணி கோயிலைச்

சரிபண்ணி சும்மா தஞ்சாவூர் கோயில் கணக்கா கட்டி சரிசெய்துடணும்."

"செஞ்சுடுவோம் செஞ்சுடுவோம்... ஆளுக்கு ஒரு முயற்சின்னு இறங்கினா மளமளன்னு முடிஞ்சிடும் நா மட்டும் போதாது... ஒரு கமிட்டியா உருவாக்கி அதுல ஒரு இருபது இருபத்தஞ்சு பேரைச் சேர்த்து ஆளுக்கொரு வேலையைப் பிரிச்சுக் கொடுத்துடணும்."

"கமிட்டி போடலாம்... அதுக்காக இருபது பேரெல்லாம் வேண்டாம். அப்புறம் ஆளுக்கொண்ணு சொல்வாங்க. குழப்பம்தான் மிஞ்சும். எண்ணி அஞ்சாறு பேர். தெளிவா முடிவெடுத்து திடமா செயல்படுவோம். கணக்கு வழக்கை எல்லாம் வெளிப்படையா வெச்சுக்குவோம். வசூல் பணத்தை அன்றாடம் பேங்குல கட்டிடுவோம்."

"அதெல்லாம் எப்படி செய்யணுமோ அப்படியே செய்துடலாம். இப்ப இந்தப் பணத்தை என்ன பண்ண?"

"இது என்ன கேள்வி... நம்ம குரூப்லையே சண்முகம் செட்டியார்தான் வயசுலயும் சரி, அனுபவத்துலையும் சரி பெரியவர். தினசரி பேங்க்குக்கு தொழில் நிமித்தமா போய்ட்டு வர்றவர். இவர்கிட்ட கொடுங்க. செட்டியாரே பேங்கல கட்டிடட்டும். 'சிவன்கோயில் புனருத்தாரணநிதி'ன்னு ஒருபேர் வெச்சிடுவோம். என்ன சொல்றீங்க செட்டியாரே..."

செட்டியார் முகம் அதைக் கேட்டு மலர்ந்தது.

"நல்ல காரியம்தான். பொதுப்பணத்தை கைலவெச்சுகிட்டு இருக்கக்கூடாது. பேங்க்குல போட்டுடற்றதுதான் பாதுகாப்பு! கொடுங்க. நானே ஒரு அக்கவுண்ட்டை ஓபன் பண்ணி போட்டுடறேன். இன்னிக்கு சாயங்காலம் ஒரு கூட்டத்துக்கு ஏற்பாடு பண்ணுங்க. அதுல பொருளாளரைத் தேர்வு செய்து அவர்கிட்ட கணக்கு வழக்கை ஒப்படைச்சுடுவோம்."

செட்டியாரும் சந்தோஷமாக ஏற்றுக் கொண்டார். பணமும் கை மாறியது. சற்று தள்ளி இடிந்து கிடக்கும் கல்தூண்களுக்கு

இடையில் ஒருவன் படுத்துக் கொண்டிருந்தான். புரண்டு படுத்த அவன் செட்டியாரும் மற்றவர்களும் பேசுவதைக் கேட்டபடி இருந்தான். அவன் முகத்தில் நிறையவே தழும்புகள். அவன் பார்வையிலும் ஒரு குரூரம். அப்படி ஒருவன் படுத்திருப்பதை அவர்களும் கவனிக்கவில்லை. பணம் செட்டியார் கைக்கு போகவும் அவர்களும் கிளம்ப வேண்டிய அவசரத்தைக் காட்டினர்.

“அப்ப நாங்க கிளம்பறோம். நீங்களும் வேலைய பாருங்க. சாயந்திரம் நீங்க சொன்ன மாதிரி இங்கையே கூடுவோம். பொருளாளரை மட்டுமல்ல செயலாளர், தலைவர்னு எல்லாரையும் தேர்வு செய்வோம்.” – என்று பேசிக்கொண்டே கலைந்தனர்.

செட்டியார் மட்டும் திரும்பி சன்னதி நோக்கி நடந்தார்.

மஞ்சள் துணிப்பையுடன் அப்படியே கைகளைக் கூப்பினார்.

“ஈஸ்வரா... உன் கோயிலை உசத்திகட்ட ஒரு நல்ல காரியத்தைத் தொடங்கிட்டோம். நீதான் நல்ல வழியகாட்டணும். கூடவே இருந்து எல்லாத்தையும் நடத்திக்கொடு...” என்று மனமுருக வேண்டிக்கொண்டு கிளம்பினார். கோயிலுக்கு வெளியே தெரு. தெருவில் இறங்கி நடந்தவர் நேராக அவர் வீடு நோக்கித்தான் நடக்கத் தொடங்கினார் கல்தூண் அருகே படுத்துக்கிடந்த அந்த முரடனும் மெல்ல அவரைப் பின்தொடர ஆரம்பித்தான்.

காலை வேளை...

எனவே தெருவில் பெரிதாக கூட்டம் இல்லை. வெறிச்சோடி கிடந்த தெருவில் அங்கும் இங்குமாகச் சிலர் நடந்து கொண்டிருந்தனர். அது அவனுக்கு வசதியாக இருந்தது. ஒரு கட்டத்தில் அவர்களும் விலகிவிட செட்டியார் மட்டும்தான் தனியே நடந்தபடியே இருந்தார். அவனிடமும் ஒருவேகம். படுவேகமாக நடந்து செட்டியாரைச் சமீபித்தான். வெடுக்கென்று அவர் கையில் இருந்த பணமுள்ள துணிப்பையைப் பிடுங்கிக் கொண்டு ஒரே ஓட்டம்.

செட்டியார் ஆடிப்போய் கீழே விழுந்தார்.

தட்டுத்தடுமாறி எழுந்துநின்று பார்க்கும்போது அவன் நெடுந்தூரம் ஓடிவிட்டான். அவன் முகத்தைக்கூட பார்க்க முடியவில்லை. செட்டியார் வாயில் இருந்து வார்த்தைகளே வரவில்லை. சாதாரணமாக இந்த மாதிரி தருணங்களில் எல்லோரும் ஊரே கூடும்படி கத்துவார்கள். மார்பிலும் வயிற்றிலும் அடித்துக்கொள்வார்கள். ஆனால் செட்டியார் அந்த மாதிரி எல்லாம் செயல்படாமல் ஒரு ஓரமாகப் போய் அப்படியே உட்கார்ந்துவிட்டார். அவரிடம் கீழே விழுந்ததில் லேசான காயம். பெருமூச்சு வேறு. மனம் கிடந்து திக்திக் என்று அடித்துக்கொள்ள வேறு செய்தது. சிவன் சொத்தை ஒருவன் கொள்ளை அடித்துச் சென்று விட்டான். அவன் என்ன கதிக்கு ஆளாகப் போகிறானோ... அது வேறு விஷயம். தான் பதில் சொல்ல வேண்டுமே...?

ஒரு காசா இருகாசா... இருபத்தி ஏழாயிரம்... அவ்வளவும் கோயில் கட்டிடத்துக்காக பிறர் கொடுத்த காசு.

இப்படியா களவு போகும்?

செட்டியார் மனது கிடந்து தடுமாறியது. கண்களில் கண்ணீர் கோர்த்துக் கொண்டது.

அதே நேரம் அதே தெருவில் ஒரு மைனர் வீடு! வீட்டினுள் அந்த மைனர் ஒரு சிகரெட்டை பற்ற வைத்திருந்தான். அவன் எதிரில் ஒரு இளம் பெண்! ஆடைகளைச் சரிசெய்து கொண்டிருந்தாள்... அவனும் அவளையே ரசித்துக்கொண்டிருந்தான். அவன் கண்களில் லேசான போதை. விடிய விடிய அவளோடு உல்லாசமாக இருந்ததால் அவன் உடம்பில் அங்கங்கே அவளது உதடுபதித்த முத்தத்தின் சாயங்கள்.

அவள் அவன் எதிரில் தனது தோல் பையைத் தேடி எடுத்துக்கொண்டாள். அப்புறம் என்பதுபோல பார்த்தாள்.

"என்ன ரங்கநாயகி... அவ்வளவுதானா?"

"ஆமாம்... பொழுது விடிஞ்சு ரொம்ப நேரமாச்சு..."

“ஏன் இன்னும் கொஞ்சநேரம் இருக்க முடியாதா?”

“போதும்... விடிய விடியதான் கொண்டாடிட்டிங்களே. இன்னும் என்ன?”

“உன் வரையில எவ்வளவு நேரம் படுக்கைல கிடந்தாலும் மனசு அடங்கமாட்டேங்குதே...”

“இந்த டயலாக்கையே எல்லா ஆம்பளைங்களும் எப்படித் தான் பேசறீங்களோ...?”

“அப்ப எல்லா ஆம்பளைங்களும் என்ன மாதிரிதான்கிறியா ரங்கநாயகி...” என்றபடியே மைனர் அடுத்த சிகரெட்டுக்கு மாறினான். ரங்கநாயகி என்கிற அவள் பதில் கூறாமல் அவன் கேள்விக்குச் சிரித்தாள்.

“ஏன் சிரிக்கறே.”

“சிரிக்காம என்ன பண்ண... ஆம்பளைங்கள்ல வித்யாசமானவங்களே இல்லைங்கறது தான் என் அபிப்ராயம்.”

“அப்படின்னா?”

“விடுய்யா... அதை எல்லாம் தெரிஞ்சு நீதான் என்ன பண்ணப் போறே. இல்ல நான்தான் என்ன பண்ணப் போறேன். சரிசரி பணத்தைக்கொடு. நான் போய்கிட்டே இருக்கேன்.”

“கவலைப்படாதே... நீ கேட்டதைவிட கூடவே தருவேன் கொஞ்சம் இரு. மதியம்போல போகலாம்.”

“ஐய்யய்யோ... என்னால முடியாது. பேச்சு ஒரு ராத்திரிக்கு தான். எனக்கும் அடுத்தடுத்து வேலை இருக்கு. குளிக்கணும் சமைக்கணும். இந்த உடம்பை நல்லா கிண்ணுன்னு வெச்சு கிட்டதானே அடுத்தடுத்து கூப்பிடுவீங்க...”

“அதுவும் சரிதான்... இன்னிக்கு நைட் கூப்டா வருவியா?”

“இன்னிக்கு நைட்டா?”

“ஆமாம்... எனக்கென்னவோ உன்னைப் பிரிய மனசே வரமாட்டேங்குது.”

"அப்ப ஒண்ணு பண்ணு... பேசாம ஒரு மாசம் காண்ட்ராக்ட் போட்டுடு. நானும் இங்கையே கிடக்கேன்."

"அதுவும் நல்ல ஐடியாதான்... சரி நீயே சொல்லு ஒரு மாசத்துக்கு எவ்வளவு கேக்கறே."

"தினசரி எவ்வளவோ அதை அப்படியே முப்பதால பெருக்கிக் கொடுத்துடு."

"ஏன்... அதை மாசக்கடைசில வாங்கிக்கக் கூடாதா?"

"இந்த ஒரு தொழில்ல மட்டும் சம்பளம் தான் முதல்ல கடமை அப்புறம்தான். தெரியாதா?"

"நீ ஆள் மட்டும் அழகு இல்ல... பேச்சும்தான். சரி இரு வரேன்..." அந்த மைனர் உள்ளே சென்று கட்டமாக ரூபாய் நோட்டுக்களுடன் வெளியில் வந்து அவள் எதிரில் நீட்டினான்.

"எவ்வளவு இதுல இருக்கு?"

"இருபத்தி ஏழாயிரம்..."

"மிதி மூவாயிரம்..."

"பேங்க்குல எடுத்துத்தரேன். இப்ப கைல இவ்வளவுதான் இருக்கு."

"சரி... உன்னை ஒண்ணுகேக்கவா?"

"என்ன?"

"இப்படி என்ன மாதிரி வேசிகளுக்குக் கொட்டி அழுகறதுக்கு நல்ல பொண்ணா ஒருத்திய கல்யாணம் கட்டிகிட்டு ஒழுங்கா வாழக் கூடாதா?"

"ஆரம்பிச்சிட்டியா... நான் கல்யாணச்சிறைல மாட்டிக்க விரும்பலை. ஒருத்திய காதலிச்சேன். அவ ஏமாத்திட்டு வேற ஒருத்தனோட ஓடிட்டா. அதுக்குப் பிறகு குடும்பம் பத்தியே நான் யோசிக்கறதா இல்லை. எனக்கு குடும்ப வாழ்க்கைன்னு ஒண்ணு இருக்கறதாகவும் தெரியில."

அவன் பேச்சோடு மது பாட்டிலைத் தேடி எடுத்து வந்து காலை வேளையிலேயே அதைக் குடிக்கத் தொடங்கினான்.

இனி அவனிடம் எது பேசினாலும் ஏறாது...

வேசியை நாடுமளவுக்கு துணிந்த ஆண்களிடம் பெரிய நல்ல விஷயங்களை எதிர்பார்க்கவும் முடியாது.

அவள் அனுபவப்பட்டவள். எனவே அந்த இருபத்தி ஏழாயிரத்தை எடுத்து பேக்கில் வைத்துக்கொண்டாள்.

“சரிய்யா... நான் என் வீடு வரை போய் ஒரு மாசத்துக்கு தேவையான உடுப்புகளை எடுத்துகிட்டு வரேன். இந்த ஒரு மாசத்துக்கு நான்தான் உன் ஓடிப்போன காதலி... அரிசி பருப்பெல்லாம் இருக்குல்ல. நான் நல்லா சமைப்பேன்.” என்று சொல்லிக்கொண்டே ரங்கநாயகி தெருவில் இறங்கினாள். சிறிது தூர நடையிலேயே நெஞ்சைக் கையில் பிடித்தபடி சண்முகம் செட்டியாரைப் பார்த்துவிட்டாள். செட்டியாருக்கும் அவளைத் தெரியும். அவள் இப்போது எப்படி பிழைக்கிறாள் என்பதும் தெரியும். அந்த காலை வேளையில் செட்டியாரைப் பார்த்தவளுக்கு அதுவும் யார் வீட்டுத் திண்ணையிலோ கண்ணீரோடு பார்க்கவும் கொஞ்சம் பகீரென்றது.

“ஐயா...”

அவரிடம் பதிலில்லை.

“என்னங்க இங்க... ஏன் அழுவறீங்க?”

அவரிடம் அழுகை வெடித்தது.

“ஐயா என்னாச்சு... எதுவா இருந்தாலும் சொல்லுங்க.”

“என்னத்த ரங்கநாயகி சொல்ல... நீ போ! எல்லாம் என்தலை எழுத்து.”

“என்னய்யா... என்ன நடந்துச்சு.”

“ஹிம்... எல்லாம் கலி காலம். சிவன்கோயில் கட்டிடம் கட்ட வசூல் பண்ண நன்கொடை பணம் இருபத்தியேழாயிரம் அதைக்

கைல எடுத்துகிட்டு தெருவுல வந்தேன். அதை ஒரு திருட்டுப்பய கவனிச்சு புடுங்கிகிட்டு ஓடிட்டான்."

"அடக் கொடுமையே... நீங்க கத்தலையா?"

"பிரயோஜனம் இல்ல. அவன்கிட்ட அவ்வளவு வேகம்."

"போலீசுக்குப் போகலாமே."

"போகணும். ஆனா நான் சொல்றத நம்பணுமே அவங்க."

"என்னய்யா சொல்றீங்க..."

"தொலைஞ்சு போனது ஊரார் பணம். நான் எடுத்து வெச்சுகிட்டு திருடன் மேல பழி போட்றதா நினைச்சுட்டா?"

"அதுக்காக அப்படியே விட்றப் போறீங்களா?"

"அது எப்படி விட முடியும். இன்னிக்கு அந்த பணத்தை நான் பேங்க்குல கட்டியே தீரணும்."

"எப்படி கட்டுவீங்க?"

அதான் தெரியில... ஒரு இரண்டு மூணாயிரம்னா புரட்டிடுவேன். ஆனா இருபத்தி ஏழாயிரம். இப்ப பார்த்து வியாபாரம் வேற ரொம்ப டல்லு..."

செட்டியார் கண்ணீரைச் சுண்டி விட்டபடி கோயில் பக்கம் திரும்பினார்.

"இந்த சாமிக்கு தான் கோயிலை நல்ல விதமா நாங்க எடுத்துக்கட்றது புடிக்கலை போல தெரியுது. அதான் இப்படி எல்லாம் சோதிக்கறாரு."

"அப்படி எல்லாம் இல்லிங்க. நீங்க பதட்டப்படாதீங்க. ஆமா எவ்வளவு பணம் போச்சுன்னீங்க?"

"இருபத்தி ஏழாயிரம்!"

அவளுக்கு மைனர் கொடுத்ததும் இருபத்தி ஏழாயிரம் தான். என்ன ஒரு ஒற்றுமை... சட்டென்று தன் பேக்கை திறந்தவள் பணத்தை வெளிய எடுத்தாள் செட்டியார் முன் நீட்டினாள்.

“என்னம்மா இது?”

“களவு போன பணம்... திரும்பக் கிடைக்குது...”

“என்ன சொல்றே நீ...”

“ஐயா... என்னை பத்தி உங்களுக்குத் தெரியும். இது சதையை வித்து வாங்கின பணம்தான். ஆனா நாய்வித்த காசு குரைக்கவா போகுது. இந்த வகைல ஒரு நல்ல காரியத்துக்குதான் பயன்படட்டுமே...”

“அம்மாடி...”

“வாங்கிக்க மாட்டேன்னு மட்டும் சொல்லிடாதீங்க. உங்க சாமிகிட்ட சொல்லி எனக்கொரு நல்ல வழிய காட்டச் சொல்லுங்க. அடுத்த ஜென்மத்துலையாவது நான் ஒருத்தனுக்கு பொண்டாட்டியா குழந்தை குட்டிகளோட நல்லபடி வாழணும்.”

அவள் கண்களும் கொப்பளித்துவிட்டன. செட்டியார் நடுங்கும் கைகளால் அந்த நோட்டுக் கட்டை வாங்கி இடுப்பில் கட்டிக்கொண்டார். அவருக்கு என்ன பேசுவது, ஏது பேசுவது என்றே தெரியவில்லை. அவளைப் பார்த்து கைகளைக் கூப்பியவர்.

“இந்த கோயில் கட்டிடம் கட்டி முடிக்கும் முன்னால உனக்கு ஒரு நல்ல கதியை அந்த ஈஸ்வரன் காட்டுவான். அப்படி காட்டாட்டி அவன் கதிமீட்ட கைலாச நாதனும் இல்ல... அவனுக்கு கோயில் கட்றதுல அர்த்தமும் இல்ல...” என்றார் மிகுந்த உணர்ச்சியோடு அதை ஆமோதிப்பது போல திண்ணையை ஒட்டியுள்ள சுவற்றுபல்லி டொப்பு கொட்டியது. கூடவே கோயில் மணி ஓசையும் சேர்ந்து கொண்டது.

ரங்கநாயகியும் சிலிர்த்துப் போனாள்!

* ——— *

அத்தியாயம்

29

‘கடவுளர் ரூபங்களில் ஈசனுக்கே நெற்றியிலும் கண் உண்டு. இதனாலேயே முக்கண்ணன் என்றும் அவனுக்கு ஒரு பெயர். பொதுவில் கண்ணிரண்டும் காண்பதற்கே. இதில் இரண்டு கண்களும் இரண்டு காட்சியை ஒரு போதும் காணமுடியாது. ஒரு காட்சியை அழுத்தமுடன் பார்க்கத்தான் இருகண்கள்! அப்படி இருக்க மூன்றாவது கண் என்று ஒன்றிருந்தால் அதனால் எதை எப்படிக் காணமுடியும் என்பது கேள்வியாகிறது.

உண்மையில் அந்த மூன்றாவது கண் என்பது ஞானக்கண்... அதாவது அக்கண்ணைக் குறிப்பது! இரு கண்கள் வழி காணும் காட்சியிலுள்ள உண்மை பொய்யைத் தெளிந்து உணர்வது சிந்தை. அந்த சிந்தை அத்தெளிவை காட்சிப்படுத்தும். அதை மூன்றாவது கண் வழியேதான் காணமுடியும்.

எல்லோராலும் மூன்று கண்களுடன் இயங்க முடியாது. ஈசன் ஒருவனே அகம், புறம் இரண்டையும் கண்டு தெளிந்தவன் காணமுடிந்தவன். அப்படிப்பட்ட நெற்றிக் கண்ணையும் ஒளிமயமான அக்னி ரூபமாகப் பெற்றவன். உள்ளொளியால் உணர்ந்து அக்கண்ணை ஈசன் திறந்தால் எதிரில் உள்ளவர் எவராயினும் சாம்பலாகியே தீருவர். அந்தக் கண்ணால் தான் காமனை எரித்தார். காமேஸ்வரன்.

அவரது அக்கண்ணிலிருந்து பாவியர் ஒருவரும் தப்ப முடியாது என்பதையும் அந்த மூன்றாவது கண் உணர்த்துகிறது. சிவன்மலைக் காட்டிலும் மூன்று கண்களை உடைய லிங்க சொரூபம் உள்ளது. அதைத் தேடிக்கண்டறிந்து பூஜித்தால் நம் மாசு மலங்களை அவரது விழிகள் எரிக்கும்!'

இரவு நேரம்!

மணி பத்தாகிவிட்டது.

மங்களம் வாசலையே பார்த்துக் கொண்டிருந்தாள். அவள் அப்படி பார்த்துக் கொண்டிருப்பது இளையவள் லலிதாவுக்கு எரிச்சலாக வந்தது.

"ஏம்மா போய் படுக்கமாட்டியா... எதுக்கு இப்படி வாசலையே பாத்துகிட்டிருக்கே?" என்றாள். மங்களம் அவளை பதிலுக்கு முறைத்தாள்.

"முறைக்காதே... நான் சொன்னால்லாம் நீ கேக்கவா போறே. நான் போய் படுக்கறேன்." – என்று படுத்தாள். வித்யா ஏதோ படித்துக் கொண்டிருக்க, மூன்றாமவள் பாரதி கைகளுக்கு மருதாணி வைத்துக் கொண்டிருந்தாள்.

"அம்மா பாலுவுக்காக காத்திருக்காங்க. மணி பத்தாச்சு அவனாவது சீக்கிரம் வர்றானா பார்..." என்று வித்யா முணங்கினாள்.

நல்லவேளை அதற்குமேல் அவர்களை சோதிக்காதபடி வாசற்புறம் அவன் மோட்டார் பைக் சப்தம் கேட்டது.

"அம்மா தம்பி வந்துட்டான்..." என்று வித்யாவும் எழுந்தாள். அவனும் பைக்கை ஓரம் கட்டிவிட்டு உள் நுழைந்தான். உடம்பு முழுக்க ஒரே மைக்கறை கசகசவென்று வியர்த்திருந்தான். மங்களம் அவனைப் பார்த்துவிட்டு கெடிகாரத்தைப் பார்த்தாள்.

“ஏம்மா கெடிகாரத்தைப் பார்க்கறே... இன்னிக்கு வண்டி அதிகம்மா... கடைய மூடும் போது ஒருத்தர் பஞ்சர்னு வண்டிய உருட்டிட்டு வர்றாரு...” என்று சொல்லிக்கொண்டே கொல்லைப் புரம்போய் காலைக் கழுவினான். அப்போது குனிந்து நிமிர்ந்தபோது சட்டைப் பாக்கெட்டில் இருந்து டுபுக் என்று அந்த ரசமணி உருண்டு வாளித் தண்ணீரில் விழுந்தது. அப்பொழுதுதான் அதன் ஞாபகமும், அதைத் தந்த அந்த பரதேசி சித்தரின் முகமும் அவன் மனதில் முண்டியடித்தது. வாளிக்குள் கையை விட்டு ரசமணியை வெளியே எடுத்தான். கண்ணுக்கு நேராக நீட்டி வைத்துக் கொண்டு அதைப் பார்த்தான். அப்போது பாரதியும் கொல்லைப் பக்கம் வந்தாள்.

“பாலு...”

“என்ன பாரதி...?”

“இது அந்த பிச்சைக்கார பரதேசி தந்த கோலிகுண்டு தானே?”

“கோலிகுண்டா... ரசமணி பாரதி.”

“பார்க்க கோலிகுண்டு மாதிரிதானே இருக்குது...”

“ஆனா அவர் ரசமணின்னு தானே சொன்னாரு...”

“ஆமா. ரசமணின்னா என்னன்னு உனக்குத் தெரியுமா?”

“இப்படி ஒரு பேரையே நான் அவர் சொல்லித்தான் கேள்விப்படறேன்... யாருக்கு இதைப் பத்தி எல்லாம் தெரியும்.”

“நான் எல்லாத்தையும் அம்மாகிட்ட சொன்னேன். ஆம்மா ரொம்ப பயந்தாங்க...”

“அம்மாவுக்கு எல்லா விஷயத்துலையும் பயம்தான்.”

அவன் சொல்லி வாய் மூடும் முன் மங்களமே கொல்லைப் பக்கம் வந்து விட்டாள். அவள் காதிலும் அவன் பேசியது விழுந்தது.

“என்னடா... எனக்கு எதுல பயம்னு ஆராய்ச்சி பண்ணிகிட்டு இருக்கியா?”

“ஐயோம்மா... வந்துட்டியா நீ.”

“ஆமா அதுஎன்னடா கைல உருண்டையா?”

“இதுவா... இது ஒண்ணுமில்லமா... ரசமணி.”

“ரசமணியா... ஓ பாரதி சொன்னாளே யாரோ ஒரு பரதேசி கொடுத்தான்னு...”

“அம்மா அவரை பரதேசின்னு சொல்லாதீங்க... அவர் சாமியாரும்மா... எனக்கென்னவோ அவரைப் பார்த்ததுல இருந்து மனசுக்குள்ள ஒரு நிம்மதி...”

“தெரியும்டா தெரியும்... அப்பா மாதிரிதானே புள்ளையும் இருப்பே.”

“என்னம்மா சொல்றே?”

“நான் என்னத்தைச் சொல்வேன்... உன் அப்பாவும் இப்படித்தான்... சித்தர்கள் சாமியார்கள்னு பேசித்தான் தொலைஞ்சு போனார். இப்ப அந்த ஆளுங்க உன்கிட்டையும் வந்துட்டாங்களா?”

“என்னம்மா சொல்ற... அப்பா சித்தர் சாமியார்னு பேசித்தான் காணாம போனாரா?”

மங்களம் முதல்முறையாக தன் கணவர் பற்றி வாய்விட அதை பாலுவும் கெட்டியாகப் பிடித்துக் கொண்டான். அவளுக்கே அது அதிர்ச்சியைத் தந்தது. அது அவள் முகத்தில் அப்பட்டமாக எதிரொலித்தது.

“அம்மா... சொல்லும்மா, அப்பா வன இலாகாவுல வேலை பார்த்து காட்டுக்குள்ள அவருக்கு ஏதோ ஆகிடிச்சின்னு தான் எல்லாரும் சொன்னாங்க.”

“அதெல்லாம் வெட்டிப்பேச்சு... உண்மைல நடந்தது வேற. இப்ப அதைப் பேசறதால எந்தப் புண்ணியமும் இல்ல... நீ முதல்ல அந்த ரசமணியைத் தூக்கி எறி.”

“அம்மா...”

“எறிடான்னா...”

“இது என்னம்மா பண்ணிடும்?”

“இந்த பரதேசி சமாச்சாரமெல்லாமே ஆபத்தானதுடா. சில பரதேசிங்க உள்ளுக்குள்ள பயங்கரமான ஆட்களா இருப்பாங்க. உன்னை மாதிரி கருவேப்பிலை கொத்தாட்டம் இருக்கிற பசங்களை வசியப்படுத்தி தங்களோடவே கூட்டிட்டு போயிடுவாங்க...”

“என்னம்மா என்னென்னமோ சொல்றே? நான் அவரோட போறதால அவருக்கு என்னம்மா பிரயோஜனம்?”

“என்னடா நீ வளைச்சு வளைச்சு கேள்வியா கேட்டுகிட்டு... இதெல்லாம் சித்துவேலை... வசியம் பண்ணி கூட்டிகிட்டுபோய் பலிகூட கொடுக்கலாம். யாருக்குத் தெரியும். முதல்ல தூக்கி எறிஞ்சிட்டு உள்ள வா. சாப்பாடு ஆறுதுல்ல...”

மங்களம் சொன்ன செய்தி பாலு மனதில் கொஞ்சம் பகீர் உணர்வைக் கிளறிவிட்டது. பாரதியோ பயந்துவிட்டாள். வெடுக்கென்று அவன் கையில் இருந்த அந்த ரசமணியைப் பிடுங்கியவள் கொல்லைப் புரத்தில் இருந்து அப்படியே விட்டெறிந்தாள்.

அது கூரைக்குமேல் பறந்துபோய் கூரையில் விழுந்து ஓடி வாசற்புறம் கூரைச்சரிவுக்குக் கீழே ஒரு ஓரமாக வைக்கப்பட்டிருந்த கோல மாவு டப்பாவில் விழுந்தது. விழுந்த வேகத்தில் புதைந்து தன்னை மூடிக்கொள்ளவும் செய்தது!

படுக்கையில் தூங்கப்போன பாலுவுக்குள் அவன் தாய் சொன்ன கருத்துக்கள். குறிப்பாக அவன் அப்பா பற்றி அவள் சொன்னது காதில் ஓடிகொண்டே இருந்தது. இவ்வளவு நாட்களில் அவன் அப்பா பற்றி அவன் பெரிதாக சிந்தித்ததே இல்லை. வீட்டு ஹாலில் ஒரு படத்தில் தொங்கியபடி உள்ள அவர் உருவத்துக்கு ஒருநாள் இரண்டாமவள் லலிதா மா இலை ஒன்று போட்டாள். அடுத்த நொடியே மங்களம் அதைப் பிய்த்துப் போட்டு விட்டதோடு லலிதாவின் கன்னத்திலும் அறைந்து விட்டாள்.

“உங்கப்பா ஊருக்கு வேணா செத்தவரா இருக்கலாம். என் வரைல அவர் உயிரோட தாண்டி இருக்காரு. அதுல எனக்கு கொஞ்சம்கூட சந்தேகமும் இல்லை...” என்று பூஜை அறைக்குள் போய் பார்வதி பரமேஸ்வரன் படத்தின் முன்னாலும் குட்டிலிங்கம் ஒன்றன் முன்னாலும் அவள் கண்ணீர் விட்டு அழுதாள். அதெல்லாம் பாலுவுக்கு நினைவுக்கு வந்தது.

அப்பா மட்டும் கூட இருந்திருந்தால், தான் இப்படி ஒரு மெக்கானிக்காக மாறி அவஸ்தைப்பட்டு காலம் கடத்த வேண்டிய ஒரு அவலமும் ஏற்பட்டிருக்காது என்றும் சிந்தித்தான். அதே நினைப்போடு புரண்டு புரண்டு படுத்தான். ஏகப்பட்ட வண்டிகளைக் கழட்டி பூட்டிய வலி வேறு உடம்பில் பாகம் பாகமாக வலித்து அவனை முனங்கவைத்தது. அப்படியே தூங்கிப் போய்விட்டான்!

விடிந்துவிட்டது! கிழக்கு வானில் சூரியனும் உருண்டு திரண்டான். பூமி மேல் சுளீரென்று தாக்கிற்று அவனது கதிர்க்கிரணங்கள்... ஜன்னல் வழியாக உள்ளே நுழைந்து பாரதியின் முகத்திலும் அது சூடு தாளிக்கவும் வாரிச்சுருட்டிக் கொண்டு எழுந்தாள் பாரதி. அப்படியே கண்களைக் கசக்கிக் கொண்டு சுவற்றில் கெடிகாரத்தைப் பார்த்தாள். மணி ஆறரையாகி விட்டிருந்தது.

ஐய்யய்யோ... வாசல் தெளித்து கோலம் போட வேண்டிய நேரம் ஆயிற்றே இது...?

அலறி அடித்துக்கொண்டு எழுந்தாள். கலைந்த கூந்தலை அடக்கிக் கட்டிக்கொண்டாள். விறுவிறுவென்று வாசல் பக்கம் சென்றவள் பெரியவள் வித்யா தண்ணீர் தெளித்துக் கொண்டிருப்பதைப் பார்த்தாள். அப்போது சாலையில் தினமும் அவளது தரிசனத்திற்காகவே ஜாகிங் வரும் அந்த இளைஞனும் அவளைப் பார்த்தபடியே கடந்து போனான்.

“காலங்காத்தால சைட்டா...?” முனங்கிக் கொண்டே போய் கோல டப்பாவைக் கையில் எடுத்தாள்.

“அக்கா நீ தண்ணி தெளிச்சது போதும்... உள்ள போ. நான் கோலம் போட்டுட்டு வரேன்” என்று வீட்டு வாசல் நடுவில் நின்றாள். இடுப்பு பாவாடையைச் சற்று தூக்கி இடுப்பருகே சொருகிக் கொண்டு கோல டப்பாவுக்குள் கை விட்டவள் விரல்களில் மீண்டும் அந்த ரசமணி தட்டுபட்டது.

கொஞ்சம் பக்கென்றது அவளுக்கு!

தலைக்கு மேலே தூக்கி எறிந்தது திரும்பவும் எப்படி வந்தது? அதுவும் கோல மாவு டப்பாவுக்குள்...?

அவள் கேள்வியில் நெளிந்தபடியே அதைப் பார்த்தபோது பாலுவும் வாயில் பிரஷ்ஷிடன் வெளியே வந்து அதைப் பார்த்து விட்டான்.

“பாரதி... என்ன இது?”

“ரசமணி பாலு... ராத்திரி தூக்கி எறிஞ்சது.”

“அது எப்படி இப்ப உன் கைல...”

“இந்த கோல டப்பாவுல கிடந்துச்சு...”

“இதுலையா? அவன் ஆச்சரியமாக பார்த்தான். உள்ளிருந்து மங்களத்தின் குரலும் கேட்க ஆரம்பித்தது.”

“டேய் பாலு... அங்க என்னடா பண்றே. சீக்கிரம் பல்லு விளக்கிட்டு வா. காபி ஆறுது பார்...”

அவன் உடனே தடுமாறத் தொடங்கிட பாரதி திரும்பவும் அதைத் தூக்கி எறிந்தாள்.

“ஏய்... என்ன பண்றே?”

“அதான் பார்த்தேல்ல... திரும்ப தூக்கி எறிஞ்சுட்டேன். அம்மா பார்த்தா ரொம்ப வருத்தப்படுவாங்க. எறிஞ்சது எறிஞ்சதாகவே இருக்கட்டும். நீ போ...”

அவள் கூறும்போதே அம்மா கீரை... என்று கூடை நிறைய கீரைக்கட்டுகளுடன் கீரைக்காரி வந்து நின்றாள்.

"வழக்கம்போல பொன்னாங்கண்ணி மூணுகட்டு." என்றாள் பாரதி. கூடையைக் கீழே வைத்து கூடைக்குள் இருந்து மூன்று கட்டு கீரையை எடுத்துக் கொடுத்தாள். அவள் பேர் பொன்னாத்தாள். அவள் வாயைப் பிடுங்குவது என்றால், பாலுவுக்கும் கொள்ளை இஷ்டம்."

"என்ன பொன்னாத்தா? எப்படி இருக்கு உன் பிசினஸ் எல்லாம்..." என்று வாயினுள் பிரஷ்ஷால் வயலின் வாசித்தான். அவள் சிரித்தாள்.

"எதுக்கு சிரிக்கறே?"

"சிரிக்காத என்னத்த பண்ண... கீரை விக்கிறதை நீ பிசினஸ்ன்னு கிண்டல் பண்றே. அதை நினைச்சேன்."

"நான் ஒண்ணும் கிண்டல்லாம் பண்ணல. இன்னிக்கு வெளிநாட்டுல அதிக கிராக்கியே இந்த கீரைங்களுக்குத்தான் தெரியுமா?"

"அப்படியா?"

"ஆமாம். அங்க கீரை வித்தே ஒருத்தர் கோடீஸ்வரன் ஆயிட்டார். பெரிய கீரைப்பண்ணைல எல்லா விதமான கீரைகளையும் பயிர் பண்றாரு. இதான் தண்ணிவிட்டா தளதளன்னு தழைச்சு வந்துடுமே."

"ஆமாமா... கீரைன்னா ஏதோ சாதாரணமா நினைக்கறாங்க. ஆனா அது மாதிரி மனுஷ உசிருங்களுக்கு உதவி செய்யற ஒண்ணு இந்த உலகத்துலையே கிடையாது. சீக்கிரமா முளைவிடும். நல்லா ருசியாகவும் இருக்கும். கண்ணுக்கும், எலும்புக்கும் கீரைங்க அவ்வளவு நல்லது. பொன்னாங்கண்ணிய தினம் சேர்த்துகிட்டா உடம்பு பொன்னா மின்னும் அகத்தி கீரையைச் சேர்த்துகிட்டா உடம்புல அசுத்த கிருமியை அசத்தும்... அரை கீரைங்கறது பாதிதான் கீரை மீதி அது ஒரு மூலிகை... அதனாலதான் அதை அரைக்கீரைன்னாங்க. பசலைக்கீரை மனசு படபடப்பைக் குறைக்கும் தைரியம் தரும். அப்படியே நரம்புக்கும் வலு சேர்க்கும். புளிச்சகீரை அஜீரணத்தை ஒரு வழி பண்ணிடும்.

ருசியை வெச்சு இதுக்கு இந்த பேர் வந்தது. சோம்பலா எதுலையும் பிடிப்பில்லாம இருக்கறவங்க தினம் இதை சேர்த்துகிட்டா அவங்க குணமே மாறிடும். அதேசமயம் பொறாமை பிடிச்சவங்க புளிச்சீரையைத் தினம் சேர்த்துகிட்டா ரொம்பவே பொறாமைபட ஆரம்பிச்சிடுவாங்க. மிளகுதக்காளிக் கீரை வாய்ப்புண்ணுக்கு அருமருந்து... வயித்து புண்ணையெல்லாம் அப்படி ஆத்தும்... சிறுகீரை ரத்தத்தைச் சுத்தம் பண்ணும். மூத்திரம் பேஞ்சா பன்னீரா இருக்கும்..."

பொன்னாத்தாள் ஒரு கீரை புராணமே படித்து முடித்துவிட்டாள். அவளது அந்த காலை நேர உபன்யாசம் கேட்டு அக்கம் பக்கமும் கூடிவிட்டது.

"அடேங்கப்பா... உனக்குதான் இந்த கீரைங்களோட என்ன ஒரு அட்டாச்மெண்ட் விட்டா கீரைய மட்டும் ஆராய்ச்சி பண்ணி ஒரு டாக்டர் பட்டம் வாங்கிடுவேன்னு சொல்லு."

பாலு அவளைச் சிணுக்கியபடியே கொல்லைப்புறமாகச் சென்றான். அவனுக்குமுன் பாரதி அங்கே சென்று கீரையைக் கிணற்று தண்ணீரில் கழுவிக் கொண்டிருந்தாள். அப்போது ஒரு கீரைக் கட்டுக்குள் இருந்து டணங்கென்று புரண்டு வந்து விழுந்தது அந்த ரசமணி உருண்டை!

திரும்பவும் அவளிடம் ஒரு திகைப்பு.

"என்ன பாரதி... இது நம்பளைவிட்டு போகாதா?" என்று கேட்டுக்கொண்டே வாய்க்கொப்பளித்தவன், "நீ தூக்கி எறிஞ்சது கீரைக்காரி கூடைல விழுந்து திரும்ப நம்ம கைக்கே வந்துடுச்சி பார்..." என்றான்.

"பாலு... அம்மா சொன்னது சரிதான்... இதுல ஏதோ மாயம் இருக்குது. இல்லாட்டி இப்படியா உன்னையும் சுத்திச் சுத்தி வரும்...?"

பாரதியும் அதிகபட்ச அதிர்வினைக் காட்டினாள். பாலுவின் உள்ளங்கையில் ஆயுள் ரேகைமேல் அந்த ரசமணி காலை சூரிய ஒளியின் கதிர்பட்டு ஜொலித்திட அவனையே வெறித்தது.

ஏதோ நினைப்பில் அதை கையில் வைத்து பார்த்தபடியே வீட்டுக்குள் போனான்.

"ஏண்டா இதை நீ இன்னுமா தூக்கி எறியில?"

என்று கேட்டபடி காபி டம்ளருடன் மங்களம் எதிரில் வந்தாள்.

"இல்லம்மா... அதை நான் எறிஞ்சேன். ஆனா இது என்னை விட்டுப் போகமாட்டேங்குதும்மா..."

"என்னடா கதைவிட்றே... எங்க என்கிட்ட கொடு இது எப்படி திரும்ப உன் கைக்கு வருதுன்னு நான் பாக்கறேன்."

மங்களம் வெடுக்கென்று அவனிடமிருந்து அந்த ரசமணியைப் பிடுங்கி வீட்டுக்குள் பரண்மேல் எறிந்தாள்.

"அட என்னம்மா நீ அதை வீட்டுக்கு வெளியே எறிஞ்சே அது திரும்பி வந்துடிச்சு. வீட்டுக்குள்ளேயே இப்ப எறிஞ்சிருக்கே. அது திரும்பி வரத்தான் போகுதுபார்..."

பாரதி சற்று பயம் காட்டினாள். அதுவரை பொறுமையாக நடமாடிக் கொண்டிருந்த லலிதா அவர்களுக்கு நடுவில் வந்து "ஒரு கோலிகுண்டை நீங்க வீசி எறிஞ்சா அது திரும்ப கால் முளைச்சு நடந்து வருதாக்கும். யார்கிட்ட காது குத்தறீங்க?" என்று கையை ஒரு திணுசாக ஆட்டியபடியே கேட்டாள்.

"லலிதாக்கா... நீ போய் உன் வேலையைப் பார். நான் உன்கிட்ட வந்து சொல்லும்போது நீ கமெண்ட் அடி. இப்ப கிளம்பு" என்றான் பாலு. அவள் முகம் உடனேயே கோணிக் கொண்டது. அவனை பழிப்புடன் பார்த்தபடி விலகிப்போனாள்.

மங்களமோ சாமி சன்னதி முன் சென்று கண்கலங்க கை கூப்பியிருந்தாள். பாலுவுக்கு அவள் செயல் ஒரு வகையில் எரிச்சலாய்கூட இருந்தது.

"அம்மா என்னம்மா இது... இப்ப எதுக்கும்மா சாமிகிட்டல்லாம் போய் நின்று அழுவறீங்க?"

"அட போடா... என் மனசு இப்ப என்ன பாடு படுதுன்னு உனக்கு தெரியாதுடா. இந்த வீட்டுல நாலு பொட்டச்சிங்க. அதல நான் ஒருத்தித்தான் வாழந்து முடிச்சவ. மீதி மூணும் கன்னி சீதனங்க. இனிதான் வாழணும். நீ ஒருத்தன்தான் ஒரே ஆம்பளைப் பையன். இந்த கன்னித் தோட்டத்தோட ஒரே காவல்காரன் நீ தாண்டா."

"என்னம்மா நீ... கன்னித்தோட்டம் காவல்காரன் அது இதுன்னுகிட்டு... இப்ப என்ன ஆயிடிச்சு?"

"இன்னும் என்னடா ஆகணும். யாரோ ஒரு பரதேசி வந்தான். ரசமணி தந்தான். தூக்கி எறிஞ்சாலும் போகமாட்டேங்குதுன்னா என்ன அர்த்தம்?"

"இன்னும் ஒண்ணும் புரியலம்மா..."

"உனக்கு புரியல. எனக்கு பக்குபக்குங்குது. உங்கப்பாவையும் இப்படித்தான் ஒரு சாமியார் கூட்டம் திரை திருப்பி விட்டிச்சு. இப்ப நீயும் அதே பாதைல போகப்பாக்கறே..."

"அம்மா அடிக்கடி அப்பா பத்தி இப்படி அரைகுறையா சொல்லிச் சொல்லி விட்டா எப்படிம்மா. உண்மைல அப்பா எங்க இருக்கார். எதை வெச்சு அவர் உயிரோட இருக்கறதா நீ நம்பறே?"

"என் நம்பிக்கையை என்னால வார்த்தைகள்ல விளங்க வைக்க முடியாது... ஆனா நிச்சயமா அவர் உயிரோட தான் இருக்கணும்."

"அப்படின்னா அவரை நீ தேடலாமே."

"தேடலைன்னு உனக்கு யாருடா சொன்னா... போலீஸ்காரங்க கூட்டம் கூட்டமா தேடியுமே கிடைக்காதவரா நான் தேடி கிடைச்சுடப்போறாரு."

"அப்படின்னா அப்பா தலைமறைவா இருக்காரா?"

"இதுக்கெல்லாம் எனக்குப் பதில் தெரிஞ்சா நான் இப்படியா இருப்பேன்."

"நான் எப்படிக் கேட்டாலும் நீ தெளிவாவே பதில் சொல்ல மாட்டேங்கறே... இப்ப நீ முடிவா என்ன சொல்றே?"

"இதோ பாருடா... சாமியார் சித்தர்னு யார் வந்தாலும் ஒரு வார்த்தை பேசாதே. அந்த ரசமணியைத் தூக்கி கிணத்துக்குள்ள போடு. கிணத்துக்குள்ள இருந்து அது எப்படி வருதுன்னு நானும் பாக்கறேன்."

"சரிம்மா... நீ போய் நிம்மதியா அடுத்து ஆகவேண்டியத பாரு. நான் இப்பவே பரண்மேல் ஏறி அந்த ரசமணியை எடுத்து உன் எதிர்லையே அதைக் கிணத்துல போட்டுட்றேன் போதுமா?" பாலு சொன்னதோடு நில்லாமல் ஒரு சிறு ஏணியைக் கொண்டு வந்து பாரதியைப் பிடித்துக்கொள்ளச் சொல்லிவிட்டு பரண்மேல் ஏறினான்.

அந்த காலத்து வீடு அதில் தேக்குப் பலகையால் செய்யப்பட்ட பரண் அது! பரண்மேல் ஏராளமான பழைய பாத்திரங்கள். டேக்சா, குண்டான், புலிவாய் அண்டா, தொந்திக்குண்டான், விரிவாணலி, பாயஸக்குழிப்பாத்திரம் என்று வகைக்கு ஒன்று கிடந்தது. போதாக்குறைக்கு சில இரும்பு பெட்டிகள் மரப்பெட்டிகள் மரக்குதிரைகள் என்று அவைகள் ஒரு பக்கம் அவைகளுக்குள் அந்த ரசமணி எங்கே இருக்கிறது என்று தேடுவதே பெரும்பாடாக இருந்தது. அதன் உள் கூட்டில் சிவன்மலை வனச்சரகம் என்கிற எழுத்தும் அதற்கு கீழ் ஆர். சுந்தர்ராஜன் எப்.ஆர்.ஓ. என்கிற பெயரும் அவர் பதவிச்சுருக்கமும் கண்ணில் பட்டது. திறந்து கிடந்த பெட்டிக்குள் சில காக்கி உடுப்புகள் டைரிகள்! மற்றும் ஒரு கைத்தடி, நேம் பேட்ஜ் என்று சில பொருட்கள்.

சுந்தர்ராஜன் இறந்துவிட்டதாகச் சொல்லி அவரது ஃபைலை குளோஸ் செய்துவிட்ட வன இலாகா அலுவலகம். அவரது நினைவாக மங்களத்திடம் ஒப்படைத்த அவரது உடுப்பு மற்றும் டைரிதான் அவை! அதில் கச்சிதமாக அந்த டைரிமேல் அந்த ரசமணி!

ரசமணியை எடுத்த பாலு அந்த டைரியையும் மற்ற உடுப்பையும் எடுத்துப் பார்த்தான். பாக்கெட்டுக்குள் ஒரு பொட்டலம் வேறு! அதை எடுத்தவன் பிரித்துப் பார்த்தான். அந்த பொட்டலத்தில் தங்க நிறத்தில் தூளும் கூடவே சில தங்க நாணயங்களும் இருந்தன. நல்ல கனம் அவைகளிடம்!

அப்படியே டைரியைத் திறந்தவன் அதில் அவன் தந்தை சுந்தர்ராஜன் விலாவாரியாக எல்லாவற்றையும் எழுதியிருப்பதையும் பார்த்தான். கீழ் இருந்து பாரதி "பாலு... எடுத்துட்டியா?" என்று குரல் கொடுக்கவும் பிரஞ்ஞை கலைந்தான். சட்டென்று அந்த தங்க தூள் பொட்டலத்தைத் தன் பாக்கெட்டில் மடக்கி சுருட்டி போட்டுக்கொண்டான். டைரியையும் மார்புப் பக்கம் பனியனுக்குள் அடக்கிக் கொண்டான். ஞாபகமாக ரசமணியைக் கையில் பிடித்துக் கொண்டு கீழ் இறங்கி அதை பாரதியிடம் காட்டினான். பாரதி அத்துடன் கொல்லைப்புறத்துக்கு ஓடினாள்.

"இரு பாரதி... அம்மாகிட்ட காட்டிட்டு கிணத்துல போடு. எல்லாரும் பாக்கட்டும்" என்றும் குரல் கொடுக்க பாரதியும் கிணற்றுத் திட்டில் தேங்கி நின்றாள், மங்களம், வித்யா, லலிதா என்று மூவரும் வந்து சேரவும் அவர்களுக்கும் அதைக் காட்டிவிட்டு கிணற்றுக்குள் போட்டாள். அதுவும் ப்ளக் என்கிற சப்தமுடன் உள்ளே விழுந்து மூழ்கி மறைந்து போனது.

எல்லோர் முகங்களிலும் அப்பாடா என்று ஒரு திருப்தி. பாலு மட்டும் கிணற்று திட்டை ஒட்டி ஓரமாக ஒதுங்கி மறைவான இடத்தில் அமர்ந்தான்.

டைரியை எடுத்துத் திறந்து ஆவலாக அப்பா என்னதான் எழுதியிருக்கிறார் என்று பார்த்தான்.

அதேசமயம் சற்று தொலைவில் இருந்தபடியே புன்னகை முகத்துடன் இதை பார்த்துக் கொண்டிருந்தார் குரங்கு சித்தர். இவர்தான் ரசமணியை அவனுக்குத் தந்த பரதேசிசித்தர்!

✻ ———— ✻

அத்தியாயம் 30

வனம் என்கிற வார்த்தைக்கும் வானம் என்கிற வார்த்தைக்கும் நிறையவே ஒற்றுமை உண்டு. அதேபோலத்தான் நகரம் என்ற வார்த்தைக்கும் நரகம் என்ற வார்த்தைக்கும் நிறையவே ஒற்றுமைகள் இருக்கின்றன.

வானம் கால்மடக்கி அமர்ந்தால் அது வனம் என்பார்கள். வானம் என்கிற வார்த்தையில் துணை எழுத்தாகிய காலை நீக்கிவிட்டுப் பாருங்கள் வனம் என்று வரும். வானத்தில் உள்ள எல்லாமே வனத்தில் உள்ளது. வானம்தான் மழை தருகிறது. காற்று நிலவக் காரணமாக உள்ளது. வானவெளியில் தான் பல்வேறு கிரகங்கள் உள்ளன. இறைவனைப் பற்றி எண்ணும்போது நம்மையும் அறியாமல் நாம் அண்ணாந்து பார்ப்பது வானத்தைத்தான். எனவே தான் ஞானிகள் வானம் போவதற்கு முன் போகச் சிறந்த இடம் என்று வனம் நோக்கிச் சென்றார்கள்.

நகரம் சந்தடிகள் உடையது. ஆசைகளின் சின்னமாக விளங்குவது ஆசைகளுடன் ஒருவன் திகழ்ந்தாலே அவன் அல்லல்பட வேண்டித்தான் வரும். ஆசையை விலக்கினால்தான் நிம்மதி கிடைக்கும் ஆசைகளுக்குக் காரணமான நகர வாழ்க்கையை நகர முடியாத வாழ்க்கையாக ஒரு கட்டம் ஆக்கிவிடும். அப்போதுதான் நகரம் ஒரு எழுத்துமாறி நரகம் ஆகிறது.

தமிழ்மொழி இப்படி சொல்லிலேயே ஆழமான உட்பொருட்களை உடையது...!

கொல்லைப்புறம்!

தன்னை மறந்து அந்த டைரியின் பக்கங்களைப் புரட்டத் தொடங்கியிருந்தான் பாலு! ஒருநாள்கூட தவறாமல் சுந்தர்ராஜன் அந்த டைரியில் தனது அனுபவங்களைப் பற்றி எழுதியிருக்கிறார்.

டைரி எழுதுவது என்பது ஒரு அருங்கலை, வெள்ளையர்களிடம் ஆரம்பித்த இந்த விஷயம் பின்னாளில் டாக்டர்களிடமும், வக்கீலுகளிடமும் பரவியது. அதைப் பார்த்த பேச்சாளர்களும் அரசியல்வாதிகளும் கூட தங்கள் நாட்களைப் பதிவு செய்யத் தொடங்கினார்கள்.

பின்னர் இதுவே ஒரு மனிதனின் அன்றாடப் பழக்கங்களிலும் ஒன்றாக ஆகியது. இருந்தாலும் இன்றும் சிலர்தான் டைரி எழுதும் பழக்கத்தை ஒரு நாள் கூட விடாமல் கடைபிடித்து வருகின்றனர். அப்படிப்பட்டவர்களில் ஒருவராக வன இலாகா அதிகாரியான சுந்தர்ராஜன் இருந்தது தான் ஆச்சிரியம்.

அந்தப் பழக்கம் பக்கத்துக்குப் பக்கம் எதிரொலித்தது.

1984 பிப்ரவரி 2-ம் தேதி...

“இன்று தான் நான் இந்த சிவன்மலைக் காட்டின் அதிகாரியாகப் பொறுப்பேற்றுக் கொண்டேன். எனக்கு முன் இங்கே பொறுப்பில் இருந்த திருமூர்த்தி என்பவர் இந்த மலைக்காட்டை விட்டு மாற்றலாகிப் போவது பெரிதும் வருத்தம் தருகிறது என்றார்.

சில நேரங்களில் சில வனக்காடுகள் சில அதிகாரிகளுக்கு மிகப் பிடித்தவையாக அமைந்து விடும். ஆனால் திருமூர்த்தி சிவன்மலையைப் பிரியும்போது கண்ணீரே விட்டார். எனக்கு ஆச்சரியமாகிவிட்டது. அப்படியே என்னிடமும் நீங்கள் மிகமிக

கொடுத்து வைத்தவர் என்றும் கூறினார். அது போக போகத்தான் தெரியும் என்றேன்.

வாட்சர் துரை என்பவரும் திருமூர்த்தி சொன்ன கருத்தையே வழி மொழிந்தார். எனக்கு ஒரு விஷயம் மட்டும் நன்றாகப் புரிந்தது. என் சர்வீசில் நான் நிஜமாலுமே ஒரு வித்யாசமான இடத்திற்கு தான் வந்திருக்கிறேன் என்பதுதான் அது."

டைரி விறுவிறுப்பாக சிவன்மலை பற்றியே சொல்லிக் கொண்டு போனது. நடுநடுவே குடும்பச் செய்திகளும் இருந்தன.

"இன்று ஊரிலிருந்து மங்களம் போன் செய்திருந்தாள். தான் நான்காவது முறையாக கருவுற்றிருப்பதைக் கூறியவள் இந்த முறையாவது நமக்கு ஆண் குழந்தை பிறக்குமா என்று கேட்டாள். எனக்கு என்ன சொல்வது என்று தெரியவில்லை. எனக்குப் பிறகு பெயர் சொல்ல ஒரு மகன் எனக்கு வேண்டும். பெண்ணைப் பெறுவதும் வயலில் நாற்று விடுவதும் ஒன்று. நாற்றாங்கால்கள் வயல் ஆவதில்லை. அவைகளைப் பிடுங்கி தனித்தனியே நட்டிடும்போது தான் அவை நன்கு வளர்ந்து கதிர் பிடிக்கின்றன. ஆனால் பிள்ளைகள் தென்னை போல ஒரே இடத்தில் ஓங்கி வளர்ந்து தவறாமல் பல்ன தருபவர்களாக இருக்கிறார்கள். இந்த வேற்றுமை என்னைச் சிந்திக்க வைக்கிறது.

நான் இதற்கு முன் பெற்ற மூன்று பெண்களும் திருமணத்திற்குப் பிறகு வேறு வீட்டிற்கு வாழச் சென்று விடுவார்கள். அவர்களுக்கு பிறக்கும் பிள்ளைகளும் அந்த வீட்டு பெயரைத் தான் சொல்லும் ஆனால் மகன் உறவு அப்படியல்லவே...

ஒருவேளை மகன் எங்களை உதாசீனப்படுத்திவிட்டுத் தனியே வாழ முற்பட்டாலும் நான் அவன் தந்தை இல்லை என்று ஆகிவிடாதே..."

சுந்தர்ராஜன் பிள்ளை பெண் என்று தன் கருத்துக்களைப் பதிவு செய்திருந்தார். பாலுவுக்குப் படிக்க படிக்க தன் அப்பா தன் வருகையை எவ்வளவு ஆவலாக எதிர்பார்த்துக்

காத்திருக்கிறார் என்பது புரிய ஆரம்பித்தது. இப்படி அப்படி அசையாமல் டைரியைத் தொடர்ந்து வாசித்தான். தூர நின்று பார்த்தபடி இருந்த குரங்குச் சித்தர் மட்டும் அண்ணாந்து வானத்தை ஒரு முறை பார்த்தார். பின்னர் 'என் வேலையை நான் தொடங்கிவிட்டேன். இனி எல்லாம் தானா நடக்கும்' என்று முணுமுணுத்துக் கொண்டார்.

☆☆☆

பாண்டியன் வீடு!

பாண்டியன் ரெக்ஸ் என்கிற நாயுடன், ஜீலி என்கிற பூனை, சகுந்தலா என்கிற கிளி, ராஜாத்தி என்கிற புறா இது போக ஒரு கண்ணாடித் தொட்டி நிறைய மீன்களையும் வளர்த்து வந்தார்.

தினமும் அவைகளைக் குளிக்க வைத்து அவைகளுக்குத் தீனி தந்து அவைகளுடன் ஒரு அரைமணி நேரமாவது செலவிடுவது என்பது அவரது வழக்கம்.

அதற்கும் முன் இவரது இளமையிலேயே அவரைவிட்டு பிரிந்துவிட்ட அவரது தாய் தந்தையர் படங்களுக்கு வீட்டுத் தோட்டத்தில் பூத்திருக்கும் ஏதாவது ஒரு பூவைக் கொண்டு வந்து அணிவிப்பது வழக்கம். அப்படியே அவரைப் படிக்க வைத்து ஆளாக்கிய ஆறுமுக அய்யா என்னும் வள்ளல் ஒருவரின் படத்துக்கும் பூ வைப்பார்.

அன்றும் எல்லாமே அதே தினுசில் நடந்து முடிய 'ஆடவர்க்கு ஆரோக்ய உடம்பு' என்பதற்கு ஏற்ப தோட்டத்துப் பக்கம் வந்து பயிற்சி செய்ய ஆரம்பித்தார்.

அப்போது வணக்கம் என்று ஒரு குரல். நிமிர்ந்து பார்த்தார். தாசில்தார் தாமோதரன் என்பவர் வந்து கொண்டிருந்தார்.

"வாங்க தாமோதரன் சார்."

"எப்படி இருக்கீங்க பாண்டியன்?"

"நல்லா இருக்கேன்... பார்த்தா தெரியல...?"

"உங்கள பார்த்தா பொறாமையா இருக்கு என்ன ஒரு சிஸ்டமேட்டிக் லைஃப் உங்களுக்கு...?"

"ரொம்ப புகழறீங்க... நான் ஒரு அனாதை. பொழுது போகாம கண்டதைப் பண்ணிகிட்டிருக்கேன். இது உங்களுக்கு சிஸ்மேட்டிக்கா தெரியறது ஆச்சரியம் தான்..."

"இன்னொருமுறை அனாதைன்னெல்லாம் சொல்லாதீங்க பாண்டியன் நான்லாம் இல்ல...?"

தாசில்தார் கோபமாகப் பேசி அப்படியே மனதையும் தொட்டார். பாண்டியனுக்கே லேசாக சிலிர்த்தது?

"ரொம்ப நன்றி சார்... வந்த விஷயத்தைச் சொல்லுங்க..."

"சொல்றேன்... எல்லாரும் என்னைத் தேடிதான் வருவாங்க. என் கையெழுத்துக்கு அவ்வளவு பவர். ஆனா நான் உங்களை ஒரு விஷயத்துக்காக தேடி வந்திருக்கேன்."

"சொல்லுங்க சார். நான் என்ன செய்யணும்?"

"சொல்றேன். இது என் குடும்ப விஷயம். நீங்க உங்களுக்குள்ள வெச்சிக்கணும்."

"நான் எப்ப ஒரு பிரைவேட் டிடெக்டிவ்னு தீர்மானம் பண்ணினேனோ அப்பவே எல்லா விஷயங்களையுமே ரகசியமானதா தான் நினைக்கிறேன்."

"சந்தோஷம்... உங்களுக்குத் தெரிஞ்சிருக்கும். எனக்கு ஒரே ஒரு மகள் பேர் புவனா."

"உம்... நல்லா தெரியும். காலேஜ்லகூட படிச்சிகிட்டிருக்கா இல்ல."

"படிக்கறதுக்காக அவ காலேஜிக்குப் போறதாதான் நான் நினைச்சேன். ஆனா இப்பதான் தெரியுது அவ படிக்க மட்டுமில்ல... காதலிக்கவும் காலேஜிக்குப் போயிருக்கான்னு..."

"ஓ. காதல் பிரச்சினையா?"

“ஆமாம் பாண்டியன். யாரோ பார்த்திபன்னு ஒரு பையனாம். எம்.எல்.ஏ. மகனாம். அவன் என் மகளை விடாம துரத்தி எப்படியோ மயக்கிட்டான். இவளும் கல்யாணம் பண்ணுனா நான் அவனைத்தான் பண்ணிப்பேங்கறா இதெல்லாம் நல்லாவா இருக்கு...”

“கவலைப்படாதீங்க... இப்ப நான் என்ன செய்யணும். பையன் எப்படிப்பட்டவன்னு தெரிஞ்சுட்டு வந்து சொல்லணுமா? இல்லை அவனைச் சந்திச்சு வார்ன் பண்ணி வெட்டி விடணுமா”

“வெட்டிவிட்டா உங்களுக்கு கோடி புண்ணியமா போகும்.”

“அதைவிட அவன் நல்ல பையனா இருந்து கட்டிவெச்சா இன்னும் நல்லா இருக்குமே...”

“அவன் நல்ல பையனா இருக்க முடியும்னு நீங்க நம்பறீங்களா?”

“எதையும் தூர இருந்து பார்த்து முடிவு செய்யறது தப்பு. கண்ணால பார்க்கறது. காதால கேக்கறதுகூட பிழைல முடிஞ்சிருக்கு. தீர விசாரிச்சு நல்லபடியா ஒரு முடிவுக்கு வருவோமே...”

“சரிங்க பாண்டியன். நான் உங்களை நம்பறேன். இந்த நிமிஷத்துல இருந்து என் மகளோட வாழ்க்கை உங்க கைல.”

தாசில்தார் சற்றே கண்கலங்க கூறிவிட்டு ஒரு கவரை நீட்டினார்.

“என்ன சார் இது?”

“அந்தப் பையனோட போட்டோ... அட்ரஸ்”

“சந்தோஷம் சார்”

“ஃபீஸ்?”

“முதல்ல வேலை முடியட்டும். அதன்பிறகு உங்க திருப்திக்கு நீங்க எவ்வளவு தந்தாலும் வாங்கிக்கறேன்...”

தாசில்தார் விடைபெற்றுக் கொண்டார். பாண்டியன் கவனம் புகைப்படம் மேலேயே இருந்தது.

பையன் பார்க்க அழகாகத்தான் இருந்தான். ஆனாலும் கருத்த உதடுகள் அவன் சிகரெட் பிடிப்பவன் என்று சொல்லாமல் சொல்லிற்று. தலைமுடியைக் கலைத்து விட்டிருந்தான். தலை வாருவதில் தான் ஒருவர் மனது ஒளிந்திருக்கிறது.

அழகாக வகிடு எடுத்து இருப்பக்கமும் தலைமுடியைப் படிய வாரி அதில் லகுவாய் சுருளும் சேர்ந்திருந்தால் அது ஒரு தினுசு. அப்படிப்பட்டவர்கள் எந்த ஒரு காரியத்தையும் அழகாகத் திட்டமிட்டு முடிப்பார்கள்.

இந்த மாதிரி கலைத்துவிட்டுக் கொண்டு திரிபவர்களுக்கு ஒரு கட்டுப்பாட்டுடன் இருப்பதே பிடிக்காது. அவன் கண்களிலும் ஒருவித குறும்பு தெரிந்தது. கழுத்தில் மைனர் செயின். நல்ல தடிமனில் அவன் அப்பாவின் லஞ்சப்பணம் அதில் ஒளிந்திருப்பது போல தோன்றியது.

ஒரு சிரிப்புடன் அந்தப் படத்தை எடுத்து வைத்துக் கொண்ட பாண்டியன் அடுத்து செல்ஃபோனில் பட்டன்களை அழுத்தினார். மறுமுனையில் ஒரு பெண்குரல்.

“ஹலோ ரங்கநாயகி...”

பாண்டியன் அழைத்தது ரங்கநாயகியைத் தான்.

“சொல்லுங்க பாண்டியன்... எப்படி இருக்கீங்க?”

“நல்லா இருக்கேன் ரங்கநாயகி. அப்புறம் உன்னால ஒரு காரியம் ஆகணுமே...”

“சொல்லுங்க. நான் என்ன செய்யணும்.”

“அடேங்கப்பா எவ்வளவு வேகம். என்ன காரியம்னு கேட்கவேயில்லையே.”

“நான் எதுக்குக் கேக்கணும். பாண்டியன்கற நபருக்கு யார்கிட்ட எப்படி நடந்துக்கணும் எந்த மாதிரி உதவிகளை கேட்கணும்கறதெல்லாம் நல்லா தெரியுமே...”

“ஐஸ்... ஐஸ்”

“ஐஸ் இல்ல... நான் சொல்றது தான் நைஸ். அதாவது அழகுன்னேன்.”

“தேங்க்யூ...”

“பார்த்திபன்னு ஒரு காலேஜ் ஸ்டூடண்ட். டிசிப்ளின் உள்ளவனா இல்லையான்னு தெரியணும்.”

“அவ்வளவுதானே? பையன்கிட்ட போய் உரசிப் பாத்துடறேன். அவன் என் வலைல விழுந்துட்டா அவன் அவ்வளவுதான். தப்பித்தவறி என் கன்னத்துல அவன் அறைஞ்சுட்டா பையன் தேறிட்டான்னு வெச்சுக்கோங்க.”

“குட்... பார்த்து ரங்கநாயகி அவன் உன் வலையில விழுந்தா அவனுக்குக் கம்பெனி கொடுத்துடாதே. நீயே அவன்கிட்ட தாசில்தார் பொண்ணை மறந்துடுன்னு சொல்லு. மாட்டேன்னா நானே அந்த பொண்ணைப் பார்க்க வருவேன்னு சொல்.”

“ஓ. லவ் மேட்டரா...”

“ஆமாம்.”

“அப்ப நான் பார்த்துக்கறேன். நீங்க இந்த பிரச்சினையை மறந்துடுங்க. பையன் பத்தின மற்ற விவரங்கள்...?”

ரங்கநாயகி கேட்கக் கேட்க பாண்டியனும் கூறிமுடித்தார். ரங்கநாயகிக்குக் கூறிமுடித்த கையோடு நிமிர்ந்த பாண்டியன் எதிரில் பதட்டமான முகத்தோடு பாலு...

“பாலு...”

“பாண்டியன் சார்”

“என்ன இது. ஏன் உன்முகம் கலங்கி இருக்கு...”

“சொல்றேன் சார்.” பாண்டியன் பதிலோடு ஹாலில் இருந்த சோபாவில் அமர்ந்தான். தன் கையில் இருந்த டைரியை பாண்டியனை நோக்கி நீட்டினான்.

“இது என்ன டைரி.”

“என் அப்பாவோட டைரி சார்”

“ஐ.சி... இதுல எதாவது விசேஷமா?”

“ஆமாம்சார்... அப்பா 1984-இல் நான் என் அம்மா வயித்துல உருவாகி இருந்தப்ப சிவன்மலை வனச்சரகத்துல ஆபிசரா பொறுப்பெடுத்துகிட்டார்.”

“ஐநோ. அங்கேயே அவர் கதை முடிஞ்சிட்டதா நீ சொல்லியிருக்கே.”

“அப்படின்னு நானும். வன இலாகாவுமே நம்பினாலும் என் அம்மா நம்பலைங்கறது உங்களுக்குத் தெரியும் தானே?”

“அஃப்கோர்ஸ்... உங்கம்மா இப்பவும் சுமங்கலியா பூவும் பொட்டுமா தானே இருக்காங்க.”

“ஆமாம் சார். அம்மாவுக்கு அப்பா நிச்சயம் உயிரோட தான் இருக்காருங்கறது எண்ணம்.”

“நம்பிக்கைன்னு சொல்.”

“ஆமாம் நம்பிக்கை... இந்த டைரிய நான் இன்னிக்கு தான் படிச்சேன். இதைப் படிச்ச பிறகு எனக்கும் அப்பா உயிரோட இருக்க வாய்ப்பு இருக்கற மாதிரிதான் தெரியுது சார்.”

“அப்படியா?”

“நீங்களும் படிச்சு பாருங்க. உங்களுக்கே தெரியும்.”

“நீ சொன்னா போதும் பாலு... நான் நம்பறேன்.”

“சார்... அவர் உயிரோட இருக்காருங்கறது விட ஒரு முக்கியமான விஷயம் இருக்கு சார்.”

“என்ன அது?”

பாலு உடனே தன் பேண்ட் பாக்கெட்டில் இருந்த தங்கத்தூளையும் தங்க நாணயங்களையும் காட்டினான்.

“என்ன பாலு இது?”

"தங்கம் சார்..."

"தங்கமா?"

"ஆமாம்! சிவன்மலையில் சித்தர்கள் இருளர்களுக்குக் கொடுத்த தங்கம். ரசவாததங்கம்."

"ஐ.சீ. இது தங்கம் தான்னு சோதிச்சு பார்த்தியா?"

"இல்ல சார். நான் நேரா உங்ககிட்ட தான் வரேன்"

"சரி, கொஞ்சம் வெயிட் பண்ணு. நான் உடை மாத்திகிட்டு வந்துடறேன். நாம இரண்டுபேருமே பொன்னுரங்கம் ஆசாரி வீட்டுக்குப் போவோம். அவர் சொல்லட்டும். இது தங்கமா என்னன்னு?"

"அதுவும் சரிதான். அவர் ஒருவேளை தங்கம் தான்னு சொல்லிட்டா..."

"அப்புறம் நம்ம அடுத்த கட்ட செயல்பற்றி முடிவெடுப்போம். இதே சிவன்மலைப் பற்றி நேத்திதான் போலீஸ் இன்ஸ்பெக்டர் இந்திரஜித்துங்கறவரும் வந்து பேசிட்டுப் போனார்."

"என் காதுல விழற தகவல்களை வெச்சு பார்த்தா அது சிவன்மலையா மட்டுமில்ல... ஜீவனையே சிலிர்க்க வைக்கிற ஒரு மலையாவும் அது இருக்கு."

பாலு துடித்தான். சிரித்தபடியே அவன் தோளைப் பற்றி அடக்கிய பாண்டியன் "டென்ஷனாகாதே... டிரெஸ் சேஞ்ச் பண்ணிட்டு வந்துட்றேன்." என்று அகன்றார்.

☆☆☆

பொன்னுரங்கம் ஆசாரி வீடு.

பொன்னுரங்க ஆசாரிக்கும் வயது கிட்டத்தட்ட அறுவது தொட்டுவிட்டது. ஊதுகுழலை ஊதி ஊதி வளைந்து போன மார்பு. புகைக்கு நடுவில் எரிந்து கசங்கிப் போன கண்கள். ஒரு அழுக்கு சட்டை. கசங்கிய எட்டுமுழ வேட்டி. காதில்

சிகப்புக்கல் கடுக்கன். நெற்றி நடுவே புளியங்கொட்டை அளவுக்கு சந்தனப்பொட்டு.

ஆசாரி கும்மிட்டி அடுப்பில் தவிட்டைத் தூவி கரித்துண்டுகளுக்குள் தீ மூட்டியபடி இருந்தார். நிமிர்ந்தபோது எதிரில் பாண்டியனும் பாலுவும். பாலுவை அவர் ஏற்கெனவே அறிவார்.

"யாரு... மெக்கானிக் தம்பியா?" என்றார்.

"ஆமாம் ஆசாரி..."

"வாங்க வாங்க அப்படி உட்காருங்க."

இரண்டு மரப்பலகைகள் சற்றுதள்ளி கிடந்தது. அதைக் காட்டி அமரச் சொன்னார். அவர்களும் அமர்ந்தனர். ஆசாரி முகத்தைத் துண்டால் துடைத்துக் கொண்டே விசாரிக்க ஆரம்பித்தார்.

"என்ன சேதி... இம்புட்டு தூரம் வந்திருக்கீக?"

பொன்னுரங்கம் ஆசாரியின் விசாரிப்பு. அவர் மனைவி தர்மாம்பாள் காதுகளில் விழுந்து அவளும் எட்டிப் பார்த்தாள்.

தர்மாம்பாள் ஒரு ஆசைப் பிசாசு. அதிலும் புடவை நகை என்றால் உயிரையே விட்டு விடுவாள். பொன்னுரங்கம் ஆசாரியை அவள் ஒரு பிழைக்கத் தெரியாத மனிதனாகத்தான் பார்க்கிறாள்.

தினம் தினம் தங்கத்திலேயே வாழ்பவரானாலும் அவருக்கென்று சொந்தமாக தங்கத்தைச் சேர்த்துக்கொள்ள முடியாதது என்ன சாபமோ? அவரைக் கேட்டால் உழவனுக்கு எங்க நிலம் சொந்தமா இருக்கு? பேங்குல பணத்தை எண்ணி எண்ணிச் கொடுக்கறவனுக்கும் அவ்வளவு பணமும் சொந்தம் இல்லையே... அந்த மாதிரிதான் இந்த தட்டாணும். உழைக்க மட்டும் தான் எனக்குத் தெரியும்." என்பார்.

ஆனால் தர்மாம்பாள். காதில் அதெல்லாம் ஏறவே ஏறாது.

"அடப்போய்யா நீ ஒரு துப்பு கெட்ட மனுசன்..." என்று ஆசாரியின் வாயை அடைப்பவள். ஆசாரியைப் பார்க்க யார்

வந்தாலும் அவளும் வந்து கவனிக்க ஆரம்பித்துவிடுவாள். ஆசாரி கூலி விஷயத்தில் யோசிக்க ஆரம்பித்தால் அவள் குறுக்கில் நுழைந்து அவளாக ஒரு தொகையைச் சொல்லி அவரைச் சங்கடப்படுத்துவாள். கேட்டால் அவருக்கு வேலை செய்ய மட்டும்தான் தெரியும். கூலி விஷயம் எல்லாம் தான் பார்த்து முடிவு செய்வது என்பாள். இதோ இப்போதும் வந்துவிட்டாள். பாலுதான் சட்டைப் பாக்கெட்டில் இருந்து பொட்டலத்தை எடுத்து நீட்டியிருந்தான். அருகில் மஞ்சளாக தங்கத்தூள். மணல்போல ரவை ரவையாக...

பார்க்கவே கண்ணைப் பறித்தது. கூடவே தங்கச் காசுகள். ஆனால் அதில் எந்த முத்திரையுமில்லை.

"தம்பி என்ன இது?"

"தங்கக்காசு."

"தங்ககாசு தெரியும். தூள் என்ன மாதிரி ஆசாரிங்க எதாவது நகை செய்யும்போது தேவைக்கு செய்துக்குவோம். குறிப்பா பத்தவெச்சு ஊதணும்னா இப்படி தங்கம் துணுக்கு துணுக்கா இருந்தாதான் தோதுபடும். ஆனா இது எப்படி உங்ககிட்ட."

"ஆசாரிய்யா... உங்களுக்கு எதுக்கு இந்தக் கேள்வி எல்லாம். இது தங்கம் தானான்னு முதல்ல பாருங்க. பிறகு எவ்வளவு கிராம் எடை இருக்குன்னு எங்க எதிர்லையே போட்டுச் சொல்லுங்க."

பாண்டியன் குறுக்கிட்டு ஆசாரி கவனத்தைத் தன்பக்கம் திருப்பினார். ஆசாரிக்கு கொஞ்சம் அறை விழுந்த மாதிரி இருந்தது. அருகில் ஒரு கண்ணாடி பாட்டிலில் திராவகம் இருந்தது.

அதில் இருந்து ஒரு சொட்டு எடுத்து தங்கம் மேல் விட்டுப் பார்த்தார். அது பொங்கி லேசாக புகை வந்தது. ஆனால் அந்த பாகத்தில் கருக்கவில்லை. அவர் கண்கள் அகண்டது. காசும் அதே ரகம்தான்! அப்படியே தன் வசம் உள்ள பட்டுநூல் தராசில் தூளைக் கொட்டி எடை போட்டார். கிட்டத்தட்ட

ஐம்பத்தி ஏழு கிராம் இருந்தது. காசுகள் ஒரு அறுபதுகிராம் இருந்தன. மொத்தமாக 117 கிராம். இன்று தங்கம் 1 கிராம் எட்டு நூறு ரூபாய்க்கு மேல் போய்விட்டது. கூட்டிக்கழித்துப் பார்த்தால் 94 ஆயிரம் ரூபாய் மதிப்பு வந்தது. தர்மாம்பாளும் பார்த்துக் கொண்டேதான் இருந்தாள்.

“ஆமா அந்தத் தூளையும் காசையும் வெச்சு சங்கிலி வளையல்னு எதுவும் செய்யலையா?” என்று ஆரம்பித்தாள். ஆசாரி அவளை நிமிர்ந்து முறைத்தவர்.

“ஏ. புள்ள நீ வாய மூடிக்கிட்டுக் கொஞ்சம் சும்மா இரு...” என்றார் அதட்டலாக. அவர் அப்படி எல்லாம் அதட்டிப் பார்த்ததே இல்லை. அவளுக்கு அது பெரிய அவமானமாகக் கூட தோன்றியது. கண்கள் சிவந்தாள். பொன்னுரங்கம் ஆசாரியோ முற்றாக மாறியிருந்தார்.

“தம்பி பாலு... நிஜத்தைச் சொல்லு இது உனக்கு எங்க கிடைச்சது?”

“இது சாதாரண தங்கம் இல்லை. பஸ்பதங்கம் நூறு சதம் இது சுத்தம். இந்த மாதிரி தங்கம் மெல்லாம் பூமியில் கிடைக்காது. வெள்ளி செம்பு மாதிரி உலோகங்களை ரசவாதத்தால மாத்தும்போது தான் இப்படி ஒரு தங்கம் கிடைக்கும்.”

“அப்ப நல்ல மதிப்புள்ள தங்கம் தான். அதுல சந்தேகமில்லை.”

“சந்தேகமா... இப்படி ஒரு தங்கம் இருக்குன்னு என் அப்பா சொல்லக் கேட்டுருக்கேன். இத்தனை வருஷ என் வாழ்க்கையில நான் பார்த்ததில்லை. இப்ப பார்த்துட்டேன். இப்படி ஒரு தங்கம் இருக்குன்னா இரும்பைத் தங்கமாக்க முடியும்னு சொல்லப்பட்ற சித்த ரசவாதம்ங்கறது பொய்யோ கற்பனையோ கிடையாது. அது ஒரு நிஜம்கறதுதான் சத்தியாமான உண்மை.”

ஆசாரி பேசியதைக் கேட்டு பாலு எதையோ, கூற வாயைத் திறந்தான். பாண்டியன் பார்வையாலேயேத் தடுத்துவிட்டான். அப்படியே ஒரு நூறு ரூபாய்தாளை எடுத்து அவரிடம் நீட்டியவர்.

“உங்களுக்கு ரொம்ப நன்றி. நாங்க வர்றோம்” என்று அந்த தங்கத்துடன் கிளம்ப ஆயத்தமானார்.

“தம்பி”

“என்ன?”

“உங்களுக்கு ஆட்சேபனை இல்லேன்னா...”

“ஆட்சேபனை இலேன்னா...”

“இதை நானே விலைக்கு வாங்கிக்கறேன்”

“அவரின் ஆசை தர்மாம்பாளை ஒரு உலுக்கு உலுக்கியது.”

“யோவ்... காலையில வீட்ல அரிசி வாங்க காசு இல்லேன்னே... இப்ப தங்கம் வாங்க காசு இருக்குதா... என்னய்யா சொல்றே.” என்று குறுக்கிட்டுக் கத்தினாள். ஆசாரி முகம் சட்டென்று கர்ணகொடூரமாக மாறியது.

“ஏ புள்ள நீ இப்ப வாயை மூடிகிட்டு உள்ள போறியா இல்ல உன் குரல்வளையை நான் அப்படியே கடிச்சு துப்பவா?”

ரௌத்தரமாகக் கத்தினார் ஆசாரி. அதன் பின் தர்மாம்பாள் வாயே திறக்கவில்ல. ஆசாரியின் பார்வை அப்படியே அங்குள்ள சுவற்றில் மாட்டப்பட்டிருக்கும் அவரது மகனின் புகைப்படம் மேல் சென்றது. அதை தர்மாம்பாளும் கவனித்தாள். தர்மாம்பாள் ஆசாரிக்கு இரண்டாம்தாரம். ஆசாரி மகன் கண்ணன் அவரது முதல் மனைவிக்கு பிறந்தவன். அவருக்கு துணையாகத்தான் இருந்து வந்தான்.

சில மாதங்களாக அவன் எங்கே என்றே தெரியவில்லை. அவன் காணாமல் போனது குறித்து ஆசாரி போலீஸில் கூட புகார் கொடுத்திருக்கிறார். அப்படிப்பட்டவர் இப்போது எதற்கு புகைப்படத்தைப் பார்க்கிறார் என்பதில் அவளுக்கு குழப்பம். ஆனால் பாண்டியன் மட்டும் அதில் ஏதோ ஒரு ஆழமான பொருள் இருப்பதைப் புரிந்து கொண்டவர் “சாரி ஆசாரி... நாங்க இதை விக்கறதுக்கு வரலை” என்ற ஒரு வரி பதிலோடு ஆசாரியைக் கண்களால் அளந்தபடி கிளம்பினார்.

வெளியே வந்த இருவரும் பாண்டியனின் பைக் நிறுத்தும் இடம் நோக்கி நடந்தனர். இப்போது பாலு கேட்டான்.

"சார்... இந்தத் தங்கம் பத்தி ஆசாரி சொன்னதைக் கேட்டீங்களா?"

"கேட்காம... அப்படியே அந்த ஆள் விலைக்குக் கேட்டதையும் கூட கேட்டோமே."

"அங்கதான் சார் எனக்கு இடிக்கு?"

"எனக்கு எங்கேயும் இடிக்கல பாலு. ஆசாரி தினமும் தங்கத்தோடயே வாழறவர். அதேசமயம் அவர் மனைவி சொன்ன மாதிரி அரிசி வாங்க காசு இல்லாத அளவுக்கு வறுமையும் அவர்கிட்ட இருக்கு... அப்படின்னா..."

"புரியலையே சார்... நடுவில் அவர் ஒரு போட்டோவை வேற பார்த்தார்."

"அது அவர் மகனா இருக்கணும். ஆசாரி செயற்கையா தங்கம் பண்ண முயற்சி செய்த ஒருத்தராகவும் இருக்கணும். இதுநாள்வரை அவருக்கு அதுல தோல்வி. இன்னிக்கு நம்மகிட்ட இருந்த தங்கத்தைப் பார்க்கவும் அவருக்கு ஒரு நம்பிக்கை ஏற்பட்டிருக்கு. கூடவே பையன் படத்தைப் பார்த்ததுக்கு பின்னணியில் ஏதோ ஒரு கதை இருக்கு."

"அடேயப்பா... அவர் பார்வைக்கும் பேச்சுக்கும் பின்னணியில் இவ்வளவு பொருளா... எப்படி பாண்டியன் சார் உங்களால இப்படி எல்லாம் கூட்டி கழிச்சு மதிப்பிட முடியுது."

"நான் ஒரு பிரைவேட் டிடெக்டிவ். இந்த அளவுகூட என்கிட்ட சாதுர்யம் இல்லேன்னா நான்லாம் இந்த தொழிலைச் செய்ய முடியாது."

பாண்டியன் பதிலோடு பைக்கை நெருங்கி ஒரு உதை உதைக்க அதுவும் கிளம்பியது. பின்னால பாலு ஏறி அமர்ந்து கொண்டான். தோளில் கைபோட்டபடியே.

“சார் இப்ப என்கிட்ட கிட்டதட்ட ஒரு லட்ச ரூபாய்க்கு தங்கம் இருக்கறதா நினைச்சா வியப்பா இருக்குது. இது என் கைக்கு வரக் காரணமே ஒரு ரசமணி தான் சார்...” என்று பாண்டியனிடம் ரசமணி புராணத்தை ஆரம்பித்தான்.

“ரசமணியா.”

“ஆமாம் சார். என் ஒர்க்ஷாப்புக்கு வந்த ஒரு சாமியார் கொடுத்தார்.”

“சாமியாரா?”

“ஆமாம் சார்... முதல்ல நான் அவரை ஒரு சாமியாராகவே பார்க்கல. ஒரு பிச்சைக்கார பரதேசியாதான் பார்த்தேன். ஆனா அவரைத் தேடிகிட்டு ஒரு பணக்காரர் வந்தார்.

அவர் அந்தச் சாமியார் கால்ல விழுந்து அவர் கூட வரும்படியெல்லாம் கூப்பிட்டார். ஆனா அந்த பரதேசி போகமாட்டேன்னுட்டார். என்னவோ தெரியல அவருக்கு என்மேல் மட்டும் ஒரு கரிசனம். அவர்தான் ரசமணின்னு சொல்லி உருண்டையா கோலிக்குண்டு மாதிரி ஒன்னைக் கொடுத்தார். அப்புறம்தான் தெரிஞ்சுது அவர் ஒரு சித்தர்னு... அவர் கூடவே குரங்கு ஒண்ணும் இருந்தது. அதனால் ஒரு அடையாளத்துக்கு நான் அவரை குரங்கு சித்தர்னு என் மனசுக்குள்ள சொல்லிகிட்டேன்.”

“சரி பாலு... இப்ப எங்க அந்த ரசமணி?”

“அதை ஏன் சார் கேக்கறீங்க. அம்மாவுக்கு அந்த ரசமணி பத்தி தெரிஞ்சு போச்சு. ஆகையால் அதைத் தூக்கி எறிஞ்சிடுடான்னு சொன்னாங்க.”

“அவ்வளவு பயமா?”

“ஆமாம் பாண்டியன் சார். என் அப்பா சிவன்மலை காட்டுல காணாம போனதுல இருந்தே அம்மாக்கு சித்தர்கள் சாமியார்கள் அவங்க விஷயங்கள்னாலே ஒரு இனம் புரியாத பயம்...”

பாலு சொல்லி கொண்டேயிருந்தான். ஆனால் பாண்டியன் மனது சிவன்மலையைப் பற்றி அப்போதே எண்ணிப்பார்க்க ஆரம்பித்துவிட்டது. ஏற்கெனவே ஒரு நான்கு பேர் அந்த மலைக்குப் போய் என்ன ஆனார்கள் என்பது தெரியாத நிலை. பாலுவின் அப்பா சுந்தர்ராஜன் விஷயமும் ஒரு பெரிய கேள்விக்குறி. தொட்டுத் தொட்டு காதில்விழும் விஷயங்கள் பாண்டியனை சிவன்மலை நோக்கி துரத்துவதுபோல் தோன்றியது.

"என்ன பாண்டியன் சார் மௌனமா ஆயிட்டீங்க?"

"ஒண்ணுமில்ல... எனக்கு இனி நிறைய வேலை இருக்குன்னு தெரியுது."

"சார் எனக்கென்னவோ அப்பா எழுதின டைரியைப் படிச்சதுல இருந்து சிவன்மலைக்குப் போய் அப்பாவைத் தேடணும்னு தோணுது சார்."

பாண்டியன் பாலு பேசியதைக் கேட்டு சிரித்தேவிட்டார்.

"என்ன பாண்டியன் சார்."

"ஒண்ணுமில்ல... அந்த மலைக்கு நான் மட்டும் தனியா போறதுன்னு யோசிச்சிகிட்டிருந்தேன். இப்ப நீயும் வரேன்னு சொல்லாம சொல்றே"

"சார்ர்ர்..."

"உணர்ச்சி வசப்படாதே... உன் அப்பாவுக்காக மட்டுமில்ல இன்னும் நாலு பேருக்காவும் நான் சிவன்மலைக்குப் போய் சில வேலைகளைச் செய்ய வேண்டியிருக்கு."

"அப்ப எப்ப சார் நாம கிளம்பலாம்."

"சொல்றேன். ஆனா ஒண்ணு. நம்ம பயணம் ரொம்ப ரகசியமானதா இருக்கணும். யாருக்கும் தெரியக்கூடாது."

"குறிப்பா எங்கம்மாவுக்கு தெரியகூடாது சார். அதுக்குத் தகுந்த மாதிரி பிளான் பண்ணணும்."

“சரியா சொன்னே.”

இருவரும் ஒரு முடிவுக்கு வந்துவிட்டிருந்தனர். பைக் சிட்டாகப் பறந்தபடி இருந்தது!

* ——— *

அத்தியாயம் 31

காடுகளைப் பற்றி எண்ணும்போது ராமாயணமும், ராமனின் நிலையும் கட்டாயம் எல்லோருக்குள்ளும் எழும். மகாவிஷ்ணுவின் பத்து அவதாரங்களில் ஒன்றாக ராமவதாரம் கருதப்படுகிறது. ராமன் ஒரு மாவீரன். அது மட்டுமல்ல அவன் ஒரு ஏகபத்தினி விரதன்.

இந்த உலகில் ஆண்மக்கள் ஒவ்வொருவரும் எப்படி வாழ வேண்டும் என்பதற்குச் சான்றாக வாழ்ந்து காட்டியவன் ராமன். அவதார புருஷனான ராமனைக் கூட நிறைய சோதனைகள் அணுகின. குறிப்பாக அவனுக்கு முடிசூட்ட தசரதன் முடிவு செய்தபோது அதைக் கேட்டு கொந்தளித்த கைகேயி ராமனை பதினான்கு வருடங்கள் காட்டிற்கு அனுப்பக் கோரினாள்.

தசரதனும் அவளுக்கு வாக்குக் கொடுத்து விட்டபடியால், வேறு வழியின்றி ராமனைக் காட்டிற்கு அனுப்பி வைத்தான். கைகேயி ராமனை ஏன் காட்டிற்கு போகச் சொன்னாள் என்பதன் பின்னால் ஏகப்பட்ட காரணங்கள் உள்ளன. பரதனுக்குப் பட்டம் கட்ட வேண்டும் என்று மட்டும் அவள் கூறியிருக்கலாம். அதை ராமனும் ஏற்றுக்கொண்டு அவன் அரியணையைக்கூட விட்டுக் கொடுத்திருப்பான். ஆனால் எதற்காக ராமனைக் காட்டிற்குப் போகச் சொன்னாள் என்பதில் காட்டின் சிறப்பே ஒளிந்துள்ளது. அப்படி என்ன காட்டிற்குச் சிறப்பு என்று கேட்கலாம். அதையும் பார்ப்போமா?

பாலு வீட்டில் வழக்கம் போல அன்றைய விடியலின் போது வித்யா, வீதியில் கோலம் போட்டபடி இருக்க, வழக்கம் போலவே ஜாகிங் செய்தபடியே வந்து விட்டான் அந்த இளைஞன். வித்யாவும் அவனைப் பார்த்தாள். அவன் முகத்தில் ஒரு குறுஞ்சிரிப்பு. எப்பொழுதும் பார்த்துக் கொண்டே சென்று விடும் அவன் சற்று நின்று வித்யாவைப் பார்த்து பியூட்டிஃபுல் என்றான்.

அவளுக்கு அதிர்ச்சியாகக் கூட இருந்தது.

"நான் கோலத்தைச் சொன்னேன் மேடம்" என்று சமாளித்துவிட்டுத் திரும்பவும் தன் ஜாகிங்கைத் தொடர்ந்தான். வித்யாவிற்கு வியர்த்து விட்டது. ஒரு படபடப்போடு கோலமாவு டப்பாவுடன் வீட்டிற்குள் நுழைந்தாள்.

கதவருகில் நின்றபடி அவ்வளவையும் பார்த்துக் கொண்டிருந்தாள் லலிதா. அவள் முகத்தில் ஒரு இனம் தெரியாத சலனம்.

"லலிதா."

"ம்."

"இங்க நின்னு என்ன பண்ணிகிட்டிருக்கே?"

"ம்... உன் காதல் நாடகத்தைப் பார்த்துகிட்டிருக்கேன்."

"என்னது... காதல் நாடகமா?" வித்யா படபடத்தாள்.

"அப்ப நான் இப்ப பார்த்தது எதை?"

"லலிதா... அந்த நபர் யார்னே எனக்குத் தெரியாது."

"தெரியாதுங்கறே... உன்கிட்ட நின்னு பியூட்டிஃபுல்னு சொல்றான்."

"சத்யமா சொல்றேண்டி, அவன் யார்னே எனக்குத் தெரியாது."

"அப்ப எழுந்திருந்து ஓங்கி அறை விட வேண்டியது தானே?"

"அது... அது... எப்படி முடியும்?" அவர்கள் இருவர் பேசிக்கொள்வது பாலு காதிலும் விழுந்து கொண்டுதான் இருந்தது. பக்கத்தில் கட்டிலில் சுருண்டு படுத்திருந்தவன் லலிதாவின் கேள்விகளை வைத்து எழுந்தான். அவன் எழுந்து விட்டதைப் பார்த்த லலிதாவும் வித்யாவும் கூட சற்று விக்கித்தனர்.

"அக்கா."

"பாலு"

"என்னக்கா பிராப்ளம்?"

"பிராப்ளமா... அதெல்லாம் ஒண்ணுமில்லையே"

"லலிதாக்கா குசுகுசுங்கறான்னா நிச்சயம் ஏதோ பிராப்ளம்தான்."

"அப்படிக் கேளடா என் தம்பி. யார்னு தெரியல. எவனோ ஒருத்தன் டெய்லி ஜாகிங் போகும்போது வித்யாவைச் சைட் அடிச்சுட்டு போறான். அக்காவைக் கேட்டா அவன் யார்னே தெரியாதுங்கறா..."

"அப்படியா... இப்ப எங்க அவன்?" பாலு மடமடவென்று எழுந்து உடைமாற்ற ஆரம்பித்தான்.

"டேய் டேய் நீ எங்க கிளம்பிட்டே?"

"ஜாகிங் வந்தவன்தானே... நிச்சயம் மெயின்ரோட்லதான் போயிட்டு இருப்பான். போய் ஒரு பிடிபிடிக்கிறேன்."

"அதுவும் சரிதான் நானும் வரேன். உனக்கு ஆளை அடையாளம் காட்டறேன்." லலிதா ஆவேசமாகத் தானே முன்வந்து அட்சதைப் போட்டுக் கொண்டாள்.

உண்மையில் அவளுக்கு அந்த ஜாகிங்காரன் வித்யாவைக் காதலித்துவிடக் கூடாது என்கிற பயம். தப்பித்தவறி காதலிப்பதாக இருந்தால் இந்த வீட்டிலேயே முதலில் தான் தான் காதலிக்கப்பட வேண்டும் என்பது அவள் விருப்பம்.

லலிதா எப்பொழுதும் இப்படித்தான் தனக்கே கிடைக்க வேண்டும் என்று ஆசைப்படுவாள். ஒரு அழகான ஆண்மகனைப்

பார்த்தாலும், அவன் தன்னை மட்டுமே விரும்ப வேண்டும் என்று எண்ணுவாள்.

பாலு உடைமாற்றிக் கொண்ட கையோடு முகம் கழுவி வர விரும்பி கொல்லைப்புறம் சென்றான்.

பூஜையறையில் மங்களம் மௌனமாக பூப்போட்டு பூஜை செய்து கொண்டிருக்க, சமையல்கட்டில் பாரதி காய் நறுக்கிக் கொண்டிருந்தாள். பார்த்துக் கொண்டே கொல்லைப்புறம் சென்ற பாலு கிணற்றுக்குள் ஆழமாக வாளியை விட்டு தண்ணீரை இறைத்து முகத்தில் அடித்துக் கொண்டான். அப்படியே மீதி தண்ணீரை பக்கெட்டோடு எடுத்து காலில் விட்டு கழுவிக் கொண்டபோது தண்ணீரோடு உருண்டையாக ஒன்று காலில் பட்டு உருண்டு ஓடியது. அதை எடுத்துப் பார்த்தவனுக்கு சிலிர்த்தது உடம்பு.

அது ரசமணி.

முதல்நாள் கிணற்றில் தூக்கிப் போட்டது. திரும்பவும் வாளிவழியாக வந்து அவன் கைக்கும் வந்துவிட்டது. அந்த நொடி கூட 'நான் உன்னை விட்டு போகவே மாட்டேன்' என்று கூறுவதுபோல் அவனுக்குள் ஒரு பிரமை. அதை உடனேயே கண்களில் ஒற்றிக் கொண்டான். பின் சட்டைப் பாக்கெட்டில் போட்டுக் கொண்டு மளமளவென்று துண்டை எடுத்து துடைத்துக் கொண்டே ஹாலுக்கு வந்தான். லலிதா பரபரவென்று தயாராக இருந்தாள். வித்யாவோ குழப்பத்தில்...

"அக்கா..." என்றபடி வெளியே சுவர் ஓரமா சரித்து வைக்கப்பட்டிருக்கும் பைக்கை நோக்கி ஓடினான். வித்யா சட்டென்று ஒரு தெம்பு வந்தவள் போல

"பாலு வேண்டாண்டா விட்றுடா..." என்றாள்.

"அவ கிடக்கறா நீ கிளம்பு. இன்னிக்கு அந்த ஆளை பிடிச்சு நீ போட்ற போடுல அவன் நம்ம தெருப்பக்கமே வரக்கூடாது." என்று இரைந்தபடியே மோட்டார்பைக் பின்னால் லலிதா ஏறி அமர பைக் படுவேகமாய் கிளம்பியது.

வித்யாவுக்கு அன்றைய பொழுது அபத்தமாக விடிந்து விட்டதுபோல ஒரு எண்ணம். சோகமாகத் திரும்பி உள்ளே சென்றாள். பூஜையறையில் மங்களம் எந்தவித சலனமுமின்றி சிவலிங்கத்துக்கு பூஜை செய்து கொண்டிருக்க, பாரதி காபியோடு வந்தாள்.

“எங்கக்கா பாலுவும் லலிதாவும் போறாங்க” என்று கேட்டாள்.

“அவங்க வந்த பிறகு அவங்ககிட்டயே கேளு” என்றவளாக குளியலறை நோக்கி நடந்தாள் வித்யா. பாரதியிடம் குழப்பம்.

மெயின்ரோடு! அந்த இளைஞன் சீரான வேகத்தில் நடந்து கொண்டிருந்தான். ஜாகிங் டிரெஸ்ஸில் அவனைப் பார்க்க நல்ல அழகோடும் இருந்தான். ஒரு முப்பது வயது மதிக்கலாம். சுருள் சுருளான தலைமுடி...

“அதோ அவன்தான்... அவனேதான்...” லலிதா கைகாட்ட பாலுவின் பைக் அவனுக்கு முன்னால் சென்று வளைந்து நின்றது. அவனுக்கும் திகைப்பாக இருந்தது. அதேசமயம் பாலுவைப் பார்த்த அவன் முகத்தில் ஒரு வியப்பு. பாலுவிடமும் ஒரு இன்ப அதிர்வு.

“மோகன் சார்.”

“பாலு.”

“என்ன பாலு... காலங்கார்த்தால உனக்கு என்மேல என்ன கோவம். எதுக்கு இப்படி பைக்கை முன்ன கொண்டு வந்து நிறுத்தினே?”

“அது வந்து சார்... அது வந்து.” பாலு அசடு வழிய, லலிதாவுக்கே பெரிய ஏமாற்றமாகி விட்டது.

“பாலு என்னடா இது. இவரை உனக்கு ஏற்கெனவே தெரியுமா?”

“அட என்னக்கா இவர் என் கஷ்டமர். டவுன்ல பட்டு புடவைக்கடை அப்புறம் பெரிய கல்யாண மஹால், ஹோட்டல்னு

இவங்களுக்கு எவ்வளவோ தொழிலுக்கா. சார் ஒரு பெரிய கோடீஸ்வரர்"

பாலு கோடீஸ்வரன் என்று சொன்னதுதான் தாமதம் லலிதாவிடம் சுருதி குறைந்து, அவர்மேல் குபீர் என்று ஒரு பரிவும் தலைகாட்ட ஆரம்பித்தது.

"அப்படியா... ரொம்ப சௌகர்யமா போச்சு. பைக் சரியா பிரேக் பிடிக்கலேங்கற உண்மையைச் சொல்ல வேண்டியது தானே?"

லலிதா சட்டென்று பேச்சை மாற்றினாள். மோகன் என்னும் அந்த இளைஞனும் இதை நம்பினான். அப்படியே "உங்க வீடு எங்க இருக்கு பாலு?" என்று கேட்டான்.

"எல்லாம் உங்களுக்கு நல்லா தெரிஞ்ச வீடுதான்" லலிதா படக்கென்னு எடுத்துக் கொடுத்தாள்.

"எனக்குத் தெரிஞ்ச வீடா"

"ஆமாம் சார்... இப்பகூட எங்க தெருவழியா தான் போனீங்க. நான்கூட பார்த்தேன்."

"இந்த தெருவுல எந்த வீடு"

"அதான் வாசல்ல மல்லிகைச் செடி படர்ந்திருக்குமே. திண்ணைகூட இருக்குமே."

பாலு இப்படிச் சொன்ன நொடி மோகன் என்கிற அவன் முகத்தில் ஒரு அலாதி மகிழ்ச்சி.

"பாலு... அந்த வீடா?"

"அதே வீடுதான் சார்... உங்களுக்குத் தெரியுமா?"

"ஏன் தெரியாம?" லலிதா இடையிட்டு மேலாக்கைச் சரிசெய்து கொண்டாள். அப்படியே மனதுக்குள் ஒருவித புழுக்கத்துடன் அவனைப் பார்த்தாள்.

"பாலு... அது உன் வீடுன்னு எனக்குத் தெரியாது. உண்மையில் நான் இப்ப எவ்ளோ சந்தோசத்துல இருக்கேன் தெரியுமா?"

“அவ்வளவு சந்தோசப்பட்ற அளவுக்கு அப்படி என்ன சார் இருக்கு எங்க வீட்ல” பாலுவும் தெரியாதவனைப் போல் கேட்டான்.

“சொல்றேன். ஆமா இவங்க?”

“இவங்க என் இரண்டாவது அக்கா பேர் லலிதா.”

“உனக்கு எத்தனை சிஸ்டர்ஸ்”

“மூணு சிஸ்டர்ஸ் இவங்க இரண்டாவது. பெரிய அக்கா பேர் வித்யா. மூணாவது அக்கா பேர் பாரதி”

“வாசல்ல கோலம் போடறது யாரு வித்யாவா? பாரதியா?”

“அது வித்யா சார்.”

“ரொம்ப சந்தோசம்... பை த பை உன்கூட நான் கொஞ்சம் தனியா பேசணும். அப்புறமா எங்க ரைஸ் மில்லுக்கு வரியா?”

“என்ன சார் விஷயம். சும்மா இங்கேயே சொல்லுங்க.”

“இல்ல பாலு. அது இப்படி ரோட்ல நின்னு சொல்ற விஷயம் இல்ல.”

“பரவாயில்ல சார் எதுவா இருந்தாலும் சொல்லுங்க... இன்ஃபாக்ட் நானும் உங்களைப் பார்த்து சண்டை போடணும்னு தான் வந்தேன்.”

“சண்டையா... என் கூடவா?”

“ஆமாம் சார்... நீங்க எங்க வித்யாக்காவை டெய்லி சைட் அடிக்கறதா கேட்டுவிட்டுத் தான் உங்களை யார்னே தெரியாம கண்டிக்கறதுக்காக வந்தேன். லலிதாக்காவுக்கு தான் உங்களை அடையாளம் தெரியும். அதான் இவங்க அடையாளம் காட்ட வந்தாங்க.”

பாலு உண்மையைப் போட்டு உடைக்க மோகன் முகம் உடனேயே லலிதாவைத் தான் வெறித்தது. அவள் உடனேயே தலையைத் தாழ்த்திக் கொண்டாள். அப்படியே “சாரி சார்...

வெரிசாரி... வித்யா ஒரு கேனை... அவ ஒரு தெண்டம். உங்களைப் பத்தி என்கிட்ட தாறுமாறா சொல்லி வருத்தப்பட்டா... நீங்க அவளை டெய்லி ரொம்பத்தான் டிஸ்டர்ப் பண்றீங்களாமுல்ல."

லலிதா தான் சொல்லாததைக் கோர்ந்து சொல்ல மோகன் அங்கேயே அப்போதே வித்யாவை வெறுத்து ஒதுக்கி விட வேண்டும் என்பதுபோல பேசினாள். ஆனால் அது எதிரிடையாகவே வேலை செய்தது.

"நிச்சயமா இருக்காது. நான் ஒன்னும் பொம்பளப் பொறுக்கி இல்ல. அவங்களுக்கும் என்மேல பிரியம் இருக்குன்னு தான் நினைக்கறேன். நீங்க சொல்றது பொய்" என்று மோகன் ஒரே போடாகப் போட்டபின் லலிதா அந்தப் பதிலால் ஆடிப் போய் விட்டாள். பாலுவுக்கும் சங்கடமாகிவிட்டது.

"லலிதாக்கா... உன் பொறாமை புத்திய இங்கையும் காட்டணுமா. வாய மூடிகிட்டு சும்மா இரு. மோகன் சார் உங்களை நான் ஒண்ணு கேட்கட்டுமா?"

"என்ன பாலு?"

"அக்கா உங்களை விரும்பறதாகவே இருக்கட்டும். நீங்க இப்படி காலைல காலைல அக்காகிட்ட வந்து பேசிட்டு போனா அக்காவைப் பாக்கறவங்க என்ன நினைப்பாங்க. கூடப்பிறந்த இவளே எவ்வளவு தப்பா பேசிட்டா தெரியுமா?"

"சாரி பாலு... நான் உங்கக்காவை சைட் அடிச்சது தப்புதான். அதேசமயம் நான் அவங்கள மனசார விரும்பறேன்."

"சார்"

"பயப்படாத நான் சொல்றது உண்மை"

"அதுக்கில்ல சார். நீங்க எங்க நாங்க எங்க இதெல்லாம் ஒத்துவருமா?"

"ஒத்துவரும் மனசுதான் எல்லாம். எனக்கு எப்பவுமே பணம் காசு பெரிது இல்ல. உங்கக்கா மாதிரி ஒரு குடும்பப் பொண்ணுக்காகத்தான் நானும் காத்திருந்தேன்."

“சார்... நீங்க என்னெனவே பேசறீங்க. நாங்க ரொம்ப ஏழைங்க. எங்களுக்கு அப்பா கூட இல்ல. எங்க அக்காங்களுக்கு அழகும் அடக்கமும் தான் இருக்கு. மற்றபடி ஒரு பவுன் சங்கிலி கூட கிடையாது.”

“இதெல்லாம் எதுக்கு... இந்த உலகத்துல கடைல கிடைக்காத ஒரு விஷயம் அழகும் அடக்கமும்தான்”

“இல்ல சார்... நீங்க ஏதாவது பேசி என்னைக் கனவு காணவிடாதீங்க. வாங்க போகலாம்”

பாலு படபடப்போடு தன் பைக்கில் ஏறி அமர்ந்தான். லலிதாவும் மௌனமாக ஆனால் அப்படியே மனம் பற்றி எரிய பைக்கில் ஏறி அவன் பின்னால் அமர்ந்தாள்.

“பாலு நில்லு... நான் சொல்றதைக் கேள்...”

“இல்ல சார்... விட்றுங்க. நாங்க ரொம்ப ஏழைங்க. நான் ஆரம்பத்துலேயே சொன்ன மாதிரி எங்க அப்பாவே எங்களுக்கு ஒரு பிரச்சனை. அவர் உயிரோட இருக்காரா இல்லையான்கறதே தெரியாத நிலையில் இருக்கோம்.”

“நோ பாலு... நான் உங்க அக்காவைத்தான் விரும்பறேன். உன் குடும்ப பின்புலம் பத்தி நீ தேவையில்லாம சொல்லிகிட்டு இருக்கே.”

“அப்படின்னா உங்க அப்பா அம்மாவோட எங்க வீட்டுக்குப் பெண் கேட்டு வர உங்களுக்குத் தைரியம் உண்டா சார்”

பாலு அது ஒரு நடக்க முடியாத விஷயம் என்பதுபோல உருகி கேட்க உடனேயே அதை கெட்டியாகப் பிடித்துக் கொண்டான் மோகன்.

“பாலு... நான் எப்ப வரட்டும்?”

மோகனின் கேள்வி பாலுவைத் திக்குமுக்காட வைத்து விட்டது.

“சார்ர்ர்.”

“என்ன சார்... நீ என்னைச் சாதாரணமா நினைச்சுட்ட... நல்லா கேட்டுக்கோ. என் விருப்பத்துக்கு மாறா எங்க

வீட்ல யாரும் எதுவும் செய்ய மாட்டாங்க. அப்படிச் செய்ய விரும்பினாலும் நான் சலனப்பட மாட்டேன். வாழ்க்கைங்கறது ஒரு தடவை தான். அதுல கல்யாணம்கறதும் ஒரே தடவைதான். என் வாழ்க்கைல நடக்கப்போற இந்தக் கல்யாணத்துல என் மனைவியா வரப்போறது உன் அக்கா வித்யா தான். இதுல எந்த மாற்றமும் இல்லை. இன்னிக்கே மதியம் உங்க வீட்டுக்கு என் சொந்தக்காரங்களோட நான் உங்கக்காவைப் பெண் கேட்டு வர்றேன். போதுமா?"

மோகன் பாலுவுக்கு ஒரு பொட்டில் அடித்த பதிலைக் கூறிவிட்டு திரும்பி நடக்க ஆரம்பித்தான். உண்மையில் பாலுவுக்கு மோகனின் பதிலால் உள்ளூர மகிழ்ச்சியே.

"லலிதாக்கா... நீ கெடுக்க நினைச்ச விஷயம் எப்படி மாறி நல்லவிதமா திரும்பியிருக்கு பார்த்தியா?" என்றான். அவளிடம் பேச்சு மூச்சில்ல. அவன் கைகள் மார்பில் சட்டைப் பாக்கெட்டில் உள்ள ரசமணியைத் தொட்டுப் பார்த்தன.

அது நானிருக்கேன் என்றது.

அத்தியாயம் 32

காடு என்று நாம் பொதுப்படையாகக் கூறிடும் வனத்துக்குள்தான் எல்லாவித செல்வங்களும் உள்ளன. குறிப்பாக மனம் படைத்த மனிதனின் திருஷ்டாந்தம் துளியும் இல்லாத ஒரு இடம் காடுதான். திருஷ்டாந்தம் என்றால் கண்பார்வைத் தாக்கம் என்று பொருள். மனிதக் கண்பார்வைக்குத் தாக்கும் சக்தி உண்டா? என்கிற ஒரு பெரிய கேள்வி எழும். உண்மையில் பார்வை சக்திக்கு நாம் மனதில் நினைக்கும் எண்ணங்களை எல்லாம் சிதைக்கும் ஆற்றல் உண்டு.

காட்டுக்குள் துளியும் மனித நடமாட்டம் இல்லாததால் திருஷ்டாந்தமும் இருக்காது. அடுத்து காட்டுக்குள் ஏகப்பட்ட மரங்களும் அவைவிடும் ஜீவகாந்த அலைகளும் இருக்கும். அந்த அலைகள் மனதைத் தூய்மைப்படுத்துவதோடு உடம்புக்கும் ஆரோக்கித்தை அள்ளித் தரும்.

அடுத்து காட்டுக்குள் இயற்கை உணவைத் தான் உண்ண வேண்டியிருக்கும். சமைத்து உண்ண வழியற்ற நிலையில் இயற்கை உணவு தோஷங்களைத் தவிர்த்து விடும். இப்படி காட்டு வாழ்க்கை தரும் மகிழ்வான விஷயங்களைக் கூறிக் கொண்டே போகலாம்.

ராமன் இந்த மாதிரி நல்ல விஷயங்களுக்காக மட்டும் காட்டிற்குச் செல்லவில்லை. காட்டில் ராமன் மரவுரிதரித்து ஒரு முனிவன்

போல வாழத் தலைப்பட்டதால் ராமனுக்குள் இருக்கும் ஆற்றல் அதிகரித்தது. ஆற்றல் அதிகரிக்க வேண்டும் என்பதற்காகவே ராமனை கைகேயி காட்டிற்று அனுப்பினாள் என்றும் கூறுவர்.

ஆம்... தவ வாழ்க்கை வாழ முற்படும்போது, ஒன்பது கோள்களும் அவர்கள் வரையில் செயலிழந்து விடும். ஒரு மனிதன் ஆசாபாசங்களோடு இயங்கும் போதுதான் அவன் உடலில் உள்ள கோள்களுக்கே சக்தி வருகிறது. அவன் உண்டிச்சுருக்கி மனதை அடக்கி ஒரு இடத்தில் அமர்ந்திடும்போது அவன் வரையில் கோள்களுக்கே எந்த வேலையும் இல்லாது போய்விடுகிறது!

அது ஒரு பார்க்!

பார்க்கின் முகப்பில் நண்பனோடு நின்று கொண்டிருந்தான் பார்த்திபன் என்கிற அந்த எம்.எல்.ஏ. மகன்! உதட்டில் சிகரெட், புகைவிடுவதில் ஒரு மெத்தனம்... ரங்கநாயகி அவன் அருகே போய் நின்றாள். சிக்கென்ற உடம்பு. கவர்ச்சியான உடை. எடுப்பான மார்பகங்கள். உதட்டில் ஆப்பிள் போல ஒரு திரட்சி. கையில் டம்பம்பை தொங்கிக் கொண்டிருந்தது.

பார்த்திபனும் அவன் நண்பனும் ரங்கநாயகியைச் சற்று ஆச்சரியமாக பார்த்தனர். கூர்ந்து கவனிக்க தொடங்கினர். அவளும் வலையை விரிக்கத் தொடங்கினாள். அவர்கள் எதிரில் செல்போனில் யாருடனோ பேச ஆரம்பித்தாள்.

"ஹலோ... சார் இருக்காருங்களா?"

"..."

"ஓ. சார்தானா! சார் நான் உங்க பியூட்டி பேசறேன்."

"..."

"போதும் சார்... போன்லையே வழியாதீங்க. என்ரேட் ஒரு நைட்டுக்கு ஆயிரம் ரூபா... நான் அதிகாமவும் வாங்க மாட்டேன். குறைஞ்சாலும் வரமாட்டேன்..."

"..."

"ரொம்ப சந்தோஷம். அப்ப நாளைக்கு நைட் உங்களோட பொண்டாட்டி நான்..." பேசி முடித்துவிட்டுத் திரும்பினாள். பார்த்திபன் இரண்டு ஐநூறு ரூபாய் நோட்டுக்களைக் கையில் பிடித்திருந்தான். ரங்கநாயகி சிரித்தாள்.

"என்ன சிரிக்கறே... நீ யார்னு நான் கண்டுகிட்டேன். நானும் ரெடி. நீயும் ரெடிதானே?"

"நீ பெரிய கில்லாடியா... ஆமா எங்க போகலாம்? லாட்ஜ்க்கா இல்ல இப்படியே பார்க்குலையே..."

"பார்க்குலையே ஓரமா ஒதுங்கிடுவோம். இதுக்கு எதுக்கு லாட்ஜிக்கெல்லாம் போய்க்கிட்டு...?"

"பார்க் காவல்காரனுக்கு நான் ஒரு பார்ட்டின்னு நல்லா தெரியும். வேற எங்கையாவது போவோமே..."

பார்த்திபன் நண்பனைப் பார்த்தான்.

"சரிடா பார்த்தி... நீ அனுபவி நான் பறப்பட்றேன்."

"தேங்ஸ்டா. நான் இங்கையே ஒதுங்கறேன். வாட்ச்மேனைக் கவனிச்சுட்டு போ... கேட்டா நான் யாருங்கறத சொல்லு. வாயமூடிக்குவான்"

பார்த்திபன் நண்பனுக்கு விடை கொடுத்துவிட்டுத் திரும்பவும் ஒரு சிகரெட்டை பற்றவைத்தான். ரங்கநாயகியைப் பார்த்தான்.

"கரெக்ட்."

"சந்தோஷம் வா அப்படி மறைவா போய் உக்காருவோம்"

"குட்."

இருவரும் ஒரு பெரிய குரோட்டன்ஸ் செடியின் பின்னால் மறைந்தனர். பார்த்திபன் கையிரண்டும் விளையாட ஆரம்பித்தது. ரங்கநாயகி தள்ளிவிட்டாள். அப்படியே அங்கேயே அவன் எதிரிலேயே பாண்டியனை செல்ஃபோனில் அழைத்தாள். ஸ்பீக்கர் பகுதியையும் ஆன் செய்தாள்.

"பாண்டியன்..."

"சொல் ரங்கநாயகி."

"அந்த தாசில்தார் பொண்ணோட காதலன் இப்ப என்கூட தான் இருக்கான்."

"அப்ப அவன் ஒரு பொம்பளப் பொறுக்கீங்கறது ஊர்ஜிதமாயிடுச்சு. அப்படிதானே?"

"ஆமாம். பொம்பளைன்னா பொறுமையே இல்லாத பேர்வழி. பார்க்குல ஒரு புதர்மறைவுலையே எல்லாம் முடிச்சுக்கத் துடிச்சிகிட்டிருக்கான்."

அவள் பேசப் பேச அவன் முகம் வெளிறத் தொடங்கியது.

"ரங்கநாயகி... அவன் எப்படி வேணா இருந்துட்டு போகட்டும். இனி தாசில்தார் பொண்ணுகிட்ட மட்டும் நடிக்க வேணாம்னு சொல்..."

"நான் என்ன சொல்றது. நீங்க பேசறதே அவன் காதுல விழுந்துட்டுதான் இருக்குது."

"குட்... நான் எம்.எல்.ஏ. மகன்னு ஏதாவது பூச்சி காமிக்க பார்த்தா டிடெக்டிவ் பாண்டியன் அட்டெண்ட் பண்ற கேஸ் இதுன்னு மட்டும் சொல்..."

பாண்டியனின் குரல் அவன் காதுகளில் விழுந்த நொடி எரிச்சலுடன் எழுந்தான். ரங்கநாயகி அவனை புன்னகையுடன் பார்த்தாள். அவனது ஆயிரம் ரூபாயையும் வீசி எறிந்தாள். அவன் மௌனமாக அதைப் பொறுக்கிக் கொண்டு நகரப் பார்த்தான். சிறிது தூரம் சென்றவன் திரும்பிப் பார்த்தான்.

"என்ன பாக்கறே... உன்னைக் கவனிச்சுக்கறேண்டின்னு டயலாக்கெல்லாம் உடாதே. ஒரு பொம்பளை மானத்துக்கு பயந்து வாழற வரை தான் அவ பூனை மாதிரி தவிர, மானத்தைத் தூக்கி எறிஞ்சுட்டா அவதான் இந்த உலகத்துலேயே பலசாலி. அப்புறம் அவ சொல்றததான் எல்லாரும் கேட்பாங்க. நானும் அப்படி ஒரு பாலசாலி. ஆனா என் பலத்தை நல்ல காரியத்துக்கு மட்டும்

பயன்படுத்தறவ. புரிஞ்சுகிட்டு இனியாவது யோக்யமா வாழற வழியைப் பார். அப்படியே இந்த பொண்ணை விட்டும் விலகிடு. அவளும் விலகிடுவா... எப்படிங்கறியா?"

அவன் நின்று அடுத்து அவள் கூறப்போவதை கவனித்தான். அவள் தன் கேமரா செல்ஃபோனைக் காட்டினாள். "இதுல நீயும் நானும் இருக்கோம். நீ பேசினது என் டம்பம்பை டேப்புல இருக்கு. இது இரண்டும் அவளுக்குப் போகும்..."

ரங்கநாயகி சொல்லி முடிக்ககூட இல்லை அவன் பெரிதாக ஒரு கும்பிடு போட்டு அப்படியே ஓடிவந்து அவள் காலில் விழுந்தான்!

☆☆☆

சிவன்மலை!

வானை மேகக்கூட்டம் வந்து கம்பீரமாக மூடியிருந்தது. தன் கூரைவீட்டுக்கு வெளியே வந்து எட்டிப் பார்த்த தமயந்தியின் முகத்தில் சன்னமாய் ஒரு தேக்கம். இருந்தும் ஒரு மூங்கில் பிரம்புக் கூடையையும் ஒரு அரிவாளையும் எடுத்துக் கொண்டு கிளம்பினாள். கூடைக்குள் ஒரு நீண்ட கயிறும் இருந்தது.

போகும் வழியில் நடையோரமாக எலந்தை மரங்கள் செழித்திருக்கும். அப்படியே மலை ஆரஞ்சுகளும் கூட நிறையவே செழித்திருக்கும். அவைகளைப் பிடுங்கிப் போட்டுக் கொள்வதோடு கடுக்காய், ஜாதிக்காய் மற்றும் சில மூலிகை பட்டைகளையும் கிடைத்தவரை அள்ளிப் போட்டுக் கொண்டு அப்படியே லிங்கப்பட்டி வரை போய் அவைகளை சாலை முக்கில் நின்றே விற்றுவிட்டு வந்துவிடலாம்.

லிங்கப்பட்டி வழியாக ஆந்திரா பக்கமும். கேரளா பக்கமும் செல்லும் பிரயாணிகள் இப்படி சிவன்மலைச் சரக்கு கிடைக்காதா என்று ஏங்கிக் கொண்டு இருப்பார்கள். ஓரளவு நல்ல விலையும் கிடைக்கும். கிடைத்த தொகைக்கு லிங்கப்பட்டியிலேயே போட்டுக் கொண்டு திரும்புவாள் தமயந்தி

சற்று கெந்திக் கெந்தினான் நடப்பாள்.

ஒரு காலின் வளர்ச்சி குறையா என்று கருதும்படியான தோற்றம். அன்று மழைவரும் போல் தெரிந்தும் கிளம்பி விட்டாள்.

சிலுசிலுவென்று காற்று மலைத் தாவரங்களை நீவிக் கொண்டு வீசியபடி இருந்தது. கருத்த வானில் மின்னல் பூச்சி படுவேகமாக ஓடி விடையாடியது. அவ்வப்போது இடி சப்தம். தமயந்தி எதற்கும் பயந்தது போலவே தெரியவில்லை. தரையில் பார்த்துக் கொண்டே போனாள். ஜாதிக்காய் மரங்கள் அங்கங்கே காய்களை உதிர்த்துப் போட்டிருந்தன. அவைகளைப் பொறுக்கிக் கூடையில் போட்டுக் கொண்டே நடந்தாள். ஒரு இடத்தில் மரக்கிளை ஒன்று வழி மறித்தது. அதை ஒடித்து வீசி எறிந்தாள். அடுத்த சில அடிதூரத்திலேயே ஒரு சரிவில் விழுந்து கால் கைகளைச் சிராய்த்துக் கொண்டு எழுந்தாள். தன்னை மறந்து மரக்கிளையை ஒடித்த தவறு பிறகு தான் அவளுக்குப் புரிந்தது.

இரணநிவாரணிச் செடியை அவளுக்குத் தெரியும். ஓரிடத்தில் அது தழைத்திருந்தது. அதன் அருகே அதை இரு கை கூப்பி வணங்கிவிட்டு அதில் இருந்து சில இலைகளைப் பறித்து உள்ளங்கையில் வைத்து கசக்கி காயங்களின் மேல் அதன் சாற்றைப் பூசி விட்டாள். உச்சி மண்டைவரை ஒரு எரிச்சல் ஓடி அடங்கியது. எல்லாம் சில நொடிகள் தான். பிறகு அந்த காய எரிச்சல் சுத்தமாக உணவுக்கு அடங்கிய பசியாக அடங்கிவிட்டது. இவ்வளவு வேகமாக ஒரு குணப்பாட்டை ஆங்கில மருந்துகளில் நினைத்துக் கூட பார்க்க முடியாது என்று எண்ணிக் கொண்டே நடந்தாள்.

ஒரு இடத்தில் குப்பென்று புகை சூழ்ந்தபடி இருந்தது. காட்டுக்குள் ஏதாவது காய்ந்த மரங்களில் தீப்பிடித்து விட்டதோ என்று எண்ணி பயந்தவள் அந்த புகை வட்டாரத்துக்குள் நுழைந்து பார்த்தாள். உள்ளே ஒரு சிறுகுகை, குகை முகப்பில் சிவசாமியும், மோகனும் சில பீங்கான் கிண்ணங்களில் எதை எதையோ

போட்டு குழம்புபோல கொதிக்க வைத்துக் கொண்டிருந்தனர். அதில் ஒரு பீங்கான் கிண்ணம் வெடித்ததினால் தான் புகை வந்தது. அவர்களைச் சுற்றிலும் நவாச்சார உப்புகள், துத்தநாகம், கல்படிகம், மஞ்சள் பாஸ்பரஸ் என்று வேதிப்பொருட்கள் இருந்தன. அவர்கள் இருவரும் தமயந்தியைச் சற்றும் எதிர்பார்க்கவில்லை. அவளைப் பார்க்கவும் சிவசாமி முகம் சிவந்து போனது.

எங்கே வந்தே? என்பதுபோல பார்த்தார்.

“புகை வரவும் ஏதோ காட்டுத்தீயோன்னு ஓடிவந்தேன்” என்றாள் தமயந்தி.

“இல்ல... நீ எங்கள வேவு பாக்கறே” என்று பலமாகக் கத்தினார் சிவசாமி.

“சிவசாமி... இந்த நொண்டிப் பொண்ணுகிட்ட என்னய்யா பேச்சு... துரத்துய்யா இவளை...” என்று மோகன் கத்தினார்.

“போயிடு... ஓடிப்போயிடு...” சிவசாமியும் சைகை காட்டி விரட்டினார்.

“போயிடறேன் சாமிங்களா... போயிடுறேன்...” என்றபடியே அங்கிருந்து அகன்றாள்.

“யாரு இவங்கன்னே தெரியல. எப்பப்பார் இப்படி எதையாவது செஞ்சுகிட்டு இருக்காங்க. ஒருவேளை தங்கம் செய்யத்தான் முயற்சி செய்யறாங்களோ என்னவோ?” என்று முணுமுணுத்துக் கொண்டே நடந்தவள், ஒரு இடத்தில் அப்படியே அதிர்ந்து நின்றாள். அவளுக்கு எதிரில் உயரமான ஒரு மருதமரம். யானை உடம்பு போல நல்ல பருமன். தென்னை போல ஒரு உயரம். நடுவில் ஏராளமாக கிளைகள். அதில் ஒரு கிளையின் நுனியில் பரமசிவன் போல கழுத்தில் ஒரு நாகத்துடன் சப்பணமிட்டபடி ஒரு சித்தர் தியானத்தில் இருந்தார். காற்றோ பலமாக வீசிக் கொண்டிருந்தது. அங்கிருந்து கீழே விழுந்தால் எலும்புகூட மிஞ்சாது. இருந்தும் கண்ணைத் திறந்து தன்னைத் தற்காத்துக் கொள்வது எப்படி என்றெல்லாம் எண்ணாமல் அவர் அமர்ந்து

தவயோகம் செய்து கொண்டிருந்த விதம் அவள் முதுகுத்தண்டில் சிலிர்ப்பை ஏற்படுத்தியது.

இப்படி அங்கங்கே சில காட்சிகள். சில நேரத்தில் அவளுக்கு சிரிப்புக்கூட வந்தது. அவள் வரையில் வாழ்க்கை என்பது வாழ்ந்து பார்க்க கிட்டியிருக்கும் ஒரு சந்தர்ப்பம். அதை அனுபவித்து வாழ்ந்துவிட வேண்டும். என்ன இருக்கிறது என்று இவர்கள் இப்படி முடங்கி உட்கார்ந்து கொண்டிருக்கிறார்கள் என்றெல்லாம் சிரித்துக் கொண்டே நடந்தாள்.

சிவன்மலையில் நாரதர் ஓடை என்று ஒன்று ஓடியபடி உள்ளது. அதன் இருகரைகளிலும் மலை இலந்தைப் பழச்செடிகள் மண்டிக்கிடந்தன. அதில் மொழுக் மொழுக்கென்று இலந்தைப் பழங்கள்.

அவைகளை வேகமாகப் பறித்து கூடையில் போட்டுக் கொண்டாள். அப்படியே ஓடைநீரை அள்ளிக் குடித்தாள். மலை நெல்லியும் அங்கங்கே உருண்டு கிடந்தது. மலைச் செல்வங்களில் நெல்லி ஒரு அரிய கனி வகையாகும். சுவை நிகரில்லாதது. உவர்ப்பும் இனிப்பும் கலந்த ஒரு சுவை உலகிலேயே நெல்லியிடம் மட்டும்தான்.

இனிப்புச்சுவை சுக்கிரகிரகத்தைக் குறிக்கும். உவர்ப்புச் சுவை ராகு கிரகத்தைக் குறிக்கும். இந்த இரு சுவைகளும் ரத்தத்தில் கரையும்போது இரு கிரகங்களும் வேகமாக இயங்கும்.

சுக்கிரன் சுகத்தைத் தருபவன். புலனாலும் உடம்பாலும் சுகம் தருபவன். உடம்பில் நோய் இருக்கும் பட்சத்தில் இந்த சுவை காரணமாக சுகம் ஏற்பட உதவுவான்.

ராகு யோகம் அளிப்பவன். உவர்ப்புச்சுவை யோக சுகத்துக்கு அதாவது நல்லவிதமான இன்பம் ஏற்பட உதவிடும். இதனால்தான் நெல்லிக்கனியை முன்னோர்கள் அமிர்தத்துக்கு இணையாகக் கருதினார்கள். இதனாலேயே அதியமானும் அதை அவ்வைக்குத் தந்தான்.

இந்த விபரங்கள் எல்லாம் தமயந்திக்குத் தெரியுமோ தெரியாதோ நெல்லிக்கனிகளைக் கூடையில் நிரப்பிக் கொண்டாள். அப்படியே மலைப்பாதை வழியாக, கிட்டத்தட்ட ஒண்ணரை மணி நேரம் நடந்து லிங்கப்பட்டி கூட்டுரோடிற்கு வந்து நின்றாள். சில வியாபாரிகள் காத்துக் கொண்டிருந்தனர்.

அவளுக்கு முன் அங்கே லிங்கப்பட்டியில் உள்ள முத்துப்பிள்ளையின் மகனான வீரையனும் இருந்தான். அவன் வசம் சிவன்மலை தேன் குடுவையில் அடங்கிக் கிடந்தது. அதன் புளிப்பு வாசம் தமயந்தி மூக்கையே சிணுப்பியது. தமயந்தியை அவன் ஒரு போட்டியாகவும் அடாத பெண்ணாகவும் தான் பார்த்தான். அவளுக்கும் அவனைப்பார்க்கும் போது முள்ளம் பன்றியைப் பார்க்கிற மாதிரிதான் இருந்தது.

“என்னபுள்ள பாக்கறே... பார்வையே சரியில்லையே?”

“என் பார்வை சரியில்லையா... இல்லை உன் பார்வையா?”

இருவரும் மோதிக்கொள்ளப் பார்த்தனர். வியாபாரிகள் தடுத்து அவளிடம் இருந்த சரக்கை வாங்கிக் கொண்டனர்.

வீரைய்யனின் தேனை ஒருவர் உள்ளங்கையில் வாங்கிப் பார்த்து நக்கினார். பின் முகத்தைச் சுணக்கியவராக “இது அசல் மலைத்தேன் இல்ல...” என்றார்.

“ஏய்... கயித்தைக் கட்டி தொங்கிகிட்டு தேன் எடுத்தவன் நான். உன் நாக்கை அறுத்து எறி. அது சாராயம் குடிச்ச நாக்கு. அதுக்கு மலைத்தேன் தெரியுமா?” என்று வீரைய்யனும் பதிலுக்குச் சீறினான்.

அப்போது குதிரை ஒன்றின் குளம்படி சப்தம் கேட்டது. அசுர வேகத்தில் நல்ல வெள்ளைக் குதிரை மேல் ஒருவன் வந்து ஆளுக்கு ஒரு பக்கம் சென்று நின்றனர். வந்தவன் வீரைய்யன் அருகே குதிரையை இழுத்து நிறுத்தினான். அதுவும் பெருமூச்சுடன் அவன் முன் தன் இருகால்களைத் தூக்கியபடி நின்றது.

குதிரையில் வந்தவனுக்கு ஒரு கண் வேறு இல்லை. தலையில் ராஜஸ்தானியைப் போல முண்டாசு. அவனைப் பார்த்த வீரைய்யனுக்கு ஒரே நடுக்கமாகிவிட்டது.

“ஏ வீரய்யா... உன்னை அய்யனார் பாக்கணும்னு சொன்னார் கிளம்பு” என்றான் அவன்.

“இல்ல கணபதி... நீ போ நான் அப்புறமா வந்து பாக்கறேன்...”

“அதெல்லாம் முடியாது. இப்பவே கிளம்பறியா இல்லை...” அவன் கேள்வியோடு அவன் வசம் இருந்த தேன் குடுவையைத் தன் இடுப்பில் இருந்து எடுத்த நாட்டுத் துப்பாக்கியால் சுட்டான். அது சில்லு சில்லாகச் சிதறி அதனுள் இருந்த தேன் அனைவர் மேலும் மழைத்துளிபோல பட்டது. வீரைய்யன் நடுங்கிவிட்டான்.

“இப்ப என்கூட புறப்பட்றீயா இல்லையா?” கணபதி என்னும் அந்த ஒத்தைக் கண்ணன். அதட்ட வீரைய்யன் வேறு வழியின்றி அந்த குதிரையின் பின்பக்கமாக ஏறி அமர்ந்து அவனைப் பிடித்துக் கொண்டான். குதிரையும் ஓட ஆரம்பித்தது. பார்த்துக் கொண்டே இருந்த அவ்வளவு பேர் முகங்களிலும் ஒரே அதிர்ச்சி.

தமயந்திகூட லேசாக அதிர்ந்துதான் போயிருந்தாள். அப்படியே சிவன்மலையில் உள்ள தனது குடிசைநோக்கி நடக்க ஆரம்பித்தாள்.

❋ ——————— ❋

அத்தியாயம்

33

'ராமனை கைகேயி காட்டிற்கு அனுப்பப் பல சூட்சும காரணங்கள் இருந்தன. அதில் பிரதான காரணங்கள் ஞானியர்கள் மட்டுமே அறிய முடிந்தது. காட்டில் தான் அரிய மூலிகைச் செல்வங்கள் உள்ளன. அந்த மூலிகைகளைத் தழுவி வரும் காற்றும் நீரும் மிக உன்னதமானவை. அவைகளை ராமன் குறைந்தபட்சம் 14 வருடங்களாவது அனுபவிக்க வேண்டும் என்று கருதினாள். அதேபோல் ராமனின் ஜனன கால ஜாதகப்படி அவன் குறிப்பிட்ட ஒரு திசையின் பாகத்தில் நகரத்தில் லௌகீக வாழ்க்கை வாழ்ந்தால் அதனால் அவனுக்குப் பாதிப்புகள் மிகுதி. அதைத் தவிர்க்கவும் கைகேயி மறைமுகமாக இப்படி ஒரு வழியைக் காட்டினாள்.

எல்லாவற்றுக்கும் மேலாக மரவுரி தரித்து ஒரு தவசியாக வாழ்வது, அதிலும் மனைவி உடன் இருக்க வாழ்வது என்பது உன்னதமான செயல். தவசியாக வாழும் நாட்களில் இன்ன உணவைத்தான் உண்ணலாம் என்று நியதி உள்ளது. அந்த நியதிகளை ராமனும் கடைபிடித்தான்.

காடுகளில் அவன் கண்களில் பட்ட முனிவர்களின் ஆசிகளை எல்லாமும் சேர்த்துக் கொண்டான். உச்சபட்சமாக காட்டில் வாழ்ந்த போதும் அவன் ராவணனிடம் சீதையை இழந்தான். இருப்பினும் அந்த வாழ்க்கை முடியுமுன்பே சீதையை ராவணனுடன் போராடியும் திரும்ப அடைந்தான்.

மொத்தத்தில் கடவுளின் அவதாரமாக ராமன் இருந்த போதிலும், அவனுக்கு மிகுதியான ஜீவசக்தி காட்டில் மட்டுமே கிடைக்க முடியும் என்று கருதியே கைகேயி தன்மேல் பழி வந்தாலும் கவலையில்லை என்று ராமனை வனத்திற்க அனுப்பி வைத்தாள்!'

ஒர்க் ஷாப்பில் மும்முரமாக வண்டியைக் குடைந்து கொண்டிருந்த பாலுவின் முன்னால் மூச்சிறைக்க வந்து நின்றாள் பாரதி.

"என்ன பாரதி?"

"பாலு... ஒரு நல்ல விஷயம்..."

"என்ன?"

"நீ உடனே நம்ம வீட்டுக்கு கிளம்பு. வித்யாக்காவைப் பெண் பார்க்க வந்திருக்காங்க"

"என்ன சொல்றே பாரதி"

"அட என்ன நீ, உனக்குகூட மாப்பிள்ளையைத் தெரியுமாமே... பேர்கூட மோகன்னு சொன்னார்"

பாரதி பேரைச் சொல்லவும் பாலுவுக்குப் புரிந்துவிட்டது. ஒரு ஆச்சரிய அதிர்ச்சி முகத்தில் குதித்து ஓடியது.

"ஆமா உனக்கு அவரைத் தெரியுமா?"

"ம்."

"ஒரு பெரிய பட்டாளத்தோட தேங்காப்பழம், வெத்தலை, பாக்கு, ஸ்வீட், பட்டுப் புடவை அது இதுன்னு தடபுடலா வந்து நிக்கறாரு. அம்மாவே திகைச்சு போயிட்டாங்க. உன்னைக் கையோட கூட்டிட்டு வரச் சொன்னாங்க."

பாரதி துரிதப்படுத்தினாள். அவனும் கையைத் துடைத்துக் கொண்டே டப்பாவைப் பார்த்தான்.

"அண்ணே நீங்க கிளம்புங்க. நான் கடையைப் பார்த்துக்கறேன்" என்றான் டப்பா. அவ்வளவுதான். அடுத்து நொடியே சர்வீசுக்கு வந்திருந்த ஒரு யமஹா பைக் ஒரு இரும்புக் குதிரை கணக்காக பாய ஆரம்பித்தது. பின்னாலே பாரதி!

வீட்டினுள் பாய் விரித்துப் போடப்பட்டிருந்தது. அதில் எல்லோரும் அமர்ந்திருந்தனர். மோகன் அப்பா அருணாசலம் அவனது சித்தி சகுந்தலா, சகுந்தலாவின் அண்ணன் ராமச்சந்திரன் அவர்களோடு மோகன்!

வித்யா அவர்களுக்கு எதிரில் குனிந்த தலைநிமிராமல் அமர்ந்திருக்க, அருகில் மங்களம். வீட்டு மரத்தூண் ஒன்றின் பின்னால் நகம் கடித்தபடி லலிதா. அவள் முகத்தில் சிவுசிவு என்று ஒரு தவிப்பு. மோகனையே பார்த்துப் பார்த்து நகத்கை கடித்துத் துப்பிக் கொண்டிருந்தாள். தான் எவ்வளவோ முயன்றும் மோகன் வீடுவரை வந்து விட்டதை நினைத்துக் குமுறிக் கொண்டேயிருந்தாள். கூடப் பிறந்தவளுக்கு ஒரு நல்ல இடம் அமையப்போகிறது என்கிற மகிழ்ச்சியை விட இவளுக்கு இப்படி ஒரு இடமா? என்கிற குமைச்சல் தான் அவளிடம் பொங்கி வழிந்து கொண்டிருந்தது.

மோகனின் சித்திகாரியும் மங்களத்திடம் போட்டு வாங்கிக் கொண்டிருந்தாள்.

"எங்களைப் பத்தி நாங்க சொல்லாமலே உங்களுக்குத் தெரிஞ்சிருக்கும். எங்க பையனுக்கு கோடீஸ்வரன் வீட்டுப் பொண்ணெல்லாம் தரத் தயாரா இருக்காங்க. ஆனா எங்க பையன் உங்க பொண்ணைத்தான் கட்டுவேன்னு ஒத்தைக் கால்ல நின்னுட்டான். எங்களுக்கும் ஒரே பையன். போவட்டும்னுதான் இறங்கி வந்துருக்கோம்."

சித்தி ஒரு பாட்டு பாடி முடிக்க, மங்களமும் பதில் பாட்டு பாட ஆரம்பித்தாள்.

"நெஜமா நாங்க ரொம்ப குடுத்துத்தான் வெச்சிருக்கணும். இப்படி ஒரு சம்மந்தம் வரும்னு நாங்க எதிர்பார்க்கல. என்

பொண்ணு வித்யா அதிர்ஷ்டக்காரி. அதேசமயம் ரொம்ப பொறுப்பானவ. இரண்டாதவ கூட புடவை நகைன்னு ஆலாய் பறப்பா. ஆனா வித்யா நூல் புடவையை வாங்கித் தந்தா கூட மறுபேச்சு பேசாம கட்டிக்கறவ."

"கவலைப்படாதீங்க. எங்க வீட்ல நாங்க நூல் புடவையெல்லாம் கட்ட விடமாட்டோம். எங்க வீட்டு வேலைக்காரிக்கே நாங்க காட்டன் சில்க் புடவைதான் வாங்கித் தர்றோம்."

"ஐய்யய்யோ நான் இவ எவ்வளவு எளிமைங்கறதுக்குச் சொன்னேன்."

"அதுசரி... உங்க பொண்ணுக்கு நீங்க எவ்வளவு நகை போடுவீங்க...?"

சித்திகாரி நகையில் கொக்கி மாட்டினாள். மங்களம் திணற ஆரம்பித்துவிட்டாள். லலிதாவுக்கு வசமாக ஒரு விஷயம் சிக்கிவிட்டது போலத் தோன்றியது.

"நகையாவது நட்டாவது... என் தம்பிகிட்ட கேட்டா அவன் மெக்கானிக் ஷாப்புல இருக்கற போல்டு நட்டை ஒரு கயித்துல கட்டி எடுத்து வந்து இதுதான் நகைநட்டுன்னு சொல்வான்." என்றாள். மங்களத்துக்கு அவள் காலை வாருவது போலப் பேசுவது புரிந்துவிட்டது.

"ஏய் லலிதா வாய்மூட்றி... என்ன பேசறேன்னு தெரிஞ்சுதான் பேசறியா?" என்று அதட்டு அதட்டி அவளை வாயடைத்தாள். சித்தியிடம் சட்டென்று சிரிப்புக்குமாறி பேசினாள்.

"என் பையன் வந்துடட்டும். இந்த மொத்த குடும்ப பாரத்தையும் சுமக்கறவன் அவன்தான். அவனால எவ்வளவு முடியும்னு என்னால சொல்ல முடியாது."

"உங்க பையன் மோட்டார் பைக் மெக்கானிக் தானே?"

"ஆமா..."

"ஒரு மெக்கானிக்கால என்னத்த பெருசா நகைநட்டு போட்டுக் குடுக்க முடியும்? என்ன தாலிக்கு தங்கம் வாங்கினா அதுவே

அதிகம்...” சித்திகாரி இளப்பாகச் சொன்னது மோகனையே என்னவோ செய்தது.

“சித்தி... கொஞ்சம் சும்மா இருங்க. நான் வித்யாவைத் தான் காதலிக்கிறேன். அவகிட்ட எவ்வளவு நகை நட்டு இருக்குன்னு பார்த்துல்லாம் காதலிக்கல. அவ கட்டின புடவையோட வரட்டும். மிச்சத்தை நான் பார்த்துக்கறேன்...” என்றான். அவளும் வேறு வழியின்றி அடங்கினாள். ஆனாலும் உள்ளுக்குள் மருவினாள்.

அருணாச்சலமோ பொம்மை போல உட்கார்ந்திருந்தார். ஒருவருக்குப் பரிந்து பேசினாலும் இன்னொருவருக்குப் பகையாகிவிடும் என்ற ஒரு பயம் அவரிடம் தெரிந்தது. அடுத்து மோகனைப் பெற்றவள் போன பிறகு இரண்டாம் தாரமாக அவளை மணந்ததை வைத்தே அவர் ஒரு பொண்டாட்டிதாசன் என்பதும் பளிச்சென்று தெரிந்தது.

“அப்புறம் என்ன... எங்க பையனே கட்டுன பொடவையோட வந்தா போதும்னுட்டான். இந்தக் காலத்துல எந்த பய இப்படி சொல்லுவான். போகட்டும். உங்கள பார்க்க பூவும் பொட்டுமா இருக்கீங்க... ஆமா எங்க உங்க வீட்டுக்காரர் அவரைக் காணோமே...”

சித்தி சகுந்தலாவின் கேள்வியில் மங்களம் ஆடிப்போய் விட்டாள். கதிகலங்கி பார்த்தாள். வித்யாவே நிமிர்ந்து பார்த்து கண்கலங்கினாள்.

“அட என்னம்மா... இது. நான் என்ன கேட்டுட்டேன் இப்ப, நீ கண்ணைக் கசக்கறே.”

“இல்லீங்க... அது வந்து”

“எது வந்து... அப்பா எங்கேன்னா, இங்க இருக்காரு. இல்ல இல்லேன்னு சொல்ல வேண்டியதுதானே?”

“அது வந்துங்க இப்ப அவர் எங்ககூட இல்லீங்க?”

“அப்படின்னா”

அவர் சிவன்மலைக் காட்டுல வேலையில் இருந்தப்போ காணாம போயிட்டாருங்க..."

"என்னது... காணாம போயிட்டாரா. வேடிக்கையா இருக்கே. காணாம போக அவர் என்ன சின்ன குழந்தையா?" சித்தியிடம் எகத்தாளம் துள்ளி விளையாடியது. மோகனே முகம் சிவந்தான்.

"சித்தி... சிவன்மலைக்காடு பத்தி உங்களுக்கு எதுவும் தெரியாது. தெரிஞ்சா பேச மாட்டீங்க. அந்தக் காட்டுல பெரிய ஆபீசரா இருந்தவர் வித்யாவோட அப்பா... அதோ போட்டோவுல இருக்கார் பாருங்க..." மோகன் சுவற்றில் தொங்கியபடி இருந்த சுந்தர்ராஜனின் போட்டோவைக் காண்பித்தான்.

"அது சரி... காணாம போனவருக்குத் திரும்பி வர வழி தெரியலியா. அவர் என்ன சின்ன பாப்பாவா?"

"அப்படி இல்ல சித்தி. அவர் இறந்து போயிருக்கலாம்கறது டிபார்ட்மென்ட் முடிவு. இது பத்தி பாலு என்கிட்ட ஒரு தடவை சொல்லியிருக்கான். எனக்கு இவங்க அப்பா விஷயம் முந்தியே தெரியும்."

"அப்படின்னா, இவங்க ஏன் பூவும் பொட்டுமா இருக்கணும். அவர் உயிரோட இருக்கறதாவும் எதுக்கு நமக்குப் பொய் சொல்லணும்."

"இல்ல... நான் பொய் சொல்லல... அவர் நிச்சயம் உயிரோட இருக்காரு. எனக்குத் தெரியும். என் அடி மனசுல ஒரு நம்பிக்கை. அது அவர் உயிரோட இருக்கறதா தான் சொல்லுது..."

"அப்ப அவர் வர்றதுக்கென்ன... மூணு பொண்ணுங்கள விட்டுட்டு எனக்கென்னன்னு அந்த ஆள் இருக்கான்னா அவன் எவ்வளவு மோசமானவனாக இருக்கணும்?"

சித்தி வார்த்தைகளில் வறுத்தெடுத்தாள்.

"அப்படிப் போடு..." என்று கைதட்டாத குறையாகச் சொன்னான் அவளுடைய அண்ணன் ராமச்சந்திரன். அவனுக்குள் ஒரே

குமைச்சல். அந்த விஷயத்தில் அவர் லலிதாவோடு போட்டி போட்டார்.

அவருக்கு ஒரே மகள் பெயர் மேனகா. நல்ல அழகியும்கூட. அவளை மோகனுக்குக் கட்டி வைத்து சொத்து கைமாறி விடாது இருக்க வேண்டும் என்று கனவு கண்டார். ஆனால் மோகனின் காதல் தரைமட்டமாகிவிட்டது அந்த எண்ணத்தை. இருந்தும் சகுந்தலா அண்ணனுக்குத் தனி தைரியம் அளித்திருந்தாள்.

"நீ வாண்ணே... நான் போடற போடுல அந்த பொண்ணே எனக்கு இந்த மாப்பிள்ளை வேண்டாம்னு சொல்லணும்" என்று சொல்லித்தான் அழைத்து வந்திருந்தாள். அவருக்கும் சகுந்தலா மேல் அப்படி ஒரு நம்பிக்கை.

சகுந்தலா திட்டம் போட்டு அருணாச்சலத்தைப் பிடித்தவள். ராமச்சந்திரன் தயவில் அவர் வீட்டில் வாழ்ந்து வந்த சகுந்தலாவுக்குப் பரதநாட்டியம் என்றால் உயிர். அதுதான் அருணாச்சலத்தை மயக்கிப் பிடிக்க ஒரு ஆயுதமாகவே பயன்பட்டது?

சகுந்தலா ஒன்றின் மேல் குறிவைத்தால் வைத்ததுதான். அது ராமச்சந்திரனுக்கும் தெரியும். ஆனால் சகுந்தலாவின் திட்டம் நேர் எதிராக மோகனிடம் வேலை செய்ய ஆரம்பித்தது.

"சித்தி... நான் உங்ககிட்ட என்ன சொல்லி கூட்டிகிட்டு வந்தேன்? இப்படியா இவங்க மனசு வருத்தப்படும்படி பேசுவீங்க. கொஞ்சமாவது இங்கிதம் வேண்டாம்? ஒண்ணு மட்டும் நல்லா தெரிஞ்சிக்குங்க. எங்க அவ்வளவு சொத்தும் என் தாத்தா சம்பாதித்தது. அது சட்டப்படி எனக்குத்தான் சொந்தம். என் அப்பா இந்தச் சொத்தை நல்லா தின்னு அழிச்சாரு. கால் காசுகூட இவரால் அதிகரிக்கல. நான் தலையெடுத்துதான் பல தொழிலுங்க நடக்குது. இப்ப பார்த்து நான் உங்க எல்லாரையும் போங்க வெளியன்னா, நீங்க போய்தான் தீரணும். போட்டும்னு பாக்கறேன்..." என்றான்.

பால் பொங்கியது போல பொங்கி எழுந்தவனின் கோபம் சகுந்தலாவை மட்டுமல்ல, மங்களத்தையும் ஒரு உலுக்கு

உலுக்கிவிட்டது. அதேசமயம் பாலுவும் பாரதியுடன் வந்து சேர்ந்தான்.

“வாங்க மோகன் சார்” என்றபடியே உள்ளே நுழைந்தான். மோகனுக்கு அவனைப் பார்க்கவும் ஒரு சந்தோஷம்.

“பாலு... காலைலதான் சொன்னே... நீங்க சரியான ஆம்பிளையா இருந்தா முறையா வந்து எங்க அக்காவைப் பொண்ணு கேளுங்கன்னு... வந்துட்டேன் பார்த்தியா?” மோகன் தன் மெல்லிய மீசையை நீவிக்கொண்டே கேட்டான். பாலு அதை ரசித்தான். அப்படியே “மோகன் சார்... நீங்க மலை... நாங்க மடு” என்று ஆரம்பித்தான். மோகன் உடனே வாயை பொத்திவிட்டு “உனக்காகத்தான் பார்த்துகிட்டிருக்கோம். கல்யாண தேதியை நீங்களே முடிவு செய்துட்டுச் சொல்லுங்க. எல்லா செலவும் என்னுடையது.”

மோகனின் பெருந்தன்மை பாலுவை நெகிழ்த்தி விட்டது.

“இல்ல சார்... அக்கா கல்யாணத்தை நாங்க நல்லபடி செய்து தர்றோம். அவ்வளவு ஏன் அக்காவுக்கு பத்து பவுனுக்கு குறையாம நகை போடறேன். ஏதோ எங்களால முடிஞ்சது அவ்வளவு தான்...” என்றான் பாலு.

மங்களம் இன்ப அதிர்வுக்குள்ளாகி பாலுவைப் பார்த்தாள். வித்யாவும் கண்ணீர் பெருக்கினாள்.

“சரிப்பா... நேரமாகுது பார். தட்டை மாத்திக்க” என்றார் அதுவரை வாய்மூடியிருந்த அருணாசலம். அதேபோல பழத்தட்டை மாற்றிக் கொண்டனர்.

பாரதி ஓடிப்போய் எல்லோருக்கும் பால் எடுத்து வந்து தந்தாள். வித்யாவுக்குள் மகிழ்ச்சி அலை புரண்டது. அவள் துளிகூட எதிர்பார்த்திராத ஒரு சம்பவம் இது...

லலிதாவோ நகத்தை முழுவதுமாகக் கடித்துத் துப்பி முடித்துவிட்டாள். அவள் விரல்களில் ரத்தம் வராதகுறை. அப்போதுதான் அந்த நடக்கக்கூடாத சம்பவம் நடக்க ஆரம்பித்தது. வித்யாவின் உடம்பை காக்காவலிப்பு நோய்

கவ்விப்பிடித்திருந்தது. கை கால் இரண்டும் வெட்டி வெட்டி இழுத்துக்கொள்ள உட்கார்ந்திருந்த இடத்தில் ஒரு புழுவைப் போல சுருண்டு விழுந்து துடிக்க ஆரம்பித்தாள்.

அவளுக்கு முன்னாலே வைக்கப்பட்டிருந்த வெற்றிலை பாக்குத் தட்டும் சந்தனப் பேலாவும் வெட்டி இழுத்த அவளின் கால் கை பட்டு சிதறி விழுந்தன.

சந்தோஷமா துக்கமோ மனதில் ஒரு உச்சத்திற்குப் போகும்போது சிலர் வரையில் வலிப்பு நோய் அவர்களைத் தாக்குவதுண்டு.

வித்யாவின் வாழ்வில் அவ்வப்போது தலைகாட்டும் ஒரு வியாதிதான் அது. ஆனால் இன்று அவள் வாழ்வின் ஒரு சந்தோஷமான தருணத்தில் அது தன்னைக் காட்டிக் கொண்டா அவளைக் கவிழ்த்து விட வேண்டும்? மங்களம் பதறிப் போனாள். ஓடிப்போய் மடியில் அள்ளிப் போட்டு கொண்டாள்.

பாலு தன் பைக் சாவிக் கொத்தை எடுத்து வித்யா கைகளில் வைத்து அமுக்கிப் பிடித்தான். மோகனும் வித்யா அருகே வந்து பதறிப்போய் அவளை பார்த்தான். ஆனால் சித்தி சகுந்தலாவும் மாமா ராமசந்திரனும் ஒருவரை ஒருவர் அதிர்ச்சியோடு மட்டுமின்றி அசூயையோடும் பார்த்துக் கொண்டனர்.

மோகனின் அப்பா அப்பொழுதே நெற்றியைத் தேய்க்கத் தொடங்கிவிட்டார். ஒருவழியாக வித்யாவின் வலிப்பு அடங்கியது. பாரதி தன் கண்களில் திரண்ட நீரை அப்பாடா என்று துடைத்துவிட்டுக் கொள்ள, லலிதாவின் கண்களில் மட்டும் ஒரு சந்தோஷ வெறி!

மெல்ல ஆரம்பித்தாள் சித்தி.

“என்னப்பா மோகன்... இனியும் நாம இங்க இருக்கணுமா” மோகன் சித்தியைக் கலக்கமுடன் பார்த்தான்.

“ஜாதி வித்யாசம் பாக்க வேண்டாம்னே... சரின்னு ஒத்துக்கிட்டோம். அந்தஸ்து பேதம் பாக்காதேன்னே...

அதுக்கும் ஒத்துக்கிட்டோம். பெத்த அப்பன் உயிரோட இருக்கானா இல்லையான்னு தெரியல... அந்த சூழ்நிலையைக் கூட போகுதுன்னு பெரிசுபடுத்தாம ஒத்துக்கிட்டோம். ஆனா இந்த வியாதியை ஒத்துக்க உன்னால முடியுமா... என்னால முடியுமா? யோசிச்சு ஒரு பதிலைச் சொல். நாளைக்கே ஒரு கொல்லைப்புறம் போகையில கிணத்துல விழுந்து வெச்சு செத்தா யார் பதில் சொல்றது? யோசி... நம்ம வீட்ல எங்க சித்தி கிணறு இருக்குதுன்னு நீ கூட கேக்கலாம். கிணறு இல்லாட்டி என்ன மொட்டைமாடி இருக்குல்ல... அந்த பக்கம் காத்து வாங்கப் போகும்போது வலிப்பு வந்து கீழ சுருண்டு விழுந்து மண்டை உடைஞ்சு செத்தா அதுக்கு யார் பதில் சொல்றது?

ஏழைப் பெண்ணை பணக்கார மாமியார்காரி கொடுமைப்படுத்தி தள்ளிவிட்டே கொன்னுட்டான்னு சொல்வாங்களா? இல்ல வலிப்பு வந்துதான் கீழ விழந்தான்னு சொல்வாங்களா? நல்லா யோசிச்சுக்குப்பா...?"

சித்திக்காரியின் வக்கணான கேள்வி மோகனை கோழி அமுக்குவது போல அமுக்கிவிட்டது. அப்படியே பதட்டமுடன் அவன் அடுத்து என்ன சொல்வான் என்பது போலத்தான் பார்த்தான். பாலு அருகில் வந்தான்.

"பாலு உன் வார்த்தைக்காக நான் இன்னிக்கு நாகரிகமாக பெண்ணு கேட்டு முறையோடு வந்தேன். ஆனா இங்க இப்படி ஒரு அசம்பாவிதம் ஏற்படும்னு சத்யமா எனக்குத் தெரியாது. இப்பகூட சொல்றேன். வித்யாவைத் தவிர நான் வேற யாரையும் என் மனசால நினைக்கமாட்டேன். அதேசமயம் ஒரு வலிப்புக் காரியை என் தலையில நீங்க கட்டிட்டதா ஊர் உலகம் பேச வேண்டாம்?

வித்யாவை நீ நல்ல டாக்டர்கிட்ட காட்டு. அவளோட இந்த வியாதி முதல்ல குணமாகணும். இவளுக்குக் குணமாயிடிச்சுன்னு டாக்டர் சர்ட்டிபிகேட் கொடுத்த அடுத்த நிமிஷமே எனக்கும் வித்யாவுக்கும் நிச்சயதார்த்தம் நடக்கும். அதுவரை நான் காத்திருப்பேன்... இது சத்தியம்..."

என்று யாரும் எதிர்பாரத கோணத்தில் பேசியவன் அப்படியே சித்தியைப் பார்த்தான். அவள் முகத்தில் விளக்கெண்ணெய் குடித்த மாதிரி ஒரு வழிசல்! வித்யா அவன் பதிலால் கண்ணீரில் மூழ்கியிருந்தாள். பாலுவுக்கும் என்ன சொல்வது என்றே தெரியவில்லை.

அவர்களும் ஒவ்வொருவராகக் கிளம்பினர். வாசற்புறம் நின்று கொண்டிருந்த அவர்களது படகுகார் ஒருவித குலுக்கலுடன் புறப்பட்டது?

மோகன் வித்யாவைப் பார்த்துக் கொண்டே காரின் கண்ணாடியை மேலேற்றினான். அவன் கண்களிலும் ஈரம்.

லலிதா மட்டும் ஒரு புதையல் கிடைத்துவிட்ட சந்தோஷத்தில் இருந்தாள்.

அத்தியாயம் 34

காடானது ராமனை மட்டுமல்ல... பலரையும் அது பண்படுத்தியுள்ளது. நகரத்தில் மனித உயிர்களின் வாழ்க்கை முறை என்றால் கானகத்தில் விலங்குகளின் வாழ்க்கை முறையாகும். மனம் கொண்ட மனிதன் திட்டமிடத் தெரிந்தவன். எதையும் தேடிக் கைப்பற்றிட முடிந்தவன். மிருகங்களோ இச்சையால் மட்டுமே உயிர் வாழ்பவை ஒரு சிங்கத்துக்குத் தான் சிங்கம் என்பதோ ஒரு மானுக்குத் தான் மான் என்றோ தெரியவே தெரியாது. அவை பசி, தாகம் என்கிற உணர்வினால் மட்டுமே தங்களுடைய வாழ்வினை வழி நடத்திச் செல்பவை. ஆனாலும் அங்கே ஆச்சர்யமூட்டும் ஒரு விஷயம் ஒளிந்துள்ளது. எந்த ஒரு மிருகமும் தன் இனத்தைச் சேர்ந்த மிருகத்தைத் தானே அடித்து உண்ணாது. அடுத்து அது தன் குட்டிகளிடம் அது காட்டும் தாயன்பும், பரிவும் உடம்போடு ஒட்டி செயல்படும் ஒரு அற்புதமான விஷயமாகும். சுருக்கமாகக் கூறினாள் காட்டுக்குள் இதுபோன்ற இயற்கையான விஷயங்களோடு ஒன்றுக்குள் ஒன்று அடங்கிவிடும் விஷயமும் நடைமுறையில் இருக்கும். இயற்கையான செடி கொடிகளை மான் விழுங்கும். அந்த மானைப் புலி விழுங்கும். அதேபோல புழு பூச்சிகளைப் பறவைகள் விழுங்கும். அந்தப் பறவைகளை பாம்புகள் விழுங்கும். அந்த பாம்பையும் கழுகு விழுங்கும். இப்படி ஒரு சுழற்சி முறை காட்டுக்குள் ஓசையின்றிச் செயல்படுகிறது.

அடுத்து அங்கே எதுவும் கெட்டுக் கிடப்பதில்லை. ஒவ்வொன்றும் அதனது குணத்திலிருந்து மாறாதிருக்கும். செயற்கை என்பதற்கே காட்டுக்குள் இடமில்லை.

இதனாலேயே செயற்கைக்கு இடமில்லாத கானகத்தை சித்த புருஷர்கள் தங்களின் சரணாலயமாகதத் தேர்வு செய்தார்கள்.

ஓர்க் ஷாப்பில் வேலை மும்மரத்தில் இருந்தான் பாலு. வித்யாக்கா விஷயத்தில் ஏற்பட்ட அதிர்ச்சிகரமான அந்தச் சம்பவத்தை மறக்க வேலையில் மூழ்குவதுதான் பாலு வரையில் ஒரே வழியாக இருந்தது. அதிலும் மிகவும் மோசமாக ஒரு ஆக்சிடென்ட் ஆன பைக்கை எடுத்துக் கொண்டு அமர்ந்து விட்டான்.

அப்போது ரங்கநாயகி தனது மொபட்டைத் தள்ளிக் கொண்டு அங்குவந்து சேர்ந்தாள். மொபட்டின் முன்புற டயரில் காற்று இறங்கி விட்டிருந்தது. அவளை நிமிர்ந்து பார்த்த பாலு அடுத்த நொடியே முகத்தைச் சுழித்துக் கொண்டு வேறு பக்கம் திருப்பிக் கொண்டான். அவளுக்கும் புரிந்தது.

ஒரு வேசியிடம் ஒரு நல்ல ஆண்மகன் அப்படித்தான் நடந்து கொள்வான். இருந்தாலும் ரங்கநாயகி அதை அலட்சியம் செய்தவளாக, "பாலு வித்யா எப்படி இருக்கா?" என்று கேட்டாள். பாலு பதில் சொல்லாமல் தனது வேலையிலேயே மும்மரமாக இருந்தான். சற்று தள்ளி டூவீலர் ஒன்றுக்கு பஞ்சர் போட்டுக் கொண்டிருந்த டப்பா பரிதாபமாக ரங்கநாயகியைப் பார்த்தான்.

"டேய் டப்பா... எதையாவது பேசிகிட்டு இங்க நிக்காம இவங்கள இடத்தைக் காலி பண்ணச் சொல்லு. கஸ்டமருங்க இங்க இவளைப் பார்த்தா அப்புறம் என்னைத் தப்பா நினைப்பாங்க" என்றான் பாலு. அது அவள் காதிலும் விழுந்தது. மளுக்கென்று கண்களில் நீர் திரண்டுவிட்டது.

"இந்த முதலைக் கண்ணீரெல்லாம் நம்மகிட்ட வேண்டாம். முதல்ல இடத்தைக் காலி பண்ணச் சொல்லுன்னு சொன்னேன்ல?"

கத்தினான் பாலு. டப்பா பதிலுக்கு ரங்கநாயகியை ஏறிட்டான். ரங்கநாயகி அதன்பின் எதுவும் பேசவில்லை. கண்ணீரைத் துடைத்துக் கொண்டே நகர்ந்தாள். டப்பாவுக்கு அவளைப் பார்க்க பரிதாபமாக இருந்தது.

"அண்ணே ஏன்னே அக்காவை இப்படி வருத்தப்பட வைக்கறீங்க?" என்று மெல்ல வக்காலத்து வாங்க ஆரம்பித்தான்.

"வாய மூடிகிட்டு வேலையைப் பாருடா... அவ யாரு... அவ என்ன பண்றான்னு தெரியும் தானே?"

"அதுவந்துண்ணே..."

"எது வந்து... உடம்புல தெம்பு இருக்குல்ல. உழைச்சிப் பிழைக்கலாம் தானே?"

"அதான் அவங்களே ஒரு நாள் சொன்னாங்களே... கட்டிடம் கட்ட சித்தாள் வேலைக்குப் போயி மேஸ்திரிகிட்ட மாட்டிகிட்டு கஷ்டப்பட்டதை"

"அட யாருடா. நீ ஒரு மேஸ்திரிகிட்ட கஷ்டப்பட்டா எல்லாரும் அப்படின்னு முடிவுக்கு வந்துட்றதா?"

"அண்ணே... அக்கா நல்லவங்க. அது மட்டும் எனக்கு நல்லா தெரியும். இவ்வளவு பேசற நீங்க அக்காவுக்கு நம்ம பட்டறைல ஒரு வேலை கொடுக்கலாம்ல?"

டப்பா இப்படி ஒரு கேள்வி கேட்பான் என்று பாலுவே எதிர்பார்க்கவில்லை. திகைத்துவிட்டான் இருந்தும் சமாளித்தான்.

"ஏண்டா... இது மெக்கானிக் தொழில். ஒரு பொம்பளைக்கு இதெல்லாம் சரியா வருமா? அதோட நமக்கு இங்க என்ன வருமானம் கொட்டோ கொட்டுன்னு கொட்டிகிட்டா இருக்கு. நீ பாட்டும் வேலைக்கு வெச்சா என்னங்கறே."

"வருமானம் கொட்டுதோ இல்லையோ... நல்ல வார்த்தையைக் கொட்றீங்கண்ணே" என்றான் டப்பா.

பாலுவுக்கு சிவுசிவு என்று அவன் மேல் கோபம் வந்தது.

“டேய் டப்பா... நீ இனிமே எனக்கு அட்வைஸ் பண்றத விட்டுட்டு உன்னோட வேலையைப் பாரு... நீ இனிமே ரங்கநாயகி பத்தி எதாவது பேசினே உன் பல்லை உடைச்சிடுவேன்.” என்று ஆவேசமாக ஸ்பேனரோடு கையை ஓங்கினாள்.

அப்போது ஒரு சிரிப்பு சப்தம் திரும்பிப் பார்த்தான். கையில் தடியோடு குரங்குச் சித்தர். அவரைப் பார்க்கவும் பாலுவுக்குக் கையும் ஓடவில்லை காலும் ஓடவில்லை.

“என்ன தம்பி... ரசமணியைத் தூக்கித் தூக்கி எறிஞ்சும் அது விடாம உன்கிட்டையே வந்துடுச்சா? போகமாட்டேங்குதா?” அவர் எடுத்த எடுப்பிலேயே ரசமணியைப் பற்றிக் கேட்கவும் அவனிடம் தடுமாற்றம்.

அவர் வந்தது முதல் சாம்பிராணி வாசமும் அங்கே நிலவியதுதான் ஆச்சரியம்.

குப்பென்று சாம்பிராணி போட்டது போல ஒரே வாடை.

“என்னப்பா திருதிருன்னு முழிக்கிறே... ரசமணி பத்ரமா இருக்குதானே?”

“இ... இ... இருக்கு சாமி”

“பயப்படாதே... என்னைப் பார்த்து எதுக்குப் பயப்பட்றே...”

“பயப்படல சாமி... இது குழப்பம்”

“குழப்பமா... அப்ப பேசினா அது தெளிஞ்சிட்டு போகுது.”

“அதான் என்ன பேசறது எதைப் பேசறதுன்னு தெரியல.”

“நீ முதல்ல என்னை ஒரு சாதாரண மனுஷனா நினைச்சுக்கோ. தடுமாற்றமெல்லாம் உன்னைவிட்டுப் போயிடும்.”

“அதானே முடியல... உங்கள பார்த்தாலே நம்ப முடியாத ஒரு மந்திரவாதிய பாக்கற மாதிரி இருக்குதே.”

“நம்ப முடியாத மந்திரவாதிய பாக்கற மாதிரியா. பரவால்ல இது ஒரு வகைல நல்ல விமர்சனம் தான். சிலர் என்னை மாதிரி

உலகத்தை வெறுத்தவங்கள பைத்தியக்காரன், கிறுக்கன், இரண்டும் கெட்டான், சுத்தமில்லாதவன், பன்னியும் இவனும் ஒண்ணு. அப்படின்னுல்லாமும் சொல்லியிருக்காங்க, ஆனா நீ என்னை கொஞ்சம் கௌரவமா ஒரு மந்திரவாதின்னு சொல்லியிருக்கே..."

"தப்பா எடுத்துக்காதீங்க... நான் என் மனசுல பட்டதைப் பேசினேன்."

"அப்படித்தான் இருக்கணும். அதுதானே நல்லது. மனமது செம்மையானால் மந்திரம் ஜெபிக்க வேண்டாம். இதுதானே எங்கள மாதிரி சித்தர்களோட வாக்கு..."

"சாமி..."

"சொல்லு..."

"எங்கம்மா உங்கள மாதிரி சித்தர்கள் பத்தி பேச்செடுத்தாலே பயப்படுறாங்க சாமி..."

"பாவம் உங்கம்மா... அது அவங்க தப்புல்ல... உங்கப்பா அவங்கள அந்த மாதிரி நினைக்கும்படி பண்ணிட்டார்."

"ஆமாம் சாமி... நானும் அப்படித்தான் நினைக்கிறேன். அப்பா எழுதுன டைரிய படிச்சேன். பிறகுதான் எனக்கு எல்லாமே புரிஞ்சுச்சு"

"புரிஞ்சுச்சா...?"

"புரிஞ்சுச்சான்னு நீங்க எந்த அர்த்தத்துல கேக்கறீங்கன்னு தெரியல... ஆனா இத்தனை வருஷத்துல எனக்குத் தெரியாத சில உண்மைகளை அந்த டைரி புரிய வெச்சிச்சு.

என் அப்பா உயிரோட இருக்கறதா அம்மாதான் நினைச்சுகிட்டு இருக்காங்க. நாங்க யாரும் அப்படி நினைக்கல. இப்ப நான் அப்பா உயிரோட இருக்கற மாதிரிதான் நினைக்கறேன். அப்படியே இந்த உலகத்துல நம்ம அறிவுக்கும் யோசனைக்கும் எட்டாத விஷயங்களும் நிறைய இருக்குன்னு நல்லாவே தெரியுது..."

பாலுவின் பேச்சைக் கேட்டு குரங்கு சித்தர் தன் தாடியை நீவியபடியே ஒரு அர்த்தமுள்ள சிரிப்பு சிரித்தார்.

"சாமி... நீங்க யாரோ எவரோ... ஆனா உங்களால குறிப்பா நீங்க தந்த ரசமணியால எனக்குக் கொஞ்சம் தங்கமும் கிடைச்சிருக்கு. அப்பா பத்தின சில விஷயங்களும் தெரிய வந்தது. அக்காவுக்கு ஒரு நல்ல மாப்ளையும் அமைய இருந்தது. இப்படி வரிசையா நல்ல விஷயங்களா நடந்துகிட்டே வந்தது. ஆனா திடீர்ன்னு அக்காவுக்கு வலிப்பு வந்து அக்கா கல்யாணம் அதனாலேயே நடக்க முடியாதபடியே ஆயிடிச்சு."

"நீ தப்பா யோசிக்கறே..." குரங்கு சித்தர் அவனைத் திருத்தத் தொடங்கினார்.

"என்ன சாமி சொல்றீங்க?"

"உங்க அக்காவுக்கு அந்த வியாதி சின்ன வயசுல இருந்து இருக்குதானே?"

"ஆமாசாமி... அப்பப்போ விருந்தாளி மாதிரி அந்த வலிப்பு வந்துட்டு வந்துட்டுப் போகும்..."

"அப்படி வந்துட்டு போற அந்த வியாதி உங்கக்கா கல்யாணத்துக்குப் பிறகு வந்தா நீங்க ஏமாத்தி கல்யாணம் பண்ணி கொடுத்துட்டதா அந்த மாப்ளை பையன் நினைக்கலாம் இல்லையா?"

"ஓ... நீங்க அப்படி வர்ரீங்களா?"

"அப்படித்தான் வரணும். எப்பவும் கெட்ட விஷயங்கள் ஒளிஞ்சுக்க கூடாது. அது பாம்பு பதுங்கியிருக்கற மாதிரி. நல்ல விஷயங்கள் ஒளிஞ்சிருக்கலாம். அதெல்லாம் வேர்கள் மாதிரி..."

"சரி சாமி... அக்கா கல்யாணம் இப்ப அவ குணமானாதான் நடக்கும்னு ஆயிடுச்சே..."

"நல்லதுதானே... அவ வியாதி குணமாக வேண்டாமா?"

"வலிப்புங்கறது குணமாக முடியாத ஒரு வியாதிங்கறாங்களே சாமி."

"சித்த வைத்தியம் பத்தியும் சிவன்மலை மூலிகைகள் பற்றியும் தெரியாதவங்க எது வேணா சொல்வாங்க..."

“அப்ப மூலிகைகளால அக்காவைக் குணமாக்க முடியுமா?”

“இது என்ன கேள்வி... எப்ப உன்னைத் தேடி ரசமணி வந்துடிச்சோஅப்பவே அது உனக்கு எல்லா உதவியும் செய்துட்டு தானே போகும்...”

“அதுக்கு அப்படி ஒரு சக்தியா?”

“ராமாயணத்துல ஒரு கதை உண்டு. அசோகவனத்துல சீதை ராமன் எப்ப வருவான் எப்ப வருவான்னு காத்துகிட்டு உக்காந்து கிட்டிருப்பா. அப்ப அவளுக்குள்ள பழைய நினைவுகளெல்லாம் தோணும். அதுல ஒரு நினைப்பு ராமன் ஏவின ஒரு தர்ப்பைப் புல்லு பத்தினது.

அதாவது இந்திரன் மகன் ஜெயந்தன்கறவன் அப்பா மாதிரியே கொஞ்சம் காம இச்சை உடையவன். அவன் சீதையோட அழகைப் பார்த்து அவளைத்தீண்ட நினைப்பான். அதுக்காக ஒரு காக்கா உருவத்துல அவகிட்ட வருவான். அவளும் காக்காய்க்கு பரிவோட தானியம் போடுவா. அப்ப அவ மேலே ஏறி விளையாடுவான் ஜெயந்தன். அப்படியே சீதையோட மார்பைக் கொத்தும் போதுதான் சீதை இது சாதாரண காக்கா இல்ல... விஷமக்காக்காய்ன்னு கண்டுக்குவா.

ராமன்கிட்ட போய் விஷயத்தைச் சொல்லவும் ராமனும் அந்த காக்காவை தன் ஞானத் திருஷ்டில கண்டுபிடிச்சிடுவான். உடனே ஜெயந்தனைத் தண்டிக்க ஒரு தர்ப்பை புல்லை எடுத்து மந்திரம் ஜெபிச்சு வீசி எறிவான். ஒரு அஸ்த்திரமாக அது பாயும்.

ஜெயந்தன் ஓடு ஓடுன்னு ஓடுவான். முதல்ல இந்திரலோகம். அப்புறம் கைலாயம், பிறகு வைகுண்டம்னு அவன் ஓடாத இடம் இல்லை.

சீதையும் மன்னிக்க சொல்லி ராமன்கிட்ட கேட்பா. ஆனால் ராமனோ அஸ்திரம் ஏவினா ஏவினது தான். அது தாக்காம போனா அஸ்திரத்துக்கு அர்த்தம் இல்லாம போயிடும்னு சொல்ல. கடைசியா அது ஜெயந்தனோட ஒரு கண்ணை குருடாக்கிட்டு வரும்.

இதை எதுக்கு சொன்னேன்னா ஒரு புல்லால என்ன பண்ண முடியும்னு யாரும் கேட்கக்கூடாது. அற்பப்பதர், அற்பப் புல்லுன்னு தாழ்வாயும் நினைச்சுடக்கூடாது. வல்லவனுக்குப் புல்லும் ஆயுதம்னு இதை வெச்சுதான் சொன்னாங்க.

புல்லுக்கே இவ்வளவு சக்தின்னா மூலிகைகளின் ரசம்கற சாறுகளை எல்லாம் ஒண்ணா கலந்து அதை திரவ வடிவத்துல இருந்து திட வடிவத்துக்குக் கொண்டு வந்து ஒண்ணா கலந்து அதை ஒரு பூமி உருண்டை மாதிரி உருவாக்கியிருக்கிற ரசமணிகளுக்கு எவ்வளவு சக்தி இருக்கணும்?"

குரங்குச் சித்தர் சொன்ன அந்தக் கதையும் சரி. ரசமணி பற்றிய விளக்கமும் சரி. பாலுவுக்குப் பல புதிய செய்திகளைக் கூறின. கூடவே இன்றைய விஞ்ஞான உலகின் தாக்கம் காரணமாகச் சில சந்தேகங்களும் எழும்பவே செய்தன.

"சாமி... மூலிகைகள் சாப்பிட்டா குணமாகும்னு கேள்விப்பட்டிருக்கேன். அது ரத்தத்துல கலந்து ஓடி வியாதிக்கான கிருமிகளைக் கொன்னு குணப்படுத்தறதை நல்லா புரிஞ்சுக்கவும் முடியுது. ஆனா அப்படி உடம்புக்குள்ள கலக்காம வெளிய ஒரு உருண்டையா இருந்து அது எப்படி செயல்பட முடியும்?"

பாலுவின் கேள்வியை குரங்குச் சித்தர் ரசித்தார். பதிலும் சொல்ல ஆரம்பித்தார்.

"ஆமா... இசையாகிய பாட்டை நாம கேக்கறோமா சாப்பிட்றோமா?" என்று ஒரு கேள்வியால் ஆரம்பமானது அவரது பதில்.

"இசைங்கறது சப்தம். அதை எப்படி சாமி சாப்பிட முடியும்?"

உன் வரைல உடம்புக்குள்ள புகுந்து ரத்தத்துல கரைஞ்சா தான் அதை உணர முடியும்னு முதல்ல நீ சொன்னே... அப்புறமா சப்தம் காதுல விழுந்தாலே போதும்னே... அடுத்து நான் பூவோட வாசனை பத்தி சொன்னா அதை சுவாசிக்கும்போது உணர முடியும்னு சொல்வே... இல்லையா?"

“ஆமாம் சாமி...”

“இப்படி ஒவ்வொன்றுக்கும் அதனதன் தன்மைக்கு ஏற்ப தானே அதை நாம உணர்கிறோம்...”

“நிச்சயமா?”

“சாப்பாட்டுல கூட உப்பு, புளி, காரம், இனிப்புன்னுல்லாம் நிறைய இருக்கு. இதை உணரத்தான் முடியும். கண்ணால பார்க்க முடியுமா?”

“அப்படின்னா ரசமணியோட செயல்பாட்டை உணரத்தான் முடியுமா?”

“ஆமாம். நீ உணர்ந்தவன் தானே... உணர்ந்த நீயே இப்படிக் கேட்டா எப்படி?”

“நீங்க சொல்றதும் உண்மைதான். அப்படிப் பார்த்தா எல்லார் கைலயும் ஒரு ரசமணி இருந்தா போதும்கற மாதிரி ஒரு எண்ணம் வருதே. படிப்பு எதுக்கு? எல்லாத்தையும் ரசமணியே பார்த்துக்காதா?”

“இதுதான் மனித மனதோட குரங்கு புத்திங்கறது. ரசமணியோட சக்தி பற்றித் தெரியவந்த நொடி மற்ற எதுவும் தேவை இல்லை. இது ஒண்ணு போதும். இதுவே நம்மைக் காப்பாத்தி கரைசேர்த்துடும்னு நினைக்கறது ஒரு அயோக்கியத்தனம்னு நான் சொல்வேன்.”

“ஏன் சாமி அப்படிச் சொல்றீங்க... நான் கேட்டதுல என்ன தப்பு இருக்கு. உங்களைப் போன்ற சித்தர்கள் கோடிக்கணக்கான ரசமணிகளைச் செய்து கொடுத்துட்டா மனித சமுதாயம் ஒரு பெரிய பாதுகாப்போட அதிர்ஷடமானதா ஆயிடாதா. அது நல்லதுதானே?”

“ரொம்ப ரொம்ப நல்லதுதான்... ஆனா மோதிரம் போட்டுக்கணும்னா விரல் வேணுங்கற மாதிரி ரசமணி கிடைக்கணும்னா அதுக்கு ஒரு தகுதி வேணும்னு ஒரு பக்கம் இருக்குப்பா...”

"தகுதியா... இதுக்குக் கூடவா?"

"பின்ன... உன்னால பைக் வாங்க முடியும். விமானம் வாங்க முடியுமா?"

"அது எப்படி முடியும் என் தகுதிக்கு பைக்கே அதிகம்."

"அப்ப ஒண்ணை அடையணும்னா அதுக்கு ஒரு அடிப்படை சக்தி தேவையா இருக்கறதை ஒத்துக்கறியா?"

"ஆமா சாமி."

"ரசமணியும் அப்படித்தான்... இந்த ரசமணி சாதாரணமா வந்ததில்ல... பல கோடிமுறை சிவநாமம் ஜெபிச்சாத்தான் சில மூலிகைகள் கண்ணுலபடும். பலப்பல நாட்கள் விரதமிருந்ததான் அந்த மூலிகைகள் எதுங்கற விபரம் தெரியவரும். பலகோடி மலர்களால் லிங்கபூஜை செய்திருந்தாதான் சுந்தர்பூஜா பலன் ரசமணியை உருவாக்கற வித்தையைக் கற்றுத்தரும். இப்படி கடின தவம், கடின பூஜை, கடின உழைப்பு கட்டுப்பாடான, ஒழுக்கமுள்ள வாழ்க்கைன்னு பல விஷயங்கள் ஒரு சின்ன கோலிக்குண்டு அளவு ரசமணிக்குப் பின்னால இருக்குப்பா..."

"நீங்க சொல்றபடி பார்த்தா அந்தத் தகுதி எதுவுமே எனக்கு இல்லையே சாமி."

"உனக்கு இல்லேன்னா என்ன? உன் அப்பா, தாத்தா, உன் அம்மா, பாட்டின்னு அவங்க செய்த பூஜை, தவம், உழைப்பு இதெல்லாம் இருக்கே. அவங்க உடம்புக்குள்ள இருந்து வந்த உடம்புதானே உன்னோட உடம்பு. அவங்க சேர்த்த சொத்து பேரன் பேத்திகளுக்குத்தானே?"

"அப்ப இது விலை மதிப்பில்லாதது. நீங்க சொன்ன மாதிரி அருள் அம்சம் நிறைய நம்ம கணக்குல இருந்தாதான் இதெல்லாம் வசப்படுமா?"

"இப்பதான் நீ சரியான இடத்துக்கு வந்துருக்கே. இந்த ரசமணிக்குப் பின்னால உன் அப்பன் இருக்கானப்பா."

“சாமி...!”

“இது அவன் எனக்குக் கொடுத்தது. அவன்தான் இதை உன்கிட்ட சேர்க்கச் சொன்னான்.”

“அப்ப எங்கப்பா உயிரோட இருக்கார்... இல்லையா சாமி?”

“அதுல உனக்கு என்ன சந்தேகம்.”

“அப்பா... அப்ப அவரா இதைக் கொடுத்தது...”

“ஆமாப்பா...”

“அவர்... அவர்... இதை ஏன் சாமி உங்ககிட்ட கொடுத்துவிடணும். அவரே நேரா வரலாமே...?”

“அதை நீயே அவரைப் பார்த்துக் கேட்டு தெரிஞ்சுக்கோ”

“என்னசாமி இது... நான் கேட்டு தெரிஞ்சுக்கறதுன்னா நான் எங்க போய் அவரைப் பார்க்க... அவர் எங்க இருக்கார்?”

“சிவன்மலைலதான்.”

“அது தெரியும்... எங்கன்னுபோய் நான் அவரைத் தேடுவேன்.”

“நீ போ... மத்ததெல்லாம் தானா நடக்கும்?”

“என்ன சாமி இது... இவ்வளவு சொன்ன நீங்க என்கூட வந்து அவரைக் காட்டக்கூடாதா.”

“எனக்கு கொஞ்ச நாளைக்கு நகர சஞ்சாரம் செய்யணும்னு இருக்குப்பா. இங்க நான் நிறைய காரியங்களைச் செய்யணும்.”

“என் அப்பாவைக் காட்டிட்டு வந்து இந்த காரியங்களை நீங்கள் செய்யக்கூடாதா?”

“நான் வரணும்கற அவசியமே இல்லை. நீ போ... மத்ததெல்லாம் தானா நடக்கும். நீ உன் அப்பாவைச் சந்திப்பே. அந்தச் சந்திப்பு உனக்குப் பல உண்மைகளைப் புரிய வைக்கும்.”

“நிச்சயமா சாமி...”

“கட்டாயமா...”

“சாமி...”

“இன்னும் என்ன?”

“என்வரைல பாண்டியன்னு ஒருத்தர். அவர் எனக்கு அண்ணன் மாதிரி. நல்ல நண்பரும் கூட”

“அவர்கூட போக விருப்பமா?”

“ஆமா சாமி... அவர் ஒரு பிரைவேட் டிடெக்டிவ். அதாவது தனியார் துப்பறிவாளர்...”

“நீ அவர் கூட சிவன்மலைக்கு வரணும்கறது தான் தம்பி உங்கப்பா விருப்பமும்.”

“ரொம்ப சந்தோஷம் சாமி... நான் எவ்வளவு சீக்கிரம் கிளம்பணுமோ அவ்வளவு சீக்கிரம் கிளம்பறேன். என் அம்மாகிட்டையும் போய் அம்மா நீ ரொம்ப கொடுத்து வச்சவ, உன் நம்பிக்கை வீண் போகலைன்னு சொல்றேன்.”

“அவசரப்படறீயே...”

“சாமி...”

“நான் உன்கிட்ட சொன்ன விஷயம் யாருக்கும் தெரியக் கூடாதுப்பா.”

“எங்கம்மாவுக்குத் தெரிஞ்சா என்ன சாமி?”

“அம்மாவுக்குத்தான் கட்டாயம் தெரியக்கூடாது.”

“அதான் ஏன்னு கேக்கறேன்.”

“உன் எல்லா கேள்விகளுக்கும் நான் பதில் சொல்லமாட்டேன். இருந்தாலும் இந்த ஒரு கேள்விக்குப் பதில் சொல்றேன். உன் அப்பா அந்த மலைல இருக்கறத உன் அம்மா தெரிஞ்சுகிட்டா அடுத்த நொடியே அவங்க சிவன்மலைக்குக் கிளம்பிடுவாங்க. அப்புறம் அந்தக் காட்டுல அவங்க எவ்வளவு கஷ்டப்பட வேண்டி இருக்கும் தெரியுமா?”

“உண்மைதான் சாமி... நான் அதை அவசரத்துல யோசிக்க மறந்துட்டேன்.”

“இப்ப நான் சொல்றதைத் தெளிவா கேட்டுக்கோ. சித்த ரகசியம்கறது உடம்புக்குள்ள இயங்கற இதயத்தோட இயக்கம் மாதிரி. வெளிய எக்காரணம் கொண்டும் யாருக்கும் தெரியக்கூடாது. தெரிஞ்சா அது மோசமான பின்விளைவுகளை உருவாக்கிடும். காரியம் அவ்வளவும் கெட்டு குட்டிச் சுவராக்கிடும். சிவன்மலைல பல குட்டிச்சுவர்களும் திரிஞ்சுக் கிட்டிருக்காங்க. எல்லாத்தையும பாண்டியனோட நீ போய் பார்த்துத் தெரிஞ்சுக்கோ...”

“சரி சாமி... ரொம்ப சந்தோஷம்... உண்மைல உங்ககூட பேசினதுல எனக்கு எவ்வளவோ தெளிவு. பொறுமையா நீங்க சொன்ன பதிலுக்கெல்லாம் நன்றிசாமி...”

“அவசரப்பட்டு நன்றியைச் செலவழிச்சுடாதே. இது ஆரம்பம் தான்... நிறைய பார்க்கப்போற நீ...”

பொடிவைத்துப் பேசினார் குரங்குச்சித்தர். அப்போது பார்த்து ஒருவன் தடதடவென்று ஒரு பைக்கில் வந்து கார்ப்பரேட்டரில் அடைப்பு என்றான். அது என்ன என்று பார்த்துவிட்டுத் திரும்பினால் குரங்கு சித்தரைக் காணோம். டப்பா அவன் உண்டு அவன் வேலை உண்டு என்று இருந்தான்.

“டேய் டப்பா...”

“அண்ணே...”

“எங்கடா... அந்த சித்தர்...?”

“எந்த சித்தர் அண்ணே?”

“என்னடா இது நான் இவ்வளவு நேரம் பேசிகிட்டு இருந்த குரங்கு சித்தரைத் தாண்டா சொன்னேன்.”

“நீங்க இவ்வளவு நேரம் அவர்கூட பேசிகிட்டா இருந்தீங்க.”

“அப்ப நீ நாங்க பேசிகிட்டிருந்ததைப் பார்க்கலையா?”

“இல்லையே...?”

டப்பா அப்படிச் சொல்லவும் தான் அவனுக்கு ஒரு உண்மையே புரிந்தது. குரங்குசித்தர் அவன் காதுக்குக்கூட

விழாதபடி பேசியிருக்கிறார். ஏதோ ஒரு வகையில் அவன் துளிகூட கவனம் கொள்ளவில்லை என்பதுதான் அது.

இதுதான் சித்த சாகஸமோ?

மலைத்துப் போனான் பாலு!

——————

அத்தியாயம் 35

காடுகளைத் தேடிச் சென்றவர்களில் ராமன் மட்டுமல்ல பல முனிவர்கள், ரிஷிகள் மட்டுமின்றிப் பல தேவர்களும் இருக்கிறார்கள்.

தேவர்களில் இந்திரன் குறிப்பிடப்பட வேண்டியவன். அமராவதிப் பட்டணம் என்றழைக்கப்படும் தேவர் உலகுக்கே தலைவனான இந்திரன் ஒரு தவறான செயலால் சாபத்துக்குள்ளாகிறான். அவனை பிரம்மஹத்தி தோஷம் பீடித்து விடுகிறது. அதிலிருந்து நீங்கி அவன் விமோசனம் பெற ஒரே வழி சுயம்புவாய் எங்கே அந்த ஈசன் லிங்க வடிவில் தோன்றி காட்சியளிக்கிறானோ அங்கே ஈசனைப் பூஜித்தால் சாபவிமோசனம் என்கிற நிலையில் கானகம் செல்ல வேண்டுமென்றால் அது பூலோகத்தில் மட்டுமே சாத்தியம் என்று பூ உலகிற்கு வந்து காடு காடாக அலைகிறான்.

ஒரு மாபெரும் நகருக்கே அதிபதியாவனுக்கே விமோசனம் காட்டில்தான் இருக்கிறது அப்படி அவன் அலைந்து திரிந்ததில் இன்று மதுரையம்பதியாக விளங்கும் நகரம் தான் அன்று கடம்பவனக் காடாகத் திகழ்ந்தது.

அந்த கடம்பவனக்காட்டில் காட்சியளித்தது மட்டுமல்ல. அந்த லிங்கத்தைப் பார்த்த மாத்திரத்தில் இந்திரனின் பிரம்மஹத்தி தோஷமும் நீங்குகிறது.

இந்திரன் அவ்வாறு சுயம்புவாகக் கண்ட லிங்கம் தான் இன்றும் சுந்தரேஸ்வரராக மதுரையில் காட்சி தருகிறது.

இன்று கடம்பவனம் இல்லை தான். ஆனால் அன்றைய வனமே இன்றைய நகரமாகும்!

ஆனந்தம் வார இதழ் அலுவலகம்!

ஷாலினி தனது சிவன்மலைக் காட்டு அனுபவத்தையும் ஜான்சன் எடுத்த புகைப்படங்களையும் காட்டி ஆசிரியர் ஆனந்த ராகவனிடம் பேசிக் கொண்டிருந்தாள். அவர் முகத்தில் ஏராளமான பரவசம்.

குறிப்பாக ஷாலினி பொன்னி சொன்னதையும் அதன்படியே நடந்ததையும் குறிப்பிட்டபோது கச்சிதமாக அவரது அறைக்குள் நுழைந்தான் கண்ணன்.

கண்ணன் முகத்தில் வாலிபக் குறும்பும் இன்றைய நாகரீக சமாச்சாரங்களும் அப்படியே எதிரொலிக்கும். கொஞ்சம் திமிரான முகமும் கூட...

அவன் வந்து அமரவும் "வா கண்ணா சரியான நேரத்துக்குத் தான் வந்துருக்கே..." என்று அவனை வரவேற்றார் ஆனந்த ராகவன்.

"சரியான நேரம், சரியில்லாத நேரம்னெல்லாம் கூட இருக்குதா சார்... என்ன சார் நீங்க..." அவனது கேள்வியே அவன் எப்படிப்பட்டவன் என்பதைக் காட்டிவிட்டது.

"ஷாலினி... பார்த்தியா கண்ணனை. உன் எக்ஸ்பீரியன்ஸ் கண்ணனுக்கு ஏற்பட்டிருந்தா எப்படி எடுத்து விட்டிருப்பான்னு நினைக்கறே..."

"சாரி சார்... எதையும் நம்பாம எடுத்தெறிஞ்சு பேசிறது ரொம்ப சுலபம். நம்பறதுதான் சார் கஷ்டம்."

"வாட் யூ மீன்?"

“என் வரைல கடவுள் நம்பிக்கை இல்லாத உங்களை விட கடவுள் நம்பிக்கை உள்ளவங்கதான் மனபலம் அதிகம் உள்ளவங்க...” ஷாலினி எதனாலோ கடவுளைத் தொட்டுப் பேசினாள்.

“நல்லாவே உளர்றாங்க. இல்லவே இல்லாத ஒரு விஷயத்தை நம்பறதுக்கு பேர் மனபலம் இல்ல... அதுக்குப் பேர் பலவீனம். தலைகீழா பேசறாங்க இவங்க” என்றான் கண்ணன்.

“எது தலைகீழ... பார்த்திராத ஒண்ணை அனுபவத்தை அடிப்படையா வெச்சு நம்பி அதை மதிச்சு அதன்மேல் நம்பிக்கை வைக்கறது உங்க வரைல மனபலம் இல்லாத செயலா?”

“மனபலம் இல்லாத செயல்மட்டுமல்ல... அது ஒரு முட்டாள்தனமான விஷயமும் கூட... அதுதான் இல்லையே... அப்புறம் ஏன் அதை இருக்கறதா நினைக்கறீங்க... நம்பறீங்க?”

கண்ணன் வந்த வேகத்தில் ஆவேசமாக ஷாலினியைப் பிடித்துக் கொண்டு விட்டான். அவளிடம் லோசன திணறல் ஆசிரியர் இடையிட்டார்.

“ஓகே... ஓ.கே. ஷாலினி கண்ணன்! நீங்கதான் சிவன்மலை அசைன்மென்ட்டுக்கு ரைட் சாய்ஸ்...”

“என்ன சார் சொல்றீங்க?”

“கண்ணன் சிவன்மலை கேள்விப்பட்டிருக்கே தானே?”

“சிவன்மலை பத்தி மட்டுமா... கொல்லிமலை, சேர்வராயன்மலை, பொதிகைமலை, வெள்ளியங்கிரிமலை, சதுரகிரி மலை, மேற்குத் தொடர்ச்சி மலை, நீலகிரி மலை, ஏற்காடு மலை, ஊட்டிமலை, கொடைக்கானல் மலை, கல்ராயன்மலை, திருவண்ணாமலை பக்கம் உள்ள பர்வத மலை, தாம்பரம் பக்கம் கல்குவாரிமலை, இப்படி நம்ம தமிழ்நாட்டுல மலைங்களுக்கா பஞ்சம்?”

“சபாஷ்... உனக்கு நல்ல பூகோள அறிவு... இதே அறிவோட இதே தாக்கங்களோட நீ சிவன்மலைக்குக் கிளம்பறே...”

“அங்க என்ன சார் விசேஷம்?”

"பத்திரிகைகாரங்களுக்கு நல்ல விஷயங்கள் எப்பவும் பெரிய விஷயமாகாது. நம்ப முடியாத கேள்விகளுக்கு இடமளிக்கிற விஷயங்ககள் தான் நமக்கு எப்பவும் முக்கியம். அந்த மலைக்காட்டுல சித்தர்கள் நடமாட்டம் இருக்கறதா தகவல். பல அபூர்வ மூலிகைகள் இருக்கறதாவும் கேள்விப்பட்றோம். பல காரணங்களுக்காக அந்த மலைக்காட்டுக்குப் போற பலர் திரும்பி வர்றதே இல்லை. அவங்க என்ன ஆனாங்க... உயிரோட இருக்காங்களா. இல்லை அங்க இருக்கற சித்தர்களோட சித்தர்களா இவங்களும் கலந்துட்றாங்களாங்கறதெல்லாம் கேள்விக்குரிய விஷயங்கள்."

"அப்ப இதுக்கெல்லாம் நமக்கு விடை தெரியணுமா சார்..."

"நிச்சயமா... டி.வியில லைவ் டெலிகாஸ்ட்டுங்கறது இப்ப ஒரு வரவேற்புக்குரிய விஷயம். பத்திரிகைகள்ளயும் அப்படி நாம ஏதாவத பண்ணலேன்னா நாம ரொம்ப பின் தங்கிடுவோம் கண்ணன்."

"அப்ப சிவன்மலை ரகசியம்னு ஒரு கட்டுரைத் தொடர் நம்ம பத்திரிகைல வரணும்னு ஆசைப்பட்றீங்க அவ்வளவுதான்?"

"ஆமாம்... மற்ற பத்திரிகைகள் முந்திக்கறதுக்கு முந்தி நாம போயிடுவோம். இப்பதான் ஷாலினியை நான் சிவன்மலைக்கு அனுப்பி ஆழம் பார்த்து முடிச்சேன். நிச்சயம் நம்ம இன்வெஸ்டிகேஷனுக்கு அங்க நிறைய வேலை இருக்கு."

ஆசிரியர் சொல்லி முடித்தார்.

கண்ணன் ஷாலினியைப் பார்த்தான்.

அவர் முகத்தில் இறுக்கம்.

"என்ன ஷாலினி... வாட் யூ ஸே?"

"சார் சார்... நீங்க வேற யாரையாவது அனுப்புங்க. என்னால சிவன்மலைக்குப் போக முடியாது."

"என்ன ஷாலினி... எதுக்கு இப்படிப் பயப்பட்றே?"

கண்ணன் சீண்டினான்.

“வாயை மூடுங்க. நான் பயப்படல. எனக்கு உங்க கூடல்லாம் வர இஷ்டம் இல்லை. அதான் நாசூக்காக அப்படி சொன்னேன்.”

“இஷ்டம் இல்லே. பயம் இல்லே... எல்லாம் ஒண்ணு தான். எங்க நான் உன்னை ஓவர்டேக் பண்ணிடுவேனோன்னு பயம்...”

உடனே அவளிடம் ஒரு கொந்தளிப்பு.

“ஆமா... நீ பெரிய உலக மகா பத்திரிகையாளன். என்னை ஓவர்டேக் பண்ணி புலிட்சர் விருது வாங்கிடப் போறே...”

“ஐ திங்க்... புலிட்சர் விருது பத்திரிகையாளர்களுக்கு எல்லாம் தரப்பட்றதில்லை. அது சாதனையாளர்களுக்கு உரியதுன்னு நான் நினைக்கிறேன்.”

“கண்ணன் அந்த விருது பேச்சை விடு. ஷாலினி உன் நம்பிக்கையின்மையை வெறுக்கறா. அவ்வளவுதான் விஷயம்.”

“அதுக்காக நான் நம்பிக்கையாளனால்லாம் நடிக்க முடியாது சார்.”

“அதுவும் சரிதான்... ஷாலினி! முரண்பாடுகள் உள்ளவங்களோட பழகறதுல தான் த்ரில் இருக்கு. இது தெரியலையா உனக்கு?”

“முரண்பாடுன்னா மட்டும் பரவாயில்ல சார்... இவனுக்கு உச்சியில் இருந்து பாதம் வரை திமிறும் இருக்கே?”

“சார் என்னைப் பார்த்து பயந்து நடுங்க ஆரம்பிச்சிட்டாங்க. அதான் திமிறு அது இதுன்ன பேசறாங்க. பொம்பளையா இருக்கிறதால நான் பொறுமையா இருக்கேன். இதே இங்க வேற யாராவது இருந்து இப்படி பேசியிருந்தா பிச்சி எறிஞ்சிருப்பேன்.”

கண்ணன் ஆக்ரோசமானான்.

“அடடே... இரண்டு பேரும் பத்திரிகையாளர்கள். ஒத்துமையும், பற்றுதல் உணர்ச்சியும் உங்களுக்குள்ள ரொம்ப முக்கியம். இந்த உலகத்துல எவ்வளவோ விதமான தொழில் முறைகள். அதுல பத்திரிகையாளர் தொழில் மட்டும் தான் ரொம்ப ரொம்ப வேறுபட்ட

ஒண்ணு. துணிவு, தன்னம்பிக்கை, நாட்டுப்பற்று சமுதாய நலன்னு எல்லாமே சம அளவு நம்ம தொழில்ல இருக்கணும். ராணுவ வீரனுக்குப் பிறகு ஒரு பெரிய வீரனா, பாதுகாவலனா இந்தச் சமுதாயம் பத்திரிகைக்காரங்களைத்தான் பார்க்குது. அப்படிப்பட்ட நீங்களா இப்படி ஒருத்தர் மேல ஒருத்தர் பாஞ்சு அடிச்சுக்கறது?"

ஆனந்தராகவன் கேட்ட விதம் இருவரையுமே கட்டிப் போட்டது.

"சாரி சார்..." என்று கோரஸாகக் கூறினர்.

"இப்ப ஓ.கே. முதல்ல பயணத்திட்டம் போடுங்க. கவனமாக நடந்துக்கங்க. தினம் தினம் என்னோட தொடர்புகொள்ள முயலுங்க. அபூர்வமான தகவல்களோட உங்களை நான் ஆவலா எதிர்பார்க்கறேன்."

ஆனந்தராகவன் கை கொடுத்தார்.

இருவருமே குலுக்கினார்கள்.

"உங்க முதல் குறி?"

"லிங்கப்பட்டியில உள்ள பொன்னிதான் சார்..."

ஷாலினி தெளிவாக, தெம்பாகக் குறிப்பிட்டாள்.

"கண்ணன் ஷாலினி தான் இப்ப ரிப்போர்ட்டர். நீ ஸ்டெடிகேம் கொண்டு போ... போட்டோக்களை விட விஷவல் சீன்ஸ்க்கு இப்ப வேல்யூ ஜாஸ்தி. ரொம்ப ரொம்ப அபூர்வமான காட்சிகளோட நீ தந்தா நான் டி.வில ஸ்பான்சர் வாங்கி அதை டெலிகாஸ்ட் பண்ணக்கூட தயங்கமாட்டேன்."

"சார் அப்ப லட்சக்கணக்குல பணம் வருமே..."

"நிச்சயமா... அதுல உனக்கும் ஒரு பங்கு உண்டு கண்ணா."

ஆனந்தராகவன் கூறிட அப்போதே கனவு காண ஆரம்பித்து சிவன்மலை பற்றிய கற்பனைகளோடு கண்களை மூடத் தொடங்கினான் கண்ணன்.

★★★

அன்று தை அமாவாசை.

மிக மிக விசேஷமான நாள்!

சந்திரனும் சூரியனும் ஒன்றாகிக் கிடக்கும் நாள் தான் அமாவாசை.

சந்திரன் தான் நமது மனது.

சூரியன்தான் நமது வெற்றி புகழுக்கு ஆதாரம். இருவரும் ஒன்றிணைந்து நிற்கும் தை மாத அமாவாசையில் சூரியன் தெற்கில் இருந்து அதாவது தட்சணாயணத்தில் இருந்து வடக்கு நோக்கி உத்தராயணமாகக வந்து பரிபூரணமாகி நிற்கும் தினம்.

ஞானிகள் இந்த நாளுக்காக காத்திருப்பார்கள். பிரபஞ்ச வெளியில் மானிட உயிர்களுக்கு அடிப்படைத் தேவையான அருளாசிகளை இன்றைய தினம் மனம் இருந்தால் அள்ளி அள்ளி குவித்து வைத்துக் கொள்ளலாம்.

குறிப்பாக எந்த ஒரு மனிதனும் தானாக நேராக ஆகாயத்தில் இருந்து இந்த பூமிக்குள் குதித்துவிடவில்லை. இன்று உள்ள எந்த ஒரு மனிதனுக்கும் பின்னாலும் ஒரு நூறு தாத்தாக்களும் பாட்டிகளும் இருந்தே தீரவேண்டும். அவர்கள் பஞ்சபூத உடம்போடு இருக்கத்தான் வாய்ப்பு இல்லையே தவிர அவர்கள் ஏதோ ஒரு விதத்தில் இருந்துதான் தீர வேண்டும். அவர்களைத் தான் பித்ருக்கள் என்கிறார்கள்.

அவர்களால் தான் நாம் இன்று இந்த பூமியில் வாழ்ந்தபடி உள்ளோம். அவர்களது நன்மை தீமைகள் தான் நம் வாழ்வில் விதிப்பாடாய் எதிரொலித்தபடி உள்ளது. அவர்களை இன்று எண்ணி வணங்குவதன் மூலம் நமது எதிர்காலம் அவர்களது அருளாசியால் சிறக்கும். எனவே தான் தை அமாவாசையில் கடல் நீராட்டையும் ஒரு முக்கிய விஷயமாக வைத்தனர்.

கடல் மட்டும் தான் இந்த உலகில் பெரியது. அதுதான் பூமியில் தாழ்வான இடத்தையும், உயரமான மலையின் முகட்டையும், ஓடிவந்து விழும் நதியின் மூலமாகத் தொட்டபடி

உள்ளது. இந்த உலகில் நிலப்பரப்பைவிட நீர்ப்பரப்பே அதிகம். இதைப் பூலோகம் என்று சொல்வதை விட நீர்லோகம் என்று சொல்வதே சரி.

இந்த நீரில் தை அமாவாசையன்று குளிப்பதில் நமது பல விதமான பாவங்கள் நீங்குகின்றன. தை அமாவாசையன்று கடல் நீரிலோ அல்லது அருவியிலோ குளிப்பதும் விசேஷம்.

அதனால் தானோ என்னவோ சிவன்மலையில் உள்ள உத்தரகங்கை நீர்வீழ்ச்சியில் அப்படி ஒரு சித்தர்கள் கூட்டம். பல சித்தர்கள் ஒற்றைக் காலில் நமச்சிவாய நாமம் ஜெபித்தபடி யோகத்தில் நின்றுவிட்டனர். அவர்களில் சொர்ண சித்தரும் இருந்தார்.

நீராடி முடித்தார். அருவியை விட்டு ஒதுங்கி வெளியில் வந்தார். அருகில்தான் இருந்தது அகத்தியர் குகை. அதனுள் பணிவாக அகத்தியரை வணங்கியபடி உள்ளே நுழைந்தார். சிறிது நேரம் கழித்துத் திரும்பி வந்தவர் முகத்தில் மகிழ்ச்சி அலைகள். அவர் சிரசின் மேல் மஞ்சள் அட்சதைகள் கிடந்தன. விறுவிறுவென்று நடக்க ஆரம்பித்தார். இடைவழியில் ஒரு ஓங்கி உயர்ந்து வளர்ந்து நிற்கும் மரக்கிளையில் நின்றவர் கண்களை மூடி தியானித்தார்.

அடுத்த நொடி குரங்கு சித்தரின் கூடவே திரியும் அந்த குரங்கு அங்கே அவர் முன் பிரசன்னமாகியது. எப்படியெப்படி எல்லாமோ தாவிக்குதித்து அவர்முன் வந்து நின்றது. அவரும் அதை புன்னகையுடன் வரவேற்றார்.

“அனுமந்தா உன்னைத் தான் தியானிச்சேன். நீயும் வந்திட்ட... உன்னால ஒரு நல்ல காரியம் ஆகணும். நீ இப்பவே பொன்னி குடிசைக்குப் போய் அவளைக் கூட்டிகிட்டு இந்த சிவன்மலைல அகத்தியர் தவம் செய்த பகுதியான அமிர்தவயல் பகுதிக்கு அவளை அழைச்சிட்டுப் போ. அங்க அவளுக்கு ஒரு புதையல் இன்னிக்குக் கிடைக்கணும்கறது விதியப்பா...” என்றார்.

அவரால் அனுமந்தன் என்று அழைக்கப்பட்ட அந்த குரங்கும் தாவிக் குதித்து அவர்கண் எதிரிலேயே மறைந்தும் போயிற்று. சொர்ண சித்தர் அதைப் பார்த்துச் சிரித்தபடியே திரும்பத் தொடங்கினார். அங்கங்கே பல சித்தர்களும் அருவிக்குளியலுக்குப் போய் வந்தபடி இருந்தனர்.

★★★

லிங்கப்பட்டி!

கண்ணன். ஷாலினியின் ஜீப் ஊருக்குள் பிரவேசித்து ஒரு ஓரமாக நின்றது.

கண்ணன் தான் அந்த ஜிப்சி ஜீப்புக்கு டிரைவர். ஜீப் கொள்ளாதபடி அவர்கள் கொண்டு வந்திருந்த பொருட்கள். அதில் டென்ட்துணிகளும் அதற்கான ஐட்டங்களும் கூட இருந்தது. ஒருவேளை லிங்கப்பட்டியில் அவர்கள் தங்கிட இடம் கிடைக்காத பட்சத்தில் காட்டுப் பகுதியில் டெண்ட் போட்டுக் கொண்டாவது தங்கிவிட அவர்கள் தயாராக வந்திருப்பது நன்றாகவே தெரிந்தது.

ஜீப்பைவிட்டு இறங்கின கண்ணன் முதன் முறையாக தான் பார்க்கும் லிங்கப்பட்டியை வியப்பும் சிரிப்புமாகப் பார்த்தான்.

"சூப்பர் க்ளைமேட்..." என்றான். ஷாலினி மௌனமாக இறங்கியவள் கேமரா ஒன்றை மட்டும் எடுத்து கழுத்தில் மாட்டிக் கொண்டவளாக நடக்க ஆரம்பித்தாள்.

"எங்க ஷாலினி?"

"பொன்னிங்கற பொண்ணு வீட்டுக்கு."

"யாரு அந்த அருள்வாக்கு அம்மனோ யாரோ சொன்னியே."

"நான் அப்படி எல்லாம் எங்க சொன்னேன்."

"சாரி நீ சொல்லல... ஆனா அந்தப் பொண்ணு அப்படி தானே?"

"அதை நீயா வந்து பார்த்துத் தெரிஞ்சுக்கோ"

ஷாலினி பிடி கொடுக்காமல் நடந்தாள்.

அவனும் தொடர்ந்தான்.

பொன்னி வீட்டு முன் சில மாட்டு வண்டிகள், ஆட்டோக்கள், ஒரு ஆல்டோ மாருதி கார் என்று ஒரு கூட்டம். பொன்னியும் முத்துப்பிள்ளை சகிதம் வேப்பமரத்தடியில் உட்கார்ந்து கொண்டு தன் எதிரில் நிற்பவர்களைப் பார்த்து மனதில் தோன்றுவதைச் சொல்லியபடி இருந்தாள்.

ஒரு பத்துபேர் இருந்தார்கள்.

ஷாலினியும் அந்த வரிசையில் போய்நின்றாள்.

கேமராவைத் தூக்கி ரெடியாக தோள்மீது வைத்து பிடித்துக் கொண்டு அங்கிருந்தபடியே பொன்னி அருள்வாக்கு சொல்வதைப் படம் பிடித்தான். முத்துப்பிள்ளையும் கவனித்தார். ஆனாலும் தடுக்கவில்ல.

திடீரென்று வீரைய்யன் அங்கு அவர்கள் இருவர் முன்னாலும் வந்து கண்ணன் கேமரா முன் கை வைத்துத் தடுத்தான். பதிலுக்குக் கண்ணன் முறைத்தான்.

"முறைக்காத, அப்பிடி இங்க என்ன கூத்தா நடக்குது படம் பிடிச்சுகிட்டு இருக்கே."

"கூத்து நடந்தாத்தான் படம் பிடிக்கணும்கறது அந்தக் காலம். இப்ப உன்னையும் சேர்த்து படம் எடுக்கறேன் பார்..." கண்ணன் தனது ஆக்ரோஷத்தை அவனிடம் காட்டத் தொடங்கினான். முத்துப்பிள்ளை எழுந்து வந்து தடுத்தார்.

"டேய் போடா. அப்பால... இவங்க பத்திரிகைகாரங்க. படம் எடுத்தா எடுத்துட்டுப் போறாங்க... போடா..." என்று சப்தமிட்டார்.

"இல்லப்பா. இவங்க இஷ்டத்துக்கும் எழுதுவாங்க. இவங்கள எல்லாம் விடக்கூடாது..."

“நம்ம பொன்னியப் பத்தி தப்பா எழுத என்னடா இருக்கு... விட்டுத் தள்ளுடா...”

முத்துப் பிள்ளை நம்பிக்கையோடு பேச ஷாலினி கண்ணனை முறைத்தாள்.

“முதல்ல கேமராவை ஆஃப் பண்ணு. பொன்னிகிட்டயும் அந்த பெரியவர்கிட்டேயும் பேசி பர்மிஷன் வாங்கிட்டுப் பிறகு படம் எடுக்கலாம்.”

அவனும் அரை மனதாக கேமராவை ஆஃப் செய்தான். பொன்னி இருவரையும் நிமிர்ந்து பார்த்தாள். பூத்த பூ போன்ற முகம்.

“பொன்னி போன தடவை நான் உன்னைப் பார்க்க வந்தப்ப நீ சொன்ன மாதிரிதான் நடந்துச்சு. காட்டுக்குள்ள என்னை மாடு துரத்தினிச்சு. நான் தப்பிச்சதே பெரும்பாடு” என்றாள். பொன்னி அதைக்கேட்டு குழந்தைத் தனமாகச் சிரித்தாள்.

அவளுக்கு அப்படி சொன்னதே நினைவில் இல்லை. கண்ணன் அவளைக்கூர்ந்து பார்த்தபடியே இருந்தான். அவனை முதன்முதலாக பார்த்த பொன்னிக்கு திடீரென்று மனதுக்குள் தடுமாற்றம். தலைவலிப்பது போல நெற்றிப் பொட்டிரண்டையும் பிடித்துக் கொண்டாள்.

அவள் மனக் கண்ணில் கண்ணன் தூக்கில் தொங்கவது போல ஒரு காட்சி ஓடி அடங்கியது. அதேசமயம் குப்பென்று வியர்த்து முகமெல்லாம் சிவக்கவும் செய்தது. கண்ணனை நிமிர்ந்து பார்த்தவள். “நீ கூடிய சீக்கிரம் பிணமா தூக்குல தொங்கப் போறே...” என்றாள்.

ஷாலினிக்குப் பகீரென்றது. ஆனால் கண்ணன் சிரித்தபடியே “என்ன பாப்பா... இப்படி எல்லாம் நீ என்னைப் பார்த்துச் சொன்னா நான் பயந்துடுவேன்னு நினைச்சியா?” என்று கேட்டான்.

அவனுக்குப் பதில் சொல்ல வாயைத் திறந்த பொன்னி முன் ஓடி வந்து நின்றது அனுமந்தன் என்கிற அந்த குரங்கு!

“ஹை அனுமந்தன்...” என்று அதை வாரி அணைத்துக் கட்டிக் கொண்டாள். அது சட்டென்று அவள் அணைப்பில் இருந்து தப்பி முன்னே செல்லத் தொடங்கியது. முத்துப்பிள்ளை புரிந்துகொண்டார்.

“பொன்னி கண்ணு... அனுமந்தன் உன்னை எங்கையோ கூப்பிட்றாண்டா.” என்றார்.

பொன்னியும் அந்த குரங்கின் பின்னாலேயே செல்லத் தொடங்கினாள். ஷாலினியும் இது ஒர நல்ல சந்தர்ப்பம் என்பதுபோல பொன்னியைப் பின்தொடர வேறு வழியின்றி கண்ணனும் பின்தொடர்ந்தான்.

முத்துப்பிள்ளைக்கு அவர்களைத் தடுக்கவும் முடியவில்லை. அவர்கள் செல்வதிலும் விருப்பமில்லை. வருத்தத்துடன் பார்த்தார்.

“பார்த்தியாப்பா... நீ என்னமோ தடுத்தியே... அவங்களும் பின்னாலேயே போறாங்க பாரு... இவங்கள நாலு தட்டுதட்டினா தான் வழிக்கு வருவாங்க...” என்று வீரைய்யனும் பின்தொடர்ந்தான்.

முத்துப்பிள்ளைக்கு விபரீதமாக ஏதோ நடக்கப் போகிறது என்பது நன்றாக புரிந்துவிட்டது. இருந்தும் சித்தர்கள் பார்த்துக் கொள்வார்கள் என்று நம்பி கண்களை மூடி பிரார்த்தனை செய்து கொண்டார். அவர்கள் காட்டுக்குள் நுழைந்து விட்டிருந்தனர்.

அனுமந்தன் தாவிக்குதித்தும் துள்ளிக் குதித்தும் அகத்தியர் தவம் செய்த அமிர்தவயல் என்னும் பகுதியை அடைந்து விட்டிருந்தது.

அமிர்தவயல் பகுதியும் பேருக்கு ஏற்ப அமிதர்தமாகவே இருந்தது. பொன்னி அனுமந்தனுடன் அங்கு வந்து சேர்ந்தாள். பின்னாலேயே பூனையைப் போல பதுங்கிப் பதுங்கி ஷாலினியும், கண்ணனும் வந்து சேர்ந்தனர்.

அமிர்தவயல் பகுதியில் ஒரு சமதளம் தெரிந்தது. பதினெட்டு வில்வ மரங்கள் வரிசைக்கு ஒன்பதாக இருவரிசையில் வளர்ந்திருந்தன. நடுவில் ஒரு பாறை. அதன் நடுவில் புடைத்தது

போல ஒரு அடி உயர கல். தொலைவில் இருந்து பார்ப்பதற்கு அந்த பாறையும் அதன் படைப்பும் ஒரு சிவலிங்கம் போலவே தெரிந்தன.

நிறைய மனோ ரஞ்சித மலர் செடிகள் ஊட்டமாக வளர்ந்திருந்தன. சலசலவென்று ஓசையின்றி ஊர்வலம் போவதுபோல ஓடை தாவிக்குதித்து ஓடிக் கொண்டிருந்தது. அந்த ஓடையிதல் எராளமான கூழாங்கற்கள்.

ஷாலினியும் கண்ணனும் பொன்னி பார்த்துவிடக் கூடாது என்பதால் அமிர்தவயல் பகுதிக்கு வெளியே ஒர மரத்தின் பின்னாலேயே நின்றுவிட்டனர். கண்ணன் கேமராவிலேயே கண்ணாக இருந்தான். ஏதோ ஒரு அதிசயமான காட்சி ஒன்று நடக்கப் போவது போலவும், அதை அவன் வாரிச்சுருட்டப் போவதாகவும் ஷாலினிகூட நினைத்தாள்.

“ஷால்... நான் கூட என்னமோன்னு நினைச்சேன். இங்க நிறைய த்ரில்லான விஷயங்கள் இருக்கத்தான் செய்யுது” என்றான்.

ஷாலினி அதைக் கேட்டு இடக்காகச் சிரித்தாள். அப்படியே “நீ எல்லாத்துலையுமே ரொம்ப லேட் கண்ணன். உனக்குக் கிண்டல் கேலிலதான் இண்ட்ரஸ்ட் அதிகம்.” என்று அந்த வேளையிலும் காலை வாரினாள். அவன் அதில் உண்மை இருந்ததால் சகித்துக் கொண்டான்.

பொன்னியோ யாருக்கோ காத்திருப்பது போல காத்திருக்கத் தொடங்கினாள். நீ காத்திருக்க தேவையில்லை என்பதுபோல அனுமந்தன் அங்கிருந்து சற்று தூரத்தில் மிக மிக அடர்த்தியாக வளர்ந்திருக்கும் ஒரு கருந்துளசிப் புதருக்குள் நுழைந்து மறைந்து போனது.

பொன்னி பின்னாலேயே சென்று அந்த புதர் அருகே நின்று ‘அனுமந்தா’ என்று அந்தக்குரங்கை அழைத்தாள். அது அவள் அழைப்பதற்கு வரவில்லை. பொறுமையிழந்தவள் புதரை

விலக்கிப் பார்த்தாள். உள்ளே ஒரு அடி உயரம், ஒரு அடி அகலம் கொண்ட சிவலிங்கம் ஒன்று அவள் கண்ணில் பட்டது?

ஆசையாக அதைக் கையில் எடுத்தாள்.

அவ்வளவாக பாரமில்லை. மாக்கல்லில் ஆனது போல் இருந்தது.

கச்சிதமாக சொர்ணசித்தர் அவளைப் பார்த்தபடி வந்து நின்றார்.

“சாமிஈ...”

“என்ன பொன்னி லிங்கம் கிடைச்சதாக்கும்?”

“ஆமாசாமி... ஆனா அனுமந்தனைக் காணலை...”

“அவன் வேலை முடிந்ததும் போய்ட்டான் போல...”

“அப்படியா சாமி விஷயம். அப்ப அனுமந்தன் என்னைக் கூட்டிக்கிட்டு வந்தது இந்த லிங்கம் எனக்குக் கிடைக்கத்தானா?”

“ஆமாம்... இந்த லிங்கம் அகத்தியர் சாமி பல ஆயிரம் வருஷம் பூஜை செய்த லிங்கம்.”

“அடேங்கப்பா...”

“ஆமாம். இது இப்ப உன் கைக்குக் கிடைச்சிருக்கு. நீ இனி தினம் பூஜை பண்ணு.”

“சாமி இது எதுக்கு சாமி என் கைக்குக் கிடைக்கணும். எனக்கு எப்படி பூஜை செய்யறதுன்னும் தெரியாதே...”

“சாமிக்கு அன்புதாம்மா கணக்கு... உனக்கு எப்படி எல்லாம் தோணுதோ அப்படி எல்லாம் நீ பூஜிக்கலாம்...”

“சாமி கோபிக்க மாட்டாரா?”

“சேச்சே... அவர் அன்பே மயமானவர். கண்ணப்பன்னு ஒரு வேடன் அவருக்கு கறியைப் பிரசாதமா படைச்சான். அவர் தப்பா எடுத்துக்கலையே... இன்னொருத்தன் கல்லால அர்ச்சனை செய்தான். ஏன்னா அவனுக்கு பூ கிடைக்கலை. அதையும்

ஏத்துக்கிட்டார். அவ்வளவு ஏன் ஒருத்தர் மனசாலேயே கோயில்கட்டி மனசுக்குள்ளேயே கும்பாபிஷேகம் பண்ணினார்.

அதேசமயம் ராஜா ஒருத்தன். அவனும் கும்பாபிஷேகத்துக்கு நாள் குறிச்சிருந்தான். ஆனா சாமி நான் முதல்ல மனசுல கட்டின அந்த கற்பனைக் கோயிலுக்குத்தான் போவேன்னு அந்த ராஜாவோட கனவுல போய் சொல்லிட்டார்."

"அடேங்கப்பா... நம்ம சிவன்சாமி மாதிரி ஒரு நல்ல சாமிய பார்க்கவே முடியாது இல்லையா சாமி"

"ஆமாம்மா... அந்த ஈஸ்வரன் கல்லுக்குள்ள இருக்கற தேரைக்குக் கூட படியளக்கறவன். பக்திதான் அவனுக்கு கணக்கு. அதுல உள்ள ஐதீகங்களும் படோடோபங்களும் பிறகுதான்..."

"ரொம்ப சந்தோஷம் சாமி... ஆமாம் இது எதுக்கு சாமி என்கிட்ட வந்துருக்கு..."

"இது மட்டுமா... உன்னால இனிமேல் எவ்வளவு நல்ல காரியங்கள் நடக்க வேண்டியிருக்கு..." சொர்ணசித்தர் உட்பொருளுடன் சொன்னது பொன்னிக்குப் புரியவில்ல.

"சரிம்மா... தை அமாவாசையான இன்னிக்கு இந்த அகத்தியலிங்கம் உனக்கு வசமாயிருக்கு. அதோட நீ கிளம்பு. இனி உனக்கு இந்த லிங்கம் தான் காவல்!"

"அப்படின்னா எனக்கு ஆபத்துவரப் போவுதா சாமி..." அந்த பிஞ்சுக்குழந்தை அவ்வளவு சீக்கிரம் ஒரு புரிதலுடன் கேட்கும் என்று சொர்ண சித்தரே எதிர்பார்த்திருக்கவில்லை. அமைதியாகவும் ஒருவித ஆமோதிப்போடும் சிரித்தார்.

பார்த்துக் கொண்டேயிருந்த ஷாலினியும் சிந்திக்கத் தொடங்கினாள்.

"என்ன ஷால்... ஒரு லிங்கத்தேட நிக்கறா அந்த பொண்ணு... கூடயார் அது? தாடியும் மீசையுமா... அவர்தான் சித்தரா?" என்று கேட்டபடியே கேமராவை ஓடவிட்டிருந்தான்.

பொன்னி சொர்ணசித்தரிடம் விடைபெற்றுக் கொண்டு நடக்க ஆரம்பித்திருந்தாள். ஷாலினி அதைப் பார்த்துச் சற்று பயந்தவளாக "ஏ கண்ணா ஒளிஞ்சுக்கோ. அந்த பொண்ணு நம்மைப் பார்த்தா, கொஞ்சம் முந்தி உன்னை பார்த்து நீ தூக்குல தொங்கப் போறேன்னு திரும்ப ஏதாவது சொல்லிடப் போறா..." என்றபடியே ஒரு பருத்த மரத்தண்டின் பின்னால் ஒளிந்தாள். ஆனால் கண்ணன் அப்படிச் செய்யவில்லை. அவளுக்காக காத்திருப்பவன் போல் நின்றான். அவளும் அவனைப் பார்த்தாள்.

"பாப்பா."

"....."

"பேசமாட்டியா. என்ன முறைக்கறே?"

"முறைக்கல. உன்னைப் பார்த்து பரிதாபப்பட்றேன்..."

"நானும் தான்... பள்ளிக்கூடம் போய் படிக்க வேண்டிய நீ இப்படி காட்டுல திரியறே..."

"நான் பாடம் படிக்கலைன்னு உனக்குத் தெரியுமா?"

"அப்படியா... அப்ப உனக்கு இன்னிக்கு ஸ்கூல் லீவா?"

"எனக்கு எப்பவும் ஸ்கூல் உண்டு. என் தாத்தாதான் வாத்யார்."

"அவர் உனக்கு வாத்யாரா... அவரைப் பார்த்தாக்கா அவரே ஒரு கைநாட்டா தெரியறாரே..."

"சரி. தொங்கப்போற உன்கிட்ட இனி எனக்கென்ன பேச்சு..." பொன்னி திரும்பவும் முகத்திலறைந்த மாதிரி பேசிவிட்டு விறுவிறுவென்று போய்விட்டாள். அதை மரத்தின் பின்னால் இருந்து கேட்டபடி இருந்த ஷாலினி முகம் ஏகத்துக்கும் இருண்டு விட்டிருந்தது.

மெல்ல கண்ணன் அருகில் வந்தவள், "நீ இந்த காட்டுக்க வந்திருக்க வேண்டாம்" என்றாள். அதைக் கேட்டு அவன் சிரித்தான். சிரிப்புச் சத்தம் வெகுதூரம் எதிரொலித்தது. ஷாலினி பொறுக்க முடியாமல் அவன் வாயைப் பொத்தித் தடுத்தாள்."

“பைத்தியக்காரா எதுக்கு இப்படிச் சிரிக்கறே?”

“சிரிக்காம... அந்த பொண்ணுதான் ஏதோ உளர்றான்னா நீ அதுக்கு மேல பயப்படுறியே.”

“அவ உளறலை. எதையும் சாதாரணமா எடுத்துகிட்டு யோசிக்காதே.”

“சரிங்க தாயே... நீ முதல்ல நட. நம்ம அடுத்த கட்ட செயல்பாட்டை பற்றி யோசிப்போம்.”

அவன் பேச்சோடு ஒரு மண் பாதையில் நடக்க ஆரம்பித்தான். அவளும் மௌனமாய் பின்தொடர்ந்தாள். முகத்தில் சோர்வு... மனதில் கவலை... நடக்கிறோம் என்கிற உணர்வே இல்லாமல் நடந்தவள் ஒரு இடத்தில் கீழே சிம்கார்டு ஒன்று கிடப்பதைப் பார்த்தாள்.

குனிந்து எடுத்தாள்.

“என்ன ஷாலினி.”

“ஏதோ சிம்கார்டு.”

“சார்ஜ் போயிருக்கும் தூக்கிப் போட்ருப்பாங்க...”

“அது எனக்கும் தெரியும். ஆனா அது எப்படி இங்கன்னுதான் யோசிக்கறேன்.”

“ஏன்... செல்போன் யூஸ் பண்ற யாராவது நம்மைப்போல வந்துருக்கலாம். இல்லையா?”

“இது டீப்ஃபாரெஸ்ட். இங்க செல்லுக்கு சிக்னல் கிடைக்காத இடம்...”

“இப்ப நீ என்ன சொல்றே...?”

“நான் என்ன சொல்ல நீயே யோசி...” அவள் கூறிடும் அந்த வேளையில் சற்று தள்ளி ஒரு ஏர் டிக்கெட் கிழித்துப் போடப்பட்ட நிலையில் கண்ணில் பட்டது. சிலதுண்டுகள் தான். பல துண்டுகள் மண்ணோடு கலந்து மக்கிப் போயிருந்தது.

"என்ன ஷாலினி... ஏர்டிக்கெட்ட பார்த்ததும் யாராவதும் ஃபாரின்லேர்ந்து வந்திருப்பாங்களோன்னு தோணுதா?"

"இல்ல கண்ணன். இந்த காட்டுக்குள்ள பலர் பலவிதமா நடமாட்றதா நம்ம எடிட்டர் சொன்னதை யோசிச்சுப் பாரு புரியும்" என்றவள், அந்த சிம்கார்டையும், ஏர்டிக்கெட் கிழிசலையும் தன் ஜெர்க்கின் பாக்கெட்டில் போட்டுக் கொண்டாள். அதேசமயம் "தங்கச்சி" என்று ஒரு குரல்! திரும்பினாள்.

தலையில் விறகு கட்டுடன் தமயந்தி நின்று கொண்டிருந்தாள். அவளைப் பார்க்கவும் ஷாலினிக்கு ஒரு புறம் பரவசம்.

"ஹாய் தமயந்தி..." என்று அவளை நெருங்கினாள். தமயந்தியும் விறகுக் கட்டை கீழ் இறக்கிப் போட்டுவிட்டு வியர்வையை ஒத்திவிட்டுக் கொண்டாள். அப்படியே "என்ன தங்கச்சி ஊருக்குப் போய்ட்டு உடனேயே திரும்பி வந்துட்டியா?" என்று கேட்க ஷாலினியும் ஆமோதித்தாள்.

"நினைச்சேன்."

"என்னத்த?"

"ஆடுன காலும் பாடுன வாயும் சும்மா இருக்காதும்பாங்க சிவன்மலைக்கு வந்தவங்களையும் அதுல சேர்த்துக்கலாம்."

"எப்படி வேணா வெச்சுக்கோ... ஆமா உன் குடிசை ரொம்ப தூரமோ..."

"கொஞ்ச தூரம் தான். ஆமா அது யாரு குழாயெல்லாம் போட்டுகிட்டு..."

தமயந்தி கண்ணனைகக் காட்டி கேட்டாள்.

அவனோ அதற்குள் தமயந்தியின் அங்க லாவண்யங்களை எல்லாம் பார்வையால் அளந்து முடித்திருந்தான். கண்களில் லேசான காமக்கனல் வேறு. மனசுக்குள் சரியான 'நாட்டுக்கட்டை தான்' என்று நாக்கைச் சுழற்றி உதட்டை ஈரப்படுத்திக் கொண்டே

நினைத்து முடித்தான். தமயந்தியும் அவனை ஒருவாறு எடை போட்டு முடித்திருந்தாள்.

“இவன் பேர் கண்ணன். என் அசிஸ்டெண்ட்” என்றாள். கண்ணனுக்குக் கோபம் வந்துவிட்டது.

“ஏய்... என்ன? யாருக்கு யார் அசிஸ்டென்ட். எனக்கு நீயா? உனக்கு நானா?” என்று கைகளை ஓங்கினான்.

“அடிக்காதீங்க. ஆமா இந்த தடவை எவ்வளவு நாள் தாயி மலையைச் சுத்தறதா உத்தேசம்?”

“நோ ஐடியா...”

“அப்படின்னா?”

“தெரியாது... போகப் போக முடிவு செய்வோம்னு நினைக்கறேன்.”

“எங்க தங்கப் போறீங்க?”

“அதுவும் தெரியல... இனிமே தான் லிங்கப்பட்டில எங்கையாவது இடம் பார்க்கணும்”

“லிங்கப்பட்டியிலேயா... சரிதான். அது என்ன உங்க டவுனு மாதிரின்னு நினைச்சிட்டீங்களா?”

“அப்ப அங்க இடம் கிடைக்காதா?”

“என்ன தங்கச்சி குழந்தை மாதிரி கேக்கறே... உனக்கு இதுகூடவா தெரியல...?”

“தமயந்தி... நீயே ஒரு நல்ல வழியா சொல்லேன்...”

“நானே... நல்ல வழியா...”

“ஆமாம்...”

“ஷால்... அதான் டென்ட் கொண்டு வந்து இருக்கோமே அதை எங்காவது போட்டுகிட்டு உட்காருவோம்.”

“என்னது டென்ட்டா?” தமயந்தி ஆச்சரியமானாள்.

“ஆமாம்... நீ டென்ட் பார்த்ததில்லையா?”

“பாத்துருக்கேன். ஆனா இந்த மலைக்கு அதெல்லாம் சரிப்படாது. ராத்திரி தூங்கிட்டிருக்கும் போது கரடிங்க வந்து பிச்சு எறிஞ்சிட்டு உங்களையும் ஒரு வழி பண்ணிட்டு போயிடும்.”

“பயமுறுத்திறியே தமயந்தி...”

“கவலைப்படாதீங்க. கொஞ்சநாள் தான் இருப்பீங்கன்னா என் குடிசையிலே தங்கிக்குங்க...”

அவள் அப்படிச் சொல்லவும் கண்ணனுக்கு உச்சி குளிர்ந்து போனது?

“ஷால்... குட் ஐடியா. விட்றாதே இவளை... சாரி இவங்கள...” என்று கண்ணன் துடித்தான்.

அதன் பின்பு தமயந்தி விறகுக்கட்டை தூக்கி தலையில் வைத்துக் கொண்டாள்.

“வாங்க என் பின்னால...” என்று ஒரு குறுக்குவழிப் பாதையில் நடக்க ஆரம்பித்தாள்.

கெந்தி கெந்தி அவள் நடப்பது. பார்ப்பதற்கே என்னவோ போல இருந்தது. கண்ணனுக்கு சற்று பரிதாபமாகக்கூட இருந்தது. அதேசமயம் ஒரு புதரில் இரு சிவந்த கண்கள் அவர்கள் போவதையே பார்த்தபடியே இருந்தது!

☆☆☆

பூஜை முடித்து கற்பூர ஆரத்தி தட்டுடன் வெளியில் வந்தாள் மங்களம். காத்திருந்து கண்ணில் ஒற்றிக் கொண்டாள் வித்யா. லலிதா தையல் மெஷினில் ஓடிக் கொண்டிருந்தாள். அவள் அருகே கற்பூரம் செல்லவும் ஒரு முறை முறைத்தாள்.

“சாமி கற்பூரம் கண்ணுல ஒத்திக்கடி.”

“எதுக்கு... கை கரியாகறதுக்கா?” என்று தையல் மிஷினிலேயே குறியா இருந்தாள். மங்களம் முகத்தைச் சுளித்துக் கொண்டு

பாரதியிடம் சென்றாள். அவள் ஒரு உலக்கையைப் போட்டுக் கொண்டு அப்பால் அமர்ந்திருக்க விஷயம் புரிந்துவிட்டது மங்களத்துக்கு.

“சாரிம்மா.” என்றாள் பாரதி. எதுவும் பேசாமல் பாலுவைத் தேடினாள். அவன் ஒரு தோல் பையில் துணிமணிகளை அடுக்கிக் கொண்டிருந்தான்.

“பாலு.”

“அம்மா.”

“என்னடா இது... எங்க கிளம்பிட்டே?”

“ஐயோ நான் உனக்கு சொல்லலையாம்மா...”

“நம்ம ஒர்க்ஷாப் கஸ்டமர் ஒருத்தருக்கு கல்யாணம்மா.”

“எந்த ஊர்ல?”

“பாம்பாய்லம்மா...”

“ஐயோடா... அவ்வளவு தூரமா போகப் போறே?”

“அட என்னம்மா நீ... இன்னிக்கெல்லாம் அமெரிக்கா லண்டனே பக்கத்து தெருவுக்குப் போற மாதிரி ஆயிடிச்சு...”

“அது காசுள்ளவங்களுக்கு... நமக்கு கால் தானே வாகனம்?”

“கூட பாண்டியன் சார் வர்றார்.”

“ஓ... பாண்டியன் வர்றாராக்கும்?”

“ஆமாம்மா...”

அவன் சொல்லி முடிக்க பாண்டியனும் வந்து சேர்ந்தார்.

“வாங்க தம்பி. எப்படி இருக்கீங்க?”

“நல்லா இருக்கேம்மா... என்ன வித்யா, லலிதா, பாரதி எல்லாரும் எப்படி இருக்கீங்க?”

“நல்லா இருக்கோமோ இல்லையோ, பேச்சுக்காகவாவது நல்லா இருக்கறதா சொல்றது தானே தம்பி எப்பவும் வழக்கம்?”

“புரியுதும்மா... கவலைப்படாதீங்க. வாழ்க்கை எப்பவும் இப்படியே இருந்துடாது. அது கட்டாயம் மாறும். நாங்க இருக்கோம்ல. மாற்றிக்காட்றோம்.”

“அந்த நம்பிக்கைல தானே வாழ்ந்துகிட்டிருக்கோம்.”

“அப்படியே நம்பிக்கையோடையே இருங்க. எல்லாம் நல்லபடியே நடக்கும். குறிப்பா வித்யா உன் கல்யாணம் அந்த மாப்பிள்ளை மோகனோட நிச்சயம் நடந்தே தீரும்.”

பாண்டியனின் உற்சாக பேச்சு லலிதாவைச் சீண்டிட தையல் மெஷினை நிறுத்திவிட்டுத் திரும்பினாள்.

“என்ன லலிதா ஏதாவது சொல்லணுமா நீ?”

“கரெக்டா கண்டுபிடிச்சீட்டீங்களே பாண்டியன்.”

“நீங்க எப்பவுமே பச்சை மிளகா கடிச்ச மாதிரி காரமா பேசற பார்ட்டி. ஆமா என்ன சொல்லப் போறீங்க?”

“நான் என்னத்த சொல்ல... அதான் பேசறதுக்கு முந்தி பச்சமிளகா காரம் அது இதுன்னுட்டீங்களே...”

“இதுவே கூட நல்ல காரம்தான். சரி என்ன சொல்ல விரும்பறீங்க. சொல்லுங்க...”

“என்னத்த சொல்ல... பேசாம நான் முதல்ல பிறந்து இவ இரண்டாவதா பிறந்திருக்கலாம். தப்பாபோச்சு.”

“ஏன் லலிதா. நீங்க முதல்ல பிறந்திருந்தா என்னவாகியிருக்கும்?”

“என் கல்யாணம் நடந்து அடுத்தவளுக்கு ஒரு வழி கிடைச்சிருக்கும்ல...”

வெடுக்கென்று லலிதா போட்டது ஊசியாக அனைவரையும் குத்தியது.

“பாண்டியன் சார். அது ஒரு குரங்க. அதுகிட்ட போய் பேசிகிட்டு” என்று பாலு நேராகப் போய் சாமி முன் நின்று கை கூப்பி வணங்கினான். பிறகு மறக்காமல் சுந்தர்ராஜன் படம்

அருகே சென்று கண்கலங்கப் பார்த்தான். பின் திரும்பிவந்து தோல்பையைத் தூக்கினான்.

“என்னடா இது இப்படி திடீர்ன்னு கிளம்பறே வரதுக்கு எவ்வளவு நாளாகும்டா…”

“சீக்கிரம் வந்துடுவேன்மா… வந்து ஒர்க்ஷாப்பைத் திறக்கணுமில்ல…” என்றான்.

“நான் இருக்கேன்லம்மா…” என்று பாண்டியனும் வக்காலத்து வாங்கினார்.

பாலு அப்படியே சட்டை பாக்கெட்டைத் தொட்டுப் பார்த்துக் கொண்டான்.

பத்திரமாக இருந்தது அந்த ரசமணி.

அப்படியே குனிந்து மங்களத்தையும் வணங்கினான். அது அவள் கால்மேல் பட்டு ஓடியது. லாவகமாக அவள் பார்க்காதபடி எடுத்து பேண்ட் பாக்கெட்டில் போட்டுக் கொண்டான். பின் பாண்டியனும் அவனும் வெளியே வந்தனர். பாண்டியன் ஆட்டோ ஒன்றைத் தேட ஆரம்பித்தார்.

வெகு தூரத்தில் ஒரு வீட்டு திண்ணைமேல் குரங்கு சித்தர் படுத்திருந்தார். இருவரும் சிவன்மலைக்குக் கிளம்பிவிட்டதை அரைக்கண்ணால் பார்த்து ரசித்தவர், ஆரண்ய காண்டம் ஆரம்பமாயிடுச்சு… என்று சிரித்தார்.

ஆம்… இனி சிவன்மலைக் காட்டில் பாண்டியனும் பாலுவும் எப்படிப்பட்ட அனுபவங்களுக்கெல்லாம் ஆட்படப் போகிறார்களோ…?

அத்தியாயம் 36

இரவும் பகலுமாய் மாறி மாறிவரும் காலமாகிய பொழுதிற்கு வருடம், மாதம், வாரம், நாள், கிழமை என்று அடையாளங்களை உருவாக்கிய பெருமை மனிதனையே சேரும். உண்மையில் நாட்களை அடையாளப்படுத்துவதில் மனிதன் தோற்றுவிட்டிருந்தால் மனித சமுதாயமே கடைத்தேறியிருக்காது. அதேசமயம் பொழுதுகளை இனம்பிரித்து வருடத்திற்கு 365 நாட்கள். வாரத்திற்கு ஏழு நாட்கள். தினத்திற்கு இருபத்து நான்கு மணிநேரம். அதில் கிழமை, திதி, யோகம், ஹோரை, பட்சம் என்கிற ஐவகை வேளைகளைக் கண்டறிந்து, ஒரு மனிதனின் பிறப்புப் புள்ளிக்கு ஒரு அடையாளத்தையும், இறக்கும் நொடிப் புள்ளிக்கு ஒரு அடையாளத்தையும் துல்லியமாக உருவாக்கிய மனிதனின் கணக்காற்றல் தான் உலகிலேயே அசாதாரணமானது.

இந்தக் கணக்குக்கும், அந்த ஆதி சிவனுக்கும் ஒரு நெருங்கிய தொடர்பு உண்டு என்றால் உங்களுக்கு ஆச்சரியமாயிருக்கும்.

அது எப்படித் தெரியுமா?

அந்த பஸ்ஸில் அவ்வளவாக கூட்டம் இல்லை. இருந்த கூட்டமும் வழியிலேயே இறங்கிக்கொள்ள இறுதியாக அது

சிவன்மலை அடிவாரத்தைத் தொட்டு நின்றது. கண்டக்டர் பஸ்சுக்குள் இருந்த பாலுவையும், பாண்டியனையும் இறங்குங்க என்கிற மாதிரி பார்த்தார்.

"இதுதான் சிவன்மலை அடிவாரமா?"

"ஆமாம்... இங்க இறங்கி அதோ அந்தப் பாதை வழியாதான் உள்ள போகணும்." கண்டக்டர் காட்டிய திசையில் ஒரு போர்டும் கண்ணில்பட்டது. அதில் 'சிவன்மலை சரகத்துக்கான எல்லை ஆரம்பம்' என்கிற எழுத்துக்கள்.

பாலுவும், பாண்டியனும் இறங்கிக் கொண்டனர். அவர்களது துணியும் மணியும் ஒரு பேக்கில் அடைபட்டு வசதியாக முதுகுப்பக்கம் தேங்கியிருந்தது.

பாண்டியன் மலைத் தலத்துக்குள் நிறையவே அலைந்து திரிய வேண்டியிருக்கும் என்பதை அனுமானித்து ஜீன்ஸ் பேண்ட்டும் அதில் ஏராளமான பாக்கெட்டுகளும் வைத்திருந்தார். ஒவ்வொரு பாக்கெட்டிலும் ஒரு உபகரணம். ஒன்றில் செல்போன், ஒன்றில் ஊசிநூல், ஒன்றில் அமிர்தாஞ்சன், ஒன்றில் சிறிய ரகத் துப்பாக்கி, ஒன்றில் கத்தி, ஒன்றில் சிறிய ட்ரான்சிஸ்டர் என்று அவரே ஒரு நடமாடும் அலுவலகம் போல விளங்கினார்.

பாலுவும் அவரைப் போலவே உடையிலேயே எல்லா சாதனங்களையும் கொண்டிருந்தான். புதிதாக வாங்கிய கூலிங்கிளாசையும் அணிந்திருந்தான். அவனது தோல் பேக்கினுள் ஞாபகமாய் சுந்தர்ராஜனின் டைரியும் அந்தத் தங்கத்தூளும் இருந்தது.

இருவரும் அடிவாரச் சருக்கத்தில் நின்று அந்த மலைத் தலத்தை நிமிர்ந்து ஒரு பார்வை பார்த்தார்கள். சிவன்மலை என்பது பிரமிடுபோல ஒரு குவிவாக ஒரே மலையாக இல்லாமல், நிறைய மலை வரிசைகளைக் கொண்டு கண்ணுக்கெட்டிய தூரம் நீண்டு கிடந்தது. உயரஉயரமான மரங்கள். மரத் தண்டுகளை நான்கு பேர் சேர்ந்து அணையலாம். அவ்வளவு பருமன்.

சிலுசிலுவன்று காற்று!

காது மடலில் குளிரின் குறும்பு ஆரம்பமாகி விட்டது. பாலு உடம்பைக் குறுக்கி சிலிர்த்துக் கொண்டான். அவன் வாழ்நாளில் முதல்முறையாக ஒரு மலைப்பகுதிக்குள் புகுந்திருக்கிறான்.

பாண்டியன் எப்போதும் போல விரைப்பாகவே இருந்தார். இந்தக் குளிரெல்லாம் எனக்கு ஒரு பொருட்டில்லை என்பதுபோல இருந்தது அவரது தோற்றம். அதில் ஒரு ஆண்மையின் திமிர்கூட தெரிந்தது.

“என்ன பாண்டியன் சார்... சிவன்மலையை நான் ஒரு ஊராக கற்பனை செய்து வெச்சிருந்தேன். ஆனா இங்க ஒரு வீடுகூட கண்ணுல படலையே...”

பாலு நடுங்கிக் கொண்டே பேச்சை ஆரம்பித்தான்.

“பாவம் பாலு நீ... உனக்கு சரியான பூகோள அறிவு இல்லை. அதான் இப்படிப் பேசறே. சரி நட... இந்தப் பதை எதுவரை போகுதுன்னு பார்ப்போம்.”

“கவலைப்டாதே... உங்கப்பா வேலை பார்த்த வன இலாகா ஆபீஸ் இருக்குல்ல?”

“சார்ர்.”

“என்ன பாலு... இந்தப் பதிலை நீ எதிர்பார்க்கலையா?”

“ஆமாம் சார்... எனக்குக் கொஞ்சம்கூட தோணலை...”

“பரவாயில்ல... வா முதல்ல அந்த ஆபீஸ் எங்க இருக்குன்னு கண்டுபிடிச்சு போய் அங்கேயே தங்கிக்க வழி இருக்கான்னு பார்ப்போம்.”

“யார்கிட்ட சார் கேட்கறது... ஒரு ஈ காக்காகூட கண்ணுல படலையே சார்.”

“அவசரப்பட்டா எப்படி... இதோ மண்பாதை! இதுல போய்கிட்டே இருப்போம். எந்தப் பாதைக்கும் ஒரு முடிவு உண்டு இல்லையா?”

பாண்டியன் கொஞ்சம் தத்துவம் பேசினார். அப்படியே நடந்தனர். காட்டுப் பாதையில் நடப்பதும் ஒரு சுகமான அனுபவம்தான். அந்தப் பாதை மேலேயே ஒரு இடத்தில் கூடை கூடையாய் கொட்டியது போல யானைச் சாணம். அதுவே யானைகள் நடமாட்டம் இருப்பதை உணர்த்தியது.

பாலு மிரள மிரள பார்த்துக் கொண்டே நடந்தான். அப்போது பாண்டியனின் செல்போன் அவர் ட்யூன் செய்து வைத்திருந்த கஜினி படப்பாட்டை பாடியது. பாண்டியனும் காதைக் கொடுத்தார். காதில் ரங்கநாயகியின் குரல்!

"பாண்டியன்."

"சொல்லு ரங்கநாயகி..."

"எங்க இருக்கீங்க?"

"ஏன் ரங்கநாயகி?"

"இல்ல... எனக்கு இப்ப அவசரமா உங்க உதவி வேணும்."

"என்ன உதவி ரங்கநாயகி. நானும் இப்ப சென்னைல இல்ல..."

"மைகாட்... இது என்ன சோதனை..."

"கமான் ரங்கநாயகி... என்ன ப்ராப்ளம் உனக்கு?"

"சில ரவுடிபசங்க என்னை ஃபாலோ பண்ணிகிட்டு வர்றாங்க. அவங்க என்னைக் கடத்திட்டு போற மூட்ல இருக்கறது நல்லா தெரியுது."

"அப்படியா... கவலைப்படாதே. இப்ப நீ எங்கே இருக்கே?"

"பாரதி பார்க்குல நான் சுத்தி சுத்தி வந்துகிட்டிருக்கேன். பப்ளிக் கொஞ்சம் இருக்கறதால அவங்க லேசா தயங்கிகிட்டு நிக்கறாங்க. இல்லேன்னா என்னை இந்நேரம் கடத்தியிருப்பாங்க."

"ஓ.கே. நீ பதினைஞ்சு நிமிஷம் வரை பார்க்கை விட்டு போயிடாதே. சப் இன்ஸ்பெக்டர் செல்வராஜ் எனக்கு ரொம்ப வேண்டப்பட்டவர். அவருக்கு நான் இப்பவே தகவல் தரேன்... அவர் வந்து உன்னைக் காப்பாத்துவார்."

"நிஜமாவா?"

"நிச்சயமா... அப்புறமா அவர் பாதுகாப்புல இருந்து எனக்கு போன் பண்ணு. அப்பதான் எனக்கும் கொஞ்சம் நிம்மதியா இருக்கும்."

"தேங்க்ஸ் பாண்டியன். தேங்க்யூ ஸோ மச்"

"முதல்ல அவங்ககிட்ட இருந்து தப்பிக்கற வழியைப் பார். பிறகு தேங்க்ஸ் சொல்லலாம்."

பாண்டியன் அடுத்த வினாடி செல்போன் மூலம் சப் இன்ஸ்பெக்டர் செல்வராஜூக்குத் தகவல் தந்தார்.

"டோன்ட் ஒர்ரி பாண்டியன் பத்து நிமிஷத்துல நான் பாரதி பார்க்குல இருப்பேன். அந்தப் பசங்களை பட்டை உரிச்சிட்றேன்."

செல்வராஜ் சொன்ன பதிலால் ஒரு சின்ன திருப்தி பாண்டியனிடம். பாலுவோ கடுகடுவென்று முகம் மாறியிருந்தான்.

"என்ன பாலு... நீ ஏன் சீரியஸா மாறிட்டே?"

"பின்ன என்ன சார்... அவனே ஒரு பிராஸ்டிடியூட். அவளுக்குப் போய் உதவி செய்யறீங்களே..."

"ஓ, உனக்கு அவ ஒரு பிராஸ்டிடியூட்ங்கற கோபமா... பாலு ஒரு விஷயத்தை நல்லா புரிஞ்சுக்கோ. எனக்குத் தெரிஞ்சு ஒரு பொண்ணுகூட இந்த லைனை விரும்பித் தேர்வு செய்யமாட்டாங்க... இது அப்படி ஒரு சாக்கடை. பாவம் ரங்கநாயகி."

"அது சரி சார்... ஏதோ ஒரு நிர்ப்பந்தம் இல்லேன்னா ஏதோ ஒரு விதத்தால இப்படி ஆயிட்டான்னே வெச்சுப்போம். அதை அத்தோட விட்டுட்டு வேற வேலைக்குப் போகலாம் தானே?"

"அப்படி எல்லாம் போக முடியாது பாலு. அப்படியே போனாலும் ரொம்ப நாள் அந்த வேலைல இருக்க முடியாது. விபச்சார வாழ்க்கைல சந்திச்சவங்களைப் பார்க்க நேரும்போது விஷயம் விபரீதமாயிடும்"

“நான் இதை ஒத்துக்க முடியாது சார்... ஏன் அவ இந்த ஊர்லதான் வேலை பார்க்கணுமா? பம்பாய், கல்கத்தா மாறி போய் வேலை பார்க்கலாமே?”

“அதைவிட அவளை யாராவது கல்யாணம் பண்ணிகிட்டு மறுவாழ்வு தர்றதுதான் நிரந்தர பாதுகாப்பு.”

“இப்படிப்பட்டவளுக்கு யார் பாண்டியன் சார் வாழ்வு தருவாங்க.”

“என்ன பாலு நீ... உனக்கு ஏன் இவ்வளவு வெறுப்பு?”

“உடம்பை வித்து பிழைக்கறதை நினைச்சாலே எனக்குப் பிடிக்கலை சார்.”

“சரி... இந்தப் பேச்சை இதோட விடு. பரிதாப்பட்டு உதவ வேண்டியவ மேல நீ காட்ற கோவம் தப்பானது. ஆனா அதோட அடித்தளம் ரொம்ப அழகானது. எனக்கு அது பிடிச்சிருக்கு...”

பாண்டியன் சொல்லி முடிக்க திரும்பவும் செல்போனில் அழைப்பு. சப் இன்ஸ்பெக்டர் செல்வராஜ்தான் அழைத்தவர்.

“பாண்டியன்... நான் வரவுமே அந்தப் பசங்க ஓடிட்டாங்க...”

“தேங்க்யூ செல்வராஜ். அப்படியே ரங்கநாயகியைக் கொஞ்சம் பார்த்துக்குங்க.”

“சரிதான். நான் அவளைப் பிடிச்சு உள்ற வேணா போடலாம். போடட்டுமா?”

“நோ நோ... அவ இப்ப அந்த தொழில்ல ஈடுபடறதில்ல செல்வராஜ். அவளுக்கு நான் என் டிடெக்டிவ் லைன்ல சில வேலைகள் கொடுத்திருக்கேன். இது வெளிய யாருக்கும் தெரியாது. அவ பழைய ரங்கநாயகியா இருந்தாதான், அந்த பசங்ககிட்ட போய் பல ஆயிரங்களை வாங்கிகிட்டு அவங்க கூட போயிருப்பாளே...”

“ஓ. கே. ஓ.கே. நான் பாத்துக்கறேன் பாண்டியன். நீங்க இப்ப எங்க இருக்கீங்க?”

"நான் இப்ப சிவன்மலைக்கு வந்துருக்கேன்."

"அட... அவ்வளவு தூரம் போயாச்சா... என்ன பாண்டியன் காணாம போன நாலு பேர் விஷயமாவா?"

"நாலு பேர் விஷயம் மட்டுமில்ல... நாலுவிதமான விஷயங்களுக்காகவும்..."

"ஆல் த பெஸ்ட்..." சப் இன்ஸ்பெக்டர் செல்வராஜ் வாழ்த்தியபடியே விடை பெற்றார்.

பாண்டியனும் செல்லை புன்னகையுடன் பார்த்தார்.

பாலு அந்தப் பார்வைக்குப் பொருள் விளங்காமல் வெறித்தான்.

"ஒரு தீப்பெட்டி சைஸ் பெட்டி... ஒரு பொண்ணோட ஆபத்தை நீக்கிடிச்சு. இந்த விஞ்ஞானம்தான் எவ்வளவு பவர்ஃபுல்?"

"ஓ, உங்களுக்கு செல்போன் மேல வியப்பா...? வாஸ்தவம் தான் பாண்டியன் சார்... எனக்கும் அந்த வியப்பு உண்டு. இப்பல்லாம் இந்த செல்போன்ல சினிமா பாட்டு, ஒலியும் ஒளியும்னு பாடல்கள், சினிமான்னு எல்லாத்தையும் அடக்கியாச்சு. நம்ம விஞ்ஞான உலகம் ரொம்பவே ஃபாஸ்ட் தான் சார்... எனக்கும் நினைச்சா பிரமிப்பா இருக்கு. அப்படியே குழப்பமாவும் இருக்கு"

நடந்தபடியே அவர்களிடம் பேச்சு.

"குழப்பம் எதனால பாலு..."

"இவ்வளவு தூரம் விஞ்ஞானம் வளர்ந்தும் ரசமணி மாதிரி விஷயங்களும் வேலை காட்டுதே. அது எப்படி பாண்டியன் சார்?"

"ஓ... நீ செல்போனுக்கும், ரசமணிக்கும் முடிச்சு போட்டுட்டியா?"

"போடாம இருக்க முடியல. இதுல செல்போனை விளங்கிக்க முடியுது. ஆனா ரசமணியை..."

"ரசமணியை விளங்கிக்க முடியும், போகப் போக... எப்பவுமே புரிஞ்சா விஞ்ஞானம், புரியாட்டி மெய் ஞானம்னு ஒரு பழமொழி உண்டு. அது தெரியுமா உனக்கு?"

“கேள்விப்பட்டிருக்கேன் சார்...”

“கேள்விப்பட்டதை எல்லாம் இந்தக் காட்டுல நாம அனுபவிச்சு தெரிஞ்சுக்க போறோம்...”

“எனக்கு அதெல்லாம் எதுவும் முக்கியமில்லை பாண்டியன் சார். அப்பாவைக் கண்டுபிடிக்கணும்.”

“கண்டுபிடிப்போம். கண்டுபிடிப்போம்.”

பாண்டியன் நம்பிக்கையோடு பதிலளித்தபோது குதிரை ஒன்றின் வேகமான குளம்படிச் சப்தம் காதில் ஒலிக்க ஆரம்பித்தது.

இருவர் காதுகளுமே கூர்மையாயிற்று.

அந்த வனத்தின் அடிவார சமதளத்தில் வெகு தூரத்தில் பொசிந்த புற்களுக்கு மேல் ஒரு வெள்ளைக் குதிரை. அதன் மேல் வீரைய்யனை மிரட்டிய கணபதி அய்யனார் என்பவனின் கைய்யாள்...!

புயல் வேகத்தில் வந்து கொண்டிருந்தான்.

அப்படி வந்தவன் பாண்டியனையும், பாலுவையும் நெருங்கவும் குதிரையின் வேகத்தைச் சற்றுக் குறைத்து மட்டுப்படுத்தினான்.

அது முன்னிரண்டு கால்களை உயர்த்தியபடியே தேய்ந்து நின்றது. கணபதி இருவரையுமே கூர்மையாகப் பார்த்தான். பார்வையில் யார் நீங்கள் என்றும் கேள்வி. பாண்டியனுக்கும் அவனது தோற்றம், குதிரையில் வந்த வேகம் என்று எல்லாமே அவன் ஒரு நல்லவிதமான மனிதனாக இருக்க வாய்ப்பில்லை என்கிற எண்ணத்தைத் தான் உருவாக்கியிருந்தது. இருந்தும் அவனிடமே வன இலாகா அலுவலகம் பற்றிக் கேட்டு விடுவது என்று தீர்மானித்து, “யாருங்க நீங்க... குதிரைல சும்மா சிட்டா பறந்து வர்றீங்க?”

“நான் யாருங்கறது இருக்கட்டும்... நீங்க யாருங்க?”

“நாங்க வன இலாகா ஆபிஸைத் தேடிகிட்டு வந்தவங்க. எப்பவோ வந்தது. வழி தெரியல.”

பாண்டியனின் அழகான சமாளிப்பு அவனிடம் நன்றாகவே வேலை செய்தது. சற்று அச்சப்படவும் வைத்தது.

"ஓஃபாரெஸ்ட் ஆபீஸ் கூட்டமா... அதோ அந்தப் பக்கம்தான் ஆபீஸ் இருக்கு." அவன் கை காட்டினான்.

அப்பாடா. வன இலாகா அலுவலகத்தின் திசை தெரிந்தது. அவனும் தான் யார் என்று கூறாமல் குதிரையை வேறுபக்கம் திருப்பினான். அதுவும் பாய்ச்சலெடுத்தது. பாலுவுக்கு ஏதோ ஹாலிவுட் படம் பார்க்கிற மாதிரி இருக்கிறது.

"சார்... என்ன சார் இது... யார் சார் இவன்?"

"எங்க சொன்னான். ஏதோ நடக்க வழிகாட்ட வந்த மாதிரியே இருக்கு..."

"நம்மையும் காட்டு போலீஸ்னு நினைச்சுட்டான் போல இருக்கு..."

"நல்லதுதானே?"

பாண்டியன் கேள்வியோடு அவன் காட்டிய திசை நோக்கி நடந்தார். தரை மேல் மெத்தை போல புற்கள். புற்களின் நுனி மேல் சற்றுமுன் பெய்திருந்த மழைநீரின் துளிகள். அந்தத் துளிகள் ஒவ்வொன்றிலும் ஒரு சூரியன்... பார்க்கவே வெகு ரம்மியமாக இருந்தது!"

அவர்கள் இருவரும் நடந்து செல்வதை வெகு தூரத்தில் ஒரு மரக்கிளை மேல் படம் விரித்த நிலையில் தன் சுயமான பாம்பு உருவில் பரணியும் பார்த்துக் கொண்டிருந்தான்.

அப்படியே தழைந்து கிளைகளில் ஊர்ந்து கீழறிங்கியவன், தன் இச்சைக்குரிய மனித உருவமும் எடுத்தான். பட்டு ஜிப்பா குர்தா என்று வட இந்தியன் போன்ற தோற்றம். விழிகளில் பூனை வெறிப்பது போல ஒரு குரூரமான வயலட் நிறம். தலைமுடியும் கூட அழுந்த வாரப்பட்டிருக்க, அவன் நடையில் ஒருவித துமசம்.

அவன் நேராகச் சென்று நின்றது நாகசித்தர் இருக்கும் மரத்தினடிக்குத்தான். நாகசித்தரும் அவனைப் பார்த்தார்.

பார்வையே என்ன என்று கேட்டது.

"நாகசித்தரே... யார்ன்னு தெரியல... யாரோ இரண்டு பேர் புதுசா காட்டுக்குள்ளே நுழைஞ்சிருக்காங்க."

"அதுக்கென்ன பரணி..."

"இப்பல்லாம் இந்த சிவன்மலை ரொம்பவே மாறிகிட்டு வருது. புதுசு புதுசா பலர் வர்றாங்க"

"காடுன்னு இருந்தா மனுஷங்க வரத்தான் செய்வாங்க."

"இல்ல. இது மனுஷக் கூட்டம் வந்து போகற காடு கிடையாது."

"உனக்கு ஏன் இவ்வளவு கோபமும் வருத்தமும்?"

"எனக்கு சொல்லத் தெரியல... ஆனா ஒண்ணு இங்க இயற்கை அழிய ஆரம்பிச்சிடிச்சு. ஒருத்தன் குதிரை மேல படுவேகமாகப் போறான்..."

"பயப்பட்றியா?"

"ஆமாம்... நம்ம இனத்துக்கே இவங்களால அழிவு வந்துடுமோன்னு பயமா இருக்கு."

"அதுதான் விதிப்பாடா இருந்தா யாரால மாத்த முடியும்"

"போதும் நாகசித்தரே... உங்ககிட்ட எப்ப நான் பேச வந்தாலும் விதியில போய் எல்லாத்தையும் முடிச்சிட்றீங்க. விதியெல்லாம் அல்ப மனுஷன்களுக்கு... என்னைப் போன்ற தேவ கூட்டத்தைச் சேர்ந்த இச்சாதாரிகளுக்குக் கிடையாது"

"இல்லாமலா உன் மனைவியை இழந்து நீ மட்டும் தனியா பல வருடமா திரிஞ்சிகிட்டிருக்கே..."

நாகசித்தர் அவனுக்குப் பதில் சொல்லும் சாக்கில் இறந்துவிட்ட நாகமாலினி பற்றிக் கூறிவிட, பரணி முகத்தில் எள்ளும் கொள்ளும் வெடிக்க ஆரம்பித்தது.

“என் நாகமாலினி சாகலை சித்தரே... அவ என் மனசுக்குள் வாழ்ந்துகிட்டு தான் இருக்கா. உங்களுக்கு ஒரு உண்மை தெரியுமா?”

“என்ன பரணி...”

“இதுக்கு மேல நான் உங்ககிட்ட அதை மறைக்க விரும்பலை. ஏன்கூட வாங்க சொல்றேன்.”

“என்னன்னு இங்கேயே சொல்லு...”

“இது சொல்ற விஷயமில்ல நாகசித்தரே... நான் காட்ட நினைக்கற விஷயம்...”

“அப்படி எதை நீ காட்டப் போறே”

“வந்து பாருங்க தெரியும்?”

“ஆமா... உனக்கு உதவறதா சொல்லி இங்க நடமாடிகிட்டிருக்காங்களே அந்த இரண்டு பேர் எங்க?”

“இருக்காங்க... அவங்கதான் இப்ப எனக்குப் பெரிய ஆறுதலே.”

“மனிதர்களை வெறுத்துகிட்டு மனிதர்கள்கிட்டையே ஆறுதலும் தேடிக்கிறியா நீ...”

“அவங்க என் வரைல என் அடிமைகள். அவங்கள வெச்சுத்தான் நான் அந்த சுந்தர்ராஜனைப் பிடிக்கப் போறேன்...”

“உனக்கு நான் பலமுறை சொல்லிட்டேன்... வேண்டாம் இந்தப் பழி உணர்ச்சின்னு...”

“நீங்க இப்ப எதுவும் சொல்லக் கூடாது. நான் சுந்தர்ராஜனைத் தேடிக்கிட்டிருக்கறது அவனைப் பழிவாங்க மட்டுமில்ல... எனக்கு எங்க சொத்தான அந்த மாணிக்கக் கல் வேண்டும்.”

“அது கிடைச்சா என்ன பண்ணப் போறே.”

“என் மாலினிக்கு உயிர் வரவழைப்பேன்.”

“என்ன?”

“உங்களுக்கு விஷயம் தெரியாதா சித்தரே... அந்த மாணிக்கக்கல் இருக்கற இடத்துல உயிர் பயமே இருக்காது. செல்வம் கொழிக்கும். நினைச்சது எல்லாமும் நடக்கும்.”

“அதுக்காக போன உயிர் திரும்பும்னு உனக்கு யார் சொன்னது?”

“திரும்பும்... திருப்பிக் காட்டறேன். இப்ப என்கூட வாங்க...”

பரணி நாகசித்தரை தன் அன்பெனும் பிடியில் கட்டி இழுத்துச் செல்லாத குறையாக அவரை அழைத்துச் சென்றான்.

வழியில் ஒரு பெரிய மலை ஏரி! ஏரியின் மையத்தில் ஆமைமுதுகு போல ஒரு பாறை. அந்த பாறையை ஒட்டி ஒரு பரிசலும் கிடந்தது.

ஏரியின் கரையிலும் ஒரு பரிசல்! ஆதிதல் நாகசித்தரை ஏற்றிக் கொண்டான். பரிசல் மலைக்காற்றில் தானாக அசைந்து செல்லத் தொடங்கியது.

“இது நவசக்தி ஏரி... இதுல எங்க போறே?”

“இந்த ஏரியோட முடிவுல இருக்கற பிரம்மகிரிங்கற மலைக்குத்தான்...”

“பிரம்மகிரிக்கா?”

“ஏன் நாகசித்தரே... பிரம்மகிரிக்கு உங்களைப் போல சித்தர்கள் தான் போகலாமா? நான் போகக்கூடாதா?”

“அது பெண் சித்தர்கள் தவம் செய்யற இடம். அவங்க உடற்கூறு காரணமா அவங்க தனியா ஒதுங்கியிருக்கிற ஒரு தூய்மையான இடம் அது. அங்க என் போல ஆண் சித்தர்கள் வரக்கூடாது பரணி.”

“வரலாம். ஆனா அங்கே தங்கக் கூடாது. அதேசமயம்... இப்ப அங்க எந்தப் பெண் சித்தர்களும் இல்லை நாகசித்தரே...”

பரணி அந்தக் காட்டின் பல விதமான ரகசியங்களை உடைத்தபடியே பரிசலைச் செலுத்தினான். பரிசலும் வேகமாக

மிதந்தபடி நகர்ந்தது. பிரம்மகிரி என்று அவன் குறிப்பிட்ட அந்த சிறிய மலையை நோக்கி பரிசலைச் செலுத்தினான். பிரம்மகிரியின் கரைவெளிமேல் இரு உருவங்கள், பரிசிலில் பரணி நாகசித்தருடன் வருவதைப் பார்த்தபடியே காத்திருந்தன.

பரிசல் நெருங்க நெருங்கத்தான் அவர்கள் இருவரும் சிவசாமியும், மோகனும் என்பது தெளிவாகிறது. அவர்கள் காவி வேட்டியில் இருந்து கருப்பு வேட்டிக்கு மாறியிருந்தார்கள். அதையும் கூட இடுப்பில் கட்டாமல் கழுத்தில் மாலைபோல வளைத்துக் கட்டியிருந்தனர். நாகசித்தருக்கு எல்லாமே ஆச்சரியமாக இருந்தது. பரிசலை கரையில் சேர்த்த பரணி முதலில் அவன் தான் குதித்து இறங்கினான். பிறகு நாகசித்தரை கை பிடித்து இறக்கிவிட்டான்.

“உங்களுக்குத்தான் பரிசலை நான் செலுத்தினேன். நான் வரணும்னா எனக்கு இந்தப் பரிசல் அவசியமில்ல. தண்ணில நீந்தியே வந்துடுவேன்” என்று சொன்னபடி நாக்கை நீட்டினான். அந்த நொடி ஒரு இரட்டை நாக்கு வெளியே வந்து உள்ளே சென்றது.

நாகசித்தர் இயல்புக்க மாறாக அங்கு ஏதோ நடக்கப் போகிறது என்பதை அனுமானத்தபடியே சிவசாமியையும், மோகனையும் பார்த்தார். முன்பெல்லாம் அவர்கள் நாக சித்தரைப் பார்த்தால் பணிவோடு வணங்குவார்கள். ஆனால், இப்பொழுது விரைப்பாக அவர்கள் இருவரும் நாகசித்தரைப் பார்த்தனர்.

பரணி இருவரையும் பார்த்து நடக்கச் சொல்லவும் இருவரும் திரும்பி நடந்தனர். சிறுசிறு பாறைகள் மேல் எல்லாம் ஏறி குகை போன்ற ஒரு அமைப்பின் முன் சென்று நின்றனர். குகை முகப்பில் ஒரு தீப்பந்தம் எரிந்து கொண்டிருந்தது. பன்னிரெண்டு அடிநீள சர்ப்பங்கள் இரண்டு இருபக்கமும் தோரணம் போல தொங்கிக் கொண்டிருந்தது. நாகசித்தருக்கு அவை இரண்டும் காவல் நாகங்கள் என்பது பார்த்த மாத்திதரத்தில் தெரிந்து விட்டது.

நாகங்களின் காவலில் அந்தக் குகைக்குள் நாகாபரணி அப்படி எதை வைத்திருக்கிறான் என்கிற ஆவலுடன் உள்ளே நுழைந்தவர், ஒருவினாடி விக்கித்துப் போய் நின்றார்.

உள்ளே அன்று சுந்தர்ராஜனால் சுடப்பட்டு இறந்துவிட்ட நாகமாலினியின் குண்டுபாய்ந்த ரத்தம் தோய்ந்த உடல்!

மூலிகை சாறுகளால் பாடம் செய்யபட்ட நிலையில் ஒரு சிலைபோல உள்ளிருக்கும் பாறை மேல் கிடந்தது. உடம்பில் மற்றபடி வேறு எந்த விதமான பின்னங்களும் இல்லை.

சிவசாமியும், மோகனும் அவர் உடம்பைப் பார்க்கத் தோதாக தீப்பந்தம் பிடித்தனர். நாகசித்தர் அவர்களைப் பரிதாபமாகப் பார்த்தார். அப்படியே வெளியே வந்தார்.

பரணி அவரையே வெறித்துக் கொண்டிருந்தான்.

“என்ன நாகசித்தரே... நீங்க இதை என்கிட்ட எதிர்பார்த்திருக்க மாட்டீங்க தானே?” என்றும் கேட்டான்.

“ஆமாம் பரணி... உனக்குத்தான் உன் மனைவி மேல என்ன ஒரு பற்று.”

“பற்று இல்லை வெறி...”

“ஏதோ ஒண்ணு... ஆனா...”

“என்ன ஆனா ஆவன்னா”

“கூடு விட்டு கூடுபாயற விஷயம் இந்த சிவன்மலை காட்டுல உண்டு. சித்த புருஷர்கள் உயிர்கூட உடம்பை விட்டு தானா நீங்கவிட்ட நிலையில் திரும்ப வந்ததில்லை...”

“இதைச் சொல்லி என்னைக் கட்டிப்போட நினைக்கறீங்களா?”

“முட்டாளே... உன்னைக் கட்டிப்போட்டு எனக்கு என்ன ஆகணும். இயற்கைக்கு மாறான ஆசை உன் ஆசைன்னு சொன்னேன்.”

“இல்லை சித்தரே... நாகமாணிக்கக்கல் என் வசம் வந்து சேரட்டும். அப்ப தெரியும் என் ஆசை இயற்கைக்கு மாறானதா இல்லையான்னு.”

“பரணி... இத்தனை வருஷத்துல உன்னால என்ன செய்ய முடிஞ்சது... எதை வெச்சு நீ இவ்வளவு நம்பிக்கையோட இருக்கே...?”

“எத்தனை வருஷம் ஆனா என்ன... எப்ப அந்த சுந்தர்ராஜனால இந்த சிவன்மலைல சுதந்திரமா நடமாட முடியலையோ, அப்பவே நான் ஜெயிச்சிகிட்டுதான் இருக்கேன். என்னாலதான் அவன் ஒளிஞ்சிகிட்டிருக்கான்.”

“இல்லாமலே கூட போயிருக்கலாம் இல்லையா?”

“நிச்சயமா இல்லை. அந்த சுந்தர்ராஜன் இப்ப சித்தயோகியா இதே சிவன்மலை காட்டுல என்கிட்ட இருந்து அபகரிச்ச நாகமாணிக்கக் கல்லோட இருக்கான். என் நாகமாலினியைக் கொன்ன பாவத்துக்குப் பரிகாரமா அவன் 18 நாக பஞ்சமிக்கு விசேஷ பூஜை செய்யணும்கறது அவனுக்கு சித்தர்கள் காட்டியிருக்கற குறுக்கு வழி. அவனை என்னாலயோ இல்ல என்னைப் போன்ற நாக இனத்தாலயோ எதுவும் செய்ய முடியாம போகலாம். ஆனா, இதோ இவங்க நிச்சயமா அவனை இரண்டுல ஒண்ணு பாக்க முடியும்.”

“ஒரு இச்சாதாரி உன்னால முடியாதது இந்த மனிதர்களால முடியுமா... எப்படி?”

“சுந்தர்ராஜன் இந்த வனத்துல இருக்கறவரை தான் பலசாலி. வனத்துக்கு வெளிய போய்ட்டா?”

“அவன் போனால் தானே?”

“இவங்களைக் கொண்டு அவனைப் போக வைப்பேன். அப்படி வெளியேறின மறுநொடியே என் விஷப்பற்கள் அவனைத் தீண்டும்.”

பரணி ஒரு கணக்காகத்தான் பேசினான். நாகசித்தர் அதற்குமேல் அவனிடம் எதுவும் கேட்கவில்லை.

“சரியப்பா... உன் விருப்பங்கள் பலிக்கட்டும்” என்று அவன் தலையைத் தொட்டு ஆசீர்வதித்து விட்டு விறுவிறுவென்று நடந்து சென்று பரிசிலில் ஏறிக் கொண்டார்.

நாகாபரணி இந்த முறை மோகனையும், சிவசாமியையும் பார்த்து ஜாடைகாட்ட, அவர்கள் இருவரும் அவரை பரிசிலின்மேல் ஏற்றி ஏரியின் மறுகரையில் விட்டு வருவதற்காக செலுத்தினர்.

நாகாபரணியோ குகைக்குள் சென்று சிலைபோலக் கிடக்கும் நாகமாலினி உடம்பைக் கண்ணீரோடு பார்த்துவிட்டுப் படுத்துக் கொண்டு ஒரு சர்ப்பமாக மாறியவன், அவள் உடல் மேல் ஊர்ந்து பரவத் தொடங்கினான்.

அதில் அவனுக்கு ஒரு இன்பம்!

அத்தியாயம் 37

'கால நேரங்களுக்கும், அதாவது பஞ்ச அங்கங்கள் கொண்ட பஞ்சாங்கமான கணிதத்துக்கும் ஈசனுக்கும் ஒரு தொடர்பு உண்டு. ஈசனால்தான் நாள் கணக்கு, வாரக் கணக்கு, மாதக்கணக்கு என்று எல்லா கணக்குகளும் பூமியில் தோன்றின. இந்தப் பஞ்சாங்க கணக்கிற்கு அடிப்படையே வானில் தோன்றி மறையும் நிலவுதான்!

சூரியன் கூட கிழக்கில் உதித்து மேற்கில் மறைந்து அஸ்தமித்து விடுகிறான். சூரியனை வைத்து எல்லாவித கால நேரங்களையும் கணிப்பது சிரமமாக இருந்தது. ஆனால் நிலவு அப்படி இல்லை. ஒரு கற்பனை செய்து பாருங்கள். பகலில் சூரியன் போலவே இரவில் நிலவானது தேய்ந்து வளராமல் தினமும் பௌர்ணமியாய் தோன்றி மறைந்தால், அந்த நாட்களை அடையாளம் காணமுடியுமா?

முதலில் பௌர்ணமி. பிறகு நாளுக்கு நாள் தேய்ந்து இறுதியில் அமாவாசையில் சந்திரன் முற்றிலுமாக வராமல் போவதில்தான் திதிக் கணக்கை உருவாக்க முடிந்தது. இரவில் வானைப் பார்த்து நிலவின் அமைப்பை வைத்தே இன்று என்ன நாள் என்று அறிய முடியும்.

சொல்லப் போனால் பூமியின் சரியான கெடிகாரம் வானத்து நிலவுதான்! இதனால் தான் முகமதியர்களும் நிலவையும்,

நட்சத்திரத்தையும் குறியீடாகக் கொண்டு தங்களுக்கான காலண்டரை வரையறை செய்தனர்.

இப்படி நிலவானது தேய்ந்து வளரக் காரணமே ஒரு சாபம்தான். முற்றாக ஒளியை இழந்துவிட்ட நிலவுக்கு சாப விமோசம் தந்து, பதினைந்து நாள் வளர்தல், பதினைந்து நாள் தேய்தல் என்கிற ஒரு வரத்தைத் தந்தது அந்த ஈசன் தான்.

அதனால்தான் நிலவு வானில் வளர்ந்து தேய்கிறது. இதற்கு விஞ்ஞானிகள் வேறு காரணம் கூறினாலும் புராணப்படி நிலவின் வளர்ச்சிக்கும் தேய்வுக்கும் சிவபிரானின் வரமே காரணமாகும்.

இதற்குப் பின்னால் ஒரு கதை கூட உண்டு.'

சிவன்மலை வன இலாகா அலுவலகம்.

அந்தக்கால கட்டடம். முகப்பில் பெரிய ஆஸ்பெஸ்டாஸ் கூரை சரிவு. அதற்குக் கீழே வன இலாகா ஜீப்! அலுவலகமே தெரியாதபடி சுற்றிலும் அடர்வான மரக்கூட்டம். ஒரே ஒரு இடத்தில் பெயர்ப்பலகை! அதன் மேல்கூட செடிகொடி தாவரங்கள் பரவி பல எழுத்துக்கள் வெளித் தெரியாதபடி மூடிக் கிடந்தன. உள்ளே சீட்டில் பாரெஸ்ட் ஆபீசராக ஜனார்த்தனன் என்பவர் ஏதோ வீட்டில் இருப்பதுபோல இடுப்பில் லுங்கி மேலே ஒரு காக்கி சட்டை என்று மிக கேஷுவலாகக் காட்சியளித்தார்.

டேபிள் மிக சுத்தமாக இருந்தது. பெரிதாக ஃபைல்கள் இல்லை. சினிமாவில் வருவதுபோல அவரது சீட்டுக்குப் பின்னால் இந்தியா மேப் தொங்கிக் கொண்டிருந்தது. பக்கத்திலேயே சிவன்மலை சரகம் என்று ஒரு வரைபடம். அதில் நீள அகலங்கள் கிலோ மீட்டர் கணக்கிலும் ஹெக்டேர் கணக்கிலும் குறிப்புடன் காணப்பட்டது.

பாண்டியனும், பாலுவும் வரவும், அவர்களை உட்காரச் சொல்லக்கூட ஒரு நல்ல நாற்காலி இல்லை. வாட்சர் கோவிந்தன்

என்பவர் வெளியே கிடந்த நீண்ட மரபெஞ்சினைக் கொண்டு வந்து போட்டு, அதில் தான் பாலுவும், பாண்டியனும் அமர்ந்திருந்தனர்.

தொலைபேசி இருந்தது.

பழைய கறுப்பான சமாதி மாடல் தொலைபேசி. மொத்தத்தில் ஹைடெக் மாற்றங்கள் அந்த அலுவலகத்தை எட்டிக்கூட பார்க்கவில்லை என்பது நன்றாகவே தெரிந்தது.

"நீங்க..."

"என் பேர் பாண்டியன். இவன் பேர் பாலு! இந்த சிவன்மலைக் காட்டுல இருபத்தொரு வருஷத்துக்கு முந்தி காணாம போன சுந்தர்ராஜன் என்கிறவரோட மகன் தான், இந்த பாலு..."

"சுந்தர்ராஜன்னா?"

"உங்க டிபார்ட்மெண்ட்ல இப்ப நீங்க உக்காந்து கிட்டிருக்கற சீட்ல இருந்த அதே சுந்தர்ராஜன் தான்"

"அவர் இறந்துட்டதால்ல சொன்னாங்க..."

"அப்படியா... அப்ப அவரோட பி.எஃப், கிராஜிவிட்டி மத்த பிடித்தங்கள்ளாம் அவர் குடும்பத்துக்குப் போய் சேர்ந்துருக்கணுமே..."

"அப்ப அதெல்லாம் இன்னும் சரண்டர் பண்ணப் படலையா?"

"எங்க சார். முறையா ரிடையர் ஆகறவங்களுக்கே அவங்க பி.எஃப் பணம் வர ஒரு வருஷம் இரண்டு வருஷம் ஆகுது. அதுக்கே அவங்க பிஎஃப் ஆபீஸ் போய் அங்கு உள்ள சிலரைக் கவனிக்கணும்னு கேள்விப்பட்டேன். சுந்தர்ராஜன் சார் விஷயத்துல ஃபைலயேல்ல குளோஸ் பண்ணாம வெச்சிருக்காங்க."

"அதுக்கு நான் என்ன சார் பண்ண... நீங்க சென்னைல வன இலாகா மந்திரியைப் பார்த்து மனு கொடுங்க."

"சார் இப்ப எங்க பிரச்சினை மனு கொடுக்கறதோ, அவருக்காக பணத்தை வாங்கறதோ இல்ல"

“பின்ன?”

“அவர் இந்தக் காட்டுல உயிருடன் இருக்கறதா நாங்க நம்பறோம்.”

“வாட்” அந்த ஆபீசர் வாயைப் பிளந்துவிட்டார்.

“ஏன் சார்... உங்களால அதை நம்ப முடியலையா?”

“எப்படி மிஸ்டர் நம்ப முடியும். உயிரோட இருந்தா இங்க அங்க ஆபீசுக்கு ஒரு தடவையாவது வந்திருக்கணுமே...”

“வர முடியாதபடி அவர் இருக்கலாம் இல்லையா?”

“எங்க கண்ணுலையாவது பட்டுருக்கணுமே...”

“கரெக்ட்... உங்க கண்ணுல அவர் படணும்னா நீங்க இந்தக் காடு முழுக்க சுற்றி வந்திருக்கணும். நீங்க சுற்றி வந்திருக்கீங்களா?”

“அதுதானே என் டியூட்டி?”

“ட்யூட்டிங்கறீங்க. ஆபீஸ்ல ட்யூட்டி டயத்துல லுங்கியோட இருக்கீங்க. காட்டுக்குள்ள கொள்ளைக்காரன் மாதிரி ஒருத்தன் குதிரைல வந்து எங்களுக்கு வழி சொல்லிட்டுப் போறான்...”

“லுக் மிஸ்டர்... நீங்க என்னைக் குறை சொல்ல வந்திருக்கீங்களா... இல்ல மிஸ்டர் சுந்தர்ராஜனைத் தேடி வந்திருக்கீங்களா?”

“உங்களைக் குறை சொல்ல நாங்க யார் சார். தயவுசெய்து நாங்க இங்க தங்க அனுமதி கொடுங்க. சுந்தர்ராஜன் சாரைத் தேடிக் கண்டுபிடிக்க வேண்டியது எங்க பொறுப்பு!”

பாண்டியன் அப்படியே வளைந்து கொடுத்தார்.

“எங்களால முடியாதது உங்களால மட்டும் எப்படி முடியும்?”

“ஒரு நம்பிக்கை தான்...”

“என்ன நம்பிக்கையோ... ஒண்ணு நல்லா தெரிஞ்சுக்குங்க. இது மத்த மலைக்காடு மாதிரி கிடையாது. இது ஒரு மாயமான காடு. எனக்கென்னன்னு நான் இருக்கறதால தான் என்னால இங்க

காலம் தள்ள முடியுது. நானே என்னை பெருசா நினைச்சுகிட்டு ட்யூட்டி அது இதுன்னா அவ்வளவுதான்"

"அப்ப கடமையை இங்க ஒழுங்கா செய்ய முடியாதுன்னு சொல்லுங்க."

"தப்பு மிஸ்டர் பாண்டியன். எனக்குத் தெரிஞ்சு இந்தக் காட்டுல யாரும் எந்தத் தப்பும் பண்றதில்லை. நீங்க குதிரைல பார்த்ததா சொன்ன நபர் அனேகமா அய்யனார்ங்கற மரம்வெட்டியோட கையாள் கணபதியா தான் இருக்கணும்... அவங்களும் சிவன்மலைல எதுவும் செய்ய மாட்டாங்க. மலைக்கு வெளில லிங்கப்பட்டி அடிவாரத்துல வேணும்னா ஏதாவது தப்பு தண்டா செய்யலாம்."

"சரி சார்... நீங்க சொல்றபடியே இருக்கட்டும். நாங்க இங்க தங்க அனுமதிப்பீங்களா?"

"சட்டத்துல அதுக்கு இடமில்லையே பாண்டியன்"

"ட்யூட்டி டயத்துல யூனிஃபார்ம் போடாம லுங்கியோட இருக்க மட்டும் சட்டத்துல இடம் இருக்கா சார்...?"

"என்ன பாண்டியன்... என்னை மடக்கிட்டதா நினைப்பா?"

அதெல்லாம் இல்லை சார். நீங்க பார்த்து உதவணும்னா, உதவ முடியும்னு சொல்ல வந்தேன்"

"சரி... எவ்வளவு நாள் தங்கறதா உத்தேசம்?"

"அதை எப்படி சார் சொல்ல முடியும். பாலு அப்பாவைக் கண்டுபிடிக்கிற வரைன்னு வெச்சுக்குங்களேன்..."

"இப்படிச் சொன்னா எப்படி... ஒரு பத்து நாள் பதினைஞ்சு நாள்னு சொல்லுங்க. இங்க சமயத்துல எங்க கன்சர்வேடர் வந்துருவார். ஏதோ காட்டுக்குள்ள எந்தவித பொழுதுபோக்கும் இல்லாம இருக்கறதால, நான் லுங்கில இருக்கறத எல்லாம் பெருசுபடுத்த மாட்டார். ஆனால் சம்மந்தம் இல்லாம சிலர் இங்க இருக்கறத பார்த்தா என் சீட்டு கிழிஞ்சிடும்."

“சரி சார்... அதிகபட்சம் ஒரு பதினைஞ்சு நாள்னு வெச்சுக்கோங்க. அதுவும் இரவுல தூங்கறதுக்குத்தான் இங்க வருவோம். மற்றபடி எங்களால உங்களுக்கு எந்தச் சிரமமும் இருக்காது.”

பாண்டியன் அடக்க ஒடுக்கமாகச் சொல்லி முடிக்க, ஜனார்த்தனமும் சற்று யோசிப்பதுபோல பாவ்லா காட்டிவிட்டு, சரி... எங்க டிபார்ட்மென்ட் ஆபீசர் ஒருத்தர் பையன்கறதால அனுமதிக்கறேன். பதினைஞ்சுநாள் தான் நீங்களும் இங்க தங்கலாம். அதேசமயம் உங்க ஆக்டிவிட்டீஸ் ரொம்ப வெளிப்படையா இருக்கணும். இதான் சாக்குன்னு காட்டுல சந்தன மரத்தை வெட்டி எனக்கே அல்வா கொடுத்துடக் கூடாது...” என்று எச்சரிக்கையாகவும் பேசினார்.

எப்படியோ தங்க இடம் கிடைத்ததே என்று இருந்தது பாலுவுக்கு!

☆☆☆

காலை நேரம்!

பறவைகள் போட்ட சப்தம் வித்தியாசமாக இருந்தது. சென்னையில் ‘சார் பேப்பர்...’ ‘அம்மா பால்’ போன்ற குரல்களெல்லாம் தான் காலை வேளைகளில் காதுகளில் ஒலிக்கும். அப்படிப்பட்ட சப்தத்துக்கு நடுவிலும் தலையணையை மனைவி போல நினைத்துக் கட்டிக்கொண்டு தூங்குவதில் கண்ணன் சமர்த்தன். எட்டு மணிக்கு முன்னால் எழுந்திருப்பதை, ஒரு பெரிய இழப்பாகக் கருதுபவன். கிட்டத்தட்ட ஷாலினியும் கூட அப்படித்தான். ஆனால் இருவருமே சிவன்மலையில் தமயந்தி குடிசையில் விடிவதற்கு முன்பே கண்விழித்து விட்டார்கள்.

புதிய இடம்... ஜில்லென்ற குளிர். போர்த்திக்கொள்ள வசதியாக கம்பளி என்று எதுவும் இல்லாத ஒரு நிலை... எல்லாம் சேர்ந்து இருவரையும் எழுப்பி விட்டுவிட்டது. குடிசைக்குள் மெல்லிய காடா விளக்கு சிம்னிக்குள் எரிந்தபடியே இருந்தது.

அவர்களுக்குச் சற்றுதள்ளி ஒரு கயிற்றுக் கட்டிலின் மேல் படுத்திருந்த தமயந்தியை அப்போது காண முடியவில்லை. வியப்பாக இருந்தது.

கண்ணன் ஒரு கொட்டாவி விட்டு கை, காலைச் சொடுக்கிக் கொண்டே ஷாலினியைப் பார்த்தான். அவள் முகத்தில் அடுத்து என்ன செய்யப் போகிறோம் என்கிற கேள்வியும் குழப்பமும்.

“என்ன ஷால்... குட்மார்னிங் சொல்லமாட்டியா?”

கண்ணன் அவளை உரச ஆரம்பித்தான்.

“ஏன் நீ சொல்ல மாட்டியா?” அவளும் பதிலுக்கு உரசினாள்.

“சரி... குட்மார்னிங்...”

“இது குட்மார்னிங்கா, பேட் மார்னிங்கான்னு போகப் போகத்தான் தெரியும்...”

“காலையிலேயே உன்கிட்ட குழப்பமா?”

“தூக்கமே சரியா வரலை. ஒரே குளிர். நடுவுல நரியோட ஊளைச் சப்தம், யானைங்க பிளிறிக்கற சப்தம்.”

“பின்ன... காட்டுக்குள்ள ஏ.ஆர். ரகுமான் பாட்டா கேட்கும்.”

“என்னப்பா கிண்டலா...”

“அட சும்மா சொன்னேன்... ஆமா இந்தப் பெண்ணை காணாமே. எங்க போயிருப்பா...”

“எனக்கு என்ன தெரியும். என்கிட்ட என்ன சொல்லிட்டா போனா?”

“பெரிய மர்மதேசமா இருக்காளே இவ...”

“என்ன உளர்றே?”

“உளறலை. நீயே யோசிச்சு பார். ஒரு வயசுப் பொண்ணு. நல்ல கிழங்கு மாதிரி இருக்கறவ, தன்னந்தனியா இப்படி ஒரு காட்டுக்குள்ள இருக்கா. அதுல ராத்திரி வேளைல தனியா

வேற எங்கையாவது போயிட்றான்னா, அவ லேசுப்பட்டவன்னா நினைக்கறே...”

“ஏம்ப்பா... இதே இடத்துல ஒரு ஆம்பிளை இருந்தா, நீ இப்படிக் கேப்பியா?”

“அவனையும் நான் சந்தேகப்படுவேன். தனியா இங்க எப்படி இருக்க முடியும்னு ஒரு கேள்வி இருக்குல்ல?”

“இதை அவ வந்தா அவகிட்டையே கேளேன். என்ன சொல்றான்னு பார்ப்போம்.”

“கேக்கத்தான் போறேன். போகட்டும். இன்னிக்கு நம்ம வேலை என்ன? எங்க போகப் போறோம். எதை ஆராயப் போறோம்.”

“நீயே சொல்லேன்.”

“காட்டுக்குள்ள ஒரு ஃபுல் ரவுண்ட் வருவோம். அதிகமான காட்சிகளை போட்டோ எடுப்போம். சித்தர்கள் கண்ணுல பட்டா பேட்டி எடுப்போம்”

“இதெல்லாம் யூஷிவல் விஷயங்கள் கண்ணன். நாம வந்திருக்கிறது இவைகளுக்காக மட்டுமில்ல...”

“அப்ப நீயே சொல்லு... இதுங்களுக்காக இல்லைன்னா, வேற எதுக்காக.”

“நீ அந்த பொன்னியை அப்படியே ட்ராப் பண்ணிட்டு பேசறே...”

“ஆமா... அவளை தான் நேத்து ஃபாலோ பண்ணோமே. அவகிட்ட போய் ஏதாவது பேசினா நீ தொங்கப் போறேன்னு என்னைப் பார்த்து மிரட்டலா சொல்றா... இதுல அவகிட்ட நாம பேச என்ன இருக்கு?”

“அப்ப நீ அவளை நினைச்சு பயப்பட ஆரம்பிச்சிட்டேன்னு சொல்லு...”

“ஷாலி... என்ன... என்னை ஆழம் பாக்கறையா?”

“அப்ப அவளோட சக்திக்கு எது காரணம்னு கண்டுபிடிக்கறத பத்தி பேசுவோம்.”

“சக்தியும் இல்ல. ஒரு புடலங்காயும் இல்ல. சில வாரங்களுக்கு முந்தி ஜூனியர் விகடன், குமுதம் ரிப்போர்ட்டர்லாம் படிச்சியான... ஒரு கிராமத்துல இரண்டு பெண் குழந்தைங்க கண்ணுல இருந்து பூவா வருதாம். ஊரே அவங்கள சாமின்னு விழுந்து கும்பிட ஆரம்பிச்சிடிச்சு. அப்புறமா கிட்ட போய் நோண்டிப் பார்த்தா, அவ்வளவும் ஊரை ஏமாத்த போட்ட வேஷம். அந்த பொண்ணுங்களை சாமியாக்கி, அவங்கள ஒரு மரத்தடில உக்காத்தி வெச்சு, அந்த மரத்தடியையும் சுத்தி உள்ள இடத்தையும் அபகரிக்க அந்த பொண்ணுங்களோட சொந்தங்க போட்ட திட்டம் அதுன்னு தெரிய வந்தது. இந்த பொன்னி விஷயத்தையும் நான் அப்படித்தான் நினைக்கறேன்.”

“அப்ப அவ சொன்ன மாதிரி மட்டும் எப்படி நடக்குது?”

“அப்படி என்ன நடந்துடுச்சுன்னு பேசறே?”

“என்வரைல அவ சொன்ன அவ்வளவும் நடந்திருச்சு”

“அது அவளோட ஆட்கள் திட்டமிட்டுச் செய்த ஒரு செயலா இருக்கலாம் இல்லையா?”

“சரி... முடிவா என்ன சொல்ல வர்றே.”

“நான் ஒண்ணும் சொல்லலை. நீ தான் உதவி ஆசிரியர். நான் உன்கூட துணைக்கு வந்திருக்கற போட்டோகிராபர். நீயே முடிவு செய்.”

கண்ணன் சலிப்போடு படுக்கையை விட்டு எழுந்தான். சோம்பல் முறித்தான். அப்படியே கூரை உள் சரிவில் மூங்கில் முனை ஒன்றில் கழட்டி மாட்டியிருந்த சட்டை பாக்கெட்டில் இருந்து சிகரெட் ஒன்றை எடுத்து பற்ற வைக்க ஆரம்பித்தான்.

“காலங்காத்தால ஆரம்பிச்சிட்டியா?”

“நான் சிகரெட் பிடிக்க ஆரம்பிச்சு பல வருஷம் ஆச்சு ஷாலு...”

“ஜோக்கடிக்கறியா...”

“நான் தம்முல்ல அடிக்கறேன்...”

“போதும் வெளியே போய் பிடி. இந்தப் புகையே எனக்குப் பிடிக்காதுன்னு தெரியும்ல.”

“அதெல்லாம் சும்மா. ஒரு சிகரெட்டை பத்த வெச்சு இழுத்துப் பாரு. சும்மா கும்முன்னு இருக்கும். எனக்கு தெரிஞ்சு மெட்ராஸ்ல எத்தனை பெண்கள் இப்ப செயின் ஸ்மோக்கர் தெரியுமா?”

பதிலுக்குப் பதில் என்று சொல்லிக் கொண்டே குடிசை வாசலுக்குச் சென்றான். வெளியில் பொழுதும் பொலபொலவென்று விடிய ஆரம்பித்து விட்டிருந்தது. பனிப் பொழிவும், அவன் சிகரெட் புகையும் ஒரு நல்லகட்சியும் ஜாதிக்கட்சியும் கூட்டணி கண்டது போல கூடிக் கலந்தது. அவனும் ரசித்தான். இழுத்து மூச்சு விட்டான்.

கலகலவென்று அருகாமையில் அருவி நீர் ஓடும் சப்தம் கேட்டது. சிறுநீர் கழித்துவிட்டு வாய் கொப்பளிக்க அது வசதியானது என்று தோன்றவே நடந்தான்.

பற்களில் ஈரப் பொசிவு.

வெறும் கால்களைக் குளிர் கவ்வியது.

காற்றில் ஒருவித பச்சை வாசம் வேறு நிலவியபடி இருந்தது.

எல்லாமே அவனுக்கு மிகப் பிடித்திருந்தது.

அப்படியே ஒரு புதர் ஓரமாக மறைந்தான்.

சில நிமிடங்களுக்குப் பிறகு அங்கு திரும்ப வெளிப்பட்டான். கலகலவென அரட்டைப் பெண் கூட்டம் போல வரும் அருவி பாய்ச்சலில் போய் கால் வைத்தான். உள் பாதத்தில் இருந்து உச்சி மண்டைக்கு ஒரு மின்னோட்டம் ஏற்பட்டது போல் இருந்தது. விரல்களால் பற்களை உழற்றி விட்டு வாய் கொப்பளித்தான்.

தண்ணீரிடம் ஒரு அற்புத சுவை. சில கவளங்கள் விழுங்கினான். அப்படியே முகம் கழுவிக் கொண்டு திரும்பியவன் ஒருவித புகை மூட்டத்தை அங்கிருந்து பார்த்தான்.

யாரோ எங்கோ தீ மூட்டுவதன் எதிரொலி.

யாராக இருக்கும்?

புகை வந்த திக்கு நோக்கி நடந்தான். இடையீடு செய்த புதர்களில் புகுந்தவன் அதன் பின் கண்ணுக்கே தெரியவில்லை.

☆☆☆

குடிசைக்குள் ஈரப் புடவையும் இடுப்பில் பானை நீருமாக நுழைந்து கொண்டிருந்தாள் தமயந்தி. அவள் எதிரில் ஷாலினி மூச்சைப்பிடித்தபடி யோகப் பயிற்சி செய்து கொண்டிருந்தாள். அவளைப் பார்க்கவும் தமயந்திக்குக் குப்பென்று சிரிப்பு வந்தது. அது ஷாலினியையும் கலைத்தது. கண் விழித்தாள்.

"என்னம்மா... இந்த மலை சாமியாருங்க மாதிரியே மூக்கைப் பிடிச்சுகிட்டு ஏதேதோ பண்ணிகிட்டிருக்கே?"

"இது யோகப் பயிற்சி. சாமியாருங்க தான் பண்ணணும்னு இல்லை..."

"அப்படியா... ஆமா உங்களுக்கு இதை யார் சொல்லிக் கொடுத்தாங்க."

"என்ன தமயந்தி நீ... சிட்டில இதுக்குன்னு எவ்வளவு ட்ரெய்னிங் சென்டர்கள் முளைச்சிருக்கு தெரியுமா?"

"இதுக்கெல்லாமுமா ட்ரெய்னிங்"

"இன்னிக்கு அமெரிக்காவில் கூட கம்ப்யூட்டர் தெரிஞ்சவனுக்குப் பெரிய மதிப்பு கிடையாது. யோகாசனங்கள் தெரிஞ்ச சாமியார்னா அந்த நாடே கால்ல விழுது."

"சரிதான்... ஆமா எங்க உன்கூட வந்த அந்த மன்மதன்?"

தமயந்தியிடம் கிண்டலும் நன்றாகவே வெளிப்பட்டது.

“யார் கண்ணனைக் கேட்கறியா?”

“ஆமாம்... தனியா எங்கையாவது போய் வம்புல மாட்டிக்க போறாப்படி...”

“வம்புலன்னா... எந்த மாதிரி?”

“இந்த மலைல ஒரு மரத்துல சின்னதா குச்சி ஒடிக்கக் கூட பயப்படுவாங்க. பதிலுக்கு நம்மளை ஒடிச்சிடும்னு மனசு கிடந்து தவிக்கும். அதேமாதிரி எங்க எந்த சாமியார் தவம் செய்துகிட்டிருப்பார்னே சொல்ல முடியாது. பாம்புதேளை பார்த்தா கல்லால அடிக்க நினைக்கறது கூட பெரிய ஆபத்துல முடியும்”

“இதெல்லாம் சும்மா நம்பிக்கைதானே?”

“அதான் இல்ல... நான் சொல்ற விஷயங்களுக்குப் பின்னால நிறையவே உண்மைங்க இருக்குது.”

“என்ன உண்மையோ... அதையெல்லாம் புரிஞ்சிகிட்டு பத்திரிகைல எழுதணும்கறதுதான் என் நோக்கம். யார் வந்து எல்லாத்தையும் புரிய வைக்கப் போறாங்களோ தெரியலை.”

“பல வருஷமா இங்க குப்பை கூட்ற எனக்கே முக்காலே மூணு வீசம் விஷயம் புரியலை. நீங்கல்லாம் ஒரு நாலு நாள் தங்கி இருந்துட்டு புரிஞ்சிக்க ஆசைப்பட்டா, அது நடக்கற காரியமா என்ன?”

“அதுவும் வாஸ்தவம் தான். இருந்தாலும் ஒரு பத்திரிகையாளன் பார்வைக்கும் உன் போன்ற கிராமத்துப் பெண்களோட பார்வைக்கும் நிறையவே வித்தியாசம் உண்டு. நாங்க எக்ஸ்ரே பார்வை உடையவங்க...”

ஷாலினி கொஞ்சம் கர்வப்பட்டுக் கொண்டாள்.

அதற்கு தமயந்தி சிரித்த பதில் சிரிப்பில், சொல்ல முடியாதபடி ஏராளமான அர்த்தங்கள். ஷாலினி அந்தச் சிரிப்பைக் கவனிக்காமல் தன் பேக்கில் இருந்து பேஸ்ட்டும், பிரஷ்ஷும் எடுத்து பல் விளக்கத் தொடங்கினாள்!

❋ ——————— ❋

அத்தியாயம் 38

கால நேரங்கள் அவற்றின் அடையாளங்களுக்கு அடிப்படை சூரிய சந்திரர்கள் என்பதும், அதிலும் சந்திரன் வளர்ந்து தேயும் நிலைதான் பிரதான காரணம் என்பதும் உலகறிந்த உண்மை. இந்தக் காலத்தின் பெருத்த அளவைக் குறிக்க வருடம் என்கிற வார்த்தையும் இதனினும் பெரிய அளவைக் குறிக்க யுகம் என்கிற வார்த்தையும் பயன்படுத்தப்படுகிறது. குறைந்த அளவு 'நொடி' என்கிற ஒன்றாலே குறிக்கப்படுகிறது. இனி அதன் விபரங்களை சிவபுராணம் எப்படிக் கூறுகிறது என்று பார்ப்போம்.

அறுபது நொடிகள் ஒரு நிமிடம்
பதினைந்து நிமிடங்கள் கொண்டது ஒரு காஷ்டை
பதினைந்து காஷ்டை கொண்டது ஒரு கலை
முப்பது கலைகள் கொண்டது ஒரு முகூர்த்தம்
முப்பது முகூர்த்தம் கொண்டது ஒரு திதி
முப்பது திதி கொண்டது ஒரு மாதம்
இது கிருஷ்ண பட்சம், சுக்கில பட்சம் என்று இருவிதமானது.
இரண்டு மாதம் கொண்டது ஒரு ருது
மூன்று ருதுக்கள் கொண்டது ஒரு அயனம்
இரண்டு அயனங்கள் கொண்டது ஒரு வருடம்

இதெல்லாம் மானிடர்களுக்கான கால அளவைகள். தேவர்களுக்கும் பித்ருக்களுக்குமான கால அளவுகள் வேறு. அவை?

வாட்சர் கோவிந்தன் டீ போட்டுக் கொண்டிருந்தான். அதன் வாசம் பல் விலக்கிவிட்டு வந்து அமர்ந்திருக்கும் பாண்டியனையும், பாலுவையும் சொக்கவிட்டுக் கொண்டிருந்தது. முதல்நாள் இரவு தங்குவது எங்கே என்பதிலேயே கவனம் போய் விட்டதால் சாப்பிடுவதைப் பற்றி நினைக்கவே வழியில்லாமல் போய்விட்டது. எனவே பசிவேறு அவர்கள் அடி வயிற்றில் கபடி விளையாடிக் கொண்டிருந்தது.

ஆபீசர் ஜனார்த்தனன் தினமும் காலை வேளையில் ஜாகிங் போகும் பழக்கமுடையவர் என்பதால் ஜாகிங் போயிருந்தார். கோவிந்தனும் டீயை அழுக்கான கண்ணாடி தம்ளரில் ஊற்றி எடுத்து வந்து நின்றான். ஆவி பறந்த மேல் பாகத்தைப் பார்க்கும் போதே வாயில் எச்சில் ஊறியது.

நன்றியோடு வாங்கிக் கொண்டார் பாண்டியன். பாலு வாங்கின நொடியே பாதி டீயை விழுங்கி விட்டான்.

“சார், சார், சுடப்போகுது” கோவிந்தன் கத்தினான்.

“நான் நெருப்பையே அப்படியே விழுங்குவேன்...” என்று பதிலுக்குச் சிரித்தான் பாலு.

“அப்புறம்... இன்னிக்குக் காட்டுக்குள்ள போகப் போறேன்னு சொல்லுங்க”

“அதுக்கு தானே வந்துருக்கோம்...”

“எனக்கென்னவோ நம்பிக்கையில்லை...”

“எதனால அப்படி?”

“நான் பதினைஞ்சு வருஷமா இந்த மலைக் காட்டுலதான் இருக்கேன். அங்கங்க சில சாமியாருங்க கண்ணுல படுவாங்க. காணியர்னு ஒருமலை ஜாதிக் கூட்டம் அப்பப்ப கண்ணுலபடும். மத்தபடி யாரையும் நான் பார்த்ததில்லை.”

“அப்படியா?”

"நான் எதுக்குங்க பொய் சொல்லணும். நான் தெரியாமத்தான் கேக்கறேன். இது என்ன சைனா பார்டரா, இல்ல பாகிஸ்தான் பார்டரா... யாராச்சும் காணாம போனா கண்டுபிடிக்கிறது கஷ்டம்கறதுக்கு"

கோவிந்தன் சொல்வதில் ஒரு நியாயம் இருப்பதாகத்தான் பாலுவுக்குத் தோன்றியது. அது அவன் முகத்தில் கவலையாகப் பரவியது. பாண்டியன் இதுதான் சமயம் என்று போலீஸால் தன் வசம் வழங்கப்பட்ட சிவசாமி, மோகன், பழனிவேல் ஆகியோரது கைப்படத்தைத் தன் பாக்கெட்டில் இருந்து எடுத்துக் காண்பித்தார்.

"இவங்கள கூட நீங்க இந்தக் காட்டுல பார்த்ததில்லையா?"

பாண்டியன் கேட்க, கோவிந்தன் அந்தப் புகைப்படங்களில் கூர்மையான பார்வையைச் செலுத்தியவன் சிவசாமி, மோகன் புகைப்படத்தை மட்டும் திரும்பத் திரும்ப பார்த்தான்.

"என்னண்ணே... இவங்கள பார்த்திருக்கீங்களா?"

"இந்த இரண்டு பேரை கிட்டத்தட்ட சாமியார் கோலத்துல நான் பல தடவை பார்த்திருக்கேன். என்னைப் பார்த்தா மரியாதையா சிரிப்பாங்க. கையைத் தூக்கி ஆசீர்வாதம்லாம் பண்ணுவாங்க..."

"அப்ப மீதி இரண்டு பேர்?"

"இல்ல. இவங்கள தான் நான் பார்த்துருக்கேன்"

கோவிந்தன் பதிலில் ஒரு பிடி கிடைத்தது போன்ற திருப்தி பாண்டியனுக்குள் ஏற்பட்டது.

"ஆமா இவங்களையும் நீங்க பார்க்கணுமா?"

"நிச்சயமா... பாலு அப்பா மட்டும் என் குறியில்ல. இவங்களும்தான்."

"ஆமாம்... ஒருத்தர் சித்த வைத்தியர். ஒருத்தர் பேராசியரியர், ஒருத்தர் தொழிலதிபர், ஒருத்தர் தமிழ் வாத்தியார்..."

"அப்ப இந்தக் காட்டுக்கு எதுக்கு வந்தாங்க... சன்யாசம் வாங்கிக்கவா?"

“அதை எல்லாம் அவங்கள பார்த்து, கேட்டு இனிமே தான் தெரிஞ்சுக்கணும்.”

“சரி... வந்துட்டீங்க உள்ள போய்ட்டு வாங்க. எது நடக்குதோ நடக்கலையோ அருவில குளிச்சா உடம்பு சூடு அடங்கும். இந்த மலைக் காத்துக்குக் கொஞ்ச காலமாவது வியாதிங்க வராம இருக்கும்...”

கோவிந்தன் இறுதியாக வழிவிட்டான். பாலுவும் பாண்டியனும் ஜனார்த்தன் வருமுன் புறப்படுவது நல்லது என்று தங்கள் தேடலுக்குத் தயாராயினர்.

பாண்டியன் ஞாபகமாக கேமரா, துப்பாக்கி, கத்தி, செல்போன், அமிர்தாஞ்சன், ரோஜாபாக்கு பொட்டலம், அனாசின் என்று முக்கியமானவைகளை உடம்பு முழுக்க உள்ள பாக்கெட்டுகளில் அடக்கிக் கொண்டார். பாலுவும் தன் தேவைக்குச் சிலவற்றை எடுத்துக் கொண்டான்.

முதுகில் ஒரு தோல்பை! அதனுள் சால்வை, ரப்பர் தலையணை, பேரீச்சம்பழம் என்கிற சில ஐட்டங்கள்.

இருவரும் கிளம்பி விட்டனர்.

தமயந்தி குடிசையில் ஷாலினிக்கு இருப்பு கொள்ளவில்லை. கண்ணன் போன வழியையே பார்த்துக் கொண்டு உட்கார்ந்திருந்தாள். மணி ஒன்பதை நெருங்கி விட்டிருந்தது. சுமாராக அறுமணி அளவில் குடிசையை விட்டு வெளியேறியவன் இன்னமும் வந்திருக்கவில்லை. தமயந்தி அடுப்பில் உப்புமா கிண்டிக் கொண்டிருந்தாள். அவளிடம் எந்திரத்தனமாய் ஒரு செயல்பாடு. ஷாலினி எழுந்து வெளியே சென்று நின்றாள். பின் உள்பக்கம் திரும்பி தமயந்தியைப் பார்த்து, “நான் இந்த கண்ணனைப் போய் தேடிப் பார்க்கறேன்.” என்றாள்.

“அட ஆமால்ல... இவ்வளவு நேரமா அந்த ஆள் எங்க போயிருப்பாரு?”

“அதான் கவலையாயிருக்கு தமயந்தி.”

“ஒருவேளை மதிமயக்கி வனம் பக்கம் போய்ட்ப்படியா?”

“அப்படின்னா?”

“இந்த சிவன்மலை மதிமயக்கி வனம்னு ஒரு பகுதி உண்டு. காக்கா குருவிகூட அந்தப் பக்கம் போக பயப்படும். விபரம் தெரியாம யாராவது அந்தப் பக்கம் போனா, தங்களையே மறந்து போய் அந்தக் காட்டுக்குள்ளேயே தங்கிடுவாங்கன்னு கேள்விப் பட்டிருக்கேன்.”

தமயந்தி பீதியை மூட்டினாள்.

“அது என்ன பக்கத்துலையா இருக்கு?”

“அதுக்கு அஞ்சுமைல் தூரம் நடக்கணும். இவ்வளவு நேரம் உன் ஆள் வராததனால நான் சந்தேகப்பட்டு அப்படிச் சொன்னேன்...”

“போதும் தமயந்தி பயமுறுத்தாதே. கண்ணன் அவங்க அப்பா அம்மாவுக்கு ஒரே பையன். அவன் மட்டும் இங்க உன் அப்பா மாதிரி காணாம போனா அவ்வளவுதான். அவங்கப்பா அம்மாவுக்கு என்னால பதில் சொல்ல முடியாது.”

“அட என்னம்மா நீங்க. உடனேயே அவர் காணாமலே போய்ட்ட மாதிரி முடிவு பண்ணா எப்படி... போய் தேடிப் பாருங்க. நீங்க காணாம போயிடப் போறீங்க கவனம்.”

தமயந்தி சாதாரணமாகப் பேசுகிற மாதிரியே நிறையவே பயமுறுத்தினாள். ஷாலினிக்கு அப்போதே முகமெல்லாம் வெளிறிவிட்டது. அவசர அவசரமாக ஜீன்ஸ்பேண்ட், டிஷர்ட் என்கிற உடுப்புக்கு மாறியவள் ஞாபகமாக செல்ஃபோனையும் எடுத்து இடுப்புச் சதுக்கத்திதல் அடக்கிக் கொண்டு புறப்படத் தயாரானாள்.

“உப்புமா சாப்ட்டு போங்க...” என்று ஒரு மண்சட்டியில் தமயந்தி கிண்டித் தந்ததை அவசரம் அவசரமாக அள்ளி வாயில் போட்டுக் கொண்டு அவளும் அந்த வானந்தரத்துக்குள் காலை வைத்தாள்.

ஒரு பெரிய மருதமரத்தைக் கடந்து அவள் போகையில் மேலே மரக்கிளை ஒன்றில் சுருண்டு படுத்திருந்த பரணி அப்படியே நிமிர்ந்து பார்த்தான். இன்னொரு புதிய உருவம்... அவனுக்குள் கோபக்கனல் வீச ஆரம்பித்தது. அப்படியே மரத்தின் மேல் இருந்து ஒரு கயிற்றுத் துண்டு அறுந்து விழுவது போல கீழே விழுந்தவன் ஷாலினியைப் பின்தொடரத் தொடங்கினான்.

தமயந்தியும் அவள் குடிசையைவிட்டு ஒரு தாம்புக் கயிற்றுடன் விறகு வெட்டிக் கொண்டு வருவதற்குத் தோதாக கிளம்பி விட்டாள். இடுப்பில் வெட்டுவாளை சினிமாபட ரவுடிகள் போல செருகியிருந்தாள். அவளுக்கே உரிய நடை! அவள் நடந்து செல்லும் பாதையும் கூட வித்தியாசமாக இருந்தது. எல்லோரும் செல்லும் தடத்தில் செல்லாமல் அவள் சில மரங்களை அடையாளமாக வைத்து பாம்புபோல வளைந்து வளைந்து எங்கே போகிறாள் என்று தெரியவில்லை. வழியில் அங்கங்கே நிறைய சுள்ளிகள் காய்ந்த மரக்கிளைகள் கிடந்தன. ஆனால் அவைகளை அவள் லட்சியம் செய்யாமல் நடந்தாள்.

அவளது நடையும் சிவன்மலைக்கு வரும் வாகனங்களுக்குக்கான தார்ச்சாலையில் வந்து முடிந்தது.

சாலை எப்போதும் போல வெறிச்சோடி காணப்பட்டது. சாலையின் இருமருங்கிலும் அந்த நாளில் வைத்து வளர்க்கப்பட்ட புளிய மரங்கள்.

ஒரு புளிய மரம் அசுரன் ஒருவனின் முகம் போலவே காட்சி தந்தது. அதன் அடிப்பாகமும், கிளை பாகமும் முடிச்சு விழுந்து கண்டு கண்டாக இருந்தது. புளிய மரங்களில் இடி விழுந்து பெரிய துவாரங்கள் ஏற்பட்டிருந்தது. பெருமழை காலங்களில் அதில் மழை நீர் விழுந்து தேங்கிவிடும். அந்த நீரை சில பாம்புகள் தேடிவந்து குடிக்கும். மலைப் பாம்புகளுக்கோ அந்த நீர்கொண்ட பொந்து ஏ.சி. அறை போன்றது. உள்ளிறங்கி முதலை மூக்கை மட்டும் நீள்மட்டத்துக்கு மேல் வைத்துக் கொண்டிருப்பது போல முகத்தைத் தூக்கிக் கொண்டு படுத்துவிடும்.

அப்படி ஒரு புளிய மரத்தடிக்கு வந்தவள் சுற்று முற்றும் பார்த்தாள். பின் அந்தப் பொந்துக்குள் கையை விட்டவள் அதிலிருந்து ஒரு மரப்பெட்டியை வெளியே எடுத்தாள். பெட்டியைத் திறந்தபோது உள்ளே செல்போன் ஒன்றும், அது எப்பொழுதும் பேட்டரி ஒன்றுடன் சார்ஜாகிக் கொண்டிருப்பதும் தெரிந்தது. செல்போனை மட்டும் கையில் எடுத்தவள் அதன் திரையில் சேமிக்கப்பட்டிருக்கும் செய்திகளை வரிசையாக வாசிக்கத் தொடங்கினாள்.

'சுவாமிஜி ஆஸ்திரேலிய சுற்றுப் பயணத்தை முடித்து விட்டு புறப்பட்டு விட்டார்.' என்ற ஒரு செய்தி.

'சிவன்மலையில் சொர்ண ரகசியத்தைத் தேடிக்கொண்டு புதிதாக இருவர்...' என்று இன்னொரு செய்தி. அதைப் பார்த்து முடித்தவள் உடனேயே ஒரு குறிப்பிட்ட எண்ணுக்குத் தொடர்புகொள்ள ஆரம்பித்தாள். மறுபக்கமாய் ஜெகதீஷ், என்பவன் வசப்பட்டான்.

"ஜெகதீஷ்"

"சொல்லு தமயந்தி."

"என்வரைல எந்த முன்னேற்றமும் இல்லை. எந்தப் பின்னேற்றமும் இல்லை..."

"இதைச் செல்லத்தான் கூப்டியாக்கும்?"

"சரி... இனி எதாவது தெரியவந்தா மட்டும் கூப்பிட்றேன். போதுமா?"

"கோவிச்சுக்காதே. சுவாமிஜி உன்னைப்பத்தி ரொம்பவே கேட்டார். நீ அந்தக் காட்டுக்குப் போய் கிட்டத்தட்ட மூணு வருஷம் முடியப்போகுது. ஒரு துரும்பைக் கூடவா உன்னால கண்டறிய முடியல..."

"ஜெகதீஷ்... இது சாதாரணக் காடு இல்ல. சித்தர்கள் ஒண்ணும் பாம்பே, சென்னைல வாழற மக்கள் கூட்டம் மாதிரி இல்லை."

“இதையே எத்தனை தடவை சொல்வே தமயந்தி”

“நான் இவங்களால எந்தப் பாதிப்புக்கும் ஆளாகாம இங்க இவ்வளவு நாள் காலம் கடத்தியிருக்கறதே பெருசு.”

“சரி... சரி... சீக்கிரமா நல்ல செய்தியோட போன் பண்ணு.”

“பண்றேன். இப்பதான் ஒரு இரண்டுபேர் கெஸ்ட்டா வந்து தங்கியிருக்காங்க.”

“கவனம்... அன்னியர்கள்கிட்ட பழக்கம் வேண்டாம்.”

“அப்படி இருக்க முடியலை. வந்திருக்கறவங்க பத்திரிகைகாரங்க. என் கண்ணுக்குப் படாதது அவங்க கண்ணுக்குப் படலாம் இல்லையா?”

“பைத்தியக்காரி... அதுல ஒருத்தன் கண்ணுக்கு நம்ம ஆட்களோட விஷயம் தெரிஞ்சு போச்சு”

“அப்படியா... அதான் அவனைக் காலையில காணலையா?”

“ஆமாம்... உண்மை தெரிஞ்ச நிலைல அவனை உயிரோட விடக் கூடாதுன்னு சொல்லிட்டேன்”

“போச்சுடா... அப்ப அவன் காலியா...”

“நிச்சயமா... அவன்கூட வந்த பொண்ணும் நம்மளை நெருங்கற மாதிரியோ இல்லை நம்மைப் புரிஞ்சுக்கற மாதிரியோ இருந்தா அவளை நீ போட்டுத் தள்ளிடு”

“அவளைப் பத்தின கவலை உனக்கு வேண்டாம் ஜெகதீஷ்”

“சரி... சுவாமிஜி வந்தவுடன் பேசறேன். நீயும் பேசு. கவனம்.”

“சரி நான் பார்த்துக் கொள்கிறேன்.”

செல்போனை அணைத்து திரும்ப சார்ஜரில் போட்டு மரப்பெட்டிக்குள் வைத்து பெட்டியைத் தூக்கி மரப்பொந்துக்குள்ளும் வைத்துவிட்டுத் திரும்பி நடக்கத் தொடங்கினாள்.

அவளுக்கு நேர் எதிர்த் திசையில் காட்டுப் பகுதிக்குள் பாலுவும் பாண்டியனும் உற்று உற்றுப் பார்த்தபடி நடப்பவர்கள்,

ஒரு இடத்தில் மோசமாக துர்வாடைக்கு ஆளாகி மூக்கைச் சிணுப்பிக் கொண்டனர்.

“சார்... என்ன சார் இது கெட்ட வாசைன...”

“தெரியல... பக்கத்துல அனேகமா எதாவது மிருகம் செத்துக் கிடக்கலாம்...”

பாண்டியன் பதிலோடு மூச்சைப் பிடித்துக் கொண்டு ஒரு புதரை விலக்கவும் அவருக்கும் பகீர் என்றது.

இறந்து கிடப்பது மிருகமல்ல ஒரு மனிதன்!

அதுவும் ஒரு மரக்கிளையில் கயிறு ஒன்றில் தொங்கியபடி! இறந்து பலநாட்கள் மாதங்கள் ஆகியிருக்க வேண்டும் என்பது பாதி எலும்பும் பாதி நைந்த தோலுமாய் தெரிவதிலேயே பாண்டியனுக்குப் புரிந்துவிட்டது. பேண்டும் சட்டையும் உடம்பின் மாமிசத்தோடு ஒட்டிக் காய்ந்து புழுக்கள் அந்தக் காட்சி வயிற்றைப் புரட்ட வைத்தது. பாண்டியன் மூக்கைப் பிடித்துக் கொண்டே அந்தக் காட்சியை ஆராயத் தொடங்கினார்.

சட்டைப் பாக்கெட் சற்றுக் கனமாக இருந்தது.

அதனுள் சில காகிதங்கள்...!

பாண்டியன் தன் மூக்கை கர்ச்சிப்பால் மூடிக்கொண்டு, அந்தக் காகிதங்களை வெளியில் எடுத்தார். அதில் சில பஸ் டிக்கெட்டுகள், கூடவே டிரைவிங் லைசென்ஸ் ஒன்று. லைசென்ஸ் புகைப்படத்தில் ரத்தக்கற்றை ஊறிப் பரவியிருந்தது. பெயர், முகவரி என்று எல்லாமே ரத்தப் பரவலில் நொதிந்து போயிருந்தன. நல்ல வேளையாக லைசென்ஸ் எண்ணும், வருடமும் அந்த சட்டையின் தலை பாகத்தில் முதல் வரிசையில் இருந்ததால், அவை மட்டும் தப்பித்து விட்டிருந்தன. பாண்டியனுக்கு அதைக் கொண்டே யார் என்று கண்டுபிடித்து விடமுடியும் என்று தோன்றியது. அப்படியே அங்கிருந்து மெல்ல பின்னுக்குச் சென்று அந்த இடத்தை விட்டே விலக ஆரம்பித்தார். பாலுவும் அவரை வேகமாகப் பின்தொடர்ந்தான். ஒரு நூறு அடி தூரம்

வரை சென்ற நிலையில் ஒரு மரத்தடியில் இருவரும் தேங்கி நின்றனர்.

பாண்டியன் முகத்தில் பலவிதமாக எண்ணப் போக்குகள்.

"என்ன பாண்டியன் சார்...?"

"ரொம்ப அமைதியான மலைன்னு பாரெஸ்ட் ஆபீசர் ஜனார்த்தனன் சொன்னதுக்கு நேர் எதிரான காட்சியை நாம் பார்த்துருக்கோம். அதான் யோசிக்கிறேன்."

"கோரமான காட்சி சார்... இவங்க சாக இந்தக் காடுதானா கிடைச்சிச்சு?"

"அவன் யாருங்கறது இப்பவே நாம சென்னைக்குப் போனா தெரிஞ்சிடும்."

"என்ன சார் சொல்றீங்க. நாம அப்ப சென்னைக்குத் திரும்பப் போறோமா?"

"பைத்தியக்காரா... செத்தவன் சும்மா சாகலை ஒரு க்ளூ கொடுத்துட்டுத்தான் செத்துருக்கான்னு சொல்ல வந்தேன்..."

"என்ன சார் அது?"

பாண்டியன் டிரைவிங் லைசென்ஸைக் காட்டினார்.

"ஒரு வேளை இவன் தற்கொலை பண்ணிகிட்டானோ?"

"கயித்துல தொங்கறத வெச்சு பார்த்தா அப்படித் தெரியல..."

"அப்படின்னா?"

"கொலை செய்யப்பட்டு தொங்கவிடப் பட்டிருக்கிறான்."

"போலீஸ் கண்ணுலபடும்கற பயமே இல்லையா?"

"யாருக்கு?"

"கொலை செய்தவங்களுக்கு..."

"இங்க எங்க இருக்கு போலீஸ்..."

"அப்ப தொங்கவிடப்பட்ட நோக்கம்?"

“மிருகங்கள் வந்து சாப்பிடட்டும்னு இருக்கலாம்.”

“மிருகங்கள் வந்து சாப்பிடணும்னு நினைச்சா பேசாம தரைல ஒரு புதர்ல இழுத்து போட்டுட்டுப் போகலாமே... இப்படியா தொங்க விடுவாங்க?”

பாலுவும் புத்திசாலித்தனமாகக் கேள்வி கேட்டான். பாண்டியன் அதை வெகுவாக ரசித்தார்.

அவனையும் கண்களில் ஒருவித பளபளப்போடு பார்த்தார்.

“என்ன சார்... நான் தப்பா எதுவும் கேட்டுட்டேனா?”

“இல்ல பாலு... இப்படித்தான் யோசிக்கணும். நீயும் யோசிக்க ஆரம்பிச்சிட்டே...”

“அப்ப தொங்கவிட்டதுக்குக் காரணம் என்னவா சார் இருக்கும்?”

“அனேகமா இது ஒரு எச்சரிக்கையா இருக்கலாம்”

“எச்சரிக்கையா... யாருக்கு சார்?”

“இறந்தவனைச் சேர்ந்தவர்களுக்கு... அப்புறம் போலீசுக்கு... அப்புறம இந்தக் காட்டுல இருக்கறவங்களுக்கு... சொல்லிக்கிட்டே போகலாம்...”

“அப்ப கொலை செய்தவங்க பயங்கரமான ஆட்களா இருக்கணும்.”

“நிச்சயமா...”

“இப்படி ஒரு பயங்கரம் நிலவர மலையில எங்கப்பா...”

“என்ன சொல்ல வர்றே... உன் அப்பாவுக்கும் ஏதாவது ஆயிருந்தா என்ன பண்றதுன்னுதானே?”

பாலுவின் தலை ஆடியது.

“பாலு... நீ பயப்பட ஆரம்பிச்சிட்டேன்னு நினைக்கறேன்...”

“ஆமாம் சார்... இந்த மாதிரி காட்சிகளைப் பார்க்கும்போது, எப்படி சார் பயப்படாம இருக்க முடியும்...”

"பயந்தா எதுவும் செய்ய முடியாது. பேசாம திரும்பிப் போய் நீ மெக்கானிக்கா உன் வேலையைப் பார். நான் என் டிடெக்டிவ் வேலையைப் பாக்கறேன். அப்பாவைக் கண்டுபிடிக்கறது, அக்காவுக்கு மருந்துன்னு எல்லா விஷயங்களும் அடிபட்டுப் போயிடும் பரவாயில்லையா?"

"சார்ர்ர்..."

"என்ன சார்... எப்பவும் எதையும் பாஸிடிவா பார்..."

"சரி சார்... எனக்கு நீங்க இருக்கும்போது என்ன சார் பயம்..."

"ஒரு நிமிஷம்."

பாண்டியன் அவனைத் தேற்றிவிட்டு திரும்ப அந்தத் தொங்கிக் கொண்டிருந்த பிணத்தை நோக்கி நடந்தார். கைகள் பாக்கெட்டில் இருந்த காமிரா செல்போனை எடுத்திருந்தன. பாலுவுக்குப் புரிந்துவிட்டது!

* ——— *

அத்தியாயம் 39

காலத்தை அடையாளப்படுத்த பெரிதும் உறுதுணையாக இருந்தது, இருப்பது சந்திரன் தான். இதன் ஒளிபடும் நேரம், தூரம் இதை வைத்தும் அன்றாட சூரிய உதயாதி காலங்களை வைத்தும் தான் திதிகள் ஹோரைகள் கண்டறியப்பட்டன.

ஒரு தேர்ந்த வானவியல் சாஸ்த்திர நிபுணரை மாதக் கணக்கில் மயக்க நிலையில் இருக்கச் செய்து பின் மயக்கம் தெளிவித்து அவரிடம் அன்றைய தினம் என்ன கிழமை என்றும், அன்று என்ன தேதி என்றும் கேட்டால் பிழை இல்லாமல் எந்த காலண்டரையும், கெடிகாரத்தையும் பாராமலே கூறிவிடுவார். அவர் சூரியனையும் சந்திரனையும் பார்த்தே கிழமை முதல், தேதி வரை கண்டுபிடித்து விடுவார்.

சூரியக் கதிர் சந்திர ஹோரையில் முதலில் விழுந்தால் அன்று திங்கள்கிழமை. வானில் சூரியன் கிழக்கில் நடுமையத்தில் இருந்தாலோ அல்லது இட வலமாக எவ்வளவு தூரத்தில் இருக்கிறது என்பதைத வைத்தோ தமிழ் மாதமான தை, மாசி, பங்குனி என்று ஒரு மாதத்தை அனுமானித்து அப்படியே சந்திரனின் நிலையை இரவில் கவனித்து வளர்பிறை தேய்பிறை என்பதை முதலில் தெளிந்து பின் திதியைக் கண்டறிந்து, அதன்பின் தேதியைக் கண்டறிந்து, அதற்குப் பின் நட்சத்திரத்தையும கண்டறிந்து கிழமை, தேதி, நட்சத்திரம் என்கிற மூன்றையும் புட்டு புட்டு வைத்து விடுவார்கள்.

இத்தனை தெளிவாகவும் திடமாகவும் காலத்திற்கு அடையாளம் காட்ட உதவிடும் சந்திரனை ஒரு சந்திர கலையாக தன்சிரத்தில் குடியிருக்கும் அந்த ஈசன்தான் அனைத்து கால நேரத்திற்கும் ஆதாரம்!

ஷாலினி ஒரு திருவிழாவில் தொலைந்து போன பெண்ணைப் போல அந்தக் காட்டுக்குள் சுற்றிச் சுற்றி வந்து கொண்டிருந்தாள். அபூர்வமான மரங்கள், பூச்செடிகள், கொடிகள் என்று அவள் கண்களில் ஏராளமான காட்சிகள் பட்டன. நடுநடுவே பெரிய அளவில் மேகக் கூட்டங்கள் வெள்ளை யானைகள் திம்திம்மென்று ஆடி அசைந்து நடந்து செல்வதுபோல நடந்து செல்வதையும் பார்த்தாள். எல்லாமே ரசனைக்குரிய காட்சிகள்.

தேனீக்கள் மலர்களைக் குடைந்து தேனை ஊறிஞ்சி எடுப்பது முதல் பட்டாம் பூச்சிகள் சிறகடித்து பறப்பது வரை ஒவ்வொரு காட்சியுமே அவ்வளவு ரசனையாக இருந்தது.

ஒரு நொச்சி மரத்தில் தூக்கனாங்குருவிகள் நூற்றுக்கணக்கிலல் கூடுகட்டி அதனுள் ஃப்ளாட் வீடுகளிலல் குடும்பம் குடும்பமாக வசிக்கும் ஜனக்கூட்டத்தைப் போல கூத்தடித்துக் கொண்டிருந்தன. ஒரு குருவி இந்தக் கூட்டுக்கும் அந்தக் கூட்டுக்கும் தாவித் தாவி பறந்து சென்று 'கீச்சுவீச்சு' 'கீச்சு வீச்சு' என்று ஏதேதோ கத்தியபடி இருந்தது. நின்று ஒரு ஹேண்டி கேமராவில் அவைகளைப் படம் எடுத்துக்கொள்ள வேண்டும் என்றுகூட ஷாலினிக்கு ஆசையாக இருந்தது. ஆனால், கண்ணனைக் காணாத வருத்தத்தில் அந்த ரசனை தோய்த்த விஷயம்கூட விஷம் போலாகி அவளை வருத்திற்று.

அவன் மட்டும் நேரில் தெரிந்தால் முதலில் கன்னத்தில் காதுக்குள் விமானம் பறக்குமளவுக்கு ஒரு அறை விட வேண்டும். பிறகு தான் பேச்சே என்று ஆத்திரத்துடன் முடிவு செய்து கொண்டாள். அதற்காக அப்போதே கைகளைப் பிசைந்து கொண்டாள்.

“பொறுக்கி... ராஸ்கல்! ஊர்சுத்தி! இது காடுங்கற பயம்கூட இல்லாம மேயப் போயிட்டான் பார்...” என்று வாய்விட்டுப் புலம்பினாள். அப்படியே வெகுதூரம் நடந்து வந்துவிட்ட களைப்போடு ஒரு சிறுபாறை மேல் அமர்ந்தாள். பெருமூச்சும் விட்டாள்.

முன்விழுந்த கூந்தலை அப்படியே ஒதுக்கிக் கொண்டவள் சிறிது தூரத்தில் யாரோ தொங்குவதுபோல தெரியவும், முள்ளேறியது போல வலிக்குள்ளானாள்.

எழுந்து நின்றவள் அந்த மரத்தை நோக்கி நடக்கவும், தொங்கிக் கொண்டிருப்பது ஒரு மனிதன் என்பதும் அப்படித் தொங்கி கொண்டிருக்கும் மனிதனின் கால் பாகத்தைத்தான் தான் பார்ப்பது என்றும் அறிந்தவளுக்குள் படபடப்பு அதிகமாக ஆரம்பித்தது.

முதலில் அவள், யாரோ ஒருவன் மரக்கிளையைப் பற்றிக் கொண்டு தொங்கி கொண்டிருப்பது போலத்தான் உணர்ந்தாள்.

கிட்டே நெருங்க நெருங்க அவளுக்குள் பீதியாகத் தொடங்கியது. கிட்டே நெருங்கி முடிக்கவும் நெஞ்சில் திம்மென்று ஒரு குத்து விழுந்தது.

திறந்த கண்களும், தொங்கிப் போன நாக்குமாய் கண்ணன்தான் அந்த மரக்கிளையில் தொங்கிக் கொண்டிருந்தான்!

அந்தக்காட்சி அவளை ஸ்தம்பிக்க வைத்தது. பிறகு வீலென்று அலறவும் வைத்தது.

அதற்குப் பின் பின்னங்கால் பிடரியில் பட ஓட வைத்தது. கத்திக் கொண்டே ஓடத் தொடங்கினாள்.

ஒரு இடத்தில் அப்படியே சரேலென்று தேங்கி நின்று வெறிக்கவும் செய்தாள். அவள் எதிரோ பாலுவும், பாண்டியனும்!

பாலுவும், அவளையும், அவள் ஓடிவந்த கோலத்தையும் பார்த்து ஆச்சரியமானான்.

“ஷாலினி...”

"பா... பாலு..."

"பாலுவே தான்... நீங்க இந்தக் காட்டுக்குள்ள..."

"நா... நா... நான்..."

"என்ன... யாராவது துரத்தறாங்களா..."

கேட்டுவிட்டு அவனும் நாலாபுறமும் பார்த்தான். அவளோ பாண்டியனை வெறித்தாள்.

"இவர் என் நண்பர். பேர் பாண்டியன். இவர் ஒரு பிரைவேட் டிடெக்டிவ்"

"பாண்டியன் சாரா..."

"உனக்குத் தெரியுமா?"

"நிறையவே கேள்விப்பட்டிருக்கேன்."

"ஆமா நீ ஏன் ஓடிவந்தே?"

அந்த கேள்வி அவள் கண்களில் கண்ணீரைத் துளிர்க்க வைத்தது.

"என்ன ஷாலினி... என்ன ஆச்சு, எதுக்கு இந்தக் கலக்கம்?"

"பாலு..."

"கமான். நாங்க இருக்கோம்ல தைரியமா சொல்."

"எங்க பத்திரிகைக்காக இந்த வித்தியாசமான சிவன்மலை காட்டை பற்றி ஆராய்ச்சி செய்து எழுத நானும் போட்டோகிராபர் கண்ணனும் வந்தோம். ஆனா கண்ணன்..."

"கண்ணனுக்கு என்ன?"

"அதை நான் எப்படிச் சொல்வேன் பாலு... என் கண்ணையே என்னால நம்ப முடியல..."

"பீடிகை போதும் ஷாலினி... கண்ணனுக்கு என்ன?"

"கண்ணன் வரைல அந்த சின்னப் பொண்ணு பொன்னி சொன்ன மாதிரியே நடந்துடிச்சு. அவன் இப்ப ஒரு மரத்துல பொணமா தொங்கறான்."

அந்தப் பதில் பாலுவை பாண்டியன் பக்கம் படுவேகமாகத் திருப்பியது.

"என்ன ஷாலினி சொல்றே... கண்ணன் இப்போ எந்த மரத்துல தொங்கிட்டு இருக்கான்...?"

"என் கூட வாங்க... காட்றேன்..."

அவள் திரும்பி நடக்கத் தொடங்கினாள். அவர்கள் பின்தொடர்ந்தனர்.

"பாண்டின் சார்... என்ன சார் இது? யார் சார் இப்படி எல்லாம் பண்றாங்க."

"பதட்டப்படாதே பேசாம வா. முதல்ல பாடியைப் பார்ப்போம்."

பாண்டியன் தைரியமளித்தார். மூவரும் சொற்ப நேரத்திலேயே அந்த மரத்தை நெருங்கிவிட்டனர். கண்ணனின் பிணம் மெல்லிய காற்றில் அப்படியும் இப்படியுமாக ஆடிக்கொண்டே வேறு இருந்தது. அதைப் பார்த்து பாலு நாக்கைக் கடித்துக் கொண்டான்.

பாண்டியன் அந்த நொடியே செல்போன் கேமராவில் கண்ணனைப் படம் பிடிக்கவும் தொடங்கிவிட்டார்.

ஷாலினி நடுங்கியபடியேதான் கண்ணனைப் பார்த்தாள்.

"பாலு... பாவம் பாலுகண்ணன். கொஞ்சம் வேகமும் குறும்பும் உள்ளவன். ஆனால் ரொம்ப நல்லவன். வீட்டுக்கு ஒரே பையன். இங்க இப்படி தொங்கறத அவங்க அப்பா அம்மா பார்த்தா உயிரையே விட்றுவாங்க." என்று கண்ணீரும் சிந்தினாள்.

"ஷாலினி நீ இவரோட தான் வந்தியா? ஆமா எங்க தங்கியிருக்கே...?" பாலு விசாரிக்கத் தொடங்க, அவளும் பதில் கூறத் தொடங்கினாள்.

"ஆமாம் பாலு... இதே காட்டுல தமயந்தின்னு ஒரு பொண்ணோட குடிசைல இருக்கோம்..." என்று ஆரம்பித்தவள் வரிசையாக பொன்னியை முதன் முதலாகப் பார்க்க வந்தபோது

பொன்னி சொன்னதில் தொடங்கி, அன்று காலை விடிந்து வெளியே சென்ற பாலு இப்படி தொங்கிக் கொண்டிருப்பது வரை கோர்வையாக ஒரு கதை போல சொல்லிமுடித்தாள். அவள் சொல்லி முடிக்கவும் பாண்டியனும் மிக கூர்மையானார்.

“ஆமா அது யார் பொன்னி... நாளைக்கு நடக்கப் போறத முன்னாலேயே சொல்ற அளவுக்கு”

என்று சற்றுக் கிண்டலாகவே கேட்டார்.

“பொன்னி உண்மையில ஒரு புதிரான பாத்திரம். அவ பெர்த்தும் ஒரு அதிசயம்?”

“எப்படி?”

“நாமல்லாம் ஒரு ஆணுக்கும் ஒரு பெண்ணுக்கும் தான் பிறந்திருக்கோம். ஆனா பொன்னி ஒரு பொண்ணுக்கும் சித்தர்கள் கொடுத்த மூலிகைக்கும் பிறந்தவள்னு சொன்னாங்க.”

“நம்ப முடியாத கதையா இருக்கே?”

“முதல்ல நானும் அப்படித்தான் நினைச்சேன். ஆனா பொன்னியைப் பார்த்த பிறகு என் கருத்து மாறிடிச்சு. பொன்னி ரியலி ஒரு தெய்வீகமான பொண்ணு தான்.”

“அப்ப அந்தப் பொண்ணு இந்த கண்ணன் முடிவு இப்படின்னு முன்னையே சொல்லிட்டாளாக்கும்?”

“அப்சல்யூட்லி. ஏன்வரைல கூட அவ சொன்ன மாதிரி தான் எல்லாமே நடந்துச்சு...”

“அப்ப அந்தப் பொண்ணே இந்த கண்ணன் எதனால செத்தான்னும் சொல்வாளா?”

“அது தெரியாது...”

பாண்டியன் பொன்னியைக் கணக்க பண்ண தயாராகிவிட்டார் என்பது பாலுவுக்குப் புரிந்துவிட்டது. ஒரு கோணத்தில் அது வேண்டாத வேலையாகவும் கூட அவனுக்குப் பட்டது.

“பாண்டியன் சார்...”

"என்ன பாலு நாம ட்ராக் மார்றதா நினைக்கறியா?"

"ஆமாம் சார்... இப்ப நாம எதுக்கு சார் அந்த பொண்ணைப் பார்த்துகிட்டு..."

"போரடிக்குதுல்ல. ஒரு சேஞ்சுக்குத்தான்."

பாண்டியனிடம் கூட கிண்டலான ஒரு பதில் வெளிப்பட்டது. அதுவே அவர் காரணமில்லாமல் அப்படிக் கூறவில்லை என்பதை அவனுக்குப் புரியவைத்து விட்டது.

"முதல்ல இந்த டெட் பாடி பத்தி போலீசுக்கு தகவல் தருவோம். பிறகு நாம அடுத்தடுத்து என்ன செய்யறதுன்னு யோசிப்போம்..." என்றபடியே ஷாலினியைப் பார்த்தார் பாண்டியன். ஷாலினியும் படித்தவள். பத்திரிகை உலகைச் சேர்ந்தவள். அவளுக்கும் சட்டம் தெரியும். எனவே மௌனமாய் பாண்டியன் கருத்தை ஆமோதித்தாள்.

"பாலு... நாம திரும்புவோம். இங்க கண்ணன், அங்க யாருன்னே தெரியாத ஒருத்தன்னு ரெண்டு பிணங்கள்! அமைதி மயமான சிவன்மலைக் காட்டுல தான் இந்த இரண்டு பிணங்களும் தொங்கிகிட்டு இருக்குங்கறதை முதல்ல ஃபாரெஸ்ட் ஆபீசர் ஜனார்த்தனனுக்குச் சொல்லுவோம். பிறகு அவர் மூலமாகவே போலீசுக்குப் போகலாம். ஏன்னா மலையைப் பொறுத்த வரை ஃபாரெஸ்ட் ஆபிசர்க்கு தான் முழு அதிகாரமும். அப்புறம் தான் போலீசுக்கு..."

பாண்டியன் பதிலோடு கிளம்ப, அவர்களும் பின்தொடர்ந்தனர். ஷாலினி கண்ணன் பிணத்தை அடிக்கொரு முறை திரும்பித் திரும்பி பார்த்தாள். இதயத்தில் திம்திம்மென்று குத்து விழுந்தபடியே இருந்தது.

ஜனார்த்தனன் பாண்டியன் சொன்னதை எல்லாம் கேட்டுவிட்டு ஒரு வறண்ட சிரிப்பு சிரித்தார். பிறகு ஒரு சிகரெட்டை எடுத்துப் பற்ற வைத்துக் கொண்டு நிதானமாகவே புகை விட்டார்.

"என்ன சார்... நான் சொல்லியிருக்கறது ஒரு சீரியஸான விஷயம். நீங்க எந்த டெம்ப்ட்டேஷனும் இல்லாம இருக்கீங்க?" பாண்டியனே ஆரம்பித்தார்.

“சாரி மிஸ்டர் பாண்டியன். இப்பவும் சொல்றேன் இது ரொம்ப அமைதியான மலை. இங்க நீங்க சொல்ற மாதிரி எல்லாம் நடக்கறதுக்கு வாய்ப்பே இல்லை”

“அப்படியா... இந்த செல்போன்ல நான் சூட் பண்ணி சேவ் பண்ணி வெச்சிருக்கற படங்களைப் பார்த்துட்டுச் சொல்லுங்களேன்...”

பாண்டியன் செல்ஃபோன் திரையைக் காட்டினார்.

அதில் முதலில் அந்த உருத்தெரியாத சடலம். பின் கண்ணன் என்று இருவரும் பல்வேறு கோணங்களில் தொங்கிக் கொண்டிருந்தனர்.

ஃபாரெஸ்ட் ஆபீசர் ஜனார்த்தனன் முகமும் மளமளவென்று மாறத் தொடங்கியது. ஊடே வாட்சர் கோவிந்தனும் எட்டிப் பார்த்தான். அவன் பார்வையிலும் மிரட்சி அங்கே அவர்கள் அவ்வளவு பேரையும் கடந்து இன்னொரு ஜோடிக் கண்களும் அவர்கள் பேசுவதையும், விபரங்களை அலசுவதையும் பார்த்துக் கொண்டிருந்தது.

அந்த அலுவலகத்தின் பக்கத்தில் தழைய வளர்ந்திருந்த மரக்கிளை ஒன்றின் மேல் தன் நாக உடலை வளைத்துப் போட்டு தலை நிமிர்த்தி படம் விரித்தபடியே அப்படிப் பார்த்துக் கொண்டிருந்தவன் இச்சாதாரி பரணிதான்.

அடுத்த சில நிமிடங்களில் ஜனார்த்தனன் நெடுநாட்களுக்குப் பிறகு தனது யூனிஃபார்மை எடுத்து முழுமையாக அணிந்து கொண்டார்.

கோவிந்தனும் ஓடிப்போய் ஜீப் மேல் போட்டிருந்த தார்ப்பாயை விலக்கி அதன் முகப்பு கண்ணாடியைத் துடைத்து சுத்தம் செய்ய ஆரம்பித்தான். அதன்பின் ஐந்தாவது நிமிடத்தில் அங்கே ஒருவர் கூட இல்லை. ஒரு குறிப்பிட்ட இடத்தில் ஜீப்பை நிறுத்திவிட்டு நடந்துதான் செல்ல வேண்டி வந்தது.

முதலில் அந்த நைந்த சடலம் தொங்கிக் கொண்டிருந்த புதர் அருகே சென்றார். அங்கு அவர்களுக்கு அதிர்ச்சி காத்திருந்தது.

சடலம் கீழே விழுந்த நிலையில் சில காட்டு நரிகள் கிட்டத்தட்ட அந்த உடம்பில் ஒரு பாகத்தைக்கூட மிச்சம் வைக்காதபடி தின்று விட்டிருந்தன. அந்தச் சடலத்தின் ஆடைகள் கூட கிழிந்து துண்டாக அங்கங்கே கிடந்தன. ஒரு எலும்புத்துண்டை கூட நரிகள் மிச்சம் வைக்கவில்லை.

எல்லோரும் வரவும் அவைகள் நாலாபுறமும் சிதறி ஓடின. ஒரு நரியின் வாயில் கைபாகம், ஒரு நரியின் வாயில் கால் பாகம்.

ஜனார்த்தனன் முகத்தைக் சுழித்துக் கொண்டு திரும்பினார்.

அடுத்து கண்ணன் தொங்கிக் கொண்டிருந்த மரம்! அந்த இடத்தை அடைந்தபோது அங்கே கண்ணன் பிணம் தொங்கிய தடயங்களே எதுவும் இல்லை.

பகீரென்றது!

“எங்க பாண்டியன்... எங்க பொணம்?”

“தெரியல சார்... நானும் உங்க கூடத்தானே இருக்கேன்.”

“இந்த மரம் தானா?”

“நிச்சயமா இதே மரம் தான் சார்...” பாண்டியன் ஊர்ஜிதம் செய்தார். ஆனால் கண்ணன் பிணம்? ஷாலினிக்கு நடப்பதெல்லாம் பெரிய மாய மர்மமாகவே இருந்தது. அவளுக்கு மயக்கம் வராத குறை!

“மிஸ்டர் பாண்டியன். நாம வரதுக்குள்ள ஏதோ நடந்திருக்கு”

“நிச்சயமா சார்...”

“என்வரைல வெரி ஃபர்ஸ்ட் நான் இப்படி ஒரு அசம்பாவிதமான சம்பவத்தைப் பாக்கறேன்”

“சார் இனியும் பேசிக்கிட்டிருக்கறதுல அர்த்தம் இல்லை. நான் அடிச்சு சொல்றேன்... காட்டுல ஒரு குரூப் மும்மரமா எதையோ தேடி அலைஞ்சுகிட்டு இருக்காங்க...”

"காட்டுல தேட என்ன இருக்கு... இங்க விலை மதிப்புள்ள ஒரே விஷயம் சந்தனமரம் அடுத்து ஜவ்வாது... மிருகங்கள்ள மான், புலி இது இரண்டும் தான்."

"நான் அதையும் கடந்த சில விஷயங்களைத் தேடுற கூட்டம் பற்றிச் சொல்லிகிட்டு இருக்கேன் சார்..."

"சரி பாண்டியன்... நீங்க உங்க பாணில போங்க. நானும் மேல் இடத்துக்கு விஷயத்தைக் கொண்டு போறேன். அடுத்து என்ன செய்யறதுன்னு பார்ப்போம்."

"மிஸ்டர் ஜனார்த்தனன்... இங்க கீழ பொன்னின்னு ஒரு பொண்ணு இருக்காளாமே?"

"பொன்னி... ஆமாமா. பார்க்க லட்சணமா ரொம்ப அழகா இருப்பா. எல்லாரும் சாமிப் பொண்ணுன்னு சொல்லுவாங்க... அவளுக்கென்ன?"

"கண்ணன் மரத்துல தொங்குவான்னு அந்தப் பொண்ணு முன்னாலையே சொல்லியிருக்கா..."

"ஈஸ் ஈட்?"

"ஆமாம்... ஷாலினி தான் சொன்னா..."

ஷாலினியும் ஆமோதித்து தலையை அசைத்தாள். அப்படியே, "என்ன சார் இது... கண்ணன் செத்ததைவிடக் கொடுமை அவன் உடம்பு காணாம போனது. அவங்க அப்பா அம்மாக்கு என்ன பதில் சார் சொல்றது?"

"ஷாலினி இதுதான் உங்களுக்கு நல்ல சிச்சுவேஷன். ஏன் அவன் செத்துட்டான்னு சொல்லணும். காணாம போயிட்டான்னு மட்டும் சொல்லுங்க..."

"அது எப்படி சார்...?" வாயைப் பிளந்தாள் ஷாலினி.

"செத்துட்டான்னு சொல்றதுக்குக் காணாம போயிட்டதா சொல்றது ஒண்ணும் தப்பு இல்லை ஷாலினி. உடம்பு கிடைக்கற வரை நாம இப்படிச் சொல்றதுதான் அவங்க மனசுக்கும் நல்லது.

நடுவுல அந்த குட்டிப் பொண்ண போய் பார்ப்போம். அவ என்னதான் சொல்றான்னு தான் பார்ப்போம்."

"யூ ஆர் ரைட்... அந்த சாமிப் பொண்ணு சொன்ன மாதிரிதான் எல்லாம் நடக்கும்னு நானும் கேள்விப்பட்டிருக்கேன். தூக்குல தொங்கப் போறார்னு முதல்லையே சொல்ல முடிஞ்சவளால, அது எதனாலன்னு தானா கண்டுபிடிச்சு சொல்ல முடியாது?"

ஆபீசர் ஜனார்த்தனமும் பாண்டியன் சொன்னதற்குத் தாளம்போட இறுதியாக பொன்னியைப் போய் பார்ப்பது என்பது முடிவானது!

* ———— *

அத்தியாயம் 40

கால பிரமாணமளித்த சிவபிரானுக்கு மிக உகந்த ஒரு விஷயம் விபூதி! பசுஞ்சாணம் கொண்டு அதைக் காய வைத்து பின் சுட்டுச் சாம்பலாக்கி அத்துடன் கற்பூரம், காய்ந்த துளசி முதலியவை சேர்த்து நெற்றியில் பூசிக் கொள்ளப்படும் விபூதியே சிவனுக்கு மிக பிரீதியானது. விபூதி என்கிற சொல்லுக்குச் சாம்பல் என்பது மட்டும் பொருளில்லை. அதுவே இறுதியானது என்று ஒரு பொருளும். பஞ்ச பூதங்களை வெற்றி கொண்டது அது என்னும் ஒரு பொருளும் அதற்கு பின்னே உண்டு. சிவனுக்கு ஏன் விபூதி மிகப் பிடித்தமானதாய் உள்ளது என்பதற்கு சிவ புராணத்தில் ஒரு கதை கூறப்படுகிறது. பர்ணாதன் என்பவன் மிகப் பெரிய தவசி. ஊன் உறக்கம் இன்றி சிவ தரிசனத்துக்காகத் தவம் செய்யும் அவன் பலப்பல ஆண்டுகள் தவம் செய்கிறான். அவனது தவத்தைப் பார்த்து தேவர் உலகமே வியக்கிறது. இந்நிலையில் ஒருநாள் அவன் தர்ப்பைப் புல்லைக் கொண்டு ஹோமம் செய்து யாகம் செய்ய முனைகிறான். அப்போது தர்ப்பை அவன் கைகளைக் கிழித்து விட, அதனால் உதிரம் பெருக ஆரம்பிக்கிறது. இருந்தும் அவன் தான் செய்ய நினைத்த ஹோமத்தைச் செய்ய துணிகிறான். ரத்தம் பெருகிச்சென்றபடியே உள்ளது. உடம்பில் உள்ள அவ்வளவு ரத்தமும் வெளியேறி தான் சவமாய் விழுந்தாலும் தான் நினைத்த மாதிரி சிவஹோமத்தைச் செய்தே தீருவேன்

என்று அவன் முனைகிறான். அவனது அந்த தீவிர முயற்சிக்கு மகிழ்ந்து சிவபிரானும் தோன்றி, அவனது ரத்தம் பாயும் கைகளைப் பற்றுகிறார். ருத்ரன் ஆகிய சிவனது கரம் படவும் ரத்தம் காய்ந்து விபூதியாகிறது. பர்ணாதனும் வந்திருப்பது சிவன் என்று அறிந்து விழுந்து வணங்குகிறானன். சிவபிரானும் எதிலும் மிஞ்சுவது சாம்பலே என்கிற ஞானத்தை அவனுக்கு அவ்வேளையில் குறிப்பால் உணர்த்த அவனும் வரங்களுக்காக தவம் புரியும் தன் எண்ணத்தை மாற்றிக்கொண்டு இறவா நான் என்றும் உன்னைக் நீங்காமல் இருக்க அருள்வாய் என்று கேட்க பர்ணாதனின் விபூதியை சிவபெருமானும் நெற்றியில் இட்டுக் கொண்டு அவனுக்கு மேலான சிவ பதவியையும் அளிக்கிறார்.

பற்றையறுத்து பஞ்சபூதங்களிடம் இருந்து விடுதலை பெற்று சாம்பலாகும் எவரொவரும் சிவ பதவி அடைவர் என்பதைக் கூறுவதே விபூதியாகும்!

பொன்னி வீட்டுமுன் நிறைய கூட்டம். அங்கங்கே கார்கள்! சில வேன்களும். அதில் கும்பல் கும்பலாக அருள்வாக்கு கேட்க பெரும் கூட்டமும் வந்திருப்பதை அங்கே பார்க்க முடிந்தது. அருள்வாக்கு கேட்டுவிட்டு வருவோரை வீரைய்யன் மடக்கிப் பிடித்து ஐம்பது, நூறு என்று வசூலித்துக் கொண்டிருந்தான். முத்துப்பிள்ளை தாத்தா பொன்னி அருகில் உட்கார்ந்து அவளுக்கு உதவியாகவும், வருவோர்க்கு உதவியாகவும் செயல்பட்டுக் கொண்டிருந்தார்.

நீண்ட அந்த கியூவையும், கூட்டத்தையும் பார்த்த பாண்டியனும், பாலுவும் முதலில் சற்று அதிர்ந்துதான் போனார்கள்.

பாண்டியன் கூர்ந்து கவனிக்கத் தொடங்கினார்.

பொன்னியின் முகத்தில் பால் வடிந்து கொண்டிருந்தது. நல்ல நீளமான கூந்தல். எளிய பாவாடை சட்டை! நெற்றியில் பெரிய பண்டிதர் போல திருநீறு பூசியிருந்தாள். நடுவில் குங்குமப்பொட்டு.

ஒரு பெண் தனக்கு எப்பொழுது குழந்தை பிறக்கும் என்று கேட்டுவிட்டு நின்றிருந்தாள்.

“போய் ஒரு ஒதிய மரத்தை நட்டுவை. அது வளர்ந்து அதுல காக்கா குருவிங்க குஞ்சு பொறிக்கும் போது உனக்கு புள்ள பொறக்கும்” என்று அவள் சொன்ன பதில் வித்தியாசமாக இருந்தது.

அடுத்தவர் காணாமல் போன தன் பெரும்பணம் திரும்பக் கிடைக்குமா? என்று கேட்டார்.

“அது அநியாய வட்டியில் வந்த பணம், வந்த மாதிரியே போயிடிச்சு. போனா போகட்டும். அது வந்தா அது உனக்கு நல்லதில்ல” என்றாள்.

இப்படி விதவிதமான பதில்கள்.

பாலு பாண்டியனின் முகத்தையே பார்த்துக் கொண்டிருந்தான். அவர்கள் முறைவர வெகு நேரமாகும் போல இருந்தது. கூடவே ஷாலினி.

ஷாலினி முகத்தில் சுரத்தே இல்லை.

“பாண்டியன் சார்...”

“என்ன பாலு...”

“நீங்க கூட இந்த அருள் வக்கை நம்பறத நினைச்சா, எனக்கு ரொம்ப ஆச்சரியமா இருக்கு சார்...”

“நான் நம்பறேன்னு உனக்கு யார் சொன்னது?”

“இல்லாட்டி எதுக்கு சார் இப்படி லைன்ல நிக்கணும்?”

“உனக்கு ஆரம்பத்துல இருந்தே இங்க வர்றதுல இஷ்டம் இல்லை. அதான் இப்படி பேசறே?”

“அதுவும் உண்மைதான். இதெல்லாம் என்ன உளறல் சார். நம்ம ஊர்ல தான் இப்படி எல்லாம் நடக்கும்.”

“அப்ப நீ உலகம் பூரா போய் எல்லா மக்களையும் பார்த்து எல்லா கலாச்சாரங்களையும் தெரிஞ்சி வெச்சிருக்கேன்னு சொல்...”

“என்ன சார் இது பதில்... அந்த பொண்ணை வெச்சு காசு சம்பாதிக்கறாங்க.”

“அவசரப்பட்றியே பாலு... அந்தப் பொண்ணை பார்த்தா அவளை என்னால தப்பா எடை போட முடியலை.”

“எல்லாம் மேக் அப் சார்.”

“உருவத்தை விடு... பேச்சைக் கேட்டியா?”

“கேட்டுகிட்டுதானே இருக்கேன். குழந்தை வேணும்னா மரம் வெச்சு வளர்க்க சொல்றா. இப்போதைக்கு குழந்தையில்லைன்னு சொல்லாம சொல்றா. இது புரியலையா?”

“பைத்தியக்காரா... அவ பதில் ஒவ்வொண்ணும் அந்த வயசுக்குண்டான சிந்தனைல இருந்து வரலை”

“நீங்க என்ன சொல்றீங்க?”

“மரம் வைக்கறது ஒரு நல்ல காரியம். அதுல நூத்துக் கணக்குல பறவைகள் குடியேறி குடும்பம் நடத்தி குஞ்சு பொறிக்கும்போது, அந்த மரம் வைச்சவங்களுக்கு அந்த சந்தோஷக் கணக்கு போய்ச் சேரும். இது ஒரு பரிகாரம். பரிகாரம் பண்ணி பாவம் விலகிட்டா தடை விலகினமாதிரி. அதன் பிறகு குழந்தை பிறக்கும்னு சொல்றதுல ஒரு அர்த்தம் இருக்கு...”

“ஐயோ... என்ன பாண்டியன் சார் இது. அந்த பொண்ணு கோடு போட்டா நீங்க ரோடே போட்றீங்க.”

“ஃபூல் மாதிரி பேசாதே. கடலோட ஆழம் தெரியணும்னா கடல்ல இறங்கணும். இது அந்த மாதிரிதான்...”

பாண்டியன் பாலுவின் வாயை மூடிவிட்டு ஷாலினி பக்கம் திரும்பினான். அவள் முகத்தில் சுரத்தே இல்லை. செல்ஃபோனில் ரகசியமாக யாருடனோ பேசியபடியே இருந்தாள்.

“ஷாலினி.”

“என்ன பாண்டியன்?”

“யார் கூட பேசிகிட்டிருக்கே?”

“எடிட்டர்கிட்ட.”

“கண்ணன் விஷயத்தைச் சொல்லிட்டியா?”

“பின்ன... அவர்தானே அசைன்மெண்ட் கொடுத்து அனுப்பினது.”

“அது சரி... பொன்னியைப் பார்த்து பேசின பிறகு நீ பேசியிருக்கலாம்.”

“பொன்னிகிட்ட இனி கண்ணன் பத்தி பேச என்ன இருக்கு. அவ சொன்னமாதிரி அவன் செத்து போயிட்டான். எதனால் செத்தான்னு அவ சொன்னாலும் அதனால நமக்கு ஆகப் போறதென்ன... கண்ணன் என்ன திரும்ப உயிரோடையா வரப்போறான்?”

“சரி... உன் எடிட்டர் என்ன சொன்னார்?”

“விஷயத்தைக் கண்ணன் அப்பா அம்மாவுக்குப் பக்குவமா சொல்லி அவங்களோட இந்த மலைக்கு உடனே வர்றதா சொன்னார்.”

“போச்சுடா... உனக்கு இவ்வளவு அவசரம் கூடாது ஷாலினி.”

“இது அவசரம் இல்ல பாண்டியன். என் கடமையை நான் உரிய நேரத்துல செய்யலைன்னா, அப்புறம் அதுவே தப்பா ஆயிடாதா?”

ஷாலினி கேட்ட பதிலில் ஒரு நியாயம் இருந்தது.

அவர்கள் முறையும் வந்தது.

ஷாலினியை பொன்னியும் கூர்ந்து பார்த்தாள். ஷாலினி எதுவும் பேசாமல் கண்ணீர் விட்டாள்.

“எங்க உன்கூட வந்தவன் போய்ச் சேர்ந்துட்டானா?” பொன்னி கச்சிதமாகவே கேட்டாள்.

ஷாலினி ஆமோதித்தாள்.

பொன்னியின் பார்வை பாண்டியன், பாலு என்று மாறியது. பாண்டியன் அவளைப் பார்த்துக் கும்பிட்டார். பதிலுக்கு அவளும் கும்பிட்டாள்.

“என்ன தொலைஞ்சவரைத் தேடி வந்திருக்கீங்களா?”

பாண்டியன் முன் அவள் கேட்ட கேள்வி பாலு வரையில் பொட்டில் இடித்தது.

“ஆமாம் பாப்பா... உன் உதவி இந்த விஷயத்துல வேணும்.”

“நான் என்ன செய்யணும்?”

“முதல்ல இந்தப் பொண்ணோட வந்தவன் செத்துப் போய் தொங்குவான்னு நீ சொன்னியாம். அதேமாதிரி நடந்துடிச்சு. ஏன் பாப்பா அப்படி?”

“அது அவன் விதி.”

“இது பொதுவான பதில். செத்துப் போற எல்லாருக்கும் பொருந்தும்.”

“நான் ஒரு பாதி தான் சொல்லியிருக்கேன். இன்னொரு பாதி இருக்கே?”

பொன்னி அடுத்த கட்ட அதிர்ச்சியளித்தாள்.

“என்ன பாப்பா சொல்றே. இன்னொரு பாதி இருக்கா அப்படின்னா?”

“அவன் திரும்ப வரப்போறானே!”

“என்னது... கண்ணன் திரும்ப வரப்போறானா?”

“ஆமாம். அவன் வந்து எவ்வளவோ காரியங்கள் நடக்கப் போகுதே...”

“அது... அது... அது எப்படி செத்தவன் திரும்ப வரமுடியும்.”

“சிவன்மலைல எதுவும் நடக்கும்?”

“அப்படின்னா?”

“போகப் போகப் பாருங்க... எல்லாம் உங்களுக்குத் தானா புரியும்...”

“சரி இப்ப அவன் உடம்பு எங்க இருக்கு?”

“அது எங்க இருந்தா என்ன... அவன் திரும்ப வருவான். வரும்போது எல்லாம் தானா புரியும்...”

“சரி பாப்பா கண்ணன் விஷயத்துக்கு இப்படி ஒரு பதிலைச் சொல்லிட்டே... நானும், தம்பி பாலுவும் வந்திருக்கிறது எதுக்குத் தெரியுமா?”

“நீங்க வந்திருக்கற விஷயமும், அந்த கண்ணன் வரும்போது புரிஞ்சிடும்.”

“அது எப்படி?”

“எனக்கு இவ்வளவுதான் சொல்லத் தெரியும். இதுக்கு மேல நீங்க பார்த்து தான் புரிஞ்சுக்கணும்.”

“எல்லாமே இங்க பெரிய புதிரா இருக்கே பாப்பா.”

“சிவன்மலைன்னா புதிர்தான்...”

“இது எங்களுக்கு விளங்குமா?”

“நிச்சயமா விளங்கும். அதோ அவன் போல சந்தேகப்பட்டு ஆழம் புரியணும்னா கடல்ல இறங்கணும்னு பதில் சொல்லி, என்னையும் புரிஞ்சுக்க வந்திருக்கீங்க. சொர்ணசித்தரும் நீங்கள்லாம் வருவீங்கன்னு முன்னாடியே சொல்லி வெச்சிருந்தார்.”

“சொர்ண சித்தரா?”

“ஆமாம்... இருட்டப் போகுது பாருங்க. காட்டுக்குப் புறப்படுங்க. உங்களுக்கு அவர் தரிசனமும் சிவதரிசனமும் கூட இன்னிக்கு கிடைக்கப் போகுது.”

“என்ன பாப்பா சொல்றே... நாங்க எங்கன்னு போக...”

“உங்க கால்போன போக்குல போங்க. மற்றது தானா நடக்கும்.”

பொன்னி சொன்னது பாலுவையும் சற்று உசுப்பி விட்டிருந்தது.

குறிப்பாக வரிசையில் நிற்கும்போது தங்களுக்குள் பேசிக் கொண்டதை, அவள் போட்டு உடைத்தது அவனை யோசிக்க வைத்து விட்டது.

அவளிடம் ஏதோ இருப்பதாக அவனும் யோசிக்கத் தொடங்க, அவள் முத்துத் தாத்தாவிடம் இருந்து விபூதி வாங்கி மூவருக்கும் தந்தாள். பாலு கையில் விபூதியைத் தரும்போது குழந்தைத்தனம் மாறாமல் சிரித்தாள். அந்தச் சிரிப்பு அவனையும் வெகுவாகக் கவர்ந்தது. அவர்களோடு கூட்டமும் முடிந்து போகவே முத்துப்பிள்ளையும் துண்டை உதறிக் கொண்டு எழுந்தார்.

“சரி கண்ணு... இன்னிக்கு ஏகப்பட்ட பேருக்கு வாக்கு சொல்லிட்டே. தாத்தா போய் என் செல்லக் கண்ணுக்குச் சமைக்கப் போறேன். போகட்டுமா?” அவளிடம் உத்தரவு கேட்பதுபோல கேட்டார் முத்துப்பிள்ளை. அவளும் “சரி தாத்தா... நான் போய் அதுவரை பாண்டி விளையாட்றேன்” என்று அவளும் எழுந்து நின்றாள்.

பாண்டியன், பாலு, ஷாலினியும் நின்று கொண்டே இருக்க, முத்துத் தாத்தா அவர்களை பார்த்தார்.

“நீங்க போகலியா... அதான் தாயி தெளிவா காட்டுப்பக்கம் போகச் சொல்லிச்சே?” என்றார்.

“போறேங்க. அதுக்கு முந்தி உங்ககூட கொஞ்சம் பேசலாமா?”

பாண்டியன் நைச்சியமாக ஆரம்பித்தார்.

“என்ன விசயம்...”

“இந்தச் சின்னப் பொண்ணு உங்களுக்கு என்ன உறவுங்க.”

“என் பேத்திங்க...”

“இந்த வயசுல இப்படி அருள்வாக்கு சொல்லுதே. அது எப்படிங்க?”

“அதான் பாத்தீங்களே... எப்படின்னு கேட்டா எப்படி?”

“இல்ல... படிக்க வேண்டிய வயசுல பள்ளிக்கூடம் அனுப்பாம இப்ப அருள்வாக்கு சொல்ல வைக்கறீங்களே...”

முத்துத்தாத்தா தலையில் குட்டு விழுந்தது போல தேங்கி நின்று பாண்டியனை பதிலுக்கு வெறித்துப் பார்த்தார். “நீங்க பத்திரிகைகாரங்களா?” என்றும் கேட்டார்.

“இல்லைங்க. அந்தப் பொண்ணு மட்டும்தான் பத்திரிகைக்கார பொண்ணு.”

“அந்த பொண்ணு முதல்ல என் பேத்தியை வித்தியாசமா தான் பாத்துச்சு. இப்ப என்ன நினைக்குதுன்னு தெரியல.”

“உங்க பேத்தி சொல்றதெல்லாம் அப்படியே நடக்கும்போது, அதுக்குமேல நினைக்க என்னங்க இருக்கு?”

“அதைப் பாத்த பிறகும் நீங்க ஏன் புரிஞ்சுக்காம அது ஏன் பள்ளிக்கூடம் போகலை, படிக்கலைன்னுல்லாம் கேட்கறீக”

“அதுல என்னங்க தப்பு இருக்கு?”

“தப்பு இல்ல. அதேசமயம் வாழ்க்கையையும் மூணு காலத்தையும் படிச்சு சொல்ல முடிஞ்ச என் பேத்திக்கு ஏட்டுக் கல்வியால பெருசா என்ன தந்துட முடியும்கறது உங்களுக்குத் தெரியலியா...”

“அந்த மூணு காலத்தையும் படிச்சு சொல்றதுதான் எப்படின்னு எங்களுக்குத் தெரியல.”

“ஊருன்னு இருந்தா ஒரு ராஜாதான் இருக்க முடியும். எல்லாரும் ராஜாவாக முடியுமா என்ன? அப்படித்தான் இந்த விசயமும். அவ சித்த சாமிங்களோட சொத்து. சாமிங்க போட்ட பிச்சை அவ உசுரு. அவ எதை வெச்சு சொல்றா, எப்படிச் சொல்றாங்கறது எனக்குத் தெரிஞ்சா நான் ஏன் இப்படி இருக்கேன்? ஏதோ அது மனசுல தோணுது. சொல்லுது. இதனால எல்லாருக்கும் நல்லது மட்டும் தான் நடக்குது. இதுவரை யாரும் வந்து தப்பு சொல்லலை...”

“தப்பே சொல்லலையா?”

“இதுவரை யாரும் சொல்லலை... நல்லது மட்டும் தான் என் பேத்தியால நடந்துருக்கு.”

“அப்ப இந்தப் பொண்ணோட வந்த போட்டோகிராபர் கண்ணன்கறவர் தூக்குல தொங்குவார்னு சொன்னதும் அதே மாதிரி நடந்ததும் நல்ல விஷயங்களா?”

பாண்டியன் இப்படி மடக்குவார் என்று முத்துப் பிள்ளை எதிர்பார்க்கவில்லை. அவருக்கே பாண்டியன் கேள்வியில் ஒரு நியாயம் இருப்பதும் தெரிந்தது. நெற்றியைத் தேய்த்துக் கொண்டார்.

“என்னய்யா... பதில் சொல்ல முடியலையா?”

“ஆமாம் தம்பி... இதுநாள் வரையில் இப்படி ஒரு கேள்விகூட யாரும் கேட்டதில்லை. அவ்வளவு ஏன் என் பேத்தியும் தப்பா யாருக்கும் எந்தப் பலனும் சொன்னதில்லை” முத்துப்பிள்ளை உண்மை பேசுவது அவர் பேசும் தொனியில் தெளிவாகவே பாண்டியனுக்கும் விளங்கிற்று.

சற்றுத் தள்ளி நின்று கொண்டு அவ்வளவையும் கேட்டுக் கொண்டிருந்த வீரைய்யன் பாண்டியன் கேள்விக்குப் பதில் சொல்ல விரும்புகிறவன் போல முன்னால வந்தான்.

“உங்க கேள்விக்கு நான் பதில் சொல்றேன். எங்க பொன்னி எதையும் தானா சொல்றது கிடையாது. எதிர்ல நிக்கறவங்க யாரோ அவங்க தலை எழுத்து அவ கண் முன்னால தெரியும். அதைப் படிச்சு சொல்றவ தான் எங்க பொன்னி. தலை எழுத்து தப்பா இருந்தா சொல்றதும் தப்பாதானே இருக்கும்?”

வீரைய்யன் புரிந்து பேசினானா, இல்லை புரியாமல் பேசினானா தெரியாது. ஆனால் அதில் துளி அர்த்தம் இருப்பதாகத் தான் பாண்டியனுக்குத் தோன்றியது. ஒரு சின்ன சிரிப்பு சிரித்துக் கொண்டார்.

“சிரிச்சது போதும். பொன்னி காட்டுக்குப் போகச் சொன்னால்ல. கிளம்புங்க” என்று அவர்களைக் கிளப்பியும் விட்டான்.

“வாங்க சார் போகலாம்” என்று பாலுவும் சேர்ந்து கொண்டான். ஷாலினியிடம் எந்தத் துடிப்பும் இல்லை. அவள் மனதெல்லாம் கண்ணன் பற்றிய நினைப்பே இருந்தது.

ஆசிரியர் தனியாக வருகிறாரோ இல்லை அவரோடு யாரெல்லாம் வரப்போகிறார்களோ என்று மனதுக்குள் ஒரு அலை பாய்ச்சல். அவர்கள் எப்படி எல்லாம் தன்னைக் கேள்விகள் கேட்பார்கள் என்றும் தனக்குள் ஒத்திகை பார்த்துக் கொண்டிருந்தாள்.

அப்போது பாண்டியன் அவர்கள் யாரும் எதிர்பார்த்திராத வகையில் ஒரு முடிவை எடுத்து, அதை அங்கே சொல்லத் தொடங்கினார்.

“பாலு... நாம இங்கேயே இருப்போம். காட்டுப்பக்கம் இப்ப போக வேண்டாம்”

“என்ன சார் இது... அங்க நமக்கு சில அனுபவங்கள் காத்திருக்குன்னு இந்தப் பொண்ணு சொல்லியிருக்கே...”

“இந்தப் பொண்ணு சொல்றபடி நடக்கணும்னா, நாம காட்டுக்குப் போகணும். நாம போலேன்னா சொன்னது எப்படி நடக்கும்?”

“எதுக்கு சார் இப்படி ஒரு முடிவு?”

“பொன்னி சொல்றது நம்ம நிஜமான எதிர்காலம்தான்னா, அந்தக் காலமே நம்மை அங்க தள்ளிகிட்டு போகட்டும். நாமா அதுக்காக ஒரு சிறு முயற்சி கூட செய்ய வேண்டாம்.”

“புரியுது சார்... இது பொன்னியைப் புரிஞ்சுக்கவும், அவ சொல்றது உண்மையா பொய்யான்னு விளங்கிக்கவும் நீங்க வைக்கற பரீட்சை சரிதானே?”

பாலுவும் கச்சிதமாக பாய்ண்ட்டைப் பிடித்தான். பாண்டியன் கண்களைச் சிமிட்டிச் சிரித்தார். அவனுக்கு அப்போதுதான்

அவரது டிடெக்டிவ் புத்தியே புலப்பட்டது. எடுத்த எடுப்பிலேயே இதெல்லாம் பொய் என்று பொன்னியை ஒதுக்கித் தள்ளிடாமல், அவர் அவளை அவள் போக்கில் போய் விளங்கிக்கொள்ள முயல்வது ஒரு நல்ல ரசனைக்குரிய விஷயமாகக் கூட தோன்றியது. அந்த நேரத்தில் இனி பாண்டியனிடம் எந்த விஷயத்திலும் ஏன் எதற்கு என்று கேள்விகள் கேட்பது தேவையற்றது என்றும் எண்ணிக் கொண்டான்.

பாவம் ஷாலினி.

அவள் இந்த உலகத்திலேயே இல்லை!

* ———— *

அத்தியாயம் 41

சிவப் பிரசாதங்களில் விபூதியை அடுத்து உன்னதமாகக் கருதப்படுவது வில்வம். விஸ்வம் என்றால் புறத்தில் பெரிதாகக் தோன்றுதல் என்பது பொருள். வில்வம் என்றாலோ அகத்தில் பெரிதாகக் தோன்றுவதாகும். வில்வம் என்பது தாவரவகையில் மரத்தில் இருந்து கிட்டும் மூலிகை ரகமாகும். வில்வ இலைகள் மிகவும் குளிர்ச்சியை அளிப்பவை. பொதுவில் சிவாலயங்களில் லிங்க சொரூபங்களுக்கு அர்ச்சனை செய்யும் போதும், பிற நேரங்களிலும் ருத்ரம் முதலிய மந்திரங்கள் கூறப்படுவது சகஜம். சிவத்தின் நோக்கமே தவறானவைகளை அழிப்பது என்பதே. அதற்கே அந்த ஈசன் சதா சர்வ காலமும் கயிலையில் தியானத்தில் இருக்கிறான். அவனது நடனம் உலக இயக்கத்தையும் பலத்தையும் குறிப்பதாகும். இப்படி இயங்கியும் இயக்கியும் செயல்படும் சிவமானது அக்னி சொரூபமானது. எனவே கருவறைகளில் அது துதிக்கப்படும்போது வெப்பம் மிகுதியாகும். மிகுந்த வெப்பத்தை உறிஞ்சி சீதோஷண நிலையைச் சமச்சீர் செய்வது வில்வம். அத்தோடு இதை உண்ணும் போது உள்ளுக்குள்ளும் குளிர்ச்சியை வில்வம் உருவாக்குகிறது. எனவே தான் சிவாலயங்களில் வில்வம் அர்ச்சனைக்குப் பெரிதும் உகந்ததாகக் கருதப்படுகிறது.

வில்வமரங்கள் மிகுதியாக உள்ள காடும், குளிர்ந்த பனி மலையும் ஒன்றாகும்!

பாண்டியனும் பாலுவும், பொன்னியின் குடிசை வீட்டுக்கு முன்னால் உள்ள மரத்தடியில் திண்ணையில் போய் உட்கார்ந்து விட்டனர்.

ஷாலினியும் அவர்களுக்கு அருகில் உட்கார்ந்து கொண்டு வானத்தையே பார்த்துக் கொண்டிருந்தாள்.

பொன்னியின் குடிசை வீடு உள்ள பகுதியும் ஒரு சிறு வனப் பகுதிபோலத் தான் இருந்தது. அந்த வனப்பகுதியில் ஏராளமான நொணா மற்றும் வேங்கை மரங்கள். அதில் ஒரு மரக்கிளையின் உச்சியில் பரணி தன் நாக உடலோடு கிளையை வளைத்துப் பிடித்தபடி படுத்திருந்தான்.

அவன் பார்வை வெகு தூரத்தில் மரத்தடி திண்ணைமேல் அமர்ந்திருக்கும் பாலு மற்றும் பாண்டியன் மேல் தான் இருந்தது. பாலுவின் தோற்றம் கச்சிதமாக அவனுக்குள் சுந்தர்ராஜன் உருவத்தோடு ஒத்துப் போயிருந்தது. உள் மனதிலும் இருவருக்கும் ஏதோ ஒரு தொடர்பு இருக்க வேண்டும் என்ற ஒரு எண்ணம். அடுத்து இப்படி வரிசையாக சிவன் மலைக் காட்டிற்குள் வருபவர்கள் எதற்கு வருகிறார்கள் என்றும் ஒரு கேள்வி.

ஒருமுறை இரு வேட்டைக்காரர்கள், "டேய் இந்தக் காட்டுல இச்சாதாரி நாகங்க திரியுதாம்" என்று தன்னைப் பற்றியே பேசிக் கொண்டு வேட்டைக்கு வந்ததெல்லாமும் நினைவில் முண்டியது. அப்பொழுது நடக்கக் கூடாத ஒரு சம்பவமும் நடக்க ஆரம்பித்தது.

உச்சி வானில் ஒரு பருந்து! அதன் சிறிய டெலஸ்கோபிக் கண்களால் பரணி பாம்பு வடிவில் மரத்தின் மேல் சுருண்டு படுத்திருப்பது தெரிந்து விட்டது. குஷியில் தன் பரந்த சிறகினை தாழ அழுத்தி கீழிறங்கத் தொடங்கியது.

பரணியின் பார்வை பாண்டியன் மேலேயே இருந்ததால் தன் தலைக்கு மேல் உள்ள ஆபத்தை அவன் கவனிக்கத்

தவறிவிட்டான். அதன் பின் எல்லாமே சில நொடிகளில் முடிந்துவிட்டது.

அந்தப் பருந்து பரணியின் உடம்பைத் தன் இரு கால்களால் அப்படியே கவ்விப் பற்றியபடி வானில் மேலேறியது. ஏறும்போது தன் கூரிய கொக்கி போன்ற அலகால் பரணியின் உடம்பைக் கொத்தி சதைப் பாகங்களை விழுங்கவும் முயன்றது.

பரணி வலியால் துடித்தான். தன் வலிமையை எல்லாம் திரட்டி பதிலுக்கு அந்தப் பருந்தைக் கொத்தினான்.

வானத்தில் நடக்கும் அந்தப் போராட்டத்தை யதார்த்தமாக வானத்தையே பார்த்தபடி அமர்ந்திருந்த ஷாலினியும் பார்த்துவிட்டுப் பதட்டமானாள். அதுவரை அமர்ந்திருந்தவள் எழுந்து நின்றாள். அவள் நிற்கவும் அவளைத் தொடர்ந்து பாண்டியனும் பாலுவும்கூட வானில் நடக்கும் அந்த உயிர் போராட்டத்தைப் பார்த்து அதிசயித்தனர்.

அவர்கள் மூவரும் கவனிக்கும்போது பரணியின் பதில் தாக்குதலைச் சற்றும் எதிர்பார்த்திராத அந்தப் பருந்து பரணியைப் பற்றியிருந்த தன் கால்களின் பிடியை நழுவவிட்டது. பரணியும் வானில் இருந்து ஒரு துண்டுக் கயிறு அறுந்து விழுவதுபோல விழ ஆரம்பித்தான்.

பாண்டியனுக்கும், பாலுவுக்கும் முன்பாக வந்து விழுந்த வேகத்திலேயே பலமாக அடிபடவும் செய்தது.

பாலுவும், பாண்டியனும் ஓடிச்சென்று பார்த்தனர். புஸ் புஸ் என்கிற சீற்றத்துடன் உடம்பு லேசான நெளிவில் தரைமேல் கிடந்தது. பாலு உடனேயே பக்கத்தில் கிடந்த ஒரு பெரிய கல்லை எடுத்து பரணியின் வாழ்க்கையை முடிக்க விரும்பினான். ஆனால் பாண்டியன் வேகமாக அதைத் தடுத்தார்.

“நோ பாலு... தப்பு பண்றே நீ...” என்று கத்தினார்.

“சார் இது நல்ல பாம்பு. கடிச்சா விஷம் சார்.”

“கடிச்சா விஷம் தான். அது இப்ப உன்னைக் கடிச்சிச்சா.”

“இதை உயிரோட விட்டா பலரையும் கடிச்சு உயிர்போகும் இல்லையா?”

“முட்டாள். எந்த உயிரையும் கொல்ற உரிமை நமக்குக் கிடையாது. பாம்புன்னாலே அடிச்சுக் கொல்லணும்கற இந்தப் புத்தியை மாத்திக்கோ. எந்தப் பாம்பும் தன்னைச் சீண்டாதவனை திருப்பிக் கடிக்காது. அதுவும் ஒரு உயிர். உனக்கு இந்த உலகத்துல இருக்கற எல்லா உரிமையும் போல அதுக்கும் இருக்கு...”

பாண்டியன் சீறி விழுந்தது பரணியின் காதிலும் விழுந்தது. அதன் பின் பாண்டியன் செய்ததுதான் உச்சக் கட்டமான செயல். துளியும் அச்சமின்றி அடிபட்டு நெளிந்தபடி கிடக்கும் பரணியைத் தொட்டு தூக்கிய பாண்டியன் விறுவிறுவென்று நடந்து பக்கத்தில் உள்ள ஒரு புதருக்குள் பரணியைப் பக்குவமாகப் படுக்க வைத்தார்.

சற்று தூரத்திலேயே ஒரு நீர்க்குட்டையும் இருந்தது. அதை பார்த்தபடியே திரும்பி வந்தார். பாண்டியனின் செயலை தன் வீட்டு வாசல்படியில் நின்று கொண்டு பொன்னியும் பார்த்துக் கொண்டிருந்தாள். அழகாகச் சிரித்தாள்.

“என்ன பாப்பா... நாங்க போகாம இங்கேயே இருக்கோம்னு பாக்கறியா?”

“வர வேண்டியவங்க வந்து கூட்டிகிட்டுப் போனா போய்த் தானே தீரணும்.”

“அப்படிங்கறே...”

“அப்படித்தான்கறேன். அதேசமயம் நீங்க அப்பவே போகாம இங்கயே இவ்வளவு நேரம் இருந்ததுக்குக் காரணம் அந்தப் பாம்புதான்னு சொல்ல வரேன்.”

பாண்டியன் பொன்னியை ஆச்சரிய மிகுதியுடன் பார்க்க அவளும் தொடர்ந்தாள்.

“இந்தப் பாம்பும் சாதாரணமான பாம்பு இல்ல. இதை நீங்க போகப் போக தெரிஞ்சுக்குவீங்க.”

“என்ன பாப்பா சொல்றே... பாம்புல சாதாரண பாம்பு, அசாதாரண பாம்பெல்லாம் இருக்குதா?”

“எப்பவும் நமக்குத் தெரிஞ்சது குறைவுதான். தெரியாதது தான் அதிகம். இப்ப இவ்வளவு பேசிகிட்டதே போதும். அதோ பாருங்க. உங்களைக் கூப்பிட ஆளுங்க வந்துகிட்டிருக்கிறத...”

பொன்னி கை காட்டிய திசையில் ஷாலினி வெகு நேரமாக எதிர்பார்த்துக் கொண்டிருந்த அவளது எடிட்டரும். கண்ணன் அப்பாவும் ஒரு டாடா சுமோவில் வந்து கொண்டிருந்தனர்.

அந்த வாகனமும் அவர்களுக்கு முன் சில அடி தொலைவில் கிரீச்சிட்டு தேங்கி நிற்க, எடிட்டர் எகிறிக் குதித்து கீழ் இறங்கினார். ஷாலினி அவரைப் பார்க்கவும் முன் ஓடினாள்.

“ஷாலினி.”

“சார்.”

“என்னம்மா இது... நடக்கக் கூடாதது நடந்துடிச்சேம்மா” எடிட்டர் ஷாலினியின் கரங்களை இழுத்துப் பற்றியபடியே உருக்கமாகப் பேசினார். பின்னாலேயே கண்ணனின் அப்பா ராகவன். அவர் முகம் வெளிறி வீங்கிப் போயிருந்தது.

“இவர்தாம்மா கண்ணன் அப்பா ராகவன்.”

“ஹலோ சார்.”

“ஹலோல்லாம் இருக்கட்டும். என் மகன் நிஜமாலும் இறந்துட்டானா. அதைச் சொல்லும்மா முதல்ல?”

அவர் கேட்கும் போதே கை காலெல்லாம் நடுங்கிற்று.

“அங்கிள்ள்” ஷாலினி யால் அதற்குமேல் பேச முடியவில்லை. பாண்டியனும் அவர்களை நெருங்கினார்.

“நீங்க.”

“நான் பாண்டியன். பிரைவேட் டிடெக்டிவ்.”

“இங்க?”

"நானும் சில விஷயங்களைத் தேடித்தான் சிவன்மலைக்கு வந்தேன். வந்த இடத்துல உங்க மகனைப் பிணமாய் பார்த்ததும்" பாண்டியன் திக்கித் திணறினார்.

"எப்படி சார்... எப்படி? தூக்குல தொங்கற அளவு என் மகனுக்கு ஒரு பிரச்சினையும் இல்லையே..."

"அவர் தற்கொலை செய்துகிட்டதா எனக்குத் தெரியலை. அவரை யாரோ கொலை செய்திருக்காங்க."

பாண்டியன் அனுமானம் ஒரு பகீர் உண்மையை எடிட்டருக்குள்ளும், ராகவனுக்குள்ளும் உருவாக்கியது.

"கொலையா?"

"ஆமாம்... அப்படித்தான் நான் நினைக்கறேன்."

"சரி என் மகனோட உடம்பு இப்ப எங்க?"

"கொஞ்சம் பொறுமையா எக்ஸைட் ஆகாம நான் சொல்றதைக் கேளுங்க. உடம்பு காணாம போயிடிச்சு."

"வாட்."

"யெஸ்... காணாம போயிடிச்சு. அதேசமயம் இதோ இந்த பொண்ணுதான் பொன்னி. இவ ஒரு சாதாரண பொண்ணு இல்ல. அருள்வாக்கு சொல்றவ. இவதான் உங்க பையன்... கயித்துல தொங்குவான்னு முதன்முதலா அவனைப் பார்த்தப்ப சொன்னவ. இதே பொண்ணு இப்ப என்ன சொல்றா தெரியுமா?"

அவர்கள் பார்வை அப்படியே பொன்னி பக்கம் திரும்பியது.

"கவலைப்படாதீங்க. அவன் திரும்பி வருவான்." என்று அவர்கள் பார்க்கும் போது சொன்னாள் பொன்னி. எடிட்டருக்குக் கொஞ்சம் கோபமாகக் கூட இருந்தது.

"மிஸ்டர் பாண்டியன் என்ன இது? இந்தப் பொண்ணு சொல்லுதுன்னு நீங்களும் ஏதேதோ சொல்றீங்களே. இறந்துட்ட ஒருவர் எப்படி உயிரோட வர முடியும்?"

“வர முடியாது தான். இருந்தாலும் இந்தப் பொண்ணு மரணத்தை முன்கூட்டியே சொன்னவ. இவதான் இப்ப திரும்ப வருவான்னு சொல்றா... அதனால.”

“வாட் நான்சென்ஸ் யூ ஆர் டாக்கிங். முதல்ல எங்களோட வந்து கண்ணன் பிணத்தைக் காட்டிட்டு மறுவேலை பாருங்க...” எடிட்டர் பாய்ந்தார்.

“அதான் காணாம போச்சுன்னு சொன்னேனே...”

“பிணம் எப்படி காணாம போகும்? அது என்ன தங்கமா வைரமா?”

“அதெல்லாம் எங்களுக்குத் தெரியாது. இந்த விஷயத்துல எங்களுக்கு எதுவும் தெரியாது. தன்னிச்சையா நடந்துவிட்டது. உங்க மகன்கூட வந்தவங்க அந்த பொண்ணு. நீங்க எதுவா இருந்தாலும் அவங்ககிட்ட பேசுங்க...”

சட்டென்று பாண்டியன் பேச்சில் ஒரு நழுவல். எடிட்டரிடம் உடனே காரம் குறைந்தது.

“மிஸ்டர் பாண்டியன். நீங்க ஒரு டிடெக்டிவ். இப்படியா எனக்கென்ன வந்ததுங்கற மாதிரி பேசுவீங்க?”

“சார் நடந்துருக்கறது ஒரு மரணம். அது கொலையா, தற்கொலையாங்கறது பெரிய கேள்விக்குறி... இதுல சம்மன் இல்லாம ஆஜர் ஆக நான் யார்?”

“திரும்பவும் அப்படியே பேசறீங்களே... ஒரு பையனை இழந்த அப்பாவோட மனநிலையைக் கொஞ்சம் யோசிச்சுப் பாருங்க. தயவுசெய்து எங்ககூட வந்து எங்களுக்கு எப்படியாவது உடம்பைக் கண்டுபிடிச்சு கொடுங்க.”

“சாரி சார்... ஃபாரெஸ்ட் ஆபீசரோட போய் முறைப்படி தேடினப்பவே உடம்பு கிடைக்கல. பொறுமையா காட்டுக்குள்ள தங்கியிருந்து கண்டுபிடிக்க வேண்டிய விஷயம் சார் இது...”

“என்ன பாண்டியன்... திரும்ப உயிரோட வருவான்னெல்லாம் இந்தப் பொண்ணு சொன்னதா சொல்லிட்டு, இப்ப எங்களுக்கு சரியா கண்டுபிடிக்கணும்னும் பேசினா என்ன அர்த்தம்?”

“ஒரு அர்த்தமும் இல்ல... உங்ககிட்டதான் குழப்பம், அவநம்பிக்கைன்னு பல உணர்வுகள் தெரியுது. உண்மைல இறந்திருந்தாலும் திரும்பி வந்தா நல்லதுன்னு நீங்க நினைக்கறதும் எனக்குப் புரியுது. மிஸ்டர் ராகவன்.”

“பேசினது போதும் சார்... கிளம்புங்க சார். இந்த நிமிஷம் தனக்குத் தெரிஞ்ச இந்த விஷயங்கள் என் மனைவிக்குக்கூட தெரியாது சார்.”

ராகவன் கெஞ்சத் தொடங்கிவிட்டார். பொன்னி பார்த்துக் கொண்டேதான் இருந்தாள். முத்துப்பிள்ளைக்கும் அங்கு நடப்பதெல்லாம் வேதனை தருவதாகத்தான் இருந்தது. வீரைய்யன் தண்ணி அடிக்க எப்பொழுதோ போய்விட்டான்.

எது எப்படியோ, வீம்பாக பாண்டியன் காட்டுப் பக்கம் போகாமல் இருக்க முயல அதற்காக அவ்வளவு பேசியும் இறுதியில் அவர்களுடன் காட்டுக்குள் போவதில்தான் பண்பும் மனிதாபிமானமும் இருப்பது புரிந்து அவர்களுடன் புறப்படத் தயாரானார்.

டாடா சுமோவில் எல்லோரும் ஏறிக்கொள்ள அதுவும் வேகமெடுக்க ஆரம்பித்தது. பொன்னி மெல்ல பாண்டியன் கதவுப் பகுதிக்கு வந்தாள்.

“விதி எப்பவும் இப்படித்தான் வேலை செய்யும்” என்று பொன்மொழி போல பேசிவிட்டுச் சிரித்தாள். அவள் சொன்னதில் ஒரு அழுத்தமான பொருள். பாண்டியனால் பதிலுக்கு எதையும் கூற முடியவில்லை. சுமோவும் சீறிக் கொண்டு கிளம்பியது.

தமயந்தி குடிசை!

இருட்டிக் கொண்டு வந்த வானத்தைப் பார்த்தபடியே வெளியில் செடியில் காயப்போட்டிருந்த தனது துணிகளை

எடுத்து மடிக்கத் தொடங்கினாள். அந்தக் கொடியில் கண்ணனின் லுங்கியும் இருந்தது. ஷாலினி டவலும் கிடந்தது. இரண்டும் அவர்கள் நினைவை மூட்டியது. ஏனோ அவளுக்குச் சிரிப்பு வந்தது. 'பாவம் அந்த கண்ணன்' என்று வாய்விட்டு பரிதாபப் படவும் செய்தாள்.

அவர்கள் துணிமணிகளையும் எடுத்து குடிசைக்குள் போட்டவள் ஒரு கயிற்றையும் சிறு அரிவாளையும் மட்டும் எடுத்துக் கொண்டு அந்த அந்தி சந்தி வேளையில் எங்கோ கிளம்பினாள்...

❋ ———— ❋

அத்தியாயம்

42

மிகச் சரியாக அந்திவேளை அது!

குறிப்பாக ப்ரதோஷவேளை!

சப்த லோகங்கள் தோன்றி, அதில் உயிரினங்கள் தோன்றி, அவர்களிலும் தேவர்கள், அசுரர்கள் என்கிற இரு பிரிவுகள் உருவாகி வலியவனுக்கே காலம் என்கிற ஒரு நிலை நிலவும் போது நல்லவர்கள் சிரஞ்சீவியாக வாழ ஒரு வழியாக அமுதம் கண்டுபிடிக்கப்பட்டு அது கடையப்பட்ட வேளைதான் ப்ரதோஷ வேளை!

ப்ரதோஷ என்றால் பெரிய அளவிலான பாவம் மிகுந்த காலம் என்பதுதான் உண்மையான உட்பொருள்! அமுதம் கடையப்பட்ட வேளை எப்படி பாவம் மிகுந்த காலமாகும் என்று கேட்கலாம். அமுதம் கடையப்பட்டபோது, எடுத்த எடுப்பில் அந்த அமுதம் கிடைத்துவிடவில்லை.

முதலில் ஆலகால விஷம்தான் தோன்றியது. அதுவே துன்பத்திற்குப் பிறகே இன்பமும் என்கிற வாழ்க்கை நியதியை மறைமுகமாகச் சொல்லிற்று. “சரி... அந்தத் துன்பத்தை யார் தாங்கிக் கொள்வது...” ஆலாகால விஷம் என்ன சாதாரணமான துன்பமா? அது உலகின் மொத்த உயிர்கள் அவ்வளவையும் அழித்து உயிரே இல்லாத உலகமாகச் செய்யப் பார்த்தது.

யாருமில்லாத உலகத்தில் அமிர்தம் இருந்தால்தான் என்ன? இல்லாவிட்டால் தான் என்ன? உலகமே ஐய்யோ இது என்ன கொடுமை என்று கதறித் துடித்தபோது பெருகி வழிந்த அவ்வளவு ஆலகால விஷத்தையும் உலகைக் காத்திடும் பொருட்டு அந்த ஈசனே அருந்தத் தொடங்கி விட்டான்.

அவனாலன்றி வேறு யாராலும் அதைத் தீண்டக்கூட முடியாது என்பதே உண்மை. ஈசனின் இச்செயல் அவனின் சரி பாதியான பார்வதியை உலுக்கியது.

உலகைக் காக்க விழைந்த தன் உலக நாதனை தான் முதலில் காப்பாற்ற வேண்டும் என்று விரும்பி, தன் மொத்த சக்தியை எல்லாம் திரட்டி, ஈசனின் கழுத்தில் கை வைத்து, அந்த ஆலகாலம் ஈசனின் வயிற்றுக்குள் சென்று விடாதபடி தடுத்தாள் பார்வதி.

அந்த ஆலகாலமும் ஈசனின் கண்டத்தில் அப்படியே தேங்கி நின்று விட்டது. அதனால் அந்த ஈசனும் நீலகண்டன் ஆனான்.

ஈசன் நீலகண்டன் ஆன வேளைதான் ப்ரதோஷவேளை, ஈசனை ரட்சித்த பார்வதி அவ்வேளையில் சிவ நாமம் சொல்கிறன்றவர்களை எல்லாம் ரட்சிக்க ஓடி வருகிறாள் என்பதே அவ்வேளைக்கான சக்தி.

இவ்வேளையில் புரியும் சிறிய பாவச் செயல்கூட ஆலகாலம் போல பெரிய பாதிப்பை அளிக்கக் கூடியது என்பது கவனமாய் உணர வேண்டிய உண்மை. அதேசமயம் இவ்வேளையில் செய்யப்படும் நன்மையும் பல மடங்கு பயன் தந்திடவல்லது.

துன்பத்தில் சிக்கித் திணறுபவர்கள் ப்ரதோஷ காலத்தைத் தேர்ந்தெடுத்து உள்ளன்போடும் தூய்மையோடும் சிவனைத் துதித்தால் அவர்கள் கேட்டது கிடைக்கும். நினைத்தது நடக்கும்!

இருட்டியும் இருட்டாத அந்த வேளையில் சிவன்மலைக் காட்டுக்குள் தட்டுத்தடுமாறி நடந்தபடி இருந்தார் அந்த

வயதானவர். அவர் கையில் ஒரு தடி. அதுதான் அவர் ஒரு குருடர் என்றும் சொல்லாமல் சொன்னது.

அவர் நடந்து வரும் வழியில் பல இடங்களில் தடுக்கி விழுந்துவிட்டதை அவர் மேனிமேல் அங்கங்கே தென்பட்ட ரத்தக் காயங்கள் காட்டிக் கொடுத்தன.

எண்பது வயது மதிக்கலாம்.

மார்பு எலும்பு மொத்தமாகத் தெரிந்தது.

தோளில் ஒரு சிறு துணி மூட்டை. அதைச் சுமக்க மாட்டாதபடி சுமந்து கொண்டு "ஓம் நமச்சிவாய ஓம் நமச்சிவாய..." என்று முணுமுணுத்தபடியே அவர் அந்த மலைப் பிராந்தியத்துக்குள் தடுமாறிக் கொண்டிருந்தார். கச்சிதமாய் அவர் எதிரில் தமயந்தி!

தமயந்தி அந்த வயதானவரை ஒரு புழுவைப் பார்ப்பது போலத்தான் பார்த்தாள்.

ஒரு இடத்தில் ஒருவர் மட்டுமே செல்ல முடிந்த வழித்தடம். பக்கத்திலேயே மழைநீர் தேங்கி குளம் போல காட்சியளித்தது. பெரியவர் அது தெரியாமல் அதில் விழ விரும்புகிறவர் போல பாதையை விட்டு விலகிச் செல்வது தமயந்தியைச் சற்றுத் துடிக்கவிட்டது. தன்னையும் மீறி கத்திவிட்டாள்.

"ஏய்... அந்தப் பக்கம் போகாதே, அங்க தண்ணி தேங்கிக் கிடங்கு..." அவள் குரல் அவரையும் தடுத்து திருப்பியது.

"யாரு... யாரு...?" அவர் திரும்பினார்.

"உம்... உன் பேத்தி..."

"பே... பேத்தியா... யாரும்மா அது?"

"நீ யார்... இந்த அந்தி சந்தி வேளைல இப்படி ஒரு காட்டுக்குள்ள எங்க போய்கிட்டிருக்கே?"

"அம்மாடி என்னைப் பார்த்தா தெரியலியா. நான் ஒரு குருடன்மா. சிவன்மலை ஆகாசலிங்கத்தை ப்ரதோஷ வேளைல

தரிசனம் பண்ணனும்கறது என் ரொம்ப நாள் ஆசை. அதாம்மா போய்கிட்டிருக்கேன்."

"அது சரி... கண்ணு தெரியாத நிலைல எப்படி அங்க போவீங்க. போனாலும் தரிசனம் எப்படிப் பண்ண முடியும். வேடிக்கையா இருக்கே?"

"அம்மா நான் ஒரு பிச்சைக்காரன்மா. தப்புத் தப்பா வாழ்ந்தவன். காசு பணம் இருந்தப்ப நான் ஆடாத ஆட்டமில்லை. இப்ப எல்லாம் போய் தெருவுல நிக்கறேன். என் தப்புக்குத் தண்டனையா எல்லா கஷ்டமும் பட்டுட்டேன். பொண்டாட்டி பிள்ளைன்னு யாரும் கிடையாது. மேல ஆகாசம், கீழ பூமி இதுதான் என் சொத்து. இருந்தாலும் சிவ தரிசனம் பண்ணிடணும்கறது என்குறி. எப்படியோ தட்டுத் தடுமாறி இவ்வளவு தூரம் வந்துட்டேன். மீதி தூரத்துக்கு நீ வழிகாட்டினா உனக்குப் புண்ணியமா போயிடும்மா..."

அவரிடம் கெஞ்சும் குரல். தமயந்திக்கோ எரிச்சல் வந்தது.

"ஆகாசலிங்கம் இருக்கற இடத்துக்குப் போறது இருக்கட்டும். தரிசனம் எப்படிய்யா பண்ணுவே. கண்ணு தெரியாம?"

"அதுகிட்ட போய் நின்னாலே போதும்மா. மனசுல நினைச்சுகிட்டுக் கும்பிடுவேன்."

"அதை அவ்வளவு தூரம் போய்தான் செய்யணுமா? இருக்கற இடத்துலயே கும்புட்டுக்கலாமே..."

"இல்லம்மா. அது தப்பு. கடவுள் எல்லா இடத்துலயும் தான் இருக்கார். இருந்தாலும் அவர் வெளிப்பட்ற இடம் தான் கோயில். அப்படி ஒரு கோயிலுக்கு முயற்சி எடுத்துத் தேடிப் போறதுதான் செயல். முயற்சி இல்லாத பக்தி, சக்தியில்லாத ஆகாரம் மாதிரிம்மா"

"நான் ஒண்ணு கேட்டா, நீ ஒண்ணு சொல்றே. சோத்துக்கில்லாட்டியும் பேச்சுக்குக் குறைவில்ல. போகட்டும். என்கூடவா. கோயில் முன்னால கொண்டு போய் விடறேன்..."

தமயந்தி ஒரு முடிவுக்கு வந்தவளாக அவரது கோலை முன்பக்கம் பிடித்துக் கொண்டு நடந்தாள். அவளுக்குள் குறும்பாய் சில முடிவுகள். உண்மையில் ஆகாசலிங்க சன்னதி வெகு தூரத்தில் இருந்தது.

சிறிது தூரம் வரை நடந்த தமயந்தி இருட்டியும் இருட்டாத அந்த வேளையில் ஒரு தட்டைப் பாறை மேல் குழவிபோல ஒரு கல்லும், அதை இருட்டில் பார்த்தால் சிவலிங்கம் போலவே தெரிவதையும் கவனித்தாள். சட்டென்று அவளிடம் ஒரு முடிவு.

"யோவ் பெருசு... நீ தேடி வந்த ஆகாசலிங்கம் சன்னதி வந்துடுச்சுய்யா..." என்றாள்.

"எங்க... எங்க...?" அவரிடம் துடிப்பு.

"எங்கேன்னா. என்னமோ பெருசா பார்க்க முடிஞ்ச மாதிரி பறக்கிறியே. நீயும் நானும் நிக்கற இந்த இடத்துல இருந்து ஒரு அஞ்சடி தூரத்துல தான் இருக்கு. அப்படியே இங்க நின்னு கும்புட்டுக்கோ"

"அம்மாடி... அதுகிட்ட என்னைக் கூட்டிக்கிட்டு போறியா. நான் அதுக்கு பாலாபிஷேகம் பண்ணனும்."

"என்னது பாலாபிஷேகமா... விளையாட்றியா, இந்தக் காட்டுல இப்ப பாலுக்கு எங்கய்யா போக...?"

"எங்கேயும் போக வேண்டாம் கண்ணு. இதோ என் தோள்ள துணி மூட்டைல ஒரு பாத்திரத்துல இருக்குது. பிச்சை எடுத்த காசுல காலையிலேயே வாங்கிட்டேன்."

"அடக்கொடுமையே. பிச்சை எடுத்த காசுல பால் அபிஷேகமா... ஆமா அந்த சாமி வந்து உன்கிட்ட கேட்டாரா?"

"அவர் எதுக்குக் கேட்டகறாரு. ஏன் கேட்கணும்? எனக்குத்தான் நான் செய்த பாவத்துக்குப் பரிகாரம் செய்யணும்கற ஒரு துடிப்பு..."

"சரிதான். இப்படி எல்லாம் பாலாபிஷேகம் செய்தா, அந்த சாமி வந்து நீ கேட்டதை உனக்குத் தந்துடுவாராக்கும்?"

“ஏம்மா... தரமாட்டாரா? ஒரு பொண்ணா இருந்தும் நாத்திகவாதி மாதிரி பேசறியே... நீ யாரும்மா?”

“நான் யாரா இருந்தா என்ன... எதுக்க இருக்கு லிங்கம். பாலாபிஷேகம் பண்ணு, தேனாபிஷேகம் பண்ணு. நான் வரேன்...”

விட்டேத்தியாக ஒரு பதிலைச் சொல்லிவிட்டு தமயந்தி அங்கிருந்து விலகத் தொடங்கினாள். அப்படி விலகி நடக்கும்போது, “சாமியாம் சாமி... இந்த மலையில்தான் இப்படி எல்லாம் கிறுக்கங்க. எல்லாரையும் ஒரு நாள் ஒரு ஏ.கே. 47 துப்பாக்கி கொண்டு வந்து போட்டுத் தள்ளிடணும். இருக்கட்டும் இருக்கட்டும்...” என்று அவளிடம் சீற்றமான முணுமுணுப்பு.

அதேசமயம் அந்த பெரியவர் தட்டுத்தடுமாறி அந்த தட்டப் பாறைமேல் ஏறி ஸ்தூபி போன்ற பாறைக் கல்லை லிங்கமாய் நினைத்து “ஓம் நமச்சிவாய ஓம் நமச்சிவாய” என்று கும்பிட்டபடியே சுற்றி வரத் தொடங்கினார்.

உணர்ச்சி மிகுதியால் அவரது குரல் வெகுதூரம் வரை கேட்டது. அந்தக் குரல் கேட்கும் தூரத்தில் தான் பாலுவும் பாண்டியனும் எடிட்டருடன் ஏறி வந்து கொண்டிருந்த சுமோவும் வந்து நின்றிருந்தது.

“ஓம் நமச்சிவாய” என்கிற அந்த பக்திக் குரல் பாண்டியனைக் கூர்மையாக்கியது.

“சார்... எல்லாரும் இங்கேயே இருங்க. இருட்ட ஆரம்பிச்சிடிச்சு. பக்கத்துல யாரோ இருக்காங்க. நான் யார்னு பார்த்துட்டு வரேன்...” என்று அவர்களைத் தவிர்த்துவிட்டு தான் மட்டும் நடக்கத் தொடங்க, “சார் நானும் வரேன்.” என்று பாலுவும் தொற்றிக் கொண்டான்.

அந்தக் குரல் அவர்கள் இருவரையும் சுண்டி இழுத்தது. அடர்வான புதர்களை விலக்கிக் கொண்டு சில சின்னச் சின்ன பள்ளம் மேடுகளில் ஏறிக்குதித்து அந்த குருட்டுப் பெரியவர் இருக்கும் தட்டப் பாறைக்கு மிகச் சமீபத்தை எட்டிவிட்ட அவர்கள்

இருவரில் பாலுவுக்கு மட்டும் காலில் முள் தைக்க 'ஆ' வென்ற அலறலுடன் குனிந்து பார்த்தான். செருப்பு கால்களையும் மீறி முள் உள்ளேயிருந்தது. அப்படியே அங்கேயே உட்கார்ந்தவன் தொடர்ந்து முன்னேறி தட்டப் பாறையை அடைய, அங்கே அந்த ப்ரதோஷ வேளையில் ஒரு அற்புதமும் நடக்க ஆரம்பித்தது.

குருட்டுப் பெரியவர் தான் கொண்டு வந்திருந்த பாலைக்கொட்டி அபிஷேகம் செய்து கொண்டிருந்த அந்த ஸ்தூபி போன்ற பாறையும் தட்டப்பாறையும் முற்றாக மாறி அங்கு ஆகாச லிங்கமே தோன்றியிருந்தது. சுற்றிலும் ஆயிரக்கணக்கில் அகல் விளக்குகள்! பொதிமேகம் போல் தவழும் சாம்பிராணி தூபப்புகை. ஒரு லாரியில் வாங்கி வந்து கொட்டிக் குவித்தது போல அந்த தட்டப்பாறை முழுவதும் உதிர்ந்த பூக்கள்! லிங்கத்திருமேனியும் திண்ணென்ற மாலையுடன் நாகப்படகுடையுடன் காட்சியளித்தது.

பாண்டியனால் தன் கண்களையே நம்ப முடியவில்லை. உச்சி முதல் பாதம் வரை ஒரு பரவசம் அவருக்குள் ஓடி பரவியது. தன்னையும் மறந்து அவர் அப்படியே கைகளைக் கூப்பினார். பாலுவும் முள்ளைப் பிடுங்கிப் போட்டுவிட்டு வந்து அந்தக் காட்சியைப் பார்த்து பிரமித்துப் போயிருந்தான்.

அந்தப் பெரியவரோ திடீரென்று பெரிதும் உணர்ச்சிவயப்பட்டவராக, "எனக்கு கண் வந்திடுச்சி. எனக்கு கண் வந்திடுச்சி" என்று கத்தத் தொடங்கினார். அதுவே அவர் அதற்கு முன் வரை குருடராக இருந்தவர் என்பதை பாண்டியனுக்கும் பாலுவுக்கும் உணர்த்தி விட்டது.

"சார்... இங்க என்ன நடக்குது? இந்த இடத்துல இப்படி ஒரு கோயிலை நாம பாக்கலையே சார்..."

பாலு காதோரமாகக் கிசுகிசுத்தான்.

"எனக்குள்ளேயும் அதே கேள்விதான் பாலு... நடப்பது நிஜமா இல்ல கனவான்னு குழம்பிப் போயிருக்கேன். அதேசமயம் இப்படி ஒரு தரிசனம் கிடைக்கக் கொடுத்து வெச்சிருக்கணும்னு தோணுது."

“ஆமாம் சார்... ஜெகஜ்ஜோதியா வாசனையா என்ன ஒரு ஆனந்தமான காட்சி...”

இருவரும் பரவசத்தில் மூழ்கிட தமயந்தி ஒரு விறகு சுமையுடன் கச்சிதமாக வந்தபடி இருந்தாள். அவள்தான் அந்தக் காட்சியைப் பார்த்து அதிகம் பாதிக்கப்பட்டாள். அந்த பெரியவரும் அவளைப் பார்த்து “அம்மாடி நீ யார். நீதான் என்னை இங்கே கூட்டிக்கிட்டு வந்த புண்ணியவதியா?” என்று கேட்க, அவள் தலைமேலும் கீழும் ஆடி ஆமோதித்தது.

“அம்மாடி நீ மகா பெரிய புண்ணியவதி. உன்னால பார்... எனக்கு ஆகாச லிங்க தரிசனமும் கிடைச்சு பார்வையும் கிடைச்சிடுச்சி.” என்று அவள் முன்னே கைகளைக் கூப்பினார் அவர்.

அவர்கள் பேசுவதைக் கேட்டபடி நிற்கும் பாலு, பாண்டியன் அருகே ஷாலினியும் வந்து சேர்ந்தாள்.

அவளும் அந்த அதிசயக்காட்சியைப் பார்த்து பிரமித்தாள்.

அப்படியே தமயந்தியையும் பார்த்து, “தமயந்தி” என்று அழைத்தபடியே சென்றாள்.

தமயந்தியும் திரும்பினாள். அந்தப் பார்வை பெற்ற பெரியவரோ சிவலிங்கத்தைச் சுற்றத் தொடங்கி விட்டார். பாண்டியனும், பாலுவும் கூட ஒளி வெள்ளமான இடத்தில் தமயந்தி அருகில் வந்து நின்றனர்.

“என்ன ஷாலினிம்மா... எங்க அந்த மன்மதன்?”

தமயந்தி ஒன்றும் தெரியாதவளாக ஆரம்பிக்க, ஷாலினி கண்கள் கண்ணீரை உகுத்தன.

“என்னங்கம்மா ஆச்சு?”

“கண்ணன் செத்துட்டான் தமயந்தி.”

“என்னது?”

“ஆமாம்... காலையில உன்கிட்ட சொல்லிட்டுப் போன நான், அவனை ஒரு மரத்துல தொங்கற பொணமா தான் பார்த்தேன்.”

“அடி ஆத்தி... இப்ப எங்க உடம்பு.”

“அதை ஏன் கேக்கறே... அப்புறமா போய் பார்த்தா உடம்பைக் காணலை.”

“என்னது. உடம்பு காணலையா?”

தமயந்தி அளவிற்கதிகமாகவே அதிர்ச்சியைக் காட்டினாள். அதை பாண்டியனும் கவனித்தார்.

“எல்லாமே ஒரே மாயமா இருக்கு தமயந்தி... பாவம் கண்ணன். அவன் அப்பாவும், எங்க எடிட்டரும் வந்திருக்காங்க. இருட்டு வேற ஆரம்பிச்சிடிச்சு. இப்ப எங்கன்ன போய் பார்க்க...?”

ஷாலினி பேசிக் கொண்டே போனாள். தமயந்தி முகத்தில் ஈசல்கள் பறந்தன. பாண்டியன் பாலுவோடு தனியே ஒதுங்க, அந்த வயதான மனிதர் அந்த சிவலிங்கத்தைச் சுற்றிக் கொண்டே இருக்க, அடுத்த கட்டமாக அங்கே ஒரு அதிசயம் பாண்டியன் பார்த்துக் கொண்டிருக்கும் போதே நிகழ்ந்தது.

அந்த லிங்கம் பழையபடி பாறைக்கல் ஆகிவிட்டது.

“பாலு... என்ன இது... இந்த மலைல இன்னும் இந்த மாதிரி எத்தனை அதிசயங்க...?”

“தெரியலியே சார்...”

அந்த அரிய காட்சியை தமயந்தியும் ஷாலினியும் பார்க்கவேயில்லை. அவர்கள் இருவரும் சுமோ நிற்கும் இடம் நோக்கிச் சென்று கொண்டிருந்தனர்.

“வா பாலு, நாமளும் போகலாம்...”

பாண்டியனும் அவர்களைப் பின்தொடரத் தொடங்கினார். சுமோவை நெருங்கியபோது எடிட்டரும், ராகவனும் சுமோவுக்குள் இல்லை! ஷாலினிக்கு அடுத்தகட்ட அதிர்ச்சி.

“பாண்டியன்...” என்றாள் பதட்டமாக. பாண்டியன் நாலாபுறமும் பார்த்தார். பின் “ராகவன் சார்...” என்று கத்தினார். நாலாபுறமும் எதிரொலித்தது அந்தக் குரல். நன்றாக இருட்டும் சூழ்ந்து விட்டது.

“ஷாலினி நீங்க... சுமோவில் ஏறி பாதுகாப்பான இடத்துக்கு ஐ மீன் பொன்னி குடிசைக்குப் போயிடுங்க. நான் அவங்க எங்க போயிருந்தாலும் தேடிப் பிடிச்சு அழைச்சிட்டு வரேன்...” என்ற பாண்டியனை, பாலு சற்று பயத்தோடு பார்த்தான்.

“என்ன பாலு?”

“நீங்க மட்டும் தனியாவா சார்...”

“ஓ... உனக்கு அந்தப் பயமா? கவலைப்படாதே, எனக்கு எதுவும் ஆகாது...”

“சார் ஜாக்கிரதை.”

“டோன்ட் ஒர்ரி... நீ சுமோவை டிரைவ் பண்ணிகிட்டு கிளம்பு...”

அவனைத் துரிதப்படுத்தி சுமோவில் ஏற்றி அனுப்பிவிட்டுத் திரும்பினார் பாண்டியன். இடுப்பை ஒட்டி ஒரு பென் டார்ச்!

அதை எடுத்து வெளிச்சம் பாய்ச்சினார்.

வானிலும் த்ரயோதசி நிலவின் மெல்லிய வெளிச்சம். நடக்க ஆரம்பித்தார்.

பொன்னி சொன்னது ஞாபகத்தில் வந்தது.

அவள் சொன்னபடியே தான் எல்லாம் நடக்கிறது ஒன்றைத் தொட்டு ஒன்று...

ஒன்று கூட சாதாரணமான அனுபவமில்லை. ஒவ்வொன்றும் தனி ரகம். ஒவ்வொன்றும் ஒரு விதம். ஒருபுறம் பாம்பைக் காப்பாற்றிய செயல். மறுபுறம் லிங்கமே பாறையாக மாறிய காட்சி. சிவன் மலைக்காடு அவர் வரையில் வித்தை காட்டத் தொடங்கி விட்டதை அவரால் உணர்ந்துகொள்ள முடிந்தது.

கண் தெரியாத ஒருவருக்கு கண்ணையே கொடுத்து விட்டது ஒரு பாறை. ‘நம்பினவர்க்கு நடராசன் நம்பாதவர்க்கு எமராசன்’ என்பது இதுதானா? பாண்டியனுக்குள் கேள்விகள் ஊர்வலம். நிச்சயம் ஒரு சக்தி இருந்து அந்தக் காடு முழுக்க ஆட்டிப் படைப்பதாகக்கூடத் தோன்றியது.

பார்வை நாலாபுறமும் சுழன்றபடியே இருந்தது. மலை அணில் ஒன்று நின்று கவனித்தது. டார்ச் லைட் வெளிச்சம் படவும் அது அப்படியே ஸ்தம்பித்து நின்று விட்டது. முயலும் அணிலும் எப்பொழுதும் கொத்தான வெளிச்சம் கண்ணில பட்டால் ஸ்தம்பித்துவிடும்.

வேட்டையாடுபவர்களும் அதுதான் வாய்ப்பு என்று பின்னால் வந்து காதைப் பிடித்துத் தூக்கிவிடுவார்கள். ஆனால் பாண்டியன் அவ்வாறு செய்யவில்லை.

வெளிச்சத்தை விலக்கவுமே அந்த அணில் ஓடிப்போயிற்று. ஒரு பலாமரம் அடிப்பாகம் முழுக்க பலாக்கனிகளோடு கண்ணில் பட்டது. அதில் சில பலாப் பழங்கள் வெடித்து பலாச்சுளைகள் வெளியே தெறித்துக் கிடந்தன.

பகல் பொழுதில் பார்க்கும்போது புகைப்படும் எடுத்து வைத்துக்கொள்ள தோன்றும். ஆனால் இரவில் அதுவும் சிலரைத் தேடி அலையும் இரவில், அந்த ரசனைக்கெல்லாம் துளியும் இடமில்லாததை உணர்ந்த பாண்டியன் நெடுந்தூரம் வரை அந்த காட்டுக்குள் சென்றுவிட்டார்.

தொடர்ந்து நடப்பதில் அர்த்தமில்லை என்று தோன்றியது. அவர்கள் இருவரும் தான் செல்லும் திசையில் தான் சென்றிருக்கக் கூடும் என்று அனுமானிப்பதும் சரியாகப்படவில்லை.

அவர்கள் வேறுபக்கமாகச் சென்றிருக்கலாம் என்றும் தோன்றியதால் பாண்டியன் அந்த இடத்திலேயே சற்று நின்றார்.

சில்லென்ற காற்று!

காதுமடலை பூனை ஒன்று தன் நாக்கால் நக்குவது போன்ற குறுகுறுப்பை அளித்தது. கூர்ந்து லயித்தபோது பக்கமாய் ஆறு ஒன்று சலசலவென்று பாய்ந்து ஓடும் சப்தம் வடிகட்டப்பட்டது போல காதில் கேட்டது.

அந்த நேரத்திற்கு அந்த ஓடைத் தண்ணீர் அமிர்தமாக இருக்கும் என்று தோன்றவே சப்தம் வந்த திக்கிலேயே நடந்தார்.

டார்ச் லைட்டின் ஒளி முன்னால் ஒரு நாய்குட்டி போல உருண்டு உருண்டு சென்றது.

ஓடை நீரும் கண்ணில்பட்டது.

அப்படியே அங்கேயே அமர்ந்து அள்ளி அள்ளிப் பருகியபோது அமிர்தம் என்று ஒன்று தனியாக இருக்க வாய்ப்பில்லை என்று தோன்றியது.

அதுவரை நடந்த களைப்பு முதல் அவ்வளவும் ஆவியாகிப் போனது போலவும் இருந்தது.

அடுத்தடுத்து தண்ணீரை அள்ளவும் தான் ஓடும் அந்த நீரின் மேல் மலர்கள் பல மிதந்து வருவது கண்ணில் பட்டது.

ஒரு வாழை இலைமேல் அகல் விளக்கொன்றும் மிதந்து வந்தபடி இருந்தது. அபூர்வ காட்சி! அருகில் ஏதாவது கோயில் இருந்து அங்கேயும் இந்த ஓடை ஓடியபடி இருக்க வேண்டும் என்று தோன்றவே, அப்படியே ஓடையில் இறங்கி கணுக்கால் அளவு தண்ணீரில் அலம்பியபடி நடக்க ஆரம்பித்தார் பாண்டியன்.

சில நூறு அடி தூரத்திலேயே பெரிய அருவி ஒன்று அருகில் இருப்பது தெரிந்து விட்டது.

'ஹோ'வென்று அதன் பேரிரைச்சல்.

அந்த அருவியில் நீர் விழாத பாறைமேல் எல்லாம் திகுதிகுவென்று தீப்பந்தங்கள். அதன் ஒளியில் அங்கங்கே சில சித்த புருஷர்கள் மூக்கைப் பிடித்துக் கொண்டும், விரைப்பாக சம்மணமிட்டுக் கொண்டும் அமர்ந்திருக்கும் அபூர்வ சித்த தரிசனம் பாண்டியனுக்குக் கிடைத்தது.

எரியும் தீப்பந்தங்களுக்கு எண்ணெய் விட்டுக் கொண்டு ஒருவர். அவர் முகத்தை அவ்வளவாகப் பார்க்க முடியவில்லை. பாண்டியனுக்குள் பொன்னி சொன்னதுதான் ஓடியது.

ஒரு அபூர்வ அனுபவம் தனக்கு ஏற்பட இருப்பதாக அவன் உள் மனமும் நம்பியது. தனியாக வந்ததும் மிக நல்லதாக

அந்த நொடியில்பட்டது. ஆனால், அவ்வளவு காட்சிகளையும் பார்க்கும் பாண்டியனை, பாண்டியனுக்கே தெரியாமல் இரு கண்கள் கவனித்துக் கொண்டே இருந்தன.

பாண்டியனும் மெல்ல மெல்ல நகர்ந்து வசதியாக ஒரு பாறை மேல் ஏறி நின்று கொண்டார். பென் டார்ச் லைட்டையும் அணைத்துவிட்டார். அந்த இடமும், சூழலும் முற்றிலும் வித்தியாசமாக இருந்தது.

சீறிப் பாயும் அருவியின் மையத்தில் ஒற்றைக் காலில் சில சிவபக்தர்கள் சிற்பங்கள் போல நின்று கொண்டிருந்தனர். அந்த அருவிக்கு மேல் பக்கத்தில் நெல்லி மரங்கள் தழைத்து வளர்ந்திருக்க, அவைகளில் முழு நெல்லிகள் திராட்சைக் கொத்துக் கணக்காக மண்டிக் கிடந்தன.

அவ்வளவும் திகுதிகுவென்ற தீப்பந்த வெளிச்சத்தில் நன்றாகவே தெரிந்தது. அதேசமயம் பாண்டியனின் தோள்மேல் இரு கரங்கள்! திடுக்கிட்டுத் திரும்பிய பாண்டியன் கரங்களுக்குக் காரணமான முகத்தைப் பார்த்து மேலும் அதிர்ந்தார்.

பாலுவின் அப்பா சுந்தர்ராஜன் தான் அவர்!

"நீங்கதானே பாண்டியன்?" சுந்தர்ராஜன் கேள்வியில், குரல் லயத்தில் ஒரு காந்த ஈர்ப்பு.

"ஆமா..."

"என்னைத் தெரியுதா?"

"உங்களை... உங்களை..."

"நான்தான் சுந்தர்ராஜன். நீங்க தேடி வந்திருக்கிற அதே பாரெஸ்ட் ஆபிசர்."

"சார்ர்ர்."

"நான் இப்ப இங்க சாமி..."

"சாமியா...?"

“ஆமாம். வாங்க உங்களுக்காகத்தான் காத்திருந்தேன். உங்களைத் தனியா வரவழைக்கத்தான் காட்டுக்குள்ளேயும் பல நாடகங்கள்.”

“சாமி எதுக்கு இதெல்லாம்”

“எல்லாத்தையும் தெரிஞ்சுக்கத்தானே போறீங்க. என் கூட வாங்க...”

சுந்தர்ராஜன் காவி உடையில் முன்னால் நடக்க, பாண்டியன் பின்தொடர அருவிக்கரைக்கு மறுபக்கத்தில் ஒரு குகைப் பகுதி தென்பட்டது. அதன்முன் ஒரு பாறை மேல் கண்ணனின் சடலம். அந்தச் சடலத்தின் மார்பு மேல் படம் விரித்தபடி ஒரு நாகம்! பாண்டியனுக்கு மூன்றாவது கட்ட ஆச்சரிய அதிர்வு!

—— சுபம் ——

www.ingramcontent.com/pod-product-compliance
Lightning Source LLC
LaVergne TN
LVHW040549051026
849519LV00004B/1276